ಕಟ್ಟು ಕಥೆಗಳು

ಎಸ್ ಸುರೇಂದ್ರನಾಥ್

ಛಂದ ಪುಸ್ತಕ

ಓದಿ ಓದಿ ಮರುಳಾಗಿ!

KATTU KATHEGALU
-Short stories in Kannada by
S Surendranath, Published by
Chanda Pustaka,
I-004, Mantri Paradise,
Bannerughatta Road, Bangalore-76
ISBN: 978-93-84908-69-0

ಹಕ್ಕುಗಳು: ಲೇಖಕರವು
ಮೊದಲ ಮುದ್ರಣ: 2010
ಎರಡನೆಯ ಮುದ್ರಣ: 2021
ಮುಖಪುಟ ವಿನ್ಯಾಸ: ವಿನಯ ಕುಮಾರ ಸಾಯ
ಪುಟಗಳು: 178   ಬೆಲೆ: ರೂ. 210
ಕಾಗದ: NS ಮ್ಯಾಪ್ಲಿತೊ 70 ಜಿಎಸ್ಎಂ, 1/8 ಡೆಮಿ

ಪ್ರತಿಗಳಿಗಾಗಿ ಸಂಪರ್ಕಿಸಿ:
ಛಂದ ಪುಸ್ತಕ
ಐ–004, ಮಂತ್ರಿ ಪ್ಯಾರಡೈಸ್
ಬನ್ನೇರುಘಟ್ಟ ರಸ್ತೆ
ಬೆಂಗಳೂರು–76
ಸೆಲ್: 98444 22782
me@vasudhendra.com

ಮುದ್ರಣ:

ಟ್ರಿನಿಟಿ ಅಕಾಡೆಮಿ, ಕುಡ್ಲು ಗೇಟ್, ಹೊಸೂರು ರಸ್ತೆ, ಬೆಂಗಳೂರು

ನನ್ನ ಹಳೆಯ ಮತ್ತು ಹೊಸ ಕಥೆಗಳನ್ನು ಸೇರಿಸಿ
ಒಂದು ಕಟ್ಟು ಕಥೆಗಳನ್ನು ಹೊರ ತರುತ್ತಿದ್ದಾರೆ
ಗೆಳೆಯ ವಸುಧೇಂದ್ರ.

ನನ್ನ ಮೊದಲ ವಂದನೆ ಅವರಿಗೆ.

ಕಥೆಗಳನ್ನು ಬರೆದಾಗೆಲ್ಲ ಓದಿ ಹುರುದುಂಬಿಸುತ್ತಿದ್ದ
ಜೋಗಿ, ವಿವೇಕ್, ಸೀತಾರಾಮ್ ಮೊದಲಾದ
ಗೆಳೆಯರಿಗೆ ವಂದನೆಗಳು.

ಈ ಕಥೆಗಳನ್ನು ಪ್ರಕಟಿಸಿದ ಉದಯವಾಣಿ,
ಕನ್ನಡಪ್ರಭ ಮತ್ತು ದೇಶಕಾಲಕ್ಕೆ ವಂದನೆಗಳು.

ನನ್ನ ಎಲ್ಲ ಗೆಳೆಯರಿಗೆ
ಈ ಕೃತಿ ಅರ್ಪಣೆ.

ಪರಿವಿಡಿ

ಆರೂ ಇಂಟೂ ಇಪ್ಪತ್ತೊಂದೂ ಇಂಟೂ ತೊಂಬತ್ತಾರು ಇಂಟೂ...

ಕೊಲ್ಲೂರಯ್ಯನವರ ಹಣೇಬರಹಕ್ಕೇ ಹುಳ ಹಿಡಿದಿದ್ಯೋ ಏನೋ. ಇಲ್ಲಾಂದ್ರೆ ಹಿಂಗೆ ಗ್ರಹಚಾರಗಳು ಒಂದರ ಬೆನ್ನು ಹತ್ತಿ ಒಂದು ಬರೋದೂ ಅಂದ್ರೇನು. ಸಾಕ್ಷಾತ್ ಶ್ರೀರಾಮಚಂದ್ರನೇ ದಾವಣಗೆರೆಯ ಲಾಯರ್ ಬೀದಿಯ ನಲವತ್ತೋ-ಐವತ್ತೋ ಅಡಿ ಎತ್ತರದ ಮರದಿಂದ ಹಾರಾದು ಎಂದರೇನು...

–1–

ಎಲ್ಲಾ ಶುರುವಾಗಿದ್ದೇ ಆ ಕಾರ್ಡ್‌ನಿಂದ. ಕಾಲೇಜಿನಿಂದ ಸಾಯಂಕಾಲ ಬಂದಾಗ ಹೊಸಲಿಗೆ ಒರಗಿದಂತೆ ಹೊರಳಿಕೊಂಡಿದ್ದ ಆ ಕಾರ್ಡ್‌ನ ಕೈಗೆತ್ಗಂಡು ಓದಿದ್ರು. 'ಕುಮಾರಿ ಶಕುಂತಲ ಅವರಿಗೆ, ಆಡಳಿತ ಮಂಡಳಿಯ ಆದೇಶದಂತೆ ನಿಮಗೆ ಕೊಟ್ಟಿರುವ ಮೊದಲ ಎಚ್ಚರಿಕೆ ನೋಟೀಸು. ನೀವು ಕಳೆದ ನಲವತ್ತು ದಿನಗಳಿಂದ, ಅಂದರೆ ದಿನಾಂಕ ಆಗಸ್ಟ್ 18ರಿಂದ ಕರ್ತವ್ಯಕ್ಕೆ ಬಂದಿಲ್ಲ. ಇದನ್ನು ಆಡಳಿತ ಮಂಡಳಿ ಗಂಭೀರವಾಗಿ ಪರಿಗಣಿಸಿದ್ದು ಅನಧಿಕೃತ ಗೈರು ಹಾಜರಿಯೆಂದು ಮತ್ತು ಕರ್ತವ್ಯಲೋಪವೆಂದು ತಿಳಿದು ನಿಮಗೆ ಈ ಕಾರಣ

ಕೇಳುವ ನೋಟೀಸು ನೀಡಿದೆ. ಇದಕ್ಕೆ ನೀವು ನಿಮ್ಮ ಸಮಝಾಯಿಶಿ ಸಹಿತ ಅಕ್ಟೋಬರ್ 10ನೇ ತಾರೀಖಿನೊಳಗಾಗಿ ಕೆಲಸಕ್ಕೆ ಹಾಜರಾಗದಿದ್ದರೆ ಮುಂದಿನ ಕ್ರಮ ಜರುಗಿಸ ಬೇಕಾಗುವುದು ತಿಳಿಯಿರಿ. ಕಛೇರಿ ಮ್ಯಾನೇಜರ್.' ತತ್‌ಕ್ಷಣವೇ ಈ ಶಕುಂತಲ ಯಾರು, ಈ ಮ್ಯಾನೇಜರ್ ಯಾರು, ಈ ಶಕುಂತಲ ಅದ್ಯಾವ ಕೆಲಸಕ್ಕೆ ಹಾಜರಾಗಿಲ್ಲ ಇತ್ಯಾದಿ ತಲೆಬುಡ ಒಂದೂ ಅರ್ಥವಾಗಲಿಲ್ಲ. ಬೇರೆ ಯಾರ್ದರ ಕಾಗದ ತಂದು ನಮ್ಮ ಮನೆಗೆ ಹಾಕಿದ್ನೋ ಆ ಪೋಸ್ಟ್‌ಮ್ಯಾನ್ ಅಂತ ವಿಳಾಸ ನೋಡಿದರು. ತಮ್ಮ ಹಳೇ ವಿಳಾಸದ ಮೇಲೆ ಕೆಂಪಿಂಕಿನಲ್ಲಿ ಬರೆದಿತ್ತು, 'ಕುಮಾರಿ ಕೆ ಶಕುಂತಲ, ಡಾಟರ್ ಆಫ್ ಶ್ರೀ ಜಿ. ಕೊಲ್ಲೂರಯ್ಯ, ಮೂರನೇ ಮುಖ್ಯರಸ್ತೆ, ಕಸ್ತೂರಬಾ ಬಡಾವಣೆ, ದಾವಣಗೆರೆ.' ವಿಳಾಸವೇನೋ ತಮ್ಮದೇ. ಇಲ್ಲಿಗೆ ಬರೋ ಮುಂಚೆ ಒನ್ನಾಕು ಕಡೆ ತಿರುಗಾಡಿ, ಮೈಮೇಲೆಲ್ಲಾ ಬಣ್ಣಬಣ್ಣದ ಲಿಪಿಗಳನ್ನು ಹೊತ್ತು ತಮ್ಮ ಮುಂದೆ ಬಿದ್ದಿದೆ. ಈಗಾಗಲೇ ಅಕ್ಟೋಬರ್ ಹತ್ತಾಗಿ ಇವತ್ತು ಹದಿನಾಲ್ಕು. ಏನೂ ಬಗೆ ಹರೀಲಿಲ್ಲ. 'ಏನೂ....' ಅನ್ನುತ್ತ ಹೊಸಿಲು ದಾಟಿ ಒಳಬಂದರು. ಹೆಂಡತಿ ಕಮಲಮ್ಮ ಹೊರಗೆ ಬರಲಿಲ್ಲ, ಅವರು ಅಬ್ಬರಿಸಿದ್ದು ಕೇಳ್ತು, 'ಯೇನದು ನಿಮ್ದು ಸುಡುಗಾಡು...'

'ಯಾರೋ ಶಕುಂತಲಾ ಅನ್ನೋಳಿಗೆ ಈ ಕಾಗದ ಬಂದಿದೇ. ಅಡ್ರೆಸ್ ಏನೋ ಈ ಮನೇದೇ...'

'ಅಯ್ಯಾ ಸುಡುಗಾಡು ನಿಮ್ಮ ಮರೂಗಷ್ಟು. ಶಕ್ಕೂ ಅದು, ನಿಮ್ ಮಗ್ಳೂ...'

ನಿಂತಂತೆಯೇ ಕಾಲುಗಳು ತಡವರಿಸಿದವು. ಕುಮಾರಿ ಶಕುಂತಲ ತಮ್ಮ ಮಗಳೇ. ನಲವತ್ತು ದಿನಗಳಿಂದ ಆಫೀಸಿಗೆ ಹೋಗದೇಯಿರೋಳು ತಮ್ಮ ಮಗಳೇ. ಮಾತುಗಳು ಮುಗ್ಗರಿಸಿದವು.

'ಸುಡುಗಾಡು ಯೇನಂತ ಬರ್ದದಾರೆ'

'ಏನೋ ನಲವತ್ತು ದಿಸದಿಂದ ಆಫೀಸಿಗೇ ಹೋಗಿಲ್ಲಂತೆ. ನೋಟೀಸು ಕಳ್ಸಿದಾರೆ.'

'ಮುಂಡೇದು ಓಡೋಗಿ ಹನ್ನೆರಡು ವರ್ಶಾಯ್ತೋ ಯೇನೋ. ಸುಡುಗಾಡು ಒಂದು ಕಾಗ್ದಾಂತಿಲ್ಲ ಯೇನಿಲ್ಲ. ಯೀಗ ನೋಡಿದ್ರೆ ಹಿಂಗೆ. ಯೇನು ಮಾಡಿಕೊಂಡಿದ್ಯೋ ಏನೋ...ಸುಡುಗಾಡು ಯಲ್ಲದಾಳಂತೆ'

ಮತ್ತೆ ಕಾರ್ಡನ್ನು ಹಿಂದೆ ಮುಂದೆ ತಿರುವಿ ನೋಡಿದರು. ಅದ್ಯಾವುದೋ ಸರ್ಕಾರೀ ಮುದ್ರೆ, ನೇರಳೆ ಬಣ್ಣದಲ್ಲಿ ಗೆರೆಗೆರೆಯಾಗಿ ಹರಡ್ಕಂಡಿತ್ತು. ಊರಿರಲಿ, ಯಾವ ಆಫೀಸೂ ತಿಳೀತಿರಲಿಲ್ಲ. ಪೋಸ್ಟಾಫೀಸು ಮುದ್ರೆ ಸೈತಾ ಓದಕ್ಕೆ ಬಾರದ ಕರಿ ಮಸಿಯ ಗೆರೆಗಳಾಗಿದ್ದವು.

'ಎಲ್ಲಿದಾಳೋ...ಏನೋ..' ನಿಟ್ಟುಸಿರು ಥೊಪ್ಪನೆ ನೆಲದ ಮೇಲೆ ಬಿತ್ತು. ಯಾಕೋ ಕಣ್ಣು ಕೂಡಾ ಮಂಜಾಯಿತು. ಮನೆಬಿಟ್ಟು ಹೋಗಿದ್ರೇನಂತೆ, ಮಗಳಲ್ವೇ. ಹತ್ತತ್ರ ಹದಿನಾಲ್ಕು ವರ್ಷಾಗಿದವೆ ಶಕುಂತಲ ಮನೆ ಬಿಟ್ಟು ಓಡಿಹೋಗಿ. ಯಾಕೆ ಓಡಿಹೋದ್ಲು, ಎಲ್ಲಿಗೆ ಹೋದ್ಲು, ಯಾರ ಜತೆಯಿದಾಳೆ, ಮದ್ವೆಯಾಗಿದ್ಯೋ ಇಲ್ವೋ, ಅದ್ಯಾವ ಆಫೀಸಲ್ಲಿದಾಳೆ, ಏನಾಗಿದಾಳೆ, ಈಗ ಯಾಕೆ ಆಫೀಸಿಗೆ ಹೋಗ್ತಿಲ್ಲ ಒಂದೂ ಗೊತ್ತಿಲ್ಲ. ಕಮಲಮ್ಮನವರು ಮಾತ್ರ ಹೊರಗೆ ಬರಲೇಯಿಲ್ಲ.

–2–

ಇಲ್ಲಿ ಕೊಲ್ಲೂರಯ್ಯ ಮತ್ತು ಕಮಲಮ್ಮನವರ ದಾಂಪತ್ಯವನ್ನು ವಿವರಿಸಿ ಮತ್ತೆ ಕಥೆಗೆ ಬಂದುಬಿಡುತ್ತೇನೆ. ಕಮಲೂ ಹೊಸ್ದುರ್ಗದ ಹುಡುಗಿ. ಅಪ್ಪಂದು ಒಂದು ಹೋಟೇಲು ಅಂತಿದೆ. ಕೈಲಿ ಒಂದಿಷ್ಟು ರೊಕ್ಕ–ರೂಪಾಯಿ ಅಂತ ಓಡಾಡ್ತಿದ್ದ ಕಾಲ ಅದು. ಕಮಲೂನೂ ಹಂಗೆ ತೆಗೆದು ಹಾಕಂಥಾ ಹುಡುಗಿಯೇನಲ್ಲ. ಮಿಣಮಿಣಾಂತಿದ್ಲು. ಆ ಕಾಲಕ್ಕೇ ಯಾರೂ ಕಾಣದ ಬಾಡಿ, ಪಫ್ ಬ್ಲೌಸು, ಪೆಟ್ಟಿಕೋಟು, ಪೌಡರ್ ಕಂಡಿತ್ತು ಹುಡುಗಿ. ರಾಜೇಶ್‌ಖನ್ನ, ಜಿತೇಂದ್ರ, ವಾರಪತ್ರಿಕೆಗಳ ಸಿನೆಮಾ ಪುಟಗಳು, ಪೋಲಿ ಮಾತುಗಳು...ಹೀಗೆ ಹುಡುಗಿ ಜೀವನದ ಬಗ್ಗೆ ಅದೇನೇನೋ ಬಣ್ಣ ಹಚ್ಚಿಕೊಂಡಿತ್ತು. ಅತ್ಲಾಗಿನ ಮೂರನೇ ಮನೆ ಸತ್ಯಮೂರ್ತಿನೇ ಜಿತೇಂದ್ರ, ತಾನೇ ಲೀನಾ ಚಂದಾವರ್ಕರ್ ಅಂತ ಕನಸು ಕಾಣ್ತಾಯಿದ್ದ ಹುಡುಗಿಗೆ ಇದ್ದಕ್ಕಿದ್ದ ಹಾಗೇ ಒಂದಿನ ಹೂಕೋಸು ಮುಖದ, ಮಾತು ಮಾತಿಗೂ ಸಿರ್‌ಸಿರ್ ಅಂತ ಉಗುಳು ಎಳಕೋತಿದ್ದ, ಅದ್ಯಾವುದೋ ಕಾಲೇಜಲ್ಲಿ ಈಗಷ್ಟೇ ಕ್ಲರ್ಕ್ ಆಗಿದ್ದ ಕೊಲ್ಲೂರಯ್ಯನ ತೋರಿಸಿ 'ಮದುವೆ ನಿಂದು' ಅಂದ್ರೆ ಆ ಹುಡುಗಿಗೆ, ಅವಳ ಕನಸಿನ ಜಿತೇಂದ್ರನಿಗೆ ಏನಾಗಬೇಡ. ಮೊದಲು ಒಂದೆರಡು ದಿನ ಹಠ ಹಿಡೀತು ಹುಡುಗಿ. ಮತ್ತೆ ನಾಲ್ಕು ದಿನ ಉಪವಾಸ ಮಾಡ್ತು. ಮುಂದಿನ ನಾಲ್ಕು ದಿನ ಆತ್ಮಹತ್ಯೆ

ಅಂತ ಹೆದರಿಸ್ತು. ಮನೇಲಿ ಒಬ್ರಾದ್ರೂ ಒಂದಪನಾದ್ರೂ ಇವಳ ಕಡೆ ನೋಡಿದ್ರಾ. ಮದುವೆ ಏರ್ಪಾಟು ನಡೀತಾನೇಯಿದ್ದು, ಒಂದು ದಿನ ಹುಡುಗೀಗೆ ಮದುವೇನೂ ಆಯ್ತು. ಮದುವೆಯಾಗಿದ್ದೇ ಆಗಿದ್ದು, ಇಡೀ ಜಗತ್ತೇ ತನ್ನ ವೈರಿ ಅಂತ ಜಗತ್ತಿನ ಮೇಲಿನ ಯುದ್ಧವನ್ನ ಗಂಡನ ಮೇಲೆ ಸಾರಿದಳು. ಮದುವೆಯಾದ ಮೇಲೆ ಹುಡುಗಿ ಗಂಡನ್ನ ಹತ್ರ ಬಿಟ್ಕೊಳ್ಳಿಲ್ಲ. ಈ ಕೊಲ್ಲೂರಯ್ಯ ಅನ್ನೋ ಮಸೀಮುದ್ದೆ ತನ್ನ ಬಾಳನ್ನು ಹಾಳುಗೆಡುವಲು ಜನ್ಮವೆತ್ತಿರುವ ಖಳನಾಯಕ ಪ್ರಾಣ್ ಅಂತಾನೇ ನಂಬಿ ಆದಷ್ಟೂ ಕೊಲ್ಲೂರಯ್ಯನವರಿಂದ ಮಾರು ದೂರವಿರುತ್ತಿದ್ದಳು. ಮದುವೆಗೆ ಮುಂಚೆ ಹೇಗಿದ್ರೋ ಕೊಲ್ಲೂರಯ್ಯ ಮದುವೆಯಾದ ಮೇಲೂ ಹಾಗೇಯಿದ್ರು. ಒಂದೇ ವ್ಯತ್ಯಾಸ ಅಂದ್ರೆ ಮೊದಲು ಒಬ್ರಿಗೇ ಅಡಿಗೆ ಮಾಡ್ಕೋಬೇಕಿತ್ತು, ಈಗ ಇಬ್ರಿಗೆ ಅಡಿಗೆ ಮಾಡಬೇಕಾಯ್ತು ಅಷ್ಟೇ. ಒಂದೊಂದ್ಸರ್ತಿ ಕೊಲ್ಲೂರಯ್ಯನವರು ಬಲವಂತ ಮಾಡುವುದಿರಲಿ, ಪ್ರೀತಿ–ಪ್ರೇಮ ಅಂತೇನರ ಕೆಮ್ಮಿದರೆ, ಅವಳ ಕೈ ಹಿಡೀಲಿಕ್ಕೇನರ ಹೋದ್ರೆ ಓಡಿಹೋಗ್ತೀನಿ ಅಂತ ಕಿರುಚಾಡಳು. ಕೊಲ್ಲೂರಯ್ಯನವರನ್ನು ರೂಮಿಂದ ಹೊರಗೆ ಓಡ್ಸಿ ರೂಮಿನ ಬಾಗಿಲು ಜಡಿದ್ಲೂ ಅಂದ್ರೆ ತಗಿಯಾದು ಮತ್ತೆ ಅವಳಿಗೆ ಹೊಟ್ಟೆ ಹಸಿದಾಗ್಩ೇ. ಆದರೆ ಅದೆಲ್ಲಾ ಎಷ್ಟು ದಿನ ನಡೆದೀತು... ಕೊಲ್ಲೂರಯ್ಯನವರದು ಕೂಡಾ ಉಪ್ಪು–ಹುಳಿ ಬೆರೆತ ಜೀವವಲ್ಲವೇ. ಮರಳಿ ಮರಳಿ ಯತ್ನವ ಮಾಡುತ್ತಲೇ ಇದ್ದ ಅದ್ಯಾವತ್ತೋ ಒಂದಿನ ಅದೇನೋ ಆದದ್ದೇ ಎರಡು ತಿಂಗಳಿಗೆಲ್ಲಾ ಕಮಲ ಬಸುರಿ ಅಂತಾಗಿ ಮುಂದಿನ ಏಳೇ ತಿಂಗಳುಗಳಲ್ಲಿ ಶಕುಂತಲ ಹುಟ್ಟಿಬಿಟ್ಟಳು. ಅಂದಿನಿಂದ ಭಗವಂತ, ಅಪ್ಪ– ಅಮ್ಮನಾದಿಯಾಗಿ ಜಗತ್ತಿನ ಎಲ್ಲರೂ ತನ್ನನ್ನು ಆ ಸತ್ಯಮೂರ್ತಿಯಿಂದ ದೂರವಿಡುವ, ಈ ಗೆಣಸಿನ ಮುಸುಡಿ ಜತೆ ಶಾಶ್ವತವಾಗಿ ಗಂಟು ಹಾಕಲು ಹೂಡಿದ ಸಂಚಿನ ಫಲವೇ ಈ ಶಕುಂತಲ ಎಂದು ಕಮಲಮ್ಮ ನಂಬಿಬಿಟ್ಟರು. ಕಮಲಮ್ಮನವರ ಯುದ್ಧ ಗಂಡನ ಮೇಲೂ ಮಗುವಿನ ಮೇಲೂ ಏಕರೂಪವಾಗಿ ಸಾಗಿತ್ತು. ಶಕುಂತಲ ಹುಟ್ಟಿದ್ದೇ ಹುಟ್ಟಿದ್ದು ಕಮಲಮ್ಮ ಕೊಲ್ಲೂರಯ್ಯನವರನ್ನು ತಮ್ಮ ಹಾಸಿಗೆಯ ಮೇಲಿರಲಿ ತಮ್ಮ ಕೈಯ್ಯಳತೆಯೊಳಗೂ ಬರಗೊಡಲಿಲ್ಲ. ಕೊಲ್ಲೂರಯ್ಯನವರ ಸುಳಿವಿನ ವಾಸನೆ ಹತ್ತಿದರೂ ಇರುವೆ ಹತ್ತಿದಂಗಾಡ್ತಿದ್ರು. ಗಂಡ–ಹೆಂಡತಿ ನಡುವೆ ಮಾತಿದ್ದರೂ ಅದರಲ್ಲಿ ದಾಂಪತ್ಯವಿರಲಿಲ್ಲ. ಕೊಲ್ಲೂರಯ್ಯನವರು ಉಸಿರಿಗೆ ಹತ್ತಿ ತುರುಕಿ ಮಾತಾಡಿದ್ರೆ,

ಕಮಲಮ್ಮನವರು ಮಾತಾಡಿದ್ರೇ ನಾಕು ಮನೆಗೆ ಕೇಳ್ತಿತ್ತು. ಸಿಟ್ಟು ಬಂದ ಹೊತ್ತಲ್ಲೇನರ ಕಿರುಚಿದ್ರೋ, ಇಡೀ ಬೀದೀನೇ ಗಪ್ಪಂತ ನಿಂತುಬಿಡ್ತಿತ್ತು. ಜತೆಗೆ ಮಾತಿಗೆ ಮುಂಚೆ ಕೊಲ್ಲೂರಯ್ಯನವರನ್ನು ಸುಡುಗಾಡಿನಿಂದ ತಿವಿಯಹತ್ತಿದರು. 'ಅದೇನ್ರೀ ನಿಮ್ದೂ ಸುಡುಗಾಡೂ... ಅಯ್ಯಾ ನಿಮ್ಮ ಸುಡುಗಾಡಿಗಷ್ಟು...ಅಯ್ಯೋ ನಿಮ್ಮ ಸುಡುಗಾಡು ಸ್ನಾನ ಬೇಗ ಮಾಡಿ ಮುಗಿಸಿ...ಸುಡುಗಾಡು ನಿಮ್ಮ ಮನೆಯಿಂದ ಯಾರೋ ಬಂದಿದಾರೆ ನೋಡಿ, ಒಳಗೆ ಕರೆದು ಕೂಡಿಸಬೇಡಿ ಮತ್ತೆ ಸುಡುಗಾಡು...ಅಯ್ಯಾ ಅದೇನೋ ಸುಡುಗಾಡು ತಿಂದು ಹೋಗ್ರೀ...' ಬರಬರುತ್ತಾ ಈ ಮನೆಯೆಂಬೋದೇ ಸುಡಗಾಡಾಗಿಬಿಡ್ತು ಕೊಲ್ಲೂರಯ್ಯನವರಿಗೆ. ಇತ್ಲಗೆ ಹೆತ್ತವರ ಹೆಗ್ಗಣ ಶಕುಂತಲ ಮಾತ್ರ ಒಂದೊಂದೇ ಕ್ಲಾಸ್ ದಾಟ್ತಾ, ಥೇಟ್ ಅಪ್ಪನ ಥರಾನೇ ಆಗ್ತಾ ಬೆಳುದ್ಲು. ಎಲ್ಲಾ ಸರಿಯಿದ್ರೂ ದಾವಣಗೆರೆಯಲ್ಲಿ ಆಕೆಯಿದ್ದ ಕೊನೆ ಒನ್ನಾಕು ವರ್ಷ ಅದೊಂದು ಸುಡುಗಾಡು ಶಾಪನ್ನ ಮುಖದ ಮೇಲೆ ಹೊತ್ತು ದಾವಣಗೆರೆ ತುಂಬಾ ತಿರುಗ್ತು. ಸುಂದರಿ ಅಂತಲ್ಲದಿದ್ರೂ ಕುರೂಪಿಯಂತೂ ಆಗಿರಲಿಲ್ಲ. ಆದರೆ ಮುಖದ ಮೇಲೆ ಅದೊಂದಿತ್ತಲ್ಲ ಮೀಸೆ, ಅದು ಅವಳನ್ನ ಜೀವಂತ ಸುಡತಾಯಿತ್ತು. ಹನ್ನೆರಡನೇ ವಯಸ್ಸಿಗೆ ಮೊದಲು ಸಣ್ಣದಾಗಿ ಪೆನ್ಸಿಲ್ಲಿನ ಒಂದು ಗೀರಿನಂತೆ ಮೊಳೆತ ಆ ಮೀಸೆ ಅವಳು ಬೆಳೆದಂತೆಲ್ಲಾ ಬೆಳೆಯಿತು. ಕೊನೆಗೆ ಸಮೃದ್ಧವಾಗಿ ಕೈಗೂ ಸಿಗಂಗಾಯ್ತು. ಮೀಸೆ ತಿರುವುದೊಂದೇ ಬಾಕಿ ಆ ಹುಡುಗಿ. ಮೀಸೆ ಹೊತ್ತು ಮೆರೆಯಬೇಕಾಗಿ ಬಂದ ಮುಖವನ್ನು ಕತ್ತಲೆಯಲ್ಲಿ ಅದ್ದಿ ಜಗತ್ತನ್ನೇ ಮೂಲೆಗೊತ್ತಿ ಮನೆಯಲ್ಲಿ ಕೂತುಬಿಟ್ಟಳು. ಸ್ಕೂಲೂ-ಕಾಲೇಜು ಅಂತ ಓಡಾಡೋ ಹುಡುಗಿ, ಅದೆಷ್ಟು ದಿನ ಮುಖ ಮುಚ್ಚಿ ಮನೆಯಲ್ಲೇ ಕೂಡಬಹುದು. ಅದೊಂದು ದಿನ ಅದೇನು ಧೈರ್ಯ ಮಾಡಿತೋ ಏನೋ ಅದು, ಅಪ್ಪನ ರೇಝರ್‌ನಿಂದ ಮೀಸೆಯನ್ನು ಬೋಳಿಸಿ ಹೊಸಲಾಚೆಗಿನ ಜಗತ್ತಿಗೆ ಕಾಲಿಟ್ಟಿದ್ದೇ ಅವಳು ದಾವಣಗೆರೆಯಲ್ಲಿ ಕಾಣಿಸಿಕೊಂಡ ಕೊನೆ ದಿನ. ಜನರ ಗೇಲಿ ಅವಳನ್ನು ಅದೆಷ್ಟರ ಮಟ್ಟಿಗೆ ಕಲಕಿಬಿಡ್ತಂದರೆ ಆ ರಾತ್ರಿಯಿಂದ ಅವಳು ದಾವಣಗೆರೆಗಿರಲಿ ಅಪ್ಪ-ಅಮ್ಮನಿಗೂ ನೆನಪಿನ ಮೇಲಿನ ಒಂದು ಛಾಯೆಯಾಗಿಬಿಟ್ಟಳು. ಇವತ್ತು ಹದಿನಾಲ್ಕು ವರ್ಷಗಳಾದ ಮೇಲೆ ಮೊಣಕೈಗೆ ಚಿಲಕ ತಗಲಿದ ಹಾಗೆ ಎದುರುಬಂದು ನಿಂತಿದಾಳೆ. ಇಷ್ಟು ದಿನ ಅವಳು ಬದುಕಿದ್ದಳೇ ಅನ್ನುವುದೂ ಒಂದು ಅಚ್ಚರಿ ಕೊಲ್ಲೂರಯ್ಯನವರಿಗೆ.

-3-

ಶಕುಂತಲ, ಶಕುಂತಲನಿಗೆ ಬಂದ ಕಾಗದದ ಗೊಂದಲ ಎರಡೇ ದಿನ. ಮತ್ತೊಂದು ಆಪತ್ತು ವಕ್ಕರಿಸಿಕೊಂಡಿತು.

ಕಮಲಮ್ಮ ಅವತ್ತು ಮಧ್ಯಾಹ್ನ ಒಣಒಣ ಬಚ್ಚಲುಮನೇಲಿ, ಬೇಕೂ ಅಂದ್ರೂ ಬೀಳಾಕಾಗಲ್ಲ ಅಂಥ ಬಚ್ಚಲುಮನೇಲಿ ಜಾರಿ ಬಿದ್ರು. ತಮ್ಮ ತೊಂಬತ್ತು ಕೇಜಿ ತೂಕ ಹೊತ್ಗಂಡು ತಮ್ಮ ಕುಂಡೆ ಮೇಲೇ ತಾವು ಥೊಪ್ಪಂತ ಬಿದ್ದರು. 'ಸೊಂಟದ ಮೂಳೆ ಮುರಿದಿದೆ, ಮೂರು ತಿಂಗಳು ಬೆಡ್ ರೆಸ್ಟ್' ಅಂತ ಸೊಂಟದ ತನಕ ಪ್ಲಾಸ್ಟರ್ ಸುತ್ತಿ, ಷರಾ ಬರೆದುಬಿಟ್ರು ಡಾಕ್ಟ್ರು. ಜೊತೆಗೇ ಕೊಲ್ಲೂರಯ್ಯನವರ ದಿನಚರಿಯನ್ನೇ ತಿದ್ದಿಬಿಟ್ಟರು. ದಾಂಪತ್ಯ, ಸರಸ, ನಗು ಇರಲೀ ಬಿಡಲೀ, ಮನೇಲಿರೋದೇ ಇಬ್ಬರು ಅಂದಮೇಲೆ ಇವರು ಬಿದ್ದಾಗ ಅವರು ಎತ್ತಬೇಕು, ಅವರು ಬಿದ್ದಾಗ ಇವರು ಎತ್ತಬೇಕು ತಾನೇ. ಈಗಲೂ ಹಾಗೇ ಆಗಿದ್ದು. ಮನೆ, ಮನೆಯಲ್ಲಿ ಸೊಂಟ ಮುರಿದು ಬಿದ್ದಿದ್ದ ಹೆಂಡತಿ ಎರಡೂ ಕೊಲ್ಲೂರಯ್ಯನವರ ಕರ್ತವ್ಯಗಳಾಗಿಬಿಟ್ಟವು. ಬೆಳಿಗ್ಗೆಯಿಂದ ರಾತ್ರಿ ಆಕೆ ಮಲಗುವ ತನಕವೂ ನಡೀತಿದ್ದ ಹೆಂಡತಿಯ ಕಸರಾಪಸರಾ ಕೊಲ್ಲೂರಯ್ಯನವರ ಪಾಲಿನ ಪ್ರಾರಬ್ಧಗಳಾದವು. ಒಂದು ಮಾಡಿದ್ರೆ ತಪ್ಪು, ಒಂದು ಮಾಡಿದ್ರೆ ಬೆಸ ಅನ್ನೋ ಹಾಗಾಯಿತು. ಮನೆಯನ್ನೂ, ಸಗಣಿ ಕುಳ್ಳಿನ ಹಾಗೆ ಸದಾ ಸುರುಟಿಕೊಂಡೇಯಿದ್ದ ಮುಖದ ಮಡದಿಯನ್ನೂ ಸಂಭಾಳಿಸುವ ಅವರ ದಿನನಿತ್ಯದ ಕಾರ್ಯಕರ್ಮಗಳಲ್ಲಿ ಪ್ರಾತರ್ವಿಧಿ ಮಾತ್ರ ಕೊಲ್ಲೂರಯ್ಯನವರ ಪಾಲಿನ ಹಿಂಸೆಯಾಯಿತು. ಜಗವೆಲ್ಲ ಮಲಗಿರಲು ಇವರು ಏಳಬೇಕು. ಹೆಂಡತೀನ್ನ ಎಬ್ಬಿಸಿ, ಆಕೇನ್ನ ಎತ್ಗಂಡು ಸಂಡಾಸಲ್ಲಿ ಕೂಡಿಸಿಬಿಟ್ಟು, ಬಾಗಿಲು ಮುಂದೆ ಮಾಡಿ ಅಲ್ಲೇ ಕಾದಿದ್ದು, ಮತ್ತೆ ಅವರು ಬಾಗಿಲು ಬಡಬಡಾ ಬಡಿದ ಮೇಲೆ ಎತ್ಗಂಡು ಹಾಸಿಗೆಗೆ ಸೇರಿಸಿ, ತಾವು ಸ್ನಾನ-ಸಂಧ್ಯಾವಂದನೆ ಮುಗಿಸಿ, ಕೈಸುಟ್ಗಂಡೋ-ಮೈಸುಟ್ಗಂಡೋ ಒಂದು ಬೇಳೆ ಸಾರೋ, ಬೆಲ್ಲದ ಗೊಡ್ಡು ಸಾರೋ, ಇಲ್ಲಾಂದ್ರೆ ಮನೇ ಮುಂದಿನ ನುಗ್ಗೇಕಾಯಿ ಮರದಿಂದ ಒಂದೆರಡು ದಂಟು ಕಿತ್ಗಂಡು ಕುದಿಯೋ ಬೇಳೆಗೆ ಹಾಕಿ ಅದೆಂಥದೋ ಹುಳಿ ಅಂತ ಮಾಡಿ, ಒಂದೆರಡು ಸೌಟು ತಾವು ಉಂಡು, ಅಡುಗೆ ಪಾತ್ರೆ ಮತ್ತೊಂದು ತಟ್ಟೆ, ಒಂದು ಚೊಂಬು ನೀರು ಹೆಂಡತೀ ಹಾಸಿಗೆ ಹತ್ರ, ಕೈಗೆ ಸಿಗೋ ಹಾಗೆ ಇಟ್ಟು, ತಾವು ಕಾಲೇಜಿಗೆ ಓಡಿದ್ರೆ ದಿನದ ಅರ್ಧ ವ್ಯವಹಾರ

ಮುಗಿದ ಹಾಗೆ. ಹೆಂಡತಿ ಮೇಲೆ ಅದೆಷ್ಟೇ ಕರುಣೆಯಿದ್ರೂ, ಬೆಳಿಗ್ಗೆ ಆಕೇನ್ನ ಕರಕೊಂಡು ಹೋಗಿ ಸಂಡಾಸಿನಲ್ಲಿ ಕೂಡ್ಸಿ ಅಲ್ಲೇ ಹಿತ್ಲಲ್ಲಿ ಕಾಯೋದಿದೆಯಲ್ಲಾ, ಅದೂ ಮೂರು ತಿಂಗಳು, ಅದೂ ಮಂಪರು ನಿದ್ದೆಯಲ್ಲಿ, ಅದು ಯಾರಿಗೆ ಬೇಕು ಹೇಳಿ. ಕೊಲ್ಲೂರಯ್ಯನವರ ದಾಂಪತ್ಯದ ಪುಟಗಳು ಹರಿದದ್ದೇ ಅವತ್ತು, ಅಂತಹ ಒಂದು ಬೆಳಿಗ್ಗೆ.

ಇನ್ನೂ ಜಗವೆಲ್ಲಾ ಮಲಗಿತ್ತು. ಕಮಲಮ್ಮನವರಿಗೆ ಎಚ್ಚರವಾಗಿತ್ತು. 'ಸುಡುಗಾಡು ಎದ್ದೇಳ್ರೀ, ಹಿತ್ತಲಿಗೆ ಹೋಗ್ಬೇಕು' ಅಂತ ಒಂದ್ಹೈದಾರು ಸಾರಿ ಕಿರುಚಿದ ಮೇಲೇ ಕೊಲ್ಲೂರಯ್ಯನವರಿಗೆ ಎಚ್ಚರವಾಗಿದ್ದು. 'ಒಂದ್ಹೈದು ನಿಮಿಷ, ಕರ್ಕಂಡು ಹೋಕ್ತೀನಿ. ಬಡ್ಕೋಬೇಡಿ' ಅಂತ ಮಗ್ಗಲು ತಿರುವಿದರು. 'ಸುಡುಗಾಡು ಯದ್ದೇಳ್ರೀ. ನಾನೇನು ಸುಡುಗಾಡು ನಿಮ್ಕೈಲಿ ಬದ್ಕಿರಬೇಕೋ ಬ್ಯಾಡ್ವೋ... ಯದ್ದೇಳ್ರೀ...ಸುಡುಗಾಡು ನಿಮ್ಮುನ್ನ ಮದ್ವೆಯಾಗಿದೀನಲ್ಲ. ಒಂದು ಹತ್ಲಿಲ್ಲ ಹರೀಲಿಲ್ಲ ನಿಮ್ಕೈಲಿ...' ಗೊಣಗುತ್ತಾ ಕೈಯ್ಯಳತೆಯಲ್ಲಿದ್ದ ಚೊಂಬನ್ನು ನೆಲಕ್ಕೆ ಘಟ್ಟಿಸತೊಡಗಿದ್ದೇ, ಇನ್ನು ಈ ರಣಭೇರಿಯಲ್ಲಿ ನಿದ್ದೆ ಮಾಡುವುದು ಅಸಾಧ್ಯ ಅನಿಸಿ ಕೊಲ್ಲೂರಯ್ಯನವರು ಹೆಂಡತಿಯನ್ನು ಅವರೆಕಾಯಿ ಚೀಲವನ್ನೆತ್ತುವಂತೆ ಎತ್ತಿ ಹಿತ್ತಲಲ್ಲಿದ್ದ ಸಂಡಾಸಿನಲ್ಲಿ ಕೂರಿಸಿ, ಮತ್ತೆ ಮನೆಯೊಳಗೆ ಬಂದು ಒಂದ್ಹೈದು ನಿಮಿಷ ಅಂತ ದಿಂಬಿಗೆ ತಲೆಯಿಕ್ಕಿದರು, ಅಷ್ಟೇ. ತೊಲಗಿದ್ದ ಅರೆ ನಿದ್ದೆ ಗಪ್ಪನೆ ಕಣ್ಣಿಗೆ ಕವಿಯಿತು. ಅದೆಷ್ಟು ಹೊತ್ತು ಮಲಗಿದ್ದರೋ, ಎದ್ದಾಗ ಎಂಟು ಗಂಟೆಯಾಗಿತ್ತು. ಕಟವಾಯಿಯಿಂದ ಇಳಿದ ಜೊಲ್ಲನ್ನು ಒರೆಸಿಕೋತ ಹಿತ್ತಲಿಗೆ ಓಡಿದರು. ಸುಮಾರು ಮೂರು ಗಂಟೆಗಳಿಂದ ಸಂಡಾಸಿನಲ್ಲಿ ಬಿದ್ದಿದ್ದ ಹೆಂಡತಿಯೆಂಬೋ ಜೀವ ಅದೆಷ್ಟು ಬಾಗಿಲು ತಟ್ಟಿತ್ತೋ, ಅದೆಷ್ಟು ಕರೆದಿತ್ತೋ, ಈಗಂತೂ ಆಕೆಗೆ ಕೂಗಕ್ಕೆ ಗಂಟಲೂ ಉಳಿದಿರಲಿಲ್ಲ, ಕಣ್ಣುಗಳಲ್ಲಿ ಉರಿಯೂ ಇರಲಿಲ್ಲ. ಎದ್ದೇಳಕ್ಕೆ ಪ್ರಯತ್ನಿಸಿದ್ದರೋ ಏನೋ, ಕಮಲಮ್ಮನ ಒಂದು ಕಾಲು ಗುಂಡಿಯಲ್ಲಿ ಸಿಕ್ಕಿಕೊಂಡಿತ್ತು. ಸಂಡಾಸಿನ ಬಾಗಿಲವರೆಗೂ ದೇಹ ಉರುಳಿಕೊಂಡಿತ್ತು. ಮಾತೇ ಆಡಲಿಲ್ಲ ಕೊಲ್ಲೂರಯ್ಯನವರು. ಕಮಲಮ್ಮ ಕೂಡಾ ಎತ್ತಿಕೊಳ್ಳಿ ಎನ್ನಲಿಲ್ಲ. ಅಲ್ಲಾಡಲೂಯಿಲ್ಲ. ಕೊಲ್ಲೂರಯ್ಯನವರು ಹೆಂಡತಿಯನ್ನು ಎತ್ತಿ ಬಚ್ಚಲುಮನೆಗೆ ತಂದು, ಆಕೆಯ ಬಟ್ಟೆಬಿಚ್ಚಿ ಮೈ ತುಂಬಾ ನೀರು ಹಾಕಿ ಸ್ನಾನ ಮಾಡಿಸಿದರು. ಕಮಲಮ್ಮ ಒಂದೂ ಮಾತನಾಡಲಿಲ್ಲ. ಅಳಲಿಲ್ಲ.

ನಗಲಿಲ್ಲ. ಮೊಟ್ಟ ಮೊದಲ ಸಾರಿ ಗಂಡ ಬಟ್ಟೆಬಿಚ್ಚಿದಾಗ ಸಂಕೋಚ ಪಡಲಿಲ್ಲ. ಬೇಡ ಎನ್ನಲಿಲ್ಲ. ಗಂಡ ತಮ್ಮ ಬೆತ್ತಲೆ ಮೈಯ್ಯನ್ನು ಎತ್ತಿಕೊಂಡಾಗ ನಾಚಿಕೆ ಪಡಲಿಲ್ಲ. ತಮ್ಮ ಮೈ ಒರೆಸಿದಾಗ ಸಂಭ್ರಮಿಸಲಿಲ್ಲ. ಮಾತೇ ಕಳೆದವರಂತೆ ಸದ್ದಿಲ್ಲದೆ ಗಂಡ ತಂದಿತ್ತ ಬಟ್ಟೆ ಉಟ್ಟರು. ಹೊದ್ದು ಮಲಗಿದರು. ಮತ್ತೆ ಗಂಡನ ಜತೆಗೆ ಮಾತನಾಡಲಿಲ್ಲ. ಮತ್ತೆ ಗಂಡನ ಜೊತೆ ಬಾಳಲಿಲ್ಲ. ಸಂಜೆ ಕಾಲೇಜು ಮುಗಿಸಿ ಬಂದಾಗ ಪಕ್ಕದ ಮನೆ ಸತೀಶ ಕೀಲಿ ಕೊಟ್ಟು 'ಅತ್ತೆ ಮನೆಗೋದ್ರು. ಬರಲ್ಲಂತೆ, ನೀವೂ ಅಲ್ಲಿಗೆ ಹೋಗಬಾರದಂತೆ' ಅಂತ ವರದಿಯಿತ್ತ. ಹೋಗುವ ಮನಸ್ಸೂ ಆಗಲಿಲ್ಲ ಕೊಲ್ಲೂರಯ್ಯನವರಿಗೆ. ಅವತ್ತೇ ಸನ್ನಿಧಿಗೊಂದು ಕಾಗದ ಬರೆದು ತನ್ನೆಲ್ಲಾ ಕಷ್ಟ ಪರಂಪರೆಗಳಿಗೆ ಒಂದು ಪರಿಹಾರ ಕೇಳುವ ನಿರ್ಧಾರ ಮಾಡಿದರು.

–4–

ಸುಮಾರು ಐವತ್ತೈದು ಐವತ್ತಾರನೇ ವರ್ಷಕ್ಕೆ ಬ್ರಹ್ಮಚರ್ಯಕ್ಕೆ ಕಾಲಿಟ್ಟಿದ್ದ ಕೊಲ್ಲೂರಯ್ಯನವರಿಗೆ ಮತ್ತೆ ಸನ್ನಿಧಿಯ ನೆನಪಾದದ್ದು ಒಂದು ಭಾನುವಾರ. ಮಟಮಟ ಮಧ್ಯಾಹ್ನ, ಊಟದ ಶಾಸ್ತ್ರ ಮುಗಿಸಿ ಚಾಪೆಯ ಮೇಲೆ ಹಾಗೇ ಅಡ್ಡಾಗಿದ್ರು. ಯಾರೋ ಬಾಗಿಲು ಬಡಿದ ಹಾಗಾಯ್ತು. ಎದ್ದು ಬಾಗಿಲು ತೆರೆದರು. ಒಬ್ಬ ಯುವಕ, ಕೈಯ್ಯಲ್ಲೊಂದು ಬಟ್ಟೆಯ ಚೀಲ. 'ಒಳಾಗ್ ಬರ್‍ಬೋದೇನ್ರೀ ರಾಯ್ರೇ...' ಅಂದವನೇ ಇವರ ಅನುಮತಿಗೂ ಕಾಯದೇ ಒಳಗೆ ಕಾಲಿಟ್ಟ. ಅಲ್ಲಿದ್ದ ಚಾಪೆಯ ಮೇಲೆ ಕೂತು, 'ಅದೇನ್ ಬಿಸುಲ್ರೀ, ನಮ್ಮೂರಾಗೂ ಹಿಂಗಿಲ್ಲ. ಒಂದ್ಲೋಟ ನೀರ್ ಕೊಡ್ತೀರಾ..' ಕೊಟ್ಟ ನೀರನ್ನು ಕುಡಿದು, 'ನಾನು ಚನ್ನಯ್ಯ ಅಂತ. ಮುನ್ರಾಬಾದ್ ಕೇಯೀಬಿ ಆಫೀಸ್ನಿಂದ ಬಂದೀನ್ರೀ. ಅದೇಟು ಕಷ್ಟಾತರೀ ನಿಮ್ಮನೀನ್ನ ಹುಡುಕಾಕೆ. ಒಂದ್ ನಾಕ್ಕೈದು ಅಡ್ರೆಸ್‌ಗೋಗಿ ಇಲ್ಲಿಗೆ ಬಂದೆ. ಕೊನೆಗೂ ಸಿಕ್ರಿ ನೋಡೀ. ಬಂದ ಕೆಲಸ ತಡ ಮಾಡಬಾರ್‍ದು. ತಗೋರಿ' ಅಂತ ಹೇಳಿ ಚೀಲದಿಂದ ಒಂದು ಪುಟ್ಟ ಮಡಕೆಯನ್ನು ಜೋಪಾನವಾಗಿ ಹೊರತೆಗೆದ. ಅದರ ಕಂಠಕ್ಕೆ ಒಂದು ಬಟ್ಟೆಯನ್ನು ಬಿಗಿದು ಹುರಿಯಿಂದ ಕಟ್ಟಲಾಗಿತ್ತು. ತೆಗೆದಷ್ಟೇ ಜೋಪಾನವಾಗಿ ಅದನ್ನು ಕೊಲ್ಲೂರಯ್ಯನವರ ಮುಂದೆ ನೆಲದ ಮೇಲಿಟ್ಟ. ಏನೂ ಎನ್ನುವಂತೆ ನೋಡಿದರು ಕೊಲ್ಲೂರಯ್ಯ.

'ನಿಮ್ ಮಗಳು ಶಕುಂತಲಮ್ಮನ ಬೂದಿ.'

ಮೊಣಕಾಲ ಚಿಪ್ಪನ್ನೇ ಕಿತ್ತಿಟ್ಟಂತಾಯ್ತು ಕೊಲ್ಲೂರಯ್ಯನವರಿಗೆ. ಸಾವರಿಸಿಕೊಳ್ಳಲು ಗೋಡೆಯ ಆಸರೆ ಹಿಡಿದರು. ಏನೂ ಮಾತಾಡಲಿಲ್ಲ. ಕೊಲ್ಲೂರಯ್ಯನವರು ಆ ಬೂದಿ ತುಂಬಿದ ಮಡಕೆಯನ್ನು ನೋಡುತ್ತಲೇಯಿದ್ದರು. ಆತ ಕೂಡಾ ಕೊಲ್ಲೂರಯ್ಯನವರನ್ನು ನೋಡದೇ ಮಡಕೆಯನ್ನೇ ದಿಟ್ಟಿಸುತ್ತಿದ್ದ.

'ಯಲ್ರ ಮುಂದೆ ರಾಡಿ ಆತು ನೋಡ್ರೀ. ಅದಾಗ್ದೇಯಿದ್ದಿದ್ರೆ ಇನ್ನೂ ಬದುಕಿರಾಳು ಈಯಮ್ಮ. ಯಲ್ರ ಮುಂದೂ ಅವನೌನಡ ಆ ಸೂಪರ್‌ವೈಜರ್‌ನ ತಗಂಬಂದು, ಅಂದುಬಿಟ್ಟ. ಈಯಮ್ಮಂಗೆ ತಲಿಕೆಟ್ಟುಬಿಡ್ತು. ನಮ್ ಡ್ಯಾಂನಗೆ ಹಾರ್ಕಂಡ್ಲು. ಯಾವತ್ತೂ ತಪ್ಪು ಮಾಡಿದ್ದೇಯಿಲ್ಲ ಈಯಮ್ಮ, ಏನು ತಲಿಕೆಟ್ಟಿತ್ತೋ ಯೇನೋ, ಅವತ್ತಂತೂ ಭಾಳಾ ತಪ್ಪ್ ಮಾಡಿದ್ಲು. ಪುಟಕ್ಕೆ ಹತ್ತೋ ಹದಿನೈದೋ ತಪ್ಪಿದ್ರೂಯಿರಬೇಕು. 'ಯೇನ್ರೀ ಹಿಂಗೆ ತಪ್ಪು ಮಾಡ್ತೀರೀ, ನಿಮಗೆ ಸಂಬ್ಳಾ ಕೊಡಾದು ತಪ್ಪು ಮಾಡೋಕೋ ಇಲ್ಲ ನೆಟ್ಟಗೆ ಟೈಪ್ ಮಾಡಾಕೋ...ನೀವು ಮಾಡಾ ಈ ಮೂರುಕಾಸಿನ್ ಕೆಲ್ಸಕ್ಕೆ ಆ ಮೀಸೆ ಬೇರೆ ಕೇಡು ನಿಮಗೆ' ಅಂದುಬಿಟ್ಟ. ಅಲ್ಲೀತಂಕ ಆಯಮ್ಮ ಒಂದು ಟಪ್ ಒಂದು ಟಿಪ್ ಅಂದಿರಲಿಲ್ಲ. ಅವನು ಹಂಗಂದ್ನಾ ಈಯಮ್ಮ ಆಫೀಸು ಬಿಟ್ಟು ಹಂಗೇ ಹೊಂಟುಬಿಟ್ಲು. ಅದೇ ಕಡೇ ಸಲಿ ನಾವು ನೋಡಿದ್ದು ಆಕೀನ್ನ. ಮದಲು ಸಿಟ್ನಗೆ ಹೋಗಿದ್ದಾಳು, ನಾಳೆ ಬರ್ತಳೆ ನಾಡಿದ್ದು ಬರ್ತಳೆ ಅಂತ ಕಾದ್ವು. ಯಾವಾಗ ತಿಂಗಳು ದಾಟ್ತೋ ಎಲ್ರ ಮುಕುಳಿ ಹರೀತು ನೋಡ್ರೀ. ಆಯಮ್ಮ ಯಾವೂರಳು ಅಂತ ಭಾಳಾ ನೋಡಿದ್ವಿ. ಕೊನಿಗೆ ಅವಳ ಮನಿ ಬಾಗಿಲು ವಡದು ಹುಡುಕಿದ್ಕೆ ಅಲ್ಲೆಲ್ಲೋ ಒನ್ ಡೈರೀಲಿ ನಿಮ್ಮ ಹೆಸ್ರೂ ಮತ್ತೆ ನಿಮ್ ಮನೇ ಅಡ್ರೆಸ್ಸೂ ಬರೆದಿಟ್ಟಿದ್ಲು. ನಿಮ್ಮ ಅಡ್ರೆಸ್ಸಿಗೆ ನೋಟೀಸು ಕಳಿಸಿದ್ದು. ನಿಮ್ ಹಳೇ ಅಡ್ರೆಸ್ಸಿರಬೇಕೇನೋ ಅದು. ನಿಮಗ್ಮುಟ್ತೋಯಿಲ್ವೋ ಆ ನೋಟೀಸು. ಈಗೊಂದು ವಾರಾತು, ನೀರಾಗಿಂದ ಈಯಮ್ಮನ ಹೆಣ ಹೊರಗೆ ತಗುದು. ಸುಡಾಕೂ ಯೇನೂ ಉಳಿದಿರ್ಲಿಲ್ಲ. ಶಾಸ್ತ್ರ ಮಾಡಿದ್ವು ಅಷ್ಟೇ. ಇದುನ್ನ ಒಪ್ಪಿಸ್ಗೆಳ್ರಿ. ನಾನು ಬರ್ತೀನಿ.' ಕೊಲ್ಲೂರಯ್ಯನವರು ನಿಂತಲ್ಲಿಂದ ಅಲ್ಲಾಡಲಿಲ್ಲ. ಅವನತ್ತ ನೋಡಲಿಲ್ಲ. ಒಬ್ಬಳೇ ಮಗಳ ಬೂದಿಯನ್ನು ನೋಡುತ್ತಾ ನಿಂತುಬಿಟ್ಟರು. ಚನ್ನಯ್ಯ ಬಾಗಿಲಲ್ಲಿ ನಿಂತು 'ಸಾರ್ ನಾನು ಮಾದ್ಗ. ಎಲ್ಲಾ ಸರಿಹೋಗಿದ್ರೆ ನಮ್

ಮದ್ವೆಯಾಗಿ ಇವತ್ತಿಗೆ ಒಂದ್ಮೆದಾರು ತಿಂಗಳಾಗಿರ್ತಿದ್ವೋ ಯೇನೋ. ನಾನು ಬರ್ತೀನಿ ಸಾರ್' ಅಂದವನೇ ಹೋದ. ಮಡಿಕೆಯನ್ನು ಕೈಗೆತ್ತಿಕೊಂಡ ಕೊಲ್ಲೂರಯ್ಯನವರು ಅಂದು ಮತ್ತೆ ನಿರ್ಧಾರ ಮಾಡಿದರು, ಸನ್ನಿಧಿಗೆ ಒಂದು ಕಾಗದ ಬರೆಯಲೇಬೇಕು. ಸತೀಶನ ಕೈಲಿ ಹೆಂಡತಿಗೆ ಹೇಳಿ ಕಳುಹಿಸಿದರು. ಮಾರನೇ ಸಾಯಂಕಾಲಕ್ಕೆಲ್ಲಾ ಕಮಲಮ್ಮ ಸದ್ದಿಲ್ಲದೇ ಹೋದಂತೆ ಸದ್ದಿಲ್ಲದೇ ಬಂದರು. ಮನೆಗೆ ಬಂದರೂ ಗಂಡನ ಕೋಣೆಗೆ ಕಾಲಿಡಲಿಲ್ಲ.

–5–

ಒಂದೆರಡು ತಿಂಗಳು ಶಕುಂತಲ, ಅವಳ ಬೂದಿ, ಮನೆ ತುಂಬಾ ಕುಂಟುತ್ತ ತೆವಳುತ್ತಿದ್ದ ಹೆಂಡತಿ, ಮಾತಿಲ್ಲದ ಮನೆ, ಸನ್ನಿಧಿಗೆ ಬರೀಬೇಕೂ ಅಂದ್ಕಂಡಿದ್ದ ಕಾಗದ ಯಾವುದೂ ಬಾಧಿಸಲಿಲ್ಲ. ಅವತ್ತು ಸೋಮವಾರ. ಕಾಲೇಜಿಗೆ ಬಂದು ತಮ್ಮ ಕುರ್ಚಿಯಲ್ಲಿ ಕೂತು ಕಡತ ತೆಗೆದು, ನಾಲಗೆಗೆ ಪೆನ್ನಿನ ನಿಬ್ಬನ್ನು ಒತ್ತಿ, ತಲೆ ಕೂದಲಿಗೆ ನಿಬ್ಬನ್ನು ಸವರಿಕೊಂಡು ತಮ್ಮ ಕೆಲಸ ಶುರುಮಾಡಬೇಕು, ಜವಾನ ಬಂದು 'ಸಾರ್, ಹಿಸ್ಟರಿ ದೀಕ್ಷಿತರು ಕರೀತದರೆ' ಅಂದ. ಪೆನ್ನನ್ನು ಮತ್ತೆ ಕ್ಯಾಪ್‌ಗೆ ಸಿಗಿಸಿ ಎದ್ದು ಸ್ಟಾಫ್‌ರೂಮಿನ ಕಡೆ ನಡೆದರು. ದೀಕ್ಷಿತರನ್ನು ಬಿಟ್ಟರೆ ಯಾರೂ ಇರಲಿಲ್ಲ ರೂಮಿನಲ್ಲಿ. 'ಅಲ್ರೀ ಕೊಲ್ಲೂರಯ್ಯ, ನಿಮ್ಮುಂದೇನೇ ಇದೆಲ್ಲಾ ಆಗ್ತಾಯಿದ್ರೂ ಕಣ್ಮುಚ್ಗಂಡು ಕೂತಿದಿರಲ್ರೀ ಯೇನನಬೇಕು ನಿಮಗೆ.' ಒಂದರೆಕ್ಷಣ ಕೊಲ್ಲೂರಯ್ಯನವರಿಗೆ ತಮ್ಮ ಮುಂದೆ ನಡೀತಾಯಿರೋದೇನು, ತಾನು ಯಾವುದಕ್ಕೆ ಕಣ್ಣುಮುಚ್ಕಂಡು ಕೂತಿದೀನಿ ಏನೂ ತಿಳಿಯದೆ ಮಕಮಕ ನೋಡಿದರು. 'ಅಲ್ರೀ ಕೊಲ್ಲೂರಯ್ಯ, ಯಾರ್ರೀ ಹೆಡ್‌ಕ್ಲರ್ಕ್ ಇಲ್ಲಿ. ನೀವೋ ಆ ಜಮಖಂಡೀನೋ. ನೀವೇ ತಾನೇ. ಅಂದ್ರೆ ನ್ಯಾಚುರಲ್ಲಾಗಿ ನಿಮ್ಗೇ ತಾನೇ ಮ್ಯಾನೇಜರ್ ಅಂತ ಮಾಡ್ಬಕು. ಅಲ್ರೀ ಬ್ರಾಮ್ಮಣ ಅನ್ನಾ ಕಾರಣಕ್ಕೇ ನಿಮ್ಮುನ್ನ ಬಿಟ್ಟು ಆ ಕ್ಯಾಷಿಯರ್ ಜಮಖಂಡೀನ್ನ ಮ್ಯಾನೇಜರ್ ಮಾಡಿದಾರಲ್ರೀ...ನೋಡ್ಕಂಡು ನೀವೂ ಸುಮ್ನೆ ಕುಂತಿದಿರಾ. ಒಂದು ಅಪೀಲು ಬರ್ದು ಮ್ಯಾನೇಜ್‌ಮೆಂಟಿಗೆ ಕಳ್ಸಿ. ಬ್ರಾಮ್ಮಣ್ರ ಮಾನ ಕಾಪಾಡಿ' ಅಂದು ತಮ್ಮ ಪುಸ್ತಕ ಎತ್ಗಂಡು ಓಡಿದರು. ಅದ್ಯಾಕೋ ಇನ್ನೆರಡು ವರ್ಷಕ್ಕೆಲ್ಲಾ ರಿಟೈರಾಗಬೇಕಿದ್ದ, ಎಂದೂ ಏನೂ ಕುದ್ದಿರದಿದ್ದ ಕೊಲ್ಲೂರಯ್ಯನವರ

ರಕ್ತವೂ ಅವತ್ತು ಕುದ್ದುಬಿಡ್ತು. ನೆಟ್ಟಗೆ ತಮ್ಮ ಜಾಗಕ್ಕೆ ಹೋಗಿ ಒಂದು ಅಪೀಲು ಬರೆದೇಬಿಟ್ಟರು. 'ಮಾನ್ಯ ಕಾರ್ಯದರ್ಶಿಯವರಿಗೆ, ಈ ಕೆಳಗೆ ಸಹಿ ಮಾಡಿರುವ ನಾನು ಬರೆದುಕೊಳ್ಳುವ ವಿನಂತಿ ಅರ್ಜಿನಾಮ ಏನೆಂದರೆ ನಾನು ಇಪ್ಪತ್ನಾಲ್ಕು ವರ್ಷಗಳಿಂದ ನಿಮ್ಮಲ್ಲಿ ನಿಷ್ಠೆಯಿಂದ ಕೆಲಸ ಮಾಡಿಕೊಂಡು ಬಂದಿದ್ದೇನೆ. ನನ್ನ ಕೆಲಸದಲ್ಲೇ ಆಗಲೀ ಇತರರೊಂದಿಗಿನ ವ್ಯವಹಾರದಲ್ಲೇ ಆಗಲೀ ನಾನು ಎಂದೂ ಯಾವುದೇ ದಗಲಬಾಜಿ ಮಾಡಿರುವುದಿಲ್ಲ. ನನ್ನ ಕೆಲಸದ ರೀತಿಯನ್ನು, ಇಂಗ್ಲಿಷ್ ಭಾಷೆಯ ಜ್ಞಾನವನ್ನು ನೀವೇ ಅನೇಕ ಸಲ ಎಲ್ಲರ ಮೊಕ್ತಾ ಪ್ರಶಂಸೆ ಮಾಡಿರುತ್ತೀರಿ. ಆದರೆ ಈಗ ಅಂಥ ನೀವೇ ನನಗೆ ತುಂಬಾ ಆಘಾತವುಂಟು ಮಾಡಿದ್ದೀರಿ. ಬ್ರಹ್ಮಾಂಡವಾದ ಅನ್ಯಾಯ ಮಾಡಿರುತ್ತೀರಿ. ಕೆಲಸದಲ್ಲಿ ಬಡ್ತಿ ನೀಡುವಾಗ್ಗೆ ನನ್ನ ಸೇವಾ ಜ್ಯೇಷ್ಠತೆ, ಇಂಗ್ಲಿಷ್ ಭಾಷೆಯ ಮೇಲಿನ ಪ್ರಭುತ್ವ ಮತ್ತು ಬುದ್ಧಿಮತ್ತೆಯನ್ನು ಕಡೆಗಣಿಸಿ ಆ ಜಮಖಂಡಿಯವರಿಗೆ ಪ್ರಮೋಷನ್ ನೀಡಿ ಮ್ಯಾನೇಜರ್ ಮಾಡಿರುತ್ತೀರಿ. ಶ್ರೀ ಜಮಖಂಡಿಯವರು ವಯಸ್ಸು, ಸೇವೆ ಹಾಗೂ ಅನುಭವದಲ್ಲಿ ನನಗಿಂತ ಕಿರಿಯರಿದ್ದು ತಮ್ಮ ಹೆಸರಿನ ಸ್ಪೆಲ್ಲಿಂಗ್ ಕೂಡಾ ಬರೆಯಲು ಬಾರದವರಾಗಿರುತ್ತಾರೆ. ಇದು ನಿಮಗೂ ಗೊತ್ತಿರುವ ಸಂಗತಿಯಾಗಿದೆ. ಹಾಗಿದ್ದಾಗ್ಯೂ, ಶ್ರೀ ಜಮಖಂಡಿಯವರಿಗೆ ಬಡ್ತಿ ನೀಡಿದುದರ ಹಿಂದೆ ಕೇವಲ ಜಾತಿ ಅಭಿಮಾನ ಕೆಲಸ ಮಾಡಿದೆಯೆಂದು ನನಗೆ ಚೆನ್ನಾಗಿ ಗೊತ್ತಾಗಿದೆ. ಪ್ರತಿಭೆ ಮತ್ತು ಜಾಣತನಗಳು ಜನ್ಮತಃ ಇರುವಂಥ ಬ್ರಾಹ್ಮಣನಾಗಿ ಹುಟ್ಟಿದ ನನ್ನನ್ನು ಬ್ರಾಹ್ಮಣನೆಂಬ ಕಾರಣಕ್ಕಾಗಿ ನೀವು ಈ ರೀತಿ ಅವಮಾನಗೊಳಿಸಿರುತ್ತೀರಿ. ಆದರೂ, ಇನ್ನೊಮ್ಮೆ ನನ್ನ ಸೇವಾ ಜ್ಯೇಷ್ಠತೆ, ಇಂಗ್ಲಿಷ್ ಭಾಷೆಯ ಜ್ಞಾನ, ಬುದ್ಧಿಮತ್ತೆಗಳನ್ನು ಗಮನಿಸಿ ನನಗೆ ಬಡ್ತಿ ನೀಡಿ ನನಗಾದ ಅನ್ಯಾಯವನ್ನು ಸರಿಪಡಿಸಿಕೊಡಬೇಕೆಂದು ವಿನಂತಿ. ಇತಿ ತಮ್ಮ ವಿಶ್ವಾಸಿ. ಜಿ ಕೊಲ್ಲೂರಯ್ಯ.'

ಮೂರೇ ದಿನಗಳಲ್ಲಿ ನಾಕೂವರೆ ಅಡಿ ಎತ್ತರದ ಸೆಕ್ರೆಟರಿ ಕೊಟ್ರಪ್ಪನವರು ಆಫೀಸ್ ಬಾಗಿಲಲ್ಲಿ ನಿಂತು 'ಯಾವನದು ಕೊಲ್ಲೂರಯ್ಯಾಂದ್ರೆ?' ಅಂತ ಗುಟುರು ಹಾಕಿದಾಗಲೇ ತಮ್ಮ ಅಹವಾಲು ಮುಟ್ಟಿದೆ ಎಂದು ತಿಳಿದದ್ದು.

'ನಾನೇ ಸ್ವಾಮಿ.'

'ಯೇನು ನೀನು ಆಫೀಸಿಗೆ ಕೆಲ್ಸಾ ಮಾಡಕೆ ಬರ್ತೀಯೋ ಯಿಲ್ಲಂತಂದ್ರೆ

ಶಂಟರೀಲಿಕ್ ಬರ್ತಿಯೋ. ಬಾ ಪ್ರಿನ್ಸಿಪಾಲರ ಆಪೀಸಿಗೆ ಬಾ' ಅಂದವರೇ ನಿಲ್ಲದೇ ಹೋಗೇಬಿಟ್ಟರು. ಕೊಲ್ಲೂರಯ್ಯನವರಿಗೆ ತಾವು ಕುಳಿತಿದ್ದ ಕುರ್ಚಿಯೇ ಥಣ್ಣಗಾದಂತಾಯ್ತು. ತಮ್ಮ ಬುಡವೆಲ್ಲಾ ಕರಗಿಹೋಗುತ್ತಿರುವಂತೆ ಅನಿಸಿತು. ಈಗಲೇ ಇಲ್ಲೇ ಮೂತ್ರವಿಸರ್ಜನೆಯೂ ಆಗುವುದೇನೋ ಅನಿಸುವಂತೆ ಕಿಬ್ಬೊಟ್ಟೆಯಲ್ಲಿ ಜುಳ್ ಅಂದಿತು. ಕೈಲಿದ್ದ ಪೆನ್ನನ್ನು ಜೇಬಿಗೆ ಸಿಗುಸ್ಕಂಡು, ಡ್ರಾಯರಲ್ಲಿದ್ದ ತಮ್ಮ ಅಪೀಲಿನ ಕಾರ್ಬನ್ ಕಾಪಿ ತೆಗೆದು ಜೇಬಲ್ಲಿಟ್ಗಂಡು ಎಲ್ಲರ ಮುಸಿಮುಸಿ ನಗುವಿನ ನಡುವೆ ದಾರಿ ಮಾಡ್ಕಂಡು ಪ್ರಿನ್ಸಿಪಾಲರ ಆಫೀಸಿಗೆ ನಡೆದರು. ಪ್ರಿನ್ಸಿಪಾಲರು ಪಕ್ಕದಲ್ಲಿ ಕೈಕಟ್ಟಿ ನಿಂತಿದ್ದರೆ ಕೊಟ್ರಪ್ಪನವರು ಪ್ರಿನ್ಸಿಪಾಲರ ಕುರ್ಚಿಯಲ್ಲಿ ಕೂತಿದ್ದರು. ಕೊಲ್ಲೂರಯ್ಯನವರನ್ನ ನೋಡಿದೇಟಿಗೆ ಕೊಟ್ರಪ್ಪನವರು ಗುಟುರಿದರು, 'ಯೇನ್ ನಿಂದೂ ಅಂ...' ಕೊಲ್ಲೂರಯ್ಯನವರು ಮಾತನಾಡದೇ ಜೇಬಿನಲ್ಲಿದ್ದ ತಮ್ಮ ಅಹವಾಲಿನ ಕಾರ್ಬನ್ ಪ್ರತಿಯನ್ನು ತೆಗೆದು ಮೇಜಿನ ಮೇಲಿಟ್ಟರು. ಪ್ರಿನ್ಸಿಪಾಲರ ಕಡೆ ತಿರುಗಿ 'ಏನಂತ ಬರ್ದದನೆ ಅದ್ರಗೆ ಇನ್ನೊಂದಪ ಓದ್ರೀ' ಪ್ರಿನ್ಸಿಪಾಲರು ಮೇಜಿನ ಮೇಲಿದ್ದ ಪ್ರತಿಯನ್ನು ತೆಗೆದು ಮೊದಲಿಂದ ಶುರುಮಾಡಿದರು. ಇನ್ನೂ ಕೊನೆಯ ಸಾಲು ಮುಗಿಸಿಲ್ಲ, ಕೊಟ್ರಪ್ಪನವರು ಆ ಕಾಗದವನ್ನು ಪ್ರಿನ್ಸಿಪಾಲರ ಕೈಯ್ಯಿಂದ ಫಕ್ಕಂತ ಕಿತ್ಗಂಡು 'ಯಾಕೆ ಮುಕಳ್ಯಾಗೆ ಹಲ್ಲುಟ್ಟಾವಾ. ಇಪ್ಪತ್ತೈದು ವರ್ಶ ಪಾಪ ಬಡವಾ ಅಂತ ಸರ್ವೀಸು ಮಾಡಕೆ ಬಿಟ್ವಲ್ಲ ಅದಕ್ಕೆ ನಮ್ಗೇ ಯಿಕ್ತೀಯೇನೋ ಅಂ? ಇಂಗ್ಲೀಶ್ ಬರ್ತತ ನಿಂಗೆ. ಒಂದ್ಕೇಳ್ತೀನಿ ಉತ್ರ ಕೊಡು ನೋಡಮ' ಅಂದು ಒಂದು ಕುಂಡೆ ಎತ್ತಿ 'ಸರಿಯಾಗಿ ಕೇಳಸ್ಗ' ಅಂತ ಕೊಲ್ಲೂರಯ್ಯನವರಿಗೆ ಸೂಚನೆ ಕೊಟ್ರು. ಅದೇನು ಹೇಳ್ತಾರೋ ಅಂತ ಕೊಲ್ಲೂರಯ್ಯನವರು ಕಿವಿಗಳನ್ನು ಮುಂದೆ ಚಾಚಿ ಸೊಂಟವನ್ನು ಕೊಂಚ ಮುಂದೆ ಬಗ್ಗಿಸಿ ನಿಂತರು. ಕೊಟ್ರಪ್ಪನೋರು 'ಥರ್ರ್‌ರ್ರ್‌ರ್ರ್...' ಅಂತ ನಾಲ್ಕು ಮೀಟರ್ ಉದ್ದ ಹೂಸು ಬಿಟ್ಟು, 'ಅದಕ್ಕೇನಂತರೆ ಇಂಗ್ಲೀಶನಗೆ' ಅಂತ ಪ್ರಶ್ನೆ ಹಾಕಿ, ಮುಖದಲ್ಲೂ ಪ್ರಶ್ನಾರ್ಥಕ ಚಿಹ್ನೆಯನ್ನು ತೇಲಿಸಿಬಿಟ್ಟು ಕೂತರು.

ಹೂಸಿಗೆ ಇಂಗ್ಲೀಷ್‌ನಲ್ಲಿ ಏನಂತರೆ...ತಾವು ಬರೆಯೋ ಕಾಲೇಜಿನ ಷರಾಗಳಿಗೂ, ಮೆಮೋಗಳಿಗೂ, ಕಛೇರಿ ಪತ್ರ ವ್ಯವಹಾರಗಳಿಗೂ ಈ ಹೂಸಿಗೂ ಏನು ಸಂಬಂಧ... ತಮ್ಮ ವ್ಯವಹಾರದಲ್ಲೆಲ್ಲಾದ್ರೂ ಹೂಸು ಅಂತ ಪದ ಬರೆಯೋಕೆ ಸಾಧ್ಯವಾ... ಅದಕ್ಕೆ ಅವಕಾಶ ಇದೆಯಾ...ತಮ್ಮ ಕಾಲೇಜಿನ ದೈನಂದಿನ ಪತ್ರ

ವ್ಯವಹಾರಗಳಲ್ಲಿ ಹೂಸಿನ ಇಂಗ್ಲೀಷು ಪದದ ಅಗತ್ಯವಿದೆಯಾ...ಈ ಪದದ ಅಥವಾ ಈ ಗಾಳಿಯ ಇಂಗ್ಲೀಷ್ ಹೆಸರು ತಮಗೆ ಯಾಕಾದ್ರೂ ಬೇಕು ಅನ್ನುವ ಗೊಂದಲದಲ್ಲೇ ಮುಳುಗಿಬಿಟ್ಟರು ಕೊಲ್ಲೂರಯ್ಯನವರು. 'ಅಲ್ಲಪಾ ಯಜಮಾನ, ದಿನಾ ಬಿಡೋ ಹೂಸ್ನಾ ಇಂಗ್ಲೀಶ್ನಗೆ ಏನಂತರೆ ಅಂತ ಗೊತ್ತಿಲ್ಲ ನಿನಗೆ, ನಿನ್ನ ಅಥೆಂಗೆ ಮ್ಯಾನೇಜರ್ ಮಾಡಕಾಕ್ತತೋ... ಹೋಗು, ನಿನ್ ಕೆಲ್ಸ ನೋಡ್ಕ. ಇನ್ನೊಂದಪ ಮ್ಯಾನೇಜ್‌ಮೆಂಟಿಗೆ ಹಿಂಗೆ ಅಪೀಲುಗಿಪೀಲು ಬರೀಬ್ಯಾಡ' ಅಂದವರೇ ಅದ್ಯಾವುದೋ ಕಡತ ತೆಗೆದು ತಲೆ ಹುದುಗಿಸಿದರು. ಒಂದೇ ಹೂಸಿನಲ್ಲಿ ಕೊಲ್ಲೂರಯ್ಯನವರ ಬಾಳನ್ನೇ, ಆತ್ಮವಿಶ್ವಾಸವನ್ನೇ ತೊಳೆದುಬಿಟ್ಟಿದ್ದರು ಕೊಟ್ರಪ್ಪನೋರು. ನಿಧಾನವಾಗಿ ಮೈಯ್ಯ ಗಾಳಿಯೆಲ್ಲ ಖಾಲಿಯಾದವರಂತೆ ಎದ್ದು ನಿಂತರು ಕೊಲ್ಲೂರಯ್ಯನವರು. 'ತಗಳೀ...' ಅಂದು ಪ್ರಿನ್ಸಿಪಾಲರು ಅಪೀಲನ್ನ ಗಾಳಿಗೆ ಕೊಲ್ಲೂರಯ್ಯನವರತ್ತ ತೂರಿದರು. ಅದನ್ನು ಎತ್ತಿಕೊಳ್ಳುವ ಮನಸ್ಸೂ ಆಗಲಿಲ್ಲ ಕೊಲ್ಲೂರಯ್ಯನವರಿಗೆ. ಹಾಗೇ ಹೊರಬಂದು ಬಿಟ್ಟರು. ಅವತ್ತು ಅವರಿಗೆ ಖಾತ್ರಿಯಾಯಿತು, ತಮ್ಮ ಹಣೆಬರಹದಲ್ಲಿ ಸಗಣಿ ತುಂಬಿದೆ ಅಂತ. ಕೊಲ್ಲೂರಯ್ಯನವರು ಒಂದು ನಿರ್ಧಾರಕ್ಕೆ ಬಂದೇಬಿಟ್ಟರು. ಸನ್ನಿಧಿಗೆ ಒಂದು ಕಾಗದ ಬರೀಲೇಬೇಕು. ಇದಕ್ಕೆ ಪರಿಹಾರ ಕೇಳಲೇಬೇಕು. ರಾತ್ರಿಯಿಡೀ ಕೂತು ಒಂದೈವತ್ತು ಪುಟ ಹರಿದೊಗೆದ ಮೇಲೆ ಅಂತೂ ಸನ್ನಿಧಿಗೆ ಒಂದು ಕಾಗದ ಅಂತ ತಯಾರಾಯಿತು. ಬೆಳಿಗ್ಗೆ ಶೃಂಗೇರಿಗೆ ಪೋಸ್ಟ್ ಸೈತಾ ಮಾಡಿಬಿಟ್ಟರು.

ಒಂದೈದಾರು ದಿನಕ್ಕೆಲ್ಲಾ ಉತ್ತರ ಬಂದಿತು. 'ಮಾನ್ಯ ಶ್ರೀ ಕೊಲ್ಲೂರಯ್ಯನವರಿಗೆ, ಆಶೀರ್ವಾದಗಳು. ಸನ್ನಿಧಿಗೆ ತಮ್ಮ ಕಾಗದ ಮುಟ್ಟಿ ಎಲ್ಲವೂ ವೇದ್ಯವಾಗಿದೆ. ಕಷ್ಟಗಳು ಮಾನವನಿಗೆ ಬಾರದೇ ಮೃಗಗಳಿಗೆ ಬರುತ್ತವೆಯೇ. ಕಷ್ಟಗಳ ಸರಮಾಲೆ ಹುಲುಮಾನವನಿಗೆ ತಪ್ಪಿದ್ದಲ್ಲ. ಕಷ್ಟಗಳು ಬಂದಲ್ಲಿ ಧೃತಿಗೆಡದೇ ದಿಟ್ಟತನದಿಂದ ಎದುರಿಸಿ ಬಾಳಿನಲ್ಲಿ ಜಯಿಸುವುದೇ ನಿಜಜೀವನದ ಸಾರ. ಕತ್ತಲಾಗುವುದು ನಾಳೆ ಬೆಳಗಾಗಲಿಕ್ಕೇ ತಾನೇ. ನಿಮ್ಮ ಕಷ್ಟಗಳೂ, ಬಾಳಿನಲ್ಲಿ ಪ್ರಸ್ತುತ ಅನುಭವಿಸುತ್ತಿರುವ ಅಪಜಯಗಳೂ ತಾತ್ಕಾಲಿಕ. ಇವುಗಳಿಗೆ ಪರಿಹಾರವಿದ್ದೇ ಇದೆ. ಒಂದು ಶುಭಮುಹೂರ್ತದಲ್ಲಿ ಶ್ರೀರಾಮನಾಮ ಬರೆಯಲು ಆರಂಭಿಸಿ. ತೇರಾಕೋಟಿ ರಾಮನಾಮ ಯಜ್ಞವನ್ನು ಮಾಡಿದಲ್ಲಿ ನಿಮಗೆ ಎಲ್ಲ ಅನುಕೂಲಗಳೂ, ಸುಖ–

ಸಂಪತ್ತುಗಳೂ, ಮನಃಶಾಂತಿಯೂ ಪುನಃ ದೊರಕುವುದರಲ್ಲಿ ಸಂದೇಹವೇ ಇಲ್ಲ....'

ಆ ಕ್ಷಣದಲ್ಲೇ ಕಾಲೇಜು, ಕಾಲೇಜಿನ ತಮ್ಮ ದುಡಿಮೆ ಎಲ್ಲವೂ ಹುಲುಸಮಾನ ಎನಿಸಿಬಿಟ್ಟಿತು ಕೊಲ್ಲೂರಯ್ಯನವರಿಗೆ. ತಮ್ಮ ಹೆಂಡತಿ, ಈ ಕೊಟ್ರಪ್ಪ, ಈ ಜಗತ್ತಿನಿಂದ ಬಿಡುಗಡೆ ಹೊಂದಲು ತಮಗಿರುವ ಏಕೈಕ ಸೂತ್ರ ಈ ರಾಮನಾಮ ಅನಿಸಿದ ಕ್ಷಣ ಕಾಲೇಜಿಗೆ ಅರ್ಧ ದಿನಕ್ಕೆ ರಜ ಬಿಸಾಕಿ, ತೇರಾಕೋಟಿ ರಾಮನಾಮಕ್ಕೆ ಶುಭಮುಹೂರ್ತವನ್ನು ಕಂಡುಕೊಂಡು ಹಾಗೇ ಒಂದು ಡಜನ್ ಸ್ಟೂಡೆಂಟ್ ನೋಟ್ ಬುಕ್, ಒಂದು ಡಜನ್ ಬಾಲ್ ಪೆನ್ ಖರೀದಿ ಮಾಡಿ ಅದೊಂದು ಉತ್ಸಾಹದಲ್ಲಿ ನೆಲಕ್ಕೆ ಪಾದಗಳನ್ನೂ ಊರದ ವೇಗದಲ್ಲಿ ಮನೆ ತಲುಪಿದರು.

–7–

ಅಂದು ಮಂಗಳವಾರ. ಬೆಳಿಗ್ಗೆ ಆರು ಗಂಟೆಗೆಲ್ಲಾ ಕೊಲ್ಲೂರಯ್ಯನವರು ಸ್ನಾನ ಮುಗಿಸಿ ಮಡಿಬಟ್ಟೆಯುಟ್ಟು ದೇವರಮನೆ ಹೊಕ್ಕರು. ಮೊದಲ ನೋಟ್‌ಬುಕ್ಕಿಗೆ ಒಂದು ಅಂತ ಅಂಕಿಯಲ್ಲಿ ಬರೆದು, ಅದಕ್ಕೆ ಕುಂಕುಮ–ಅರಿಷಿಣದ ಬೊಟ್ಟುಗಳನ್ನಿಟ್ಟು, ಮೊದಲ ಪುಟದಲ್ಲಿ ಶ್ರೀರಾಮ ಜಯರಾಮ ಜಯಜಯರಾಮ ಅಂತ ಬರೆದು, ದೇವರ ಮುಂದೆ ನೋಟ್‌ಬುಕ್ಕನ್ನಿಟ್ಟು, ದೇವರ ಮುಂದೆ ಸಾಷ್ಟಾಂಗ ನಮಸ್ಕಾರ ಮಾಡಿ, ಪೆನ್ನು ಹಿಡಿದು ಕೂತರು. ಬಾಯಲ್ಲಿ ಶ್ರೀರಾಮ ಶ್ರೀರಾಮ ಶ್ರೀರಾಮ ಅನ್ನುತ್ತಾ ಅಂದದ್ದನ್ನು ಬರೆಯಲು ತೊಡಗಿದರು. ಜಗತ್ತನ್ನೇ ಮರೆತು ಬರೆಯತ್ತಲೇಯಿದ್ದರು. ಆರು ಗಂಟೆಗೆಲ್ಲಾ ದೇವರಮನೆ ಹೊಕ್ಕರೆ ಅವರ ರಾಮನಾಮಕ್ಕೆ ಬಿಡುವು ಸಿಗತಾಯಿದ್ದದ್ದು ಹೆಂಡತಿ ಕರಪರ ಮಾಡಿದಾಗಲೇ. ಮೊದಮೊದಲು ಕೊಲ್ಲೂರಯ್ಯನವರಿಗೆ ಕೇಳೋ ಹಂಗೆನೇ ಗೊಣಗ್ತಾಯಿದ್ರು, 'ಅದೇನು ಸುಡುಗಾಡು ಆ ದೇವರಮನೇಲಿ ಉದ್ದು ಹುರೀತಾರೋ ಯೇನೋ...ಮಾಡಾ ಕೆಲಸಿಲ್ಲ ಸುಡುಗಾಡಿಲ್ಲ, ಎದ್ದು ಹೊರಗೆ ಬಂದ್ರೇನಾಗ್ತದಂತೆ ಧಾಡಿ...ಸುಡುಗಾಡು...' ಆದರೆ ರಾಮನಾಮದಲ್ಲಿ ತನು, ಮನ ಮಗ್ನರಾಗಿದ್ದ ಕೊಲ್ಲೂರಯ್ಯನವರಿಗೆ ಹೆಂಡತಿಯ ಗೊಣಗಾಟಗಳು ಕೇಳುತ್ತಲೇಯಿರಲಿಲ್ಲ. ಯಾವಾಗ ತಾವಂದದ್ದು ತಮ್ಮ ಸುಡುಗಾಡು ಗಂಡನಿಗೆ ತಟ್ಟುತ್ತಿಲ್ಲವೆಂದು ಗೊತ್ತಾಯ್ತೋ ಅವತ್ತಿನಿಂದ ಕಮಲಮ್ಮ

ಪಾತ್ರೆಗಳನ್ನು ನಾಲ್ಕಡಿ ಎತ್ತರದಿಂದ ಕೆಡವಲು ಶುರುಮಾಡಿದರು. ಈ ಗಲಾಟೆಗೆ ಕೊಲ್ಲೂರಯ್ಯನವರಿರಲಿ, ಮಂದಾಸನದಲ್ಲಿದ್ದ ಸ್ವಯಂ ಭಗವಂತನೇ ಎದ್ದು ಮನೆ ಖಾಲಿ ಮಾಡಬೇಕಾಗುತ್ತಿತ್ತು.

ಸುಮಾರು ತಿಂಗಳೂ ಅರೆತಿಂಗಳೂ ನಡೆದ ಈ ದಿನಚರಿ ಎಡವಿದ್ದು ಸಾಕ್ಷಾತ್ ಶ್ರೀರಾಮಚಂದ್ರನೇ ಕನಸಿನಲ್ಲಿ 'ವತ್ಸಾ, ಅದೆಷ್ಟು ಬರೆದಿದ್ದೀಯಾ ನನ್ನ ನಾಮವನ್ನು' ಅಂತ ಕೊಲ್ಲೂರಯ್ಯನವರನ್ನು ಕೇಳಿದಾಗ. ಧಿಗ್ಗನೆದ್ದು ಕೂತರು. ಆ ಅಪರಾತ್ರಿಯಲ್ಲೂ ದೇವರಮನೆಗೆ ಓಡಿದರು. ಬರೆದ ರಾಮನಾಮಗಳ ಲೆಕ್ಕವಿಟ್ಟು ನೋಡಿದರು. ಒಂದು ಸಾಲಿಗೆ, ಮಾರ್ಜಿನ್ ಬಿಟ್ಟು, ಆರು ಶ್ರೀರಾಮನಾಮ ಆದಲ್ಲಿ, ಪುಟದ ಇಪ್ಪತ್ತೊಂದು ಸಾಲಿಗೆ ನೂರಾ ಇಪ್ಪತ್ತಾರು ಆದಲ್ಲಿ, ನೋಟ್‌ಬುಕ್ಕಿನ ತೊಂಬತ್ತಾರು ಪುಟಗಳಿಗೆ ಸುಮಾರು ಹನ್ನೆರಡು ಸಾವಿರ. ಕಳೆದ ಮೂವತ್ತಾರು ದಿನಗಳಲ್ಲಿ ಹದಿನಾರು ನೋಟ್‌ಬುಕ್ಕುಗಳನ್ನು ತುಂಬಿಸಿದ್ದರು. ಅಂದರೆ ಸುಮಾರು ಎರಡು ಲಕ್ಷ. ತಿಂಗಳಿಗೆ ಎರಡು ಲಕ್ಷ ಅಂದ್ರೆ...ಈ ಜೀವಮಾನದಲ್ಲಿ ತಾವು ತೇರಾಕೋಟಿ ರಾಮಯಜ್ಞವನ್ನು ಮಾಡುವಂತಿಲ್ಲ, ತಮ್ಮ ಕಷ್ಟಗಳು ಈ ಜೀವಮಾನದಲ್ಲಿ ಬಗೆಹರಿಯುಂತಿಲ್ಲ. ಆ ಕ್ಷಣವೇ ಸ್ನಾನ ಮಾಡಿ ಬಂದು ರಾಮನಾಮಕ್ಕೆ ಕೂತುಬಿಟ್ಟರು. ಸುಮಾರು ಎಂಟು ಗಂಟೆಗಳ ತನಕ ಬರೀತಾನೇಯಿದ್ದರು. ಹದಿಮೂರು ಕೋಟಿ ರಾಮನಾಮವನ್ನೂ ಈವತ್ತೇ ಬರೆದು ಮುಗಿಸಬೇಕೆಂಬ ಹಠದಲ್ಲಿ ಬಿದ್ದಂತೆ ರಾಮನಾಮವನ್ನು ಜಪಿಸುತ್ತಾ ಬರೆಯತೊಡಗಿದರು. ಆಫೀಸಲ್ಲೂ ಒಂದೈದು ನಿಮಿಷ ಬಿಡುವಿರಲಿ ರಾಮನಾಮಕ್ಕಿಟ್ಟುಕೊಂಡರು. ಮನೆಯ ಹಾದಿಯಲ್ಲಿ ಸಾಯಂಕಾಲ ವಿಶ್ವೇಶ್ವರಯ್ಯ ಪಾರ್ಕಿನಲ್ಲಿ ಕೂತು ಒಂದರ್ಧ ಗಂಟೆ ರಾಮನಾಮಕ್ಕಿಟ್ಟುಕೊಂಡರು. ಸಂಜೆ ಮನೆಗೆ ಬಂದರೋ ರಾಮನಾಮಕ್ಕಿಟ್ಟುಕೊಂಡರು. ಊಟದ ಶಾಸ್ತ್ರವಾಯಿತೋ ರಾಮನಾಮಕ್ಕಿಟ್ಟುಕೊಂಡರು. ರಾತ್ರಿ ಅದ್ಯಾವಾಗ ಮಲಗಿದರೋ, ಬೆಳಿಗ್ಗೆ ಅದ್ಯಾವಾಗ ಎದ್ದರೋ, ಅದೆಂದು ಉಂಡರೋ, ಅದೇನು ತಿಂದರೋ ಅಂತೂ ಕೊಲ್ಲೂರಯ್ಯನವರ ಕಂಕುಳಿಗೂ ಆ ರಾಮನಾಮದ ನೋಟ್‌ಬುಕ್ಕಿಗೂ ಬಿಡಲಾಗದ ಒಂದು ನಂಟು ಶುರುವಾಗಿತ್ತು. ಒಂದು ಪುಟ ಬರೆದು ಮುಗಿಯಿತೋ ಲೆಕ್ಕಕ್ಕಿಟ್ಟುಕೊಳ್ಳುತ್ತಿದ್ದರು. ಆರೂ ಇಂಟೂ ಇಪ್ಪತ್ತೊಂದೂ ಇಂಟೂ ತೊಂಬತ್ತಾರು ಇಂಟೂ...ರಾಮನಾಮದ ಲೆಕ್ಕ ಕೊಲ್ಲೂರಯ್ಯನವರನ್ನು ಲೌಕಿಕದೆಡೆಯಿಂದ ಪಾರಮಾರ್ಥಿಕದತ್ತ ದಿನದಿನಕ್ಕೂ

ಸೆಳೆಯುತ್ತಿತ್ತು. ಹುಲುಮಾನವರ ಸಂಗದಿಂದ ಭಗವಂತನತ್ತ ಕರೆದೊಯ್ಯುತ್ತಿತ್ತು. ಬರಬರುತ್ತಾ ದಿನದ ತಮ್ಮ ಪಾಲಿನ ಸಮಯವನ್ನು ದೇವರಮನೆಯಲ್ಲೇ ಕಳೆಯತೊಡಗಿದರು. ಮಾತುಮಾತಿಗೂ ಉಸಿರಿನ ಜೊತೆಗೆ ಶ್ರೀರಾಮ ಶ್ರೀರಾಮ ಅನ್ನೋದು ಖಾಯಮ್ಮಾಯಿತು. ಹೆಜ್ಜೆಹೆಜ್ಜೆಗೂ ಶ್ರೀರಾಮ ಶ್ರೀರಾಮ, ಎದ್ದರೂ ಶ್ರೀರಾಮ ಕೂತರೂ ಶ್ರೀರಾಮ, ತುತ್ತು ತುತ್ತಿನ ನಡುವೆಯೂ ಶ್ರೀರಾಮ. ನಿಧಾನವಾಗಿ ಶ್ರೀರಾಮಚಂದ್ರ ಕೊಲ್ಲೂರಯ್ಯನವರ ಆತ್ಮವನ್ನು ಆವರಿಸತೊಡಗಿದ್ದ. ಅವತ್ತು ರಾಮನಾಮ ಬರೆಯುವುದನ್ನು ಒಂದೈದು ನಿಮಿಷ ನಿಲ್ಲಿಸಿ ಎದುರು ಗೋಡೆಗೊರಗಿ ನಿಂತಿದ್ದ ಮೂರಡಿ ಎತ್ತರದ ಸತ್ಯನಾರಾಯಣ ಆರ್ಟ್ಸ್ ಪ್ರಿಂಟ್ ಮಾಡಿದ್ದ ಫೋಟೋದಲ್ಲಿ ಶ್ರೀರಾಮನ ಚಿತ್ರವನ್ನೇ ದಿಟ್ಟಿಸಿ ನೋಡತೊಡಗಿದರು.

–8–

ಹತ್ತೂಕಾಲಾಗಿದೆ. ಕತ್ಲುಕತ್ಲಿದ್ದಂಗೇನೇ ದೇವರಮನೆ ಹೊಕ್ಕ ತಮ್ಮ ಸುಡುಗಾಡು ಗಂಡ ಇನ್ನೂ ಹೊರಗ್ ಬಂದಿಲ್ಲ. ದೇವರಮನೆಯಿಂದ ಯಂಥಾ ಸದ್ದೂ ಕೇಳ್ತಿಲ್ಲ. ಯೇನು ಸುಡುಗಾಡೋ ಯೇನೋ ಅಂತ ದೇವರಮನೆಯಲ್ಲಿ ಇಣುಕಿದರು ಕಮಲಮ್ಮ. ತಾವು ಕಂಡದ್ದು ತಾವೇ ನಂಬಲಿಲ್ಲ. ಗೋಡೆಗೊರಗಿ ಕುಳಿತಿದ್ದ ಮಂದಾಸನವನ್ನು ಮುಂದೆ ತಳ್ಳಿ ಅದರ ಹಿಂದೆ ಗೋಡೆಗೊರಗಿ ಪೀತಾಂಬರವನ್ನುಟ್ಟು, ಬರೇ ಎದೆಯಲ್ಲಿ ನಿಂತಿದ್ದರು ಕೊಲ್ಲೂರಯ್ಯನವರು. ಥೇಟ್ ಫೋಟೋದಲ್ಲಿನ ಆ ಶ್ರೀರಾಮಚಂದ್ರನಂತೇ ಕೈಗಳನ್ನು ಒಂದು ಪೋಸಿನಲ್ಲಿ ಸಿಕ್ಕಿಸಿ ನಿಂತಿದ್ದರು. ಜೋತು ಬಿದ್ದ ಎದೆ, ಅಸಹ್ಯ ಹುಟ್ಟಿಸುತ್ತಿದ್ದ ಎದೆ ಆವರಿಸಿದ್ದ ಪೊದೆ ಪೊದೆ ಬಿಳಿಕೂದಲು, ಮುಂದೆ ಪೀತಾಂಬರವನ್ನೂ ದಾಟಿ ಜೋಲಿದ್ದ ಆ ಹೊಟ್ಟೆ, ಅದರ ಮೇಲಿದ್ದ ಒಂದಿಂಚು ಆಳದ ಹಳೇ ಒಂದು ರೂಪಾಯಿ ಅಗಲದ ಹೊಕ್ಕಳು, ಆ ಕೋಸುಗಡ್ಡೆ ಮುಖ, ಮುಖದಲ್ಲಿದ್ದ ಪೆದ್ದು ನಗೆ...ಕಮಲಮ್ಮನಿಗೆ ತಲೆಕೂದಲೂ ಬೆಚ್ಚಗಾಗುವಷ್ಟು ಸಿಟ್ಟು ಬಂದಿದ್ದು ಕೊಲ್ಲೂರಯ್ಯನವರ ಈ ಹುಚ್ಚಾಟಕ್ಕಲ್ಲ, ತಮ್ಮ ತಾಯಿ ಮದುವೆ ಸಮಯದಲ್ಲಿ ಕೊಟ್ಟ ಮಂದಾಸನವನ್ನು ತುಳಿದು ನಿಂತಿದ್ದಕ್ಕೆ. ತಿಂಗಳುಗಳು ಕಟ್ಟಿದ್ದ ಬಾಯಿಯನ್ನು ಕಮಲಮ್ಮನವರು ಆ ಸಿಟ್ಟಿನಲ್ಲಿ ಬಿಚ್ಚಿದರು. 'ಅದೇನು ಸುಡುಗಾಡು ನಿಮ್ಮದು ದೇವರನ್ನ ತುಳಕೊಂಡು...'

'ಜಾನಕೀ' ಅಂದರು ಕೊಲ್ಲೂರಯ್ಯನವರು. ಶ್ರೀರಾಮಾಂಜನೇಯ ಯುದ್ಧದಲ್ಲಿ ರಾಜ್‌ಕುಮಾರ್ ಮಾತನಾಡಿದ ಹಾಗಿತ್ತು. 'ಸಿಟ್ಯಾಕೆ ಜಾನಕೀ' ಅಂದರು. ಕಮಲಮ್ಮನವರಿಗೆ ಮಾತೇ ಹೊರಡಲಿಲ್ಲ.

'ಈ ಸುಡುಗಾಡು ಜಾನಕೀ ಯಾರ್ರೀ...ಬರ್ರಿ ಈ ಕಡೆ.'

'ಯಾಕೇ ನಿನ್ನ ಹೆಸರನ್ನೇ ಮರೆತೆಯಾ ಜಾನಕೀ...ನೋಡು ಈ ವನವಾಸ ನಮ್ಮನ್ನು ಎಂತಹ ದುಃಸ್ಥಿತಿಗೆ ತಂದಿದೆ.'

ತಲೆಕೂದಲು ಹರಿದುಕೊಳ್ಳುವುದೊಂದು ಬಾಕಿ ಕಮಲಮ್ಮನವರಿಗೆ. 'ಏನಾಗಿದೆ ನಿಮಗೆ ಸುಡುಗಾಡು..'

'ನಾನು ಶ್ರೀರಾಮ ಜಾನಕೀ. ಹೋಗು, ಅನುಜ ಲಕ್ಷ್ಮಣ ಎಲ್ಲಿದ್ದಾನೆ ನೋಡು.'

ತಮ್ಮ ಸೊಂಟ ಸರಿಯಿದ್ದಿದ್ದಲ್ಲಿ ಕಮಲಮ್ಮನವರು ಒಂದೋ ಅಸಹಾಯಕತೆಯಲ್ಲಿ ಕುಣಿದುಬಿಡ್ತಾಯಿದ್ರು, ಇಲ್ಲಾ ಉಕ್ಕೇರುತ್ತಿದ್ದ ಸಿಟ್ನಲ್ಲಿ ಗಂಡ ಆದ್ರೂ ಪರವಾಗಿಲ್ಲ ಅಂತ ಒನ್ನಾಲ್ಕು ಬಾರಿಸ್ತಾಯಿದ್ರೇನೋ...'ಇತ್ಲಾಗೆ ಬರ್ತೀರೋಯಿಲ್ವೋ...' ಕಮಲಮ್ಮನವರ ದನಿ ನಡುಗುತ್ತಿತ್ತು.

'ಪರ್ಣಕುಟೀರದಿಂದ ಹೊರಗೆ ಹೇಗೆ ಬರಲೀ ವೈದೇಹೀ...'

ಮುಂದೇನೂ ತೋಚಲಿಲ್ಲ ಕಮಲಮ್ಮನವರಿಗೆ. 'ಸಾಯಿರಿ ಸುಡುಗಾಡು' ಅಂದವರೇ ದೇವರಮನೆಯ ಬಾಗಿಲನ್ನು ಅದೆಷ್ಟು ಜೋರಾಗಿ ಅಪ್ಪಳಿಸಿದರೆಂದರೆ ಮಂದಾಸನದಲ್ಲಿದ್ದ ಭಗವಂತನಿರಲಿ, ಶ್ರೀರಾಮನಾಗಿದ್ದ ಸ್ವತಃ ಕೊಲ್ಲೂರಯ್ಯನವರೇ ಮೈಯೆತ್ತಿ ಹಾಕಿದರು. ಅಂದಿಡೀ ದೇವರಮನೆಯನ್ನೇ ಪರ್ಣಕುಟೀರವನ್ನಾಗಿಸಿಕೊಂಡಿದ್ದ ಶ್ರೀರಾಮಚಂದ್ರ ತನ್ನ ಪರ್ಣಕುಟೀರವನ್ನು ಬಿಟ್ಟು ಹೊರಬರಲಿಲ್ಲ.

ಮುಸ್ಸಂಜೆಯ ಹೊತ್ತಿಗೆಲ್ಲಾ ಮೈಮೇಲೆ ಬಂದಿದ್ದ ಶ್ರೀರಾಮಚಂದ್ರ ಡ್ಯೂಟಿ ಮೇಲಿದ್ದ ಸೆಕ್ಯೂರಿಟಿಯವನಂತೆ ಬಿಟ್ಟು ಹೋದದ್ದೇ ಕೊಲ್ಲೂರಯ್ಯನವರು, ದೇವರಮನೆಯನ್ನು ಬಿಟ್ಟು ನೆಟ್ಟಗೆ ಬಚ್ಚಲುಮನೆಗೆ ನಡೆದು ಸ್ನಾನ ಮಾಡಿ ಮತ್ತೆ ದೇವರಮನೆ ಹೊಕ್ಕು ರಾಮನಾಮಕ್ಕೆ ಕೂತರು. ಮತ್ತೆ ಆರೂ ಇಂಟೂ ಇಪ್ಪತ್ತೊಂದೂ ಇಂಟೂ ತೊಂಬತ್ತಾರೂ ಇಂಟೂ ಲೆಕ್ಕ ತಲೆಗೆ ಹತ್ತಿತು. ಶ್ರೀರಾಮ ಶ್ರೀರಾಮ ಅಂತ ಜಪಿಸುತ್ತಲೇ ಬರೆಯುತ್ತಿದ್ದವರಿಗೆ ಅದೇನಾಯಿತೋ ಏನೋ

ಕೊಲ್ಲೂರಯ್ಯನವರು ರಾಮನಾಮವನ್ನು ಬಿಟ್ಟು ಮತ್ತೆ ಗೋಡೆಯನ್ನಂಟಿ ನಿಂತರು, ಥೇಟ್ ಆ ಶ್ರೀರಾಮನಂತೆಯೇ. ಅವತ್ತಿಂದ ಅದು ಯಾವಾಗ ಶ್ರೀರಾಮ ಮೈಮೇಲೆ ಬರುತ್ತಾನೋ ಅದು ಯಾವಾಗ ಕೊಲ್ಲೂರಯ್ಯನವರು ರಾಮನಾಮಕ್ಕೆ ಶುರುಮಾಡ್ತಾರೋ ಆ ಶ್ರೀರಾಮನಿಗೇ ತಿಳೀದಾಯ್ತು. ಕೊಲ್ಲೂರಯ್ಯನವರು ಕೊಲ್ಲೂರಯ್ಯನವರೇ ಯಾವಾಗಾಗ್ತರೆ ಕೊಲ್ಲೂರಯ್ಯನವರು ಶ್ರೀರಾಮಚಂದ್ರ ಯಾವಾಗಾಗ್ತರೆ ತಿಳೀದಾಯ್ತು. ಈಗ ಕಲಿಯುಗದಲ್ಲಿ ಮಾತಾಡ್ತಿದ್ದಂಗೇನೇ 'ಜಾನಕೀ, ಅನುಜ ಲಕ್ಷ್ಮಣ ಬಂದ್ನಾ ನೋಡೂ' ಅಂತ ತ್ರೇತಾಯುಗಕ್ಕೆ ತೇಲಿಬಿಡ್ತಿದ್ರು. ಕಾಲೇಜಲ್ಲಂತೂ ನೋಡೋರಿಗೆ ಯಾವ ಹೊತ್ತಲ್ಲಿ ಇವರನ್ನು ಏನಂತ ಕರೀಬೇಕೂ ಅನ್ನೋದೇ ತಿಳೀದಾಯ್ತು. ಈವಾಗ ಕೊಲ್ಲೂರಯ್ಯನೋರೇ ಅಂದ್ರೆ 'ಅಂ' ಅನ್ನೋರು ಮರುಕ್ಷಣ ಕೊಲ್ಲೂರಯ್ಯನೋರೇ ಅಂದ್ರೆ ತಿರುಗಿ ಕೂಡಾ ನೋಡ್ತಿರಲಿಲ್ಲ. ಇದ್ದಕ್ಕಿದ್ದಂತೆ ಮೈಮೇಲಿನ ಅಂಗಿ ತೆಗೆದು ಗೋಡೆಗಂಟಿ ನಿಂತುಬಿಡೋರು. ಬರಬರುತ್ತಾ ಆತ್ಮಕ್ಕಂಟಿದ್ದ ಶ್ರೀರಾಮನನ್ನು ಕೊಲ್ಲೂರಯ್ಯನವರು ದೇಹಕ್ಕೂ ಅಂಟಿಸಿಕೊಂಡರು. ತಲೆಕೂದಲು ಉದ್ದವಾಯ್ತು. ಮುಖಕ್ಕೆ ನೀಲಿ ಬಣ್ಣ ಮೆತ್ತಗ್ಳಕ್ಕೆ ಶುರುಮಾಡಿದರು. ಅದೆಲ್ಲಿಂದಾನೋ ಒಂದು ಬಿಲ್ಲು ಬಾಣ ಹುಡುಕ್ಕಂಡ್ರು. ಪ್ಯಾಂಟು ಹೋಗಿ ಪೀತಾಂಬರ ಖಾಯಮ್ಮಾಯಿತು. ಆ ಅಂಗಿ ಹಾಕ್ಕಂಡಿದ್ರೆ ಅವರು ಕೊಲ್ಲೂರಯ್ಯ, ಅಂಗಿ ಬಿಚ್ಚಿ ಬಿಸಾಡಿದ್ರೋ ಶ್ರೀರಾಮಚಂದ್ರ ಅಂತನ್ನಾ ಹಾಗಾಯ್ತು.

ಕೊಟ್ರಪ್ಪನವರೂ ನೋಡಾತಂಕ ನೋಡಿದ್ರು. ಕೊನೆಗೊಂದು ದಿನ 'ನಮಗೆ ಕೊಲ್ಲೂರಯ್ಯ ಬೇಕ್ರೀ ಸ್ರೀರಾಮಚಂದ್ರ ಅಲ್ಲ' ಅಂತ ಹೇಳಿ ರಿಟೈರ್‌ಮೆಂಟಿಗೆ ಇನ್ನಾ ಒಂದು ವರ್ಷಯಿದೆ ಅಂತಿರಾವಾಗ್ಲೇ ಕೊಲ್ಲೂರಯ್ಯನವರನ್ನು ಕಾಲೇಜಿಂದ ತೆಗೆದು ಹಾಕಿದ್ರು. ಶ್ರೀರಾಮಚಂದ್ರ ಇತ್ತ ದಂಡಕಾರಣ್ಯವೂ ಇಲ್ಲದೇ, ಅತ್ತ ಕೆಬಿ ಬಡಾವಣೆಯ ಮನೆಯೂ ಇಲ್ಲದೇ ದಾವಣಗೆರೆಯ ಬೀದಿಯಲ್ಲಿ ಸುತ್ತತೊಡಗಿದನು. ಮುಖಕ್ಕೆ ಅದೇ ನೀಲಿ ಬಣ್ಣ, ಕೈಲೊಂದು ಬಿದಿರಿನ ಬಿಲ್ಲು, ಒಂದೇ ಒಂದು ಬಾಣ, ಅದೆಂದೋ ಹಳದಿಯಾಗಿದ್ದ ಇಂದು ಯಾವ ಬಣ್ಣದ ಹಂಗಿಗೂ ಬೀಳದ ಪೀತಾಂಬರ, ಉದ್ದಾನುದ್ದ ತಲೆಕೂದಲು, ಚಪ್ಪಲಿಯಿಲ್ಲದ ಬರಿಗಾಲು ಇದು ಶ್ರೀರಾಮಚಂದ್ರನ ಗುರುತುಗಳಾದವು.

ತರಕಾರಿ ಮಾರೋ ಕೆಂಪಮ್ಮನಿಗೆ ಇರೋ ಆಸ್ತಿಯೆಂದರೆ ಮೂರೇ. ಅವಳ ತರಕಾರಿ ಬುಟ್ಟಿ, ಅವಳ ಗಂಟಲು. ನಾಕು ಬೊಗಸೆ ಸಲೀಸಾಗಿ ತುಂಬೋ ಅವಳ ಮೊಲೆಗಳು. ಯಾವ ದಿಕ್ಕಿನಿಂದ ನೋಡಿದರೂ ಒಂದೈದಾರು ಗಜಗಾತ್ರದ ಹಲಸಿನಹಣ್ಣುಗಳನ್ನು ಒಂದರ ಪಕ್ಕಯಿಟ್ಟೋ, ಒಂದರ ಮೇಲೊಂದಿಟ್ಟೋ ಮಾಡಿದಂತ ಮೈಕಟ್ಟು ಕೆಂಪಮ್ಮನದು. ಸದಾ ತಂಬಾಕು ಜಗಿಯುತ್ತಿರುವ ಕಪ್ಪಾನ ಕಪ್ಪು ಹಲ್ಲುಗಳು. ಮೈಯ್ಯಿಂದ ಧಾಳಾಗಿ ಸೂಸುತ್ತಿರುವ ಬೆವರಿನ ವಾಸನೆ ಆಕೆ ಪಕ್ಕದ ರಸ್ತೆಯಲ್ಲಿದ್ರೂ ಇಲ್ಲೇ ಎಲ್ಲೋ ಇದಾಳೆ ಅನಿಸಿಬಿಡುತಿತ್ತು. ಆಕೆಗೂ ಹೆಚ್ಚು ವರ್ತನೆ ಮನೆಗಳಿಲ್ಲ. ಬುಟ್ಟಿಯಲ್ಲಿರೋ ತರಕಾರಿಗಳಿಗೂ ಹೆಚ್ಚು ಮನೆಗಳು ಬೇಕಾಗಿರಲಿಲ್ಲ. ಬೆಳಿಗ್ಗೆ ಎಂಟು ಗಂಟೆಯಿಂದ ಮಧ್ಯಾಹ್ನ ಒಂದೂ–ಒಂದೂವರೆಗೆಲ್ಲಾ ಬುಟ್ಟಿ ಖಾಲಿ ಮಾಡಿ ಅವರಗೊಳಕ್ಕೆ ಬಸ್ಸು ಹತ್ತಿದ್ರೆ ಅವಳು ದಾವಣಗೆರೆ ಮಕ ನೋಡ್ತಾಯಿದ್ದದ್ದು ಮಾರನೇದಿನ ಎಂಟು ಗಂಟೆಗೇನೆ. ಅವಳ ಕೊನೇ ಸ್ಟಾಪು ಕಮಲಮ್ಮನ ಮನೆ. ಕಮಲಮ್ಮ ತರಕಾರಿ ತಗಳ್ಳೀ ಬಿಡಲೀ ಕಮಲಮ್ಮನ ಮನೇಲಿ ಒಂದರ್ಧ ಗಂಟೆ ಕೂತು ಒಂದು ಚೊಂಬು ನೀರು, ಒಂದ್ಲೋಟ ಕಾಪಿ ಕುಡಿದ್ರೇನೇ ಕೆಂಪಮ್ಮನ ದಿನ ಮುಗೀತು ಅಂತ. ಅವತ್ತು ಕೆಂಪಮ್ಮ 'ತರಕಾರೀ ಬೇಕೇನಮಾ' ಅಂತ ಕೊಲ್ಲೂರಯ್ಯನವರ ಮನೆ ಮುಂದೆ ನಿಂತು ಕಿರಿಚ್ಕಂಡಾಗ ಕಮಲಮ್ಮ ಮನೇಲಿರಲಿಲ್ಲ ಮತ್ತು ಕೊಲ್ಲೂರಯ್ಯನವರ ಹಣೇಬರಹಕ್ಕೆ ಹುಳ ಹಿಡಿದಿತ್ತು.

ಎಂದಿನಂತೆ 'ಯಮೋ ತರ್ಕಾರೀ ಬ್ಯಾಕ್ರಾ' ಅಂತ ತೆರೆದ ಬಾಗಿಲಿನಿಂದ ಕೆಂಪಮ್ಮ ಒಳಗೆ ಬಂದು ವೆರಾಂಡದ ನೆಲದ ಮೇಲೆ ಬುಟ್ಟಿಯನ್ನೂ, ತನ್ನ ದೇಹವನ್ನೂ ಹರಡಿ, ಸೆರಗಿನಿಂದ ಮುಖ ವರೆಸಿಕೊಳ್ಳತೊಡಗಿದಳು. ಯಾರೋ ಕರೆದ ಹಾಗಾಯಿತೇ ಈ ದಂಡಕಾರಣ್ಯದಲ್ಲಿ ಅಂತ ಶ್ರೀರಾಮಚಂದ್ರ ಪರ್ಣಕುಟೀರದಿಂದ ಹೊರಬಂದಾಗ ಕಂಡಿದ್ದು ಮೂರೇ ಗುಂಡಿಗಳಲ್ಲಿ ಹಿಡಿದಿಟ್ಟ ಪಂಚೇರು ಗಾತ್ರದ ಮೊಲೆಗಳನ್ನು ಗಾಳಿಗೆ ಹರವಿಟ್ಟು ಸೆರಗಿನಿಂದ ಮುಖ ಮುಚ್ಚಿ ಕೂತಿದ್ದ ಶೂರ್ಪನಖಿ. ಒಂದೇ ಕ್ಷಣಕ್ಕೆ ಶ್ರೀರಾಮನಿಗೆ ಎಲ್ಲವೂ ಹೊಳೆದುಬಿಟ್ಟಿತು. ಈ ಶೂರ್ಪನಖಿ ತನ್ನನ್ನು ಮೋಹಿಸಲು ಬಂದಿದ್ದಾಳೆ. 'ಲಕ್ಷ್ಮಣಾ ಲಕ್ಷ್ಮಣಾ' ಅಂತ ಮತ್ತೆ ಒಳಗೆ ಓಡಿದನು ಶ್ರೀರಾಮ. ಮುಖ ವರೆಸಿಕೊಳ್ಳುತ್ತಿದ್ದ ಕೆಂಪಮ್ಮನಿಗೆ ಕೊಲ್ಲೂರಯ್ಯನವರು

ಬಂದಿದ್ದೂ ಹೋಗಿದ್ದೂ ತಿಳೀಲೇಯಿಲ್ಲ, ಆದರೆ ಅವರು ಕೂಗಿದ್ದು ಮಾತ್ರ ಕೇಳಿತು. 'ಯೇನಮಾ...' ಅಂತ ಮತ್ತೆ ಕೂಗಿ, ಸೆರಗನ್ನು ಕುಪ್ಪುಸದೊಳಕ್ಕೆ ತೂರಿಸಿ ಕಂಕುಳನ್ನು ವರೆಸಿಕೊಳ್ಳತೊಡಗಿದಳು. ಪರ್ಣಕುಟೀರದೊಳಕ್ಕೆ ಓಡಿದ ಶ್ರೀರಾಮನಿಗೆ ಹೊತ್ತಿಗೆ ಸರಿಯಾಗಿ ಬೇಕೆಂದಾಗ ಬಿಲ್ಲಾಗಲೀ, ಬಾಣವಾಗಲೀ ಸಿಗಲಿಲ್ಲ. ಸೋದರ ಲಕ್ಷ್ಮಣನೂ ಇಲ್ಲ. ಅತ್ತಿತ್ತ ಹುಡುಕಿದ್ದಕ್ಕೆ ಶ್ರೀರಾಮನಿಗೆ ಸಿಕ್ಕಿದ್ದು ಒಂದು ಮೊಂಡ ಚಾಕು. ಅದನ್ನೇ ಕೈಗೆತ್ತಿಕೊಂಡು ಪರ್ಣಕುಟೀರದಿಂದ ಹೊರಗೋಡಿ ಬಂದನು. ಎಡ ಕಂಕುಳು ಮುಗಿದಿತ್ತು. ಬಲಕಂಕುಳನ್ನು ವರೆಸಿಕೊಳ್ಳಬೇಕು, ಕೆಂಪಮ್ಮನ ಎದುರಿಗೆ ಕೊಲ್ಲೂರಯ್ಯನವರು ನಿಂತಿದ್ದರು. ಕೈಲೊಂದು ಚಾಕು ಬೇರೆ. 'ಅಮ್ಮಾ ಯಿಲ್ವಾ ಸಾಮೀ...' ತನ್ನ ಕಂಕುಳ ಕೆಲಸವನ್ನು ನಿಲ್ಲಿಸದೇ ಕೊಲ್ಲೂರಯ್ಯನವರನ್ನು ಕೇಳಿದಳು. ಚಕ್ಕನೆ ಶ್ರೀರಾಮನಿಗೆ ಎಲ್ಲವೂ ತಿಳಿದು ಹೋಯಿತು, 'ಆಹಾ, ಇವಳು ಕೇಳುತ್ತಿರುವುದು ವೈದೇಹಿಯ ಬಗ್ಗೆ. ಅವಳನ್ನು ಮುಗಿಸಿ ತನ್ನನ್ನು ವಿವಾಹವಾಗುವ ಹಂಬಲವಲ್ಲವೇ ಈ ರಾಕ್ಷಸಿಯದು, ಇದಕ್ಕೆಲ್ಲಾ ಆಸ್ಪದ ಕೊಡುವೆನೇನು ನಾನು... ಏಯ್ ರಕ್ಕಸಿಯೇ, ನೀನಾರೆಂದು ನನಗೆ ಚೆನ್ನಾಗಿ ಗೊತ್ತಿದೆ. ನಿನ್ನ ಸಂಚೆಲ್ಲಾ ನನಗೆ ಗೊತ್ತು. ನಿನ್ನನ್ನು ಹಾಗೇ ಹೋಗಗೊಡುವುದಿಲ್ಲ' ಎಂದವನೇ ಶ್ರೀರಾಮ ಶೂರ್ಪನಖಿಯತ್ತ ಮುನ್ನುಗ್ಗಿ ಆಕೆಯ ಹಿಂದಿನಿಂದ ಆಕೆಯನ್ನು ಆವರಿಸಿ, ಆವಳ ಕುತ್ತಿಗೆಯನ್ನು ಬಳಸಿ ಹಿಡಿದು ಆ ಮೊಂಡ ಚಾಕುವಿನಿಂದ ಶೂರ್ಪನಖಿಯ ಮೂಗನ್ನು ಮೀಟಿದರು. ಅಷ್ಟೇ. ಇಪ್ಪತ್ತೈದು ಮೂವ್ವತ್ತು ಕೆಜಿ ಭಾರದ ಬುಟ್ಟಿಯನ್ನು ತಲೆಯ ಮೇಲೆ ಹೊತ್ತು ದಿನಕ್ಕೆ ಸರಾಸರಿ ಹತ್ತು ಮೈಲಿ ನಡೆಯುವ ಕೆಂಪಮ್ಮನೆಲ್ಲಿ, ವನವಾಸದಲ್ಲಿ ಬಳಲುತ್ತಿರುವ ಶ್ರೀರಾಮನೆಲ್ಲಿ. ಯಾವಾಗ ಕೊಲ್ಲೂರಯ್ಯನವರ ಮೊಂಡ ಚಾಕು ಮೂಗಿಗೆ ತಗುಲಿತೋ ಕೆಂಪಮ್ಮ ಕನಲಿಬಿಟ್ಟಳು. ತನ್ನ ಕುತ್ತಿಗೆಯನ್ನು ಸುತ್ತಿದ್ದ ಕೊಲ್ಲೂರಯ್ಯನವರ ಕೈಯ್ಯನ್ನು ಹಿಡಿದು ಒಂದು ಸಾರಿ ಜೋರಾಗಿ ಎಳೆದಳೋ, ಕೊಲ್ಲೂರಯ್ಯನವರು ತಡಬಡಾಯಿಸಿ ಕೆಂಪಮ್ಮನ ಮುಂದೆ ಉಟ್ಟ ಪೀತಾಂಬರ ಲೊಳ್ಳನೆ ಕಳಚುತ್ತಿರಲು, ಮುಗ್ಗರಿಸಿದರು. ಕೆಂಪಮ್ಮ ಧಡಧಡ ಎದ್ದಳು. ಯಾವ ಸೂಳಾಮಗಂಗೆ ತನ್ನ ಮೈಮುಟ್ಟ ಧೈರ್ಯಾಯಿತ್ತು ಇಲ್ಲೀತಂಕ. ಅಂತಾದ್ರಲ್ಲಿ ಈ ಮುದುಕ ತನ್ನ ಯದೆಗೇ ಕೈಯಿಕ್ಕಿದ್ನಲ್ಲಾ ಅನ್ನೋ ಸಿಟ್ಟಿನಲ್ಲಿ ಮುಂಬರುವುದನ್ನು, ಮುಂದೆ ಬರುತ್ತಿರುವವನನ್ನು ಎದುರಿಸಲು ಸಿದ್ಧವಾದಳು.

ಮುಗ್ಗರಿಸಿ ನೆಲಕ್ಕೆ ಬಿದ್ದ ಶ್ರೀರಾಮ ಮತ್ತೆ ಕೊಡವಿಕೊಂಡು ಎದ್ದು 'ಅದೇನು ಶಕ್ತಿಯೇ ನಿನ್ನದು ರಕ್ಕಸಿಯೇ' ಅನ್ನುತ್ತ ಶೂರ್ಪನಖಿಯ ಮೊಣಕಾಲುಗಳತ್ತ ಹಾರಿದರು. ಎಲ್ಲಕ್ಕೂ ತಯಾರಾಗಿದ್ದ ಕೆಂಪಮ್ಮನಿಗೆ ತನ್ನತ್ತ ಜಿಗಿಯುತ್ತಿದ್ದ ಕೊಲ್ಲೂರಯ್ಯನವರು ಕಂಡರೋ, ಬಲಗಾಲನ್ನು ಅವರತ್ತ ಬೀಸಿದಳು. ಅವಳ ಪಾದ ಮುನ್ನುಗ್ಗಿ ಬರುತ್ತಿದ್ದ ಕೊಲ್ಲೂರಯ್ಯನವರ ದವಡೆಯನ್ನು ತಾಕಿತು. ಶ್ರೀರಾಮನಿಗೆ ಮುಖವೇ ಹರಿದುಹೋದಂತಾಗಿ ರಪ್ಪನೆ ದವಡೆಯನ್ನು ಹಿಡಿದುಕೊಂಡ. ಏನೋ ಒದ್ದೊದ್ದೆ. ಕೈ ನೋಡಿಕೊಂಡಲ್ಲಿ ಕೈ ತುಂಬಾ ರಕ್ತ. ಒಂದೆರಡು ಹಲ್ಲುಗಳೂ ಅಂಗೈಯ್ಯಲ್ಲಿದ್ದವೇನೋ, ನೋಡಿ ಎಣಿಸಲು ಪುರುಸೊತ್ತೆಲ್ಲಿದೆ ಶ್ರೀರಾಮನಿಗೆ? ಶೂರ್ಪನಖಿಯತ್ತ ಅಸಹಾಯಕತೆಯಿಂದ ನೋಡಿದ. ಕೆಂಪಮ್ಮ ಮತ್ತೊಮ್ಮೆ ಕಾಲು ಬೀಸಿದಳು. ಎದ್ದು ನಿಲ್ಲಲು ಯತ್ನಿಸುತ್ತಿದ್ದ ಕೊಲ್ಲೂರಯ್ಯನವರ ಕಿಪ್ಪೊಟ್ಟೆ ಅಡ್ಡ ಬಂತು ಅಷ್ಟೇ. ಯಾವಾಗ ಕಿಪ್ಪೊಟ್ಟೆಯಿಂದ ಒನ್ನಾಲ್ಕು ಅಂಗುಲ ಕೆಳಗೆ ಶೂರ್ಪನಖಿಯ ಕಾಲು ತಗುಲಿತೋ, ಶ್ರೀರಾಮನಿಗೆ ತನ್ನ ದೇಹದ ಯಾವ ಭಾಗದಲ್ಲಿ ನೋವು ಭುಗಿಲೆದ್ದಿದೆ ಎಂದೇ ಒಂದರೆಕ್ಷಣ ತಿಳಿಯಲಿಲ್ಲ. ಒಮ್ಮೆಲೇ ತೊಡೆ ಸಂದಿಯಲ್ಲಿ ಅದೇನೋ ಹಿಂಡಿದಂತಹ ನೋವು. ತನ್ನ ಯಾವಜ್ಜೀವವನ್ನು ಇಕ್ಕುಳದಲ್ಲಿ ಇಡುಕಿ ಹಿಚುಕಿದಂತಹ ಯಮಯಾತನೆ. ಆ ನೋವಿಗೆ ಶ್ರೀರಾಮ ಯಾವ ಪರಿ ಕಿರಿಚಿದ ಅಂದರೆ ರಸ್ತೆಯ ಒಂದೈದಾರು ಮನೆಯವರು ನಿಮಿಷ ಮಾತ್ರದಲ್ಲಿ ಸೇರಿದರು. ಅಷ್ಟರಲ್ಲಿ ಕೆಂಪಮ್ಮ ಶ್ರೀರಾಮನನ್ನು ತನ್ನ ಕಂಕುಳ ಸಂದಿಯಲ್ಲಿ ಇಡುಕಿರಿದು ಗರಗರ ಸುತ್ತಿಸತೊಡಗಿದ್ದಳು. ಬಾಯಿಂದ ಪುಂಖಾನುಪುಂಖವಾಗಿ ಬೈಗಳು, ಬೈಗುಳಗಳ ಜತೆಗೇ ಕವಳದ ಎಂಜಲಿನ ತುಂತುರುಗಳೂ ಭೋರ್ಗರೆಯತೊಡಗಿತ್ತು. ನೆರೆದವರು ಕೆಂಪಮ್ಮನನ್ನು ಹಿಡಿದೆಳೆಯದಿದ್ದಲ್ಲಿ ಶ್ರೀರಾಮನ ಇನ್ನಾವ ಅಂಗಾಂಗಗಳು ಕಳಚಿ ನೆಲಕ್ಕುದುರುತ್ತಿದ್ದವೋ ಏನೋ. ಕೆಂಪಮ್ಮನನ್ನು ಸಮಾಧಾನ ಮಾಡುತ್ತಾ, ತಮ್ಮ ಮೂಲಾಂಗವನ್ನು ಗಟ್ಟಿಹಿಡಿದು ಹೊರಳಾಡುತ್ತಿದ್ದ ಕೊಲ್ಲೂರಯ್ಯನವರನ್ನು ನೆಲದ ಮೇಲೇ ಹೊರಳಾಡಲು ಬಿಟ್ಟು ನೆರೆದವರು ತೊಲಗಿದಾಗ ದಂಡಕಾರಣ್ಯದಲ್ಲಿ ಶಾಂತಿ ನೆಲೆಸಿತು. ಶ್ರೀರಾಮನನ್ನು ತೊಡೆ ಸಂದಿಯ ನೋವಿಗಿಂತ ಹೆಚ್ಚು ಕಾಡಿದ ಸಂಕಟವೆಂದರೆ ತ್ರೇತಾಯುಗದ ರಾಮಾಯಣ ಕಲಿಯುಗದಲ್ಲಿ ತಿರುವುಮುರುವಾಗಿದ್ದು ಹೇಗೆ ಅಂತ. ಶ್ರೀರಾಮನನ್ನೇ ಒದ್ದ ಶೂರ್ಪನಖಿಯ

ರಾಮಾಯಣ ನಡೆದಿದ್ದು ಯಾವ ಯುಗದಲ್ಲಿ ಅಂತ ಗಾಢಾಲೋಚನೆಗೆ ಬಿದ್ದನು ಶ್ರೀರಾಮಚಂದ್ರ.

–10–

ಶ್ರೀರಾಮಚಂದ್ರನೂ ಕೊಲ್ಲೂರಯ್ಯನವರ ಶರೀರವನ್ನು ಪರ್ಮನೆಂಟಾಗಿ ಭೋಗ್ಯಕ್ಕೆ ತಗಂಡಂಗಿತ್ತು. ಕಮಲಮ್ಮನವರಿಗಂತೂ ಶ್ರೀರಾಮಚಂದ್ರ ತಮ್ಮ ಮನೆಯಲ್ಲಿ ಅವತಾರವೆತ್ತಿದ್ದು ಕುತ್ತಿಗೆಗೆ ಬಂದಿತ್ತು. ಅವರಾದ್ರೂ ಎಲ್ಲೀತಂಕ ತಡ್ಕತಾರೆ. ಒಂದಿನ ತಮ್ಮ ಬಟ್ಟೆ ಕಟ್ಗಂಡು ಹೊಸದುರ್ಗಕ್ಕೆ ನಡೆದೇಬಿಟ್ಟರು. ಸಾಯಂಕಾಲ ಬಾಗಿಲು ಹಾರೊಡೆದೇಯಿದ್ದ ಮನೆಗೆ ಶ್ರೀರಾಮಚಂದ್ರ ಬಂದು ನೋಡುತ್ತಾನೆ, ವೈದೇಹಿ ಪರ್ಣಕುಟೀರದಲ್ಲಿಲ್ಲ. ಇಡೀ ದಂಡಕಾರಣ್ಯವನ್ನು 'ವೈದೇಹಿ, ಜಾನಕೀ' ಅಂತ ಸುತ್ತಿದ. ವೈದೇಹಿಯದ್ದಾಗಲೀ ಜಾನಕಿಯದ್ದಾಗಲೀ ಸುಳಿವಿಲ್ಲ. ಆವಾಗ ಶ್ರೀರಾಮಚಂದ್ರನಿಗೆ ಅರ್ಥವಾಯಿತು, ಜಾನಕಿಯನ್ನು ರಾವಣ ಹಾರಿಸಿದ್ದಾನೆ ಅಂತ. ಈ ಸುಡುಗಾಡು ಲಂಕೆಯೆಂಬೋದಾದ್ರೂ ಯತ್ಲಗಿದೆ ತಿಳೀದೇ ಲಂಕೆಯ ದಾರಿ ಹುಡುಕತೊಡಗಿದ.. 'ವೈದೇಹೀ, ಜಾನಕೀ' ಅಂತ ರಸ್ತೆ ರಸ್ತೆಯಲ್ಲೂ ಅರಚುತ್ತಾ ಮುಸ್ಸಂಜೆಯ ಹೊತ್ತಲ್ಲಿ ಶ್ರೀರಾಮಚಂದ್ರ ಕಾಲಿಟ್ಟಿದ್ದು ಲಾಯರ್ ಬೀದಿಗೆ.

ನೀವು ನೋಡಿದ್ದೀರೋ ಯಿಲ್ಲವೋ ಲಾಯರ್ ಬೀದಿಯನ್ನು. ಸುಮಾರು ನಲವತ್ತು ಐವತ್ತಡಿ ಎತ್ತರದ ಮರಗಳು ರಸ್ತೆಯ ಇಕ್ಕೆಲಗಳಲ್ಲೂ ದಟ್ಟವಾಗಿವೆ. ಹಿಂಡುಹಿಂಡಾಗಿ ಮಂಗಗಳು ಮರದಿಂದ ಮರಕ್ಕೆ ಜಿಗಿಯುತ್ತಾ ಸಂಜೆಯ ಹರಟೆಗೆಂದು ಕಾಂಪೋಂಡಿನ ಆ–ಈ ಕಡೆ ನೆರೆದಿರೋ ಬ್ರಾಹ್ಮಣ ಹೆಣ್ಣುಮಕ್ಕಳಿಗೆ ಒಂದು ದೊಡ್ಡ ತಲೆನೋವಾಗಿವೆ. ಈ ಕಪಿಗಳು ಎಷ್ಟು ಮುಂದುವರೆದಿವೆಯೆಂದರೆ ವಿಧವೆಯಿರಲೀ, ಕನ್ನೆಯಿರಲೀ ಅವರ ಸೆರಗನ್ನು ಎಳೆಯುವಷ್ಟು ಬಲಿತಿವೆ. ಇಂತಹ ಲಾಯರ್ ಬೀದಿಗೆ ಕಾಲಿಟ್ಟನೋ ಯಿಲ್ಲವೋ ಶ್ರೀರಾಮಚಂದ್ರನಿಗೆ ಸಾಕ್ಷಾತ್ ಕಿಷ್ಕಿಂದೆಯನ್ನೇ ಹೊಕ್ಕಂಗಾಯ್ತು. ಮರದಿಂದ ಮರಕ್ಕೆ ಜಿಗಿಯುವ ಮಂಗಗಳ ಹಿಂಡನ್ನು ನೋಡಿದೊಡನೇ ಆನಂದತುಂದಿಲನಾದನು. 'ಸುಗ್ರೀವಾ, ಅಂಗದಾ, ಆಂಜನೇಯಾ, ವಾಲೀ, ವೈದೇಹಿಯನ್ನು ನೋಡಿದ್ದೀರಾ..' ಎಂದು ಕಿರಿಚುತ್ತಾ ಒಂದು ಮರದ ಬುಡದಿಂದ ಮತ್ತೊಂದು ಮರದ ಬುಡಕ್ಕೆ ತಡಕಾಡತೊಡಗಿದ.

ಮುಸ್ಸಂಜೆಯಲ್ಲಿ ಮನೆಗಳ ಅಂಗಳಗಳಲ್ಲಿದ್ದ ಹೆಣ್ಣುಮಕ್ಕಳೆಲ್ಲಾ ಶ್ರೀರಾಮಚಂದ್ರನ ಪರಿಯನ್ನು ನೋಡಿ ಸೆರಗಿನ ಮುಸುಕಿನೊಳಗೇ ನಕ್ಕರು. ಅಷ್ಟರಲ್ಲಿ ಅದೆಲ್ಲಿತ್ತೋ ಒಂದು ಮುಸಿಯ ಶ್ರೀರಾಮಚಂದ್ರನ ಹತ್ತಿರಕ್ಕೇ ಬಂದು 'ಟರ್ರ್‌ರ್ರ್' ಅಂತ ಹಲ್ಲು ಕಿರಿಯಿತು. 'ಕೊನೆಗೂ ಬಂದೆಯಾ ಆಂಜನೇಯಾ' ಎಂದವನೇ ಶ್ರೀರಾಮಚಂದ್ರ ಆಂಜನೇಯನತ್ತ ನಡೆದ. ಒಮ್ಮೆಲೇ ಈ ಮಾನವ ತನ್ನತ್ತ ನಡೆದು ಬರುತ್ತಿದ್ದುದ ಕಂಡ ಆಂಜನೇಯ ಕುಳಿತಲ್ಲೇ ಒಮ್ಮೆ ಜಿಗಿದು ಮತ್ತೆ 'ಟರ್ರ್' ಅಂದ. ಶ್ರೀರಾಮಚಂದ್ರ ಜಪ್ಪಯ್ಯ ಅನ್ನದೇ 'ಆಂಜನೇಯಾ, ವೈದೇಹೀನ್ನ ಕಂಡೆಯಾ' ಅನ್ನುತ್ತ ಆಂಜನೇಯನನ್ನು ಸಮೀಪಿಸಿದ. ಆಂಜನೇಯನಿಗೆ ಗಾಬರಿಯಾಗಿದ್ದೇ ಈಗ. ಒಂದೇ ಏಟಿಗೆ ಹತ್ತಿರದಲ್ಲಿದ್ದ ಮರವನ್ನು ಚಕಚಕನೆ ಏರಿ ಕವಲಿನಲ್ಲಿ ಕುಳಿತು ಶ್ರೀರಾಮಚಂದ್ರನನ್ನು ನೋಡಿದ. 'ಯಾಕೆ ಆಂಜನೇಯಾ ಓಡಿಹೋಗುತ್ತಿರುವೆ' ಅಂದವನೇ ಶ್ರೀರಾಮಚಂದ್ರನೂ ಮರವೇರತೊಡಗಿದ. ಈ ಹುಲುಮಾನವನ ಕೈಲಿ ತನಗೆ ಉಳಿಗಾಲವಿಲ್ಲವೆನಿಸಿ ಆಂಜನೇಯ ಮತ್ತೂ ಮೇಲೇರಿದ. ಶ್ರೀರಾಮಚಂದ್ರನೂ ಬಿಡದೇ ಬೆನ್ನುಹತ್ತಿದ. ಆಂಜನೇಯ ಮೇಲೆ ಮೇಲಕ್ಕೇರಿದಂತೇ ಶ್ರೀರಾಮಚಂದ್ರನೂ ಬೆನ್ನುಹತ್ತಿದ. ಮರವಾದರೂ ಅದಕ್ಕೊಂದು ಮಿತಿಯಿಲ್ಲವೇ, ಆ ತುದಿಗೆ ಆಂಜನೇಯ ಬಂದದ್ದಾಯ್ತು. ಇನ್ನು ಬೇರೇನು ದಾರಿಯಿದೆ? ಅತ್ತಿತ್ತ ನೋಡಿದ ಆಂಜನೇಯ ರ್‍ರೊಯ್ಯಂತ ಬೀದಿಯ ಆ ಮರದತ್ತ ಚಿಮ್ಮಿದ.

ಹೇಳಿದ್ನಲ್ಲ, ಕೊಲ್ಲೂರಯ್ಯನವರ ಗ್ರಹಚಾರಕ್ಕೇ ಹುಳ ಹಿಡಿದಿತ್ತೂ ಅಂತ. ಇಲ್ಲಾಂದ್ರೆ ಆ ಆಂಜನೇಯನ ಬೆನ್ನು ಹತ್ತಿ ಶ್ರೀರಾಮಚಂದ್ರನೂ ಈ ಮರದಿಂದ ಬೀದಿಯ ಆ ಕಡೆಯ ಮರಕ್ಕೆ ಹಾರಾದೂ ಅಂದ್ರೇನು... ○

ಕರುಣಾಳು ಬೆಳಕೇ ತೊಲಗು

ಯಾವ ಜಗನ್ನಿಯಾಮಕನಾದ ಭಗವಾನ್ ಶ್ರೀಮನ್ನಾರಾಯಣನು ಕ್ಷೀರಸಾಗರದಲ್ಲಿ ಹಾವನ್ನೇ ಹಾಸಿಗೆಯನ್ನಾಗಿ ಮಾಡಿ ಕೊಂಡು, ಲಕ್ಷ್ಮಿಯ ಬಲದ ತೊಡೆಯನ್ನೇ ದಿಂಬನ್ನಾಗಿ ಮಾಡಿಕೊಂಡು, ಹತ್ತು-ಹದಿನೈದು ನಿಮಿಷಗಳಿಗೊಮ್ಮೆ ಲಕ್ಷ್ಮಿ ಆಗಾಗ್ಗೆ ಮಡಿಚಿಕೊಡುತ್ತಿದ್ದ, ಅಡಿಕೆ, ಕಲ್ಲುಸಕ್ಕರೆ ಹರಳು, ಬಾದಾಮಿ ಸೀಳು, ಲವಂಗ, ಒಣಕೊಬರಿ, ಮೈಸೂರು ಸುಣ್ಣ, ಮೇಲೆ ನಾನ್ನೂರಾ ಹನ್ನೆರಡು ಬಾಬಾ ಜರ್ದಾಯುಕ್ತ ಬನಾರಸೀ ತಾಂಬೂಲವನ್ನು ಬಾಯಲ್ಲಿ ತುಂಬಿಕೊಂಡು, ಇನ್ನೈದು ಹತ್ತು ನಿಮಿಷಗಳಿಗೆ ಮಧ್ಯದ ಬೆರಳು ಮತ್ತು ತೋರುಬೆರಳುಗಳನ್ನು ತುಟಿಗೆ ಅಂಟಿಸಿ, ಎರಡೂ ಬೆರಳುಗಳ ಸೀಳಿನ ಮೂಲಕ ಕೆಂಪಾದ ಎಂಜಲನ್ನು ಪಿಚಕ್ಕನೆ ಉಗುಳಿ, ಮತ್ತೆ ಮುಂದಿನ ಉಗುಳಿನ ತನಕ ಮಾಡಲು ಏನೂ ಕೆಲಸವಿಲ್ಲವಾಗಿ, ತನ್ನ ದೇಖರೇಕಿಯಲ್ಲಿರುವ ಭೂಲೋಕವನ್ನು ಒಮ್ಮೆ ನೋಡಿ, ಆಕಳಿಸಿ, ಏನು ಮಾಡಲಿ ಈಗ ಎಂದು ತನ್ನ ಶಿರಾಗ್ರವನ್ನು ಒಮ್ಮೆ ತುರಿಸಿ, ಕೊನೆಗೆ ತನ್ನ ಭಕ್ತಾಗ್ರೇಸರನಾದ ದಾವಣಗೆರೆಯ ಕಸ್ತೂರಬಾ ಬಡಾವಣೆಯ ಮೂರನೇ ಕ್ರಾಸಿನಲ್ಲಿರುವ ಶ್ರೀ ನೂಯಿ ಪಾಂಡುರಂಗರಾವ್ ತಲೆಗೆ ಒಂದು ಪ್ರಭಾವಳಿಯನ್ನು ಅಂಟಿಸಿ, ಯಾವ ಗಳಿಗೆಯಲ್ಲಿ ನಿದ್ದೆಹೋದನೋ, ಆಗ-

–1–

ನೂಯಿ ಪಾಂಡುರಂಗರಾಯರಿಗೆ ತಲೆ ಹಿಂದೆ ಒಂದು ಪ್ರಭಾವಳಿ ಅಂಟಿಕೊಂಡಿದ್ದು ಇತ್ಲಗೆ ಚಿಕ್ಕಬಳ್ಳಾಪುರದಿಂದ ಹಿಡಿದು ಅತ್ಲಗೆ ಧಾರವಾಡ, ಚಿಕ್ಕೋಡಿವರೆಗಿನ ಸಮಾಜದ ಬಂಧುಗಳಿಗೆ ಸುದ್ದಿಯಾಗಲೇ ಇಲ್ಲ. 'ಇರಬೌದು ಬಿಡು. ಅವ್ರಿಗಲ್ದೇ ಇನ್ಯಾರಿಗೆ ಬರಕೆ ಸಾಧ್ಯ' ಅಂದು ಎಲ್ಲ ಸುಮ್ಮನಾದರು.

–2–

ನೂಯಿ ಪಾಂಡುರಂಗರಾಯರ ಪೂಜೆ ಒಂದು ದಂತಕಥೆಯೇ ಸರಿ. ಬೆಳಿಗ್ಗೆ ನಾಕೂ ಮುಕ್ಕಾಲಿಗೆಲ್ಲಾ ಎದ್ದು, ಹಿತ್ತಲ ಬಾವಿಯ ಬಳಿಯ ಸಂಡಾಸಿಗೆ ಹೋಗಿ ಅಪಕರ್ಮಗಳನ್ನು ಮುಗಿಸಿ, ಅಲ್ಲೇ ಬಾವಿಯ ಕಟ್ಟೆಯ ಮೇಲೆ ಒಂದ್ಯೆದಾರು ಬಿಂದಿಗೆ ನೀರು ಸುರುವಿಕೊಂಡು, ದೇವರಮನೆ ಹೊಕ್ಕರೆ ಇನ್ನು ಅವರು ಹೊರಗೆ ಬರುವುದು ಏಳಕ್ಕೋ ಎಂಟಕ್ಕೋ ಆ ಭಗವಂತನೇ ಬಲ್ಲ. ದೇವರಮನೆ ಹೊಕ್ಕ ಕೂಡಲೇ ಮಂದಾಸನದಿಂದ ಶ್ರೀರಾಮಚಂದ್ರ, ಹನುಮಂತ, ಅಂಬೆಗಾಲಿನ ಕೃಷ್ಣ, ಕಾಮಧೇನು, ಲಕ್ಷ್ಮಿ ಇತ್ಯಾದಿ ದೇವರುಗಳನ್ನು ಕೆಳಗಿಳಿಸಿಕೊಂಡು ಹಿತ್ತಾಳೆಯ ಹರಿವಾಣದಲ್ಲಿ ಅವರೆಲ್ಲರನ್ನೂ ಸಾಲಾಗಿ ನಿಲ್ಲಿಸಿ, ಒಬ್ಬೊಬ್ಬರಿಗೂ ಅಭ್ಯಂಜನ ಮಾಡಿಸಿ, ಮತ್ತೆ ಅವರೆಲ್ಲರನ್ನೂ ಮಡಿಪಂಚೆಯಲ್ಲಿ ಒರೆಸಿ, ಮಂದಾಸನದಲ್ಲಿ ಪ್ರತಿಷ್ಠಾಪಿಸುವ ಹೊತ್ತಿಗೆ ಸುಮಾರು ಮುಕ್ಕಾಲು ಗಂಟೆಯಾಗಿಬಿಡುತ್ತದೆ. ಅಲ್ಲಿಂದ ಗೋಡೆಗಳ ಮೇಲೆ ಚೌಕಟ್ಟುಗಳಲ್ಲಿ ಭದ್ರವಾಗಿರುವ ಈ ಕಡೆ ಸತ್ಯನಾರಾಯಣ, ಲಕ್ಷ್ಮೀನಾರಾಯಣ, ಗಣೇಶ, ಬ್ರಹ್ಮಾನಂದ, ಬ್ರಹ್ಮಚೈತನ್ಯ, ಆ ಕಡೆ ಸರಸ್ವತಿ, ಲಕ್ಷ್ಮಿ, ಸದಾಶಿವ, ಶ್ರೀಮನ್ನಾರಾಯಣರನ್ನು ಒದ್ದೆ ಮಡಿಪಂಚೆಯಲ್ಲಿ ಒರೆಸಿ, ಗಾಜುಗಳ ಮೇಲಿನ ಪಸೆ ಆರಿದ ಮೇಲೆ ಗಂಧದ ಬೊಟ್ಟನ್ನು ಎಲ್ಲರ ನೊಸಲುಗಳಿಗೆ ಒತ್ತಿ, ಅದಕ್ಕೆ ಕುಂಕುಮವನ್ನು ಹಚ್ಚಿ, ಎಲ್ಲರ ತಲೆಗಳಿಗೂ ಮಲ್ಲಿಗೆಯೋ, ಜಾಜಿಯೋ, ಕಾಕಡವೋ ಯಾವುದಾದರೂ ಹಾರದ ಒಂದೊಂದು ತುಂಡನ್ನು ಏರಿಸುವ ಹೊತ್ತಿಗೆ ಇನ್ನೊಂದು ಅರ್ಧ ತಾಸು ಕಳೆದಿರುತ್ತದೆ. ಮತ್ತೆ ಮಂದಾಸನದ ಮುಂದೆ ಕೂತು ಹೂವುಗಳಿಂದ ಅಲಂಕಾರ ಮಾಡುತ್ತಾ ಮಾಡುತ್ತಾ ಮೈಮರೆಯುವ ಹೊತ್ತಿಗೆ ಮತ್ತೊಂದು ಅರ್ಧ ತಾಸು. ಕೊನೆಗೊಮ್ಮೆ ದೇವರಮನೆಯ ಸುಮಾರು ಒಂದಿಪ್ಪತ್ತು ನೀಲಾಂಜನಗಳಿಗೆ ಎಣ್ಣೆ ತುಂಬಿ ದೀಪ ಹಚ್ಚಿಟ್ಟರೋ, ಇಡೀ ದೇವರಮನೆ ಬೆಚ್ಚಗೆ

ದೇದೀಪ್ಯಮಾನವಾಗಿ, ಇಂದ್ರಲೋಕದ ಸೌಂದರ್ಯಕ್ಕೆ ಸಮನಾಗಿ ಕಂಗೊಳಿಸುತ್ತದೆ. ಅಲಂಕಾರ ಮುಗಿಯಿತೋ, ಪೂಜೆ ಶುರುವಾಗುತ್ತದೆ. ಮೊದಲು ಸ್ವಸ್ತಿ ಮಂತ್ರ. 'ಓಂ ಗಣಾನಾಂತ್ವಾ ಗಣಪತಿಂ ಹವಾಮಹೇ' ಎಂಬಲ್ಲಿಂದ ಮೊದಲುಗೊಂಡು 'ಸಾಮ್ರಾಜ್ಯಂ ಭೌಜ್ಯಂ ಸ್ವಾರಾಜ್ಯಂ ವೈರಾಜ್ಯಂ' ಎಂಬಲ್ಲಿಗೆ ಬಂದು 'ಶ್ರೀ ಸೀತಾರಾಮಚಂದ್ರ ಮುಖ್ಯಪ್ರಾಣ ಉಮಾಮಹೇಶ್ವರ ಸದ್ಗುರು ಶ್ರೀ ಬ್ರಹ್ಮಚೈತನ್ಯ ಸದ್ಗರು ಬ್ರಹ್ಮಾನಂದ ಗುರು ದೇವತಾಭ್ಯೋ ನಮಃ, ವೇದೋಕ್ತ ಮಂತ್ರಪುಷ್ಪಂ ಸಮರ್ಪಯಾಮೀ' ಎಂಬಲ್ಲಿಗೆ ಮುಗಿಸಿ, ನಂತರ ಒಬ್ಬೊಬ್ಬ ದೇವರ ಹೆಸರಿನಲ್ಲೂ ಒಂದೈದೈದು ನಿಮಿಷ ಪೂಜೆ. ಅವರಿಗೆಲ್ಲಾ ಪ್ರತ್ಯೇಕ ಆರತಿ. ಐದು ಹತ್ತು ನಿಮಿಷಗಳಿಗೊಮ್ಮೆ ಇಡೀ ಮನೆಯನ್ನು ತುಂಬುವ ಗಂಟೆಯ ಕಿಣಿಕಿಣಿ ಆ ಗಳಿಗೆಯಲ್ಲಿ ನರಲೋಕದ ಈ ಬಡಬ್ರಾಹ್ಮಣನ ಮನೆಯನ್ನು ಸುರಲೋಕಕ್ಕೆ ಸೆಳೆದೊಯ್ಯುತ್ತದೆ. ಎಲ್ಲರಿಗೂ ಒಂದಾವರ್ತಿ ಆರತಿ ಮುಗಿಯಿತೋ, ಕಿರುಗಂಟೆಯನ್ನೆತ್ತಿಕೊಂಡು ಕಿಣಿಂ ಕಿಣಿಂ ನಾದ ಹೊರಡಿಸಿ, ಆರತಿಗೆ ಸಜ್ಜಾಗುತ್ತಾರೆ. ನೂಯಿ ಪಾಂಡುರಂಗರಾಯರದ್ದೂ ಒಂದು ಅದ್ಭುತ ಕಂಠ. ಅವರು ಆರತಿ ಹಾಡುವುದನ್ನು ಕೇಳುವುದೇ ಕಿವಿಗಾನಂದ. ಸ್ಪಷ್ಟ ಉಚ್ಚಾರಣೆ. ದಾರದೆಳೆಯಷ್ಟೂ ದಾರಿತಪ್ಪದ ಶ್ರುತಿ. ಜೊತೆಯಲ್ಲಿ ಒಂದೇ ಹದದಲ್ಲಿ ಬೀಳುವ ಗಂಟೆಯ ನಾದ. ಕಣ್ಣು ಮುಚ್ಚಿ ಆರತಿಯನ್ನು ಹಾಡಲು ತೊಡಗುತ್ತಾರೆ. ಮೊದಲು ಗಣೇಶನ ಚಿತ್ರಪಟಕ್ಕೆದುರಾಗಿ ನಿಂತು, 'ಸುಖಕರತಾ ದುಃಖ ಹರತಾ ವಾರ್ತಾ ವಿಘ್ನಾಚೀ-', ಆಮೇಲೆ ಈಶ್ವರನಿಗೆ ಮುಖ ಮಾಡಿ, 'ಲವಥವತೀ ವಿಕ್ರಾಳ ಬ್ರಹ್ಮಾಂಡಮಾಳಾ-', ಬ್ರಹ್ಮಚೈತನ್ಯರಿಗೆ ಮುಖ ಮಾಡಿ ನಿಂತು 'ಆರತಿ ಕರತೋ ಗುರುವರ ಭಗವನ್ ಬ್ರಹ್ಮಾಚೈತನ್ಯಾ-', ನಂತರ ಬ್ರಹ್ಮಾನಂದರತ್ತ ತಿರುಗಿ 'ಆರತಿ ಗುರುವರ ಬ್ರಹ್ಮಾನಂದ ವೆಂಕಟಪುರವಾಸೀ- ಅಂತ ಮುಗಿಸಿ ಕೊನೆಗೆ ಶ್ರೀರಾಮಚಂದ್ರನೆದರು ನಿಂತು 'ಸದಾ ಸರ್ವದಾ ಯೋಗ ತುಝಾ ಘಡಾವಾ, ತುಝೀ ಕಾರಣೇ ದೇಹ ಮಾಝಾ ಪಡಾವಾ' ಅಂತ ಹಾಡಬೇಕು. ಹಾಡುತ್ತಾ ಹಾಡುತ್ತಾ ಕಣ್ಣೀರಾಗಬೇಕು. ಭಕ್ತಿಯ ಪರಾಕಾಷ್ಠೆಯಲ್ಲಿ ಆರತಿಯನ್ನು ಮುಗಿಸಿ ಉನ್ಮತ್ತರಾಗಿ, 'ಹೇ ರಾಮಾ ದಯಾನಿಧೇ ನೀ ಯವತ್ತು ನನ್ನ ಉದ್ಧಾರ ಮಾಡತೀ. ನಿನ್ನ ಸುಗುಣ ಮೂರ್ತಿಯನ್ನ ನಾನು ಯಂದು ಕಂಡೇನು. ರಾಮಾ ದರ್ಶನ ಕೊಡೋ. ನಿನ್ನ ದರ್ಶನ ಯಿಲ್ಲದ ನಂಗೆ ಆರಾಮಿಲ್ಲ.

ಮನಸ್ಸಿಗೆ ನೆಮ್ಮದಿಯಿಲ್ಲ-' ಅಂತ ಗೋಳೋ ಅತ್ತುಬಿಡುತ್ತಾರೆ. ಕರಗಿಬಿಡುತ್ತಾರೆ. ಗೋಡೆಗಂಟಿದ ಶ್ರೀರಾಮಚಂದ್ರನ ಫೋಟೋವನ್ನು ಅಪ್ಪಿಹಿಡಿದು ಅತ್ತುಬಿಡುತ್ತಾರೆ. ಎಷ್ಟೋ ಸಾರಿ ಗೋಡೆಗಳ ಪಟಗಳಲ್ಲಿ ಹುದುಗಿದ್ದ ಸಕಲ ದೇವರುಗಳೂ ನೂಯಿ ಪಾಂಡುರಂಗರಾಯರ ಜೊತೆಜೊತೆಗೇ ಗಳಗಳ ಅತ್ತಿದ್ದೂ ಉಂಟಂತೆ. ಅದೆಷ್ಟೋ ಹೊತ್ತಿನ ತರುವಾಯ ನೂಯಿ ಪಾಂಡುರಂಗರಾಯರು ಕಣ್ಣು ತೆರೆಯುತ್ತಾರೆ. ನಂತರ ಆರತಿ ತಟ್ಟೆಯನ್ನು ಮಂದಾಸನದ ಮುಂದೆ ಇಟ್ಟು ತಾಳವನ್ನು ಕೈಗೆತ್ತಿಕೊಂಡು ಏಕ ಹದದಲ್ಲಿ ತಟ್ಟುತ್ತಾ 'ರಾಮರಾಯ ಲೌಕರಿಯಾವೇ, ರಘುಪತಿರಾಯ ಲೌಕರಿಯಾವೆ, ದೀನಬಂಧು ಲೌಕರಿಯಾವೆ..' ಎನ್ನುತ್ತಾ ರಾಮನನ್ನು ಕರೆಯಬೇಕು. ಕರೆದಂತೆಲ್ಲಾ ತಾಳದ ಸದ್ದು ಜೋರಾಗುತ್ತದೆ. ಗಂಟಲು ಆರ್ದ್ರವಾಗುತ್ತದೆ. ಕಣ್ಣಿಂದ ಧಾರಾಕಾರವಾಗಿ ನೀರಿಳಿಯುತ್ತದೆ. ತುದಿಕಾಲ ಮೇಲೆ ನಿಂತು ತೆಳ್ಳಗೆ ಕಂಪಿಸುತ್ತಾರೆ. ಗಾಳಿಗೆ ಸಿಲುಕಿದಂತೆ ಹುಯ್ದಾಡುತ್ತಾರೆ. ಆ ಶ್ರೀರಾಮಚಂದ್ರನನ್ನು ಕರೆಯುತ್ತಾ ಕರೆಯುತ್ತಾ ತಾವೇ ಆ ಸುರಲೋಕಕ್ಕೆ ಹೊರಟುಬಿಡುತ್ತಾರೆ. ಇವರು ಕರೆದದ್ದಕ್ಕೋ ಎಂಬಂತೆ ಇವರ ಮೈಮೇಲೆ ಶ್ರೀರಾಮಚಂದ್ರ ಸಾಕ್ಷಾತ್ ಏರಿ ಬರುತ್ತಾನೆ. ಕೊನೆಗೆ ಹೆಂಡತಿ ಅಡುಗೆಮನೆಯಿಂದಲೋ, ಬಚ್ಚಲುಮನೆಯಿಂದಲೋ, 'ಬೇಗ ಮುಗಿಸಿ ಬನ್ನಿ. ಕಾಲೀ ಹೊಟ್ಟೆ. ಹೆಚ್ಗೆ ಆಯಾಸ ಮಾಡ್ಕೋಬೇಡಿ. ಮತ್ತೆ ಹೆಚ್ಚೂಕಮ್ಮಿಯಾಗಿ ಯೇನರ ಆಯ್ತಂದ್ರೆ ನನ್ನ ಕಟ್ಗಳಕೆ ಆ ರಾಮನೇ ಲೌಕರ್ ಬರಬೇಕೋ ಏನೋ. ಮುಗೀಸಿ ಬನ್ನಿ. ಆಪೀಸಿಗೆ ಹೋಗಬೇಕು. ಮಕ್ಳನ್ನು ಸ್ಕೂಲತ್ರ ಬಿಡಬೇಕು' ಅಂತ ಕೂಗಬೇಕು. ಆಗ ಆ ಗಂಟಲಿನ ಶಕ್ತಿಗೆ ನೂಯಿ ಪಾಂಡರಂಗರಾಯರ ಮೈಮೇಲೆ ಆವಾಹನೆಯಾಗಿದ್ದ ಶ್ರೀರಾಮಚಂದ್ರನಿಗೇ ಮತ್ತೊಮ್ಮೆ ತಾಟಕಿ ಯತ್ಲಗಿಂದ ಯದ್ದು ಬಂದ್ಲೋ ಅಂತ ಗಾಬರಿಯಾಗಿ, ಯಾಕೀ ಉಸಾಬರಿ ಅಂತ ಮೈಯ್ಯಿಂದ ಇಳಿದು ಹೋದಮೇಲೆ ನೂಯಿ ಪಾಂಡುರಂಗರಾಯರಿಗೆ ಎಚ್ಚರವಾದಂತಾಗಿ 'ಸೀತಾಕಾಂತ ಸ್ಮರಣೇ ಜಯಜಯರಾಮ' ಅಂತ ಮುಗಿಸಿ ದೇವರಿಗೆ ಅಡ್ಡಬೀಳುವಲ್ಲಿ ಅವತ್ತಿನ ಪೂಜೆ ಮುಗಿಯುತ್ತದೆ. ಸುಮಾರು ಮೂರು ನಾಲ್ಕು ಗಂಟೆಗಳ ಪೂಜೆಗೆ ನಾಳೆಯ ತನಕದ ಒಂದು ತಾತ್ಕಾಲಿಕ ಅಂತ್ಯ ದೊರೆಯುತ್ತದೆ. ಇವರ ಅಖಂಡ ಭಕ್ತಿಯನ್ನು ಮೆಚ್ಚಿ ಈಗಲೇ ವರ ಕೊಟ್ಟುಬಿಡಬೇಕೆಂದು ಪಂಚಲೋಹದಲ್ಲಿ ಅಡಗಿದ್ದ ದೇವರುಗಳು, ಚೌಕಟ್ಟುಗಳಲ್ಲಿ ಬಂಧಿಸಿಟ್ಟ ದೇವರುಗಳು ಥಕಥಕ ಕುಣಿದದ್ದೂ ಇದೆ.

–3–

ನೂಯಿ ಪಾಂಡುರಂಗರಾಯರ ಧರ್ಮಪತ್ನಿ ಅಂಬುಜಮ್ಮ ಅಲಿಯಾಸ್ ಅಂಬಕ್ಕನಿಗೆ ಜಗತ್ತಿನಲ್ಲೇ ಬಹಳ ಪ್ರಿಯವಾದದ್ದು ನಿದ್ದೆ. ಮಧ್ಯಾಹ್ನ ಪತಿ ದೇವರು ಮತ್ತು ಮಕ್ಕಳು ಇಲ್ಲದ ಹೊತ್ತಿನಲ್ಲಿ ಊಟವಾದ ಮೇಲೆ ಹಾಲಿನಲ್ಲಿ ಚಾಪೆ ಹಾಸಿಕೊಂಡು ಹಾಗೇ ಒಂದು ತಾಸು ಮಲಗಲೇ ಬೇಕು. ನಿದ್ದೆ ಮಾಡಲಿಲ್ಲವೋ ತಲೆ ಅನ್ನೋದು ಚುಂಯ್ ಅಂತಾನೇ ಇರತ್ತೆ. ರಾತ್ರಿಯೂ ಹಾಗೇ. ಹನ್ನೆರಡಕ್ಕೋ ಒಂದಕ್ಕೋ ಎದ್ದು ಬಚ್ಚಲಿಗೆ ಹೋಗಿ ಬಂದು ಮತ್ತೆ ಹೊದ್ದು ಮಲಗಿದರೆ ಬೆಳಗಿನ ಆ ನಾಕೂ ನಾಕೂಕಾಲರ ಹೊತ್ತಿನ ನಿದ್ದೆಯಿದೆಯಲ್ಲ ಆಹಾ...ಏನನ್ನ ಬೇಕಾದರೂ ಸಹಿಸಿಯಾರು ಅಂಬಕ್ಕ, ತಮ್ಮ ನಿದ್ದೆಗೆ ಕುತ್ತು ಬರುವುದನ್ನು ಮಾತ್ರ ಸಹಿಸುವುದಿಲ್ಲ. ಭಾನುವಾರದಂತಹ ಭಾನುವಾರವೂ ಅಂಬಕ್ಕ ದಿಂಬಿಗೆ ತಲೆಯಿಟ್ಟರೋ ಮನೆಯಲ್ಲಿ ಮೌನ ಗಪ್ಚಂತ ಮೊಗಚಿ ಬಿದ್ದುಬಿಡತ್ತೆ. ಯಾರಾದರೂ ಸ್ವಲ್ಪ ದನಿಯೆತ್ತಿ ಮಾತನಾಡಿದರೋ, ಅವರ ಮಾತಿನಿಂದ ನಿದ್ದೆ ಭಂಗವಾಯಿತೋ, ದಿಂಬಿನಡಿ ಜೋಡಿಸಿಟ್ಟುಕೊಂಡ ಒಂದೈದಾರು ಮುಷ್ಠಿಗಾತ್ರದ ಕಲ್ಲುಗಳಲ್ಲಿ ಒಂದನ್ನು ಆ ಗಲಾಟೆ ಕೇಳಿಬಂದ ಕಡೆಗೆ ಬಿಸಾಕಿ ಬಿಡುತ್ತಾರೆ. ಆ ಕಲ್ಲು ಯಾರಿಗೆ ತಗುಲಿತೋ ಅವರ ಪಾಡು ಬೇಡ. ಅದು ಗಂಡನೇ ಇರಬಹುದು, ಮಕ್ಕಳೇ ಇರಬಹುದು, ಅತಿಥಿಗಳೇ ಇರಬಹುದು. ಆ ಕಲ್ಲು ಹಣೆಗೇ ಬೀಳಬಹುದು. ಮಂಡಿಯ ಗಂಟಿಗೇ ಬೀಳಬಹುದು. ಕಪಾಳಕ್ಕೇ ಬೀಳಬಹುದು. ಅವರವರ ಅಂದಿನ ಅದೃಷ್ಟಕ್ಕೆ ತಕ್ಕಂತೆ ಅಲ್ಲಲ್ಲಿ ಬೀಳುತ್ತದೆ. ಹಾಗೆಲ್ಲಾ ನಿದ್ದೆ ಕೆಟ್ಟಾಗ ಅಂಬಕ್ಕ ಒಮ್ಮೊಮ್ಮೆ ಎದ್ದು ಅಟ್ಟಿಸಿಕೊಂಡು ಹೋಗಿ ಕಲ್ಲಿನಲ್ಲಿ ಜಪ್ಪಿದ್ದೂ ಇದೆ. ಒಟ್ಟಿನಲ್ಲಿ ಅಂಬಕ್ಕನ ನಿದ್ದೆಯ ಹೊತ್ತಿನಲ್ಲಿ ಎಲ್ಲರೂ ಸದ್ದಿಲ್ಲದೇ, ಕೈ–ಕಣ್ಣು ಸನ್ನೆಗಳ ಮೂಲಕವೇ ಮಾತನಾಡಬೇಕೆನ್ನುವುದು ಆ ಮನೆಯ ನಿಯಮವಾಗಿಬಿಟ್ಟಿತ್ತು. ಅಂಬಕ್ಕನ ಗ್ರಹಚಾರವೋ ಅಥವಾ ನೂಯಿ ಪಾಂಡುರಂಗರಾಯರ ದೈವನಿಯಮವೋ ಭಗವಂತನು ನೂಯಿ ಪಾಂಡುರಂಗರಾಯರಿಗೆ ಪ್ರಸಾದವೆಂದಿಕ್ಕಿದ ಪ್ರಭಾವಳಿ ಅಂಬಕ್ಕನ ನಿದ್ದೆಯ ಮೇಲೇ ದಾಳಿಯಿಟ್ಟಿತು. ಆ ಪ್ರಭಾವಳಿಯ ದೆಸೆಯಿಂದ ರಾತ್ರಿಯಿಡೀ ಅಂಬಕ್ಕನಿಗೆ ನಿದ್ದೆಯೇ ಬಾರದು. ಕಣ್ಣು ಮುಚ್ಚಿದರೂ ಇಲ್ಲ. ಕಣ್ಣಿನ ಮೇಲೆ ದಪ್ಪ ದುಪ್ಪಟಿ ಹೊದ್ದರೂ ಇಲ್ಲ. ದಿಂಬನ್ನೇ ಕಣ್ಣ ಮೇಲೆ ಒತ್ತಿಟ್ಟುಕೊಂಡರೂ ಇಲ್ಲ. ಕೋಣೆಯ ತಾರಸಿಯನ್ನೇ

ಕಿತ್ತೊಗೆದಂತೆ ಕೋಣೆಯ ತುಂಬಾ ಝುಂಝುಂ ಬೆಳಕು. ಗಂಡ ಹೋದಲೆಲ್ಲಾ ಆ ಬೆಳಕಿನ ಪುಂಜ ಬೆನ್ನಟ್ಟಿ ಮನೆಯ ತಾರಸಿಯನ್ನೇ ಹಂತಹಂತವಾಗಿ ಕಿತ್ತುತ್ತಾ ಹೋದಂತೆ. ಅಂಬಕ್ಕನಿಗಿರಲಿ, ಮಕ್ಕಳಿಗೂ ಬೆಳಗು ಯಾವುದು ರಾತ್ರಿ ಯಾವುದು ತಿಳಿಯದಂತಹ ಸನ್ನಿವೇಶ ಉಂಟಾಯಿತು. ಹೊತ್ತಲ್ಲದ ಹೊತ್ತಿನಲ್ಲಿ ಊಟ-ತಿಂಡಿ ಅಂತ ರಚ್ಚೆ ಹಿಡಿಯುವುದು, ಯಾವುದೋ ಹೊತ್ತಿನಲ್ಲಿ ಎದ್ದು ಸ್ಕೂಲಿಗೆ ತಡ ಆಯ್ತು ಅಂತ ಒದ್ದಾಡಿಕೊಂಡು ತಯಾರಾಗುವುದೂ, ಬೆಳಕಾಯಿತು ಅಂತ ಮನೆಪಾಠಕ್ಕೆ ತಯಾರಾಗುವುದೂ, ಮುಂತಾದ ಅಧ್ವಾನಗಳು ಜರುಗಲಾರಂಭಿಸಿದವು.

ನಿದ್ದೆ ಕೆಟ್ಟದ್ದಕ್ಕೋ ಏನೋ ಬೆಳಗಿನ ಹೊತ್ತಿಗೆಲ್ಲಾ ಅಂಬಕ್ಕನ ತಲೆ ಚಿಟಚಿಟ ಸಿಡಿಯುತ್ತಾ ಇರತ್ತೆ. ಅಂಬಕ್ಕನ ನಿದ್ದೆಗೆ ಎರವಾಯಿತೋ ಮನೆ ಮಂದಿಗೆಲ್ಲಾ ನರಕ. ಸಣ್ಣ ಪುಟ್ಟದ್ದಕ್ಕೆಲ್ಲಾ ಚೀರಾಡುತ್ತಾ, ಕೂಗಾಡುತ್ತಾ, ತಲೆಕೂದಲು ಹರಡಿಕೊಂಡು ಮನೆತುಂಬಾ ಮಕ್ಕಳನ್ನು ಅಟ್ಟಾಡಿಸಿಕೊಂಡು ಓಡಾಡುವ ಅಂಬಕ್ಕ ನೂಯಿ ಪಾಂಡುರಂಗರಾಯರಿಗಂತೂ ಲಕ್ಷ್ಮಣನಿಂದ ಮೂಗನ್ನು ಕುಯ್ಸಿಕೊಂಡ ಶೂರ್ಪನಖಿಯ ಕಲಿಯುಗದ ಅವತಾರದಂತೇ ತೋರುತ್ತಿದ್ದರು. ಪಾಪ ನೂಯಿ ಪಾಂಡುರಂಗರಾಯರಾದರೂ ಏನು ಮಾಡಲು ಸಾಧ್ಯ? ಭಗವಂತ ಕೊಟ್ಟದ್ದನ್ನು ಇಲ್ಲವೆನ್ನಲಾಗುತ್ತದೆಯೇ? ಭಗವಂತ ಸುಖ ನೀಡಿದರೆ ಬೇಡವೆನ್ನುತ್ತೇವೆಯೇ? ದುಃಖ ನೀಡಿದರೂ ಸಹಿಸಿಕೊಂಡು ಬಾಳುವುದಿಲ್ಲವೇ? ಅಂತೆಯೇ ಆತ ಪ್ರಸಾದ ದಯಪಾಲಿಸಿದರೆ ಬೇಡವೆನ್ನಲು ಆಗುತ್ತದೆಯೇ? ಆದರೆ ಯಾವಾಗ ತಿಂಗಳೂ ಎರಡು ತಿಂಗಳಲ್ಲಿ ಅಂಬಕ್ಕನ ರಾತ್ರಿಯ ನಿದ್ದೆಯೇ ನಾಶವಾಗ ತೊಡಗಿತೋ, ಅಂಬಕ್ಕ ಗಂಡನ ಪಕ್ಕೆ ಚುಚ್ಚತೊಡಗಿದರು.

'ಅದೇನು ವಳ್ಳೇ ಕಂಪನೀ ನಾಟಕದೋರು ಹಾಕ್ಕಂಡಂಗೆ ತಲೆ ಮೇಲೆ ಹೊತ್ಗಂಡು ತಿರುಗ್ತೀರ? ತಗದು ಬಿಸಾಕಿ ಅದುನ್ನ. ಶ್ರೀರಾಮಚಂದ್ರನೇ ನಿಮಗೆ ಅದುನ್ನ ಕೊಟ್ಟಿದಾನೆ ಅನ್ನದು ಯಲ್ಲಗೂ ಗೊತ್ತಾಯ್ತಲ್ಲ. ಯಿನ್ನ ಬಿಸಾಕಿ ಅದುನ್ನ. ನಮಗಂತೂ ಅದ್ರಿಂದ ಸುಕ ಯಿಲ್ಲ ಸುಡುಗಾಡಿಲ್ಲ. ಹಗಲನ್ನಂಗಿಲ್ಲ ರಾತ್ರಿಯನ್ನಂಗಿಲ್ಲ. ಕಣ್ಣು ಬಿಡಕಾಗಲ್ಲ ಹಂಗೆ ಕುಕ್ತದೆ ದರಿದ್ರ ಅದು. ಬಿಸಾಕಿ ಅದುನ್ನ.'

'ಅಯ್ಯ, ಭಗವಂತ ಕೊಟ್ಟಿದ್ನ ಹೆಂಗ್ರೀ ಬಿಸಾಕಕೆ ಆಕ್ತದೆ? ಅವನು ದಯಪಾಲಿಸಿದ್ನ ವಪ್ಗಂಡು ಹೋಗಬೇಕು'

'ಆಯ್ತಲ್ಲ, ಆ ಭಗವಂತ ಕೊಟ್ಟ, ಈ ಭಕ್ತ ಇಸ್ಗಂಡ. ಯಲ್ಲಾ ಕಡೆ ತೋರಿಸಿದ್ದಾಯ್ತಲ್ಲ. ಇನ್ನು ಅದುನ್ನ ಆ ಶ್ರೀರಾಮಚಂದ್ರಂಗೇ ವಾಪಸ್ಸು ಕೊಟ್ಟು ಬನ್ನಿ.'

'ಅದು ಹೆಂಗೆ ವಾಪಸ್ಸು ಕೊಡಕಾಕ್ತದೇ ಅಂತ–' ನೂಯಿ ಪಾಂಡುರಂಗರಾಯರು ರಾಗ ಎಳೆದರು.

'ಅದೆಂಗೋ ನಂಗೊತ್ತಿಲ್ಲ. ವಾಪಸ್ಸು ಕೊಟ್ಟು ಬನ್ನಿ ಅಷ್ಟೇ. ಯಿಲ್ಲಂದ್ರೆ ನಾನಿಲ್ಲಿರಲ್ಲ ಅಷ್ಟೇ.' ಆಜ್ಞೆಯಿತ್ತವರೇ ಮತ್ತೆ ದಿಂಬನ್ನು ಕಣ್ಣಿಗೆ ಒತ್ತಿಕೊಂಡು, ಮೇಲೆ ಮುಸುಗು ಹೊದ್ದು ನಿದ್ದೆಯ ವ್ಯರ್ಥ ಪ್ರಯತ್ನಕ್ಕೆ ತೊಡಗಿದರು. ನೂಯಿ ಪಾಂಡುರಂಗರಾಯರು ಚಿಂತೆಯಲ್ಲಿ ಬಿದ್ದರು.

–4–

ಈ ಮಧ್ಯೆ ತಲೆ ಕೆಡುವಂತಹ ಸುದ್ದಿಗಳು ಅಂಬಕ್ಕನ ಕಿವಿಗೆ ಬೀಳಲಾರಂಭಿಸಿದವು. ಪ್ರಭಾವಳಿ ತಲೆಗೆ ಅಂಟಿಕೊಂಡ ಎರಡನೇ ದಿವಸಾನೋ ನಾಲ್ಕನೇ ದಿವಸಾನೋ ನೂಯಿ ಪಾಂಡುರಂಗರಾಯರು ದೇವಸ್ಥಾನಕ್ಕೆ ಹೋದರಂತೆ. ಆರತಿಯ ನಂತರ ಪ್ರಸಾದ ತಗೊಂಡರಂತೆ. ಅಲ್ಲೀವರೆಗೂ ನೆರೆದಿದ್ದ ಭಕ್ತಾದಿಗಳು ಇವರನ್ನು ನೋಡೇ ಇರಲಿಲ್ಲವಂತೆ. ಯಾವಾಗ ಪ್ರಭಾವಳಿಯನ್ನು ತಲೆಗೇರಿಸಿಕೊಂಡು ಮುಗುಳ್ನಗುತ್ತಾ, ಎರಡೂ ಹಸ್ತಗಳನ್ನು ಚಾಚಿಕೊಂಡು ನೂಯಿ ಪಾಂಡುರಂಗರಾಯರು ಪ್ರಸಾದ ಸ್ವೀಕರಿಸಲು ಮುಂದೆ ಬಂದು ನಿಂತರೋ, ಭಕ್ತಾದಿಗಳಲ್ಲಿ ಒಂದೈದಾರು ಮಂದಿ ಇವರನ್ನೇ ದುರುಗುಟ್ಟಿ ನೋಡಿ, ಭಾವಾವೇಶದ ಉತ್ತುಂಗಕ್ಕೇರಿ ಮೂರ್ಛೆ ಬಿದ್ದರಂತೆ. ನೆರೆದವರಿಗೆಲ್ಲಾ ಸಾಕ್ಷಾತ್ ಶ್ರೀರಾಮಚಂದ್ರನ ಅವತಾರವನ್ನೇ ನೋಡಿದಂತಾಗಿತ್ತಂತೆ. ಭಕ್ತಾದಿಗಳೆಲ್ಲಾ ಗುಡಿಯ ಒಳಗಿದ್ದ ಕಪ್ಪು ಕಲ್ಲಿನ ಮೂರ್ತಿಯನ್ನು ಬಿಟ್ಟು ಇವರಿಗೇ ಪೂಜೆಗೆ ಮುಂದಾದರಂತೆ. ನೂಯಿ ಪಾಂಡುರಂಗರಾಯರೂ ನೆರೆದ ಭಕ್ತಾದಿಗಳ ಮನಸ್ಸನ್ನು ನೋಯಿಸಲು ಇಷ್ಟವಿಲ್ಲದೇ ಹಾಗೇ ಗರ್ಭಗುಡಿಯ ಮುಂದೆ ಗೋಡೆಗೊರಗಿ ಕೂತುಬಿಟ್ಟರಂತೆ. ಕಲಿಯುಗದ ಶ್ರೀರಾಮಚಂದ್ರನಿಗೆ ಪೂಜೆಯಾದ ನಂತರವೇ ಜನ ಅಲ್ಲಿಂದ ಕರಗಿದ್ದಂತೆ, ನೂಯಿ ಪಾಂಡುರಂಗರಾಯರೂ ಮನೆಗೆ ಮರಳಿದ್ದಂತೆ. ಅಲ್ಲಿಂದ ಒಂದೇ ವಾರದಲ್ಲಿ ದಾವಣಗೆರೆಯಲ್ಲಿ ಶ್ರೀರಾಮಚಂದ್ರ ಅವತರಿಸಿದ್ದಾನೆ ಎನ್ನುವ

ವಿಷಯ ಬಾಯಿಂದ ಬಾಯಿಗೆ ಹರಡಿ ನೂಯಿ ಪಾಂಡುರಂಗರಾಯರು ಆಫೀಸಿಗೆ ಹೊರಟರೋ, ಇವರು ಮನೆ ಬಿಡುವ ಹೊತ್ತಿಗೆ ಸರಿಯಾಗಿ ಜನ ಬೀದಿಗಳಲ್ಲಿ ನೆರೆಯತೊಡಗಿದರು. 'ಶ್ರೀರಾಮಚಂದ್ರ ಮನೆ ಬಿಟ್ಟರಂತೆ,' 'ಜಯದೇವ ಸರ್ಕಲ್ಲಿಗೆ ಬಂದರಂತೆ,' 'ಗಾಂಧೀ ಸರ್ಕಲ್ಲಿಗೆ ಬಂದರಂತೆ,' 'ರೈಲ್ವೇಹಳಿ ದಾಟಿದರಂತೆ,' 'ಅಶೋಕ ಟಾಕೀಸ್ ದಾಟಿದರಂತೆ,' 'ಮಂಡೀಪೇಟೆಗೆ ಬಂದರಂತೆ–' ಹೀಗೆ ಸುದ್ದಿ ಮುಂದಾಗಿ, ನೂಯಿ ಪಾಂಡುರಂಗರಾಯರು ಹಿಂದಾಗಿ, ಇವರ ಹಿಂದೆ ಜನರ ದಂಡು ನೆರೆದು ಒಂದು ದೊಡ್ಡ ಮೆರವಣಿಗೆ ನೂಯಿ ಪಾಂಡುರಂಗರಾಯರು ಲೆಕ್ಕದ ಗುಮಾಸ್ತರಾಗಿ ಕೆಲಸ ಮಾಡುತ್ತಿದ್ದ ಆಫೀಸು ಸೇರುತ್ತಿತ್ತು. ಕೈಲಾದವರು ಮೆರವಣಿಗೆ ಸೇರಿಕೊಂಡು, ಶ್ರೀರಾಮಚಂದ್ರನಿಗೆ ಜಯಕಾರ ಹಾಕಿದರು. ಮುಂದೆ ಬಂದು ಕಾಲಿಗೆ ಬಿದ್ದರು. ಕೈಲಾಗದವರು ನಿಂತಲ್ಲೇ ಅಡ್ಡಬಿದ್ದರು.

ಒಟ್ಟಿನಲ್ಲಿ ದಾವಣಗೆರೆಗೆ ಹೊಸ ರಕ್ತ ಸಂಚಾರವಾದಂತಾಗಿತ್ತು. ಆಫೀಸಿನಲ್ಲೂ ಜನ ಬಂದು ಪೂಜೆ ಪುನಸ್ಕಾರಕ್ಕೆ ತೊಡಗಿದರೋ ಮ್ಯಾನೇಜರ್ ಶ್ರೀನಿವಾಸನ್‌ಗೆ ತಡೆಯಲಾಗಲಿಲ್ಲ. ಆಫೀಸಿನಲ್ಲಿ ಯಾವ ಪರಿಸ್ಥಿತಿ ಉಂಟಾಯಿತೆಂದರೆ ಜನ ಶ್ರೀನಿವಾಸನ್ ಮಾತನ್ನೇ ಧಿಕ್ಕರಿಸಿ ಆಫೀಸನ್ನೇ ಒಂದು ದೇವಸ್ಥಾನವನ್ನಾಗಿ ಮಾಡಿಬಿಟ್ಟರು. ಇಂಕು, ಪೇಪರ್ರು, ರೆಜಿಸ್ಟರುಗಳ ವಾಸನೆ ತೊಲಗಿ ಗಂಧ, ಧೂಪ, ಊದಿನಕಡ್ಡಿ, ಹೂವಿನ ವಾಸನೆಯಿಂದ ಆಫೀಸು ತುಂಬಿಹೋಯಿತು. ಒಂದಿಬ್ಬರು ಸದಾ ಪೂಜೆಗೆಂದು ಅಲ್ಲೇ ನೆಲೆಗೊಂಡರು. ನೂಯಿ ಪಾಂಡುರಂಗರಾಯರು ತಮ್ಮ ಜಾಗದಲ್ಲಿ ಕುರ್ಚಿಯ ಮೇಲೆ ಕೂತಿದ್ದರೂ ಜನ ಅವರನ್ನು ಕೆಳಗಿಳಿಸಿ ಮಂದಾಸನದಲ್ಲಿ ಕೂಡಿಸಿ ಪೂಜೆ ಮಾಡಲು ಆರಂಭಿಸಿದರು. ಪ್ರತೀ ಅರ್ಧ ಗಂಟೆಗೊಮ್ಮೆ ಪೂಜಾ ಪಾಠಗಳು ಆಫೀಸಿನಲ್ಲಿ ಶುರುವಾದವು. ತನ್ನ ಕೆಲಸಕ್ಕೇ ಯಾವಾಗ ಸಂಚಕಾರ ಬರತ್ತೆ ಅಂತ ಗುಮಾನಿ ಬಂತೋ ಶ್ರೀನಿವಾಸನ್ ಅಬ್ಬರಿಸಿದರು, 'ನೋಡ್ರೀ ಮಿಸ್ಟರ್ ಪಾಂಡುರಂಗರಾವ್, ಅದೇನು ಪೂಜೆ ಮಾಡ್ತೀರೋ ಮಾಡುಸ್ಕಂತೀರೋ ಅದುನೆಲ್ಲಾ ಮನೇಲೇ ಮಾಡಿಸ್ಕಳಿ. ಒಂದು ವಾರಾನೋ ಹತ್ತು ದಿಸಾನೋ ರಜಾ ಹಾಕಿ. ನಾನೇ ಸ್ಯಾಂಕ್ಷನ್ ಮಾಡ್ತೀನಿ. ಈ ಜನಾನ್ನ ಸಂಭಾಳಿಸದು ನನ್ ಕೈಲಾಗಲ್ಲ. ನಾಯೇನು ಬರಾ ಜನರತ್ರ ದಕ್ಷಿಣೆ ವಸೂಲು ಮಾಡ್ತಾ ನಿಂದುರ್ಲೋ಼ ಯಿಲ್ಲ ನನ್ ಕೆಲ್ಸ ಮಾಡಲೋ. ದಯವಿಟ್ಟು ನನ್ನ ಮೇಲೆ ಕರುಣೆಯಿಟ್ಟು ನಾಳೆಯಿಂದ ಇತ್ಲಗೆ

ಬರಬೇಡಿ. ಯಲ್ಲಾ ಮುಗುದ ಮೇಲೆ ಬನ್ನಿ. ನಿಮ್ ಸಂಬ್ಳಾನ್ನೇನು ಹಿಡಯಲ್ಲ ನಾನು.' ಹೀಗೆ ಇತ್ಲಗೆ ಕೆಲಸವನ್ನೂ ಕಳೆದು ಕೊಂಡು, ಅತ್ಲಗೆ ಇನ್ನೇನು ಹೆಂಡತಿಯನ್ನೂ, ಸಂಸಾರವನ್ನೂ ಕಳೆದುಕೊಳ್ಳುವ ಸ್ಥಿತಿಗೆ ನೂಯಿ ಪಾಂಡುರಂಗರಾಯರನ್ನು ತಲುಪಿಸಿತ್ತು ಆ ಭಗವಂತನಿತ್ತ ಪ್ರಭಾವಳಿ. ಅವತ್ತು ಆಫೀಸಿನಿಂದ ಹೊರಬಿದ್ದ ನೂಯಿ ಪಾಂಡುರಂಗರಾಯರು ಜನರಿಂದ ತಪ್ಪಿಸಿಕೊಂಡು ಓಡಾಡಲು ಶುರು ಮಾಡಿದರು. ಬೀದಿಗಳಲ್ಲಿ ಓಡಾಡುವುದನ್ನೇ ಬಿಟ್ಟುಬಿಟ್ಟರು. ಓಡಾಡಲೇಬೇಕಾದ ಅನಿವಾರ್ಯತೆಯಿದ್ದಲ್ಲಿ ಸಂದಿಗೊಂದುಗಳಲ್ಲಿ, ಕನ್ಸರ್ವೆನ್ಸಿ ರಸ್ತೆಗಳಲ್ಲಿ ಓಡಾಡಲು ಶುರುಮಾಡಿದರು. ತಲೆಯ ಮೇಲೊಂದು ಶಲ್ಯವನ್ನು ಹೊದ್ದು ಪ್ರಭಾವಳಿಯನ್ನು ಮುಚ್ಚಿಡಲು ನೋಡಿದರು. ಬೆಳಗಿನ ಹೊತ್ತಿನಲ್ಲಿ ಪ್ರಭಾವಳಿ ಅಷ್ಟು ಢಾಳಾಗಿ ಕಣ್ಣಿಗೆ ಕಾಣದಿದ್ದರೂ, ಮುಸ್ಸಂಜೆಯಾಯಿತೋ ಪ್ರಭಾವಳಿಯ ಬೆಳಕು ಶಲ್ಯವನ್ನೂ ತೂರಿ ಹೊರಚೆಲ್ಲುತ್ತಿತ್ತು. ದೂರದಿಂದ ನೋಡಿದವರಿಗೆ ನೂಯಿ ಪಾಂಡುರಂಗರಾಯರು ಮದುವೆ ದಿಬ್ಬಣದಲ್ಲಿ ಪೆಟ್ರೋಮ್ಯಾಕ್ಸ್ ಹೊತ್ತು ನಿಂತ ಕೂಲಿಯಾಳಿನಂತೆ ಕಾಣತೊಡಗಿದರು.

–5–

ಅಂಬಕ್ಕನಿಗೆ ಹುಚ್ಚು ಹಿಡಿಯುವಂತಾಗಿದ್ದು ಜನ ಶ್ರೀರಾಮಚಂದ್ರನ ದರ್ಶನಕ್ಕೆ ಮನೆ ಬಾಗಿಲಲ್ಲಿ ನೆರೆದಾಗ. ಬೆಳಿಗ್ಗೆ ಐದಕ್ಕೆಲ್ಲಾ ಕರಕರ ಗದ್ದಲ ಮಾಡುತ್ತ ಅಂಗಳದಲ್ಲಿ ಜನ ಜಾತ್ರೆ ನಿಂತು ಬಿಡುತ್ತಿದ್ದರು. ರಂಗೋಲಿ ಹಾಕಲು ಅಂಬಕ್ಕ ಬಾಗಿಲು ತೆಗೆದರೆ ರಂಗೋಲಿಗಿರಲಿ, ತಮಗಾದರೂ ಕಾಲಿಡಲು ಅಂಗಳದಲ್ಲಿ ಜಾಗ ಎಲ್ಲಿದೆ. ಅಂಗಳದ ತುಂಬೆಲ್ಲಾ ಜನ. ಕೂತವರೆಷ್ಟೋ. ಕಾಂಪೋಂಡಿಗೆ ಒರಗಿ ನಿಂತವರೆಷ್ಟೋ. ಪೇರಲೆಮರದ ಮೇಲೆ ಜೋತಾಡುತ್ತಾ ಕೂತವರೆಷ್ಟೋ. ಅಂಬಕ್ಕ ಒಳ್ಳೆ ಮಾತಿನಲ್ಲಿ ಹೇಳಿದರು. ಕೂಗಿದರು. ಸಿಟ್ಟಾದರು. ಒಂದಿಬ್ಬರನ್ನು ತಳ್ಳಿದರು. ಜನ ದಾರಿಗೆ ಬರಲಿಲ್ಲ. ಅಂಬಕ್ಕನ ಮಾತನ್ನೂ ಕೇಳಲಿಲ್ಲ. ಒಂದಿಬ್ಬರಂತೂ ದಾರಿಗಡ್ಡ ನಿಂತಿದ್ದ ಅಂಬಕ್ಕನನ್ನು ತಳ್ಳಿಕೊಂಡೇ ನೂಯಿ ಪಾಂಡುರಂಗರಾಯರು ಪೂಜೆ ಮಾಡುತ್ತಿದ್ದ ದೇವರಮನೆಗೆ ಹೋಗಿ "ಶ್ರೀರಾಮಾ" ಎಂದು ಕಾಲಿಗೆ ಬಿದ್ದರು. ಅಂಬಕ್ಕನಿಗೆ ಮುಳ್ಳು ನುಂಗಿದಂತಾಯಿತು. ಮೊದಲೇ ನಿದ್ದೆಗೆ ಎಳ್ಳು ನೀರು ಬಿಟ್ಟಿದ್ದಾಗಿತ್ತು. ಈಗ ಈ ಪ್ರಾರಬ್ಧ. ಅವತ್ತು ರಾತ್ರಿ ಯಾವ ಪರಿಯಲ್ಲಿ ಗಂಡ

ಅಲಿಯಾಸ್ ನೂಯಿ ಪಾಂಡುರಂಗರಾಯರು ಅಲಿಯಾಸ್ ಶ್ರೀರಾಮಚಂದ್ರನ ಮೇಲೆ ಉರಿದು ಬಿದ್ದರೆಂದರೆ ಆ ಕ್ಷಣದಿಂದ ನೂಯಿ ಪಾಂಡುರಂಗರಾಯರ ಸಂಸಾರಾಶ್ರಮ ಮುರಿದುಬಿದ್ದೇ ಹೋಯಿತು. ಈ ಪ್ರಭಾವಳಿಯನ್ನು ಮರಳಿ ಶ್ರೀರಾಮಚಂದ್ರನಿಗೆ ಕಳುಹಿಸಿಕೊಟ್ಟ ಹೊರತು ತಮಗೆ ಈ ಇಹಲೋಕದಲ್ಲಿ ಉಳಿಗಾಲವಿಲ್ಲವೆನಿಸಿಬಿಟ್ಟಿತು.

–6–

ಇಡೀ ರಾತ್ರಿ ಚಿಂತೆಯಲ್ಲಿ ಬಿದ್ದ ನೂಯಿ ಪಾಂಡುರಂಗರಾಯರು, ಬೆಳಿಗ್ಗೆ ಭಕ್ತಾದಿಗಳು ಮನೆಯಲ್ಲಿ ಜಾತ್ರೆ ಸೇರುವುದಕ್ಕೆ ಮೊದಲೇ ನಸು ಕತ್ತಲಲ್ಲೇ ಮನೆ ಬಿಟ್ಟು ಸಹೋದ್ಯೋಗಿ ವೆಂಕಣ್ಣನ ಮನೆಯ ಬಾಗಿಲು ತಟ್ಟಿದರು. ಬಾಗಿಲು ತೆಗೆಯುತ್ತಿದ್ದಂತೇ ಬೆಳಕನ್ನು ತಲೆಯ ಮೇಲೆ ಹೊತ್ತು ನಿಂತಿದ್ದ ವ್ಯಕ್ತಿಯ ದರ್ಶನದಿಂದ ವೆಂಕಣ್ಣನ ಭಾರ್ಯೆಗೆ ಮಾತೇ ಹೊರಡಲಿಲ್ಲ. ಕಣ್ಣ ಮುಂದೆ ನಿಂತಿರುವ ವ್ಯಕ್ತಿ ಯಾರೆಂದೂ ತಿಳಿಯುತ್ತಿಲ್ಲ. ಆತನ ತಲೆಯ ಹಿಂದಿನ ಬೆಳಕು ಕಣ್ಣು ಚುಚ್ಚುತ್ತಿದೆ. ಕಣ್ಣಿಗೆ ಅಡ್ಡ ಕೈಹಿಡಿದು ನೋಡಿದರೆ ನೂಯಿ ಪಾಂಡುರಂಗರಾಯರು ಅಲಿಯಾಸ್ ದಾವಣಗೆರೆಯ ಶ್ರೀರಾಮಚಂದ್ರ. ಕೇಳಿದ್ದೆ. ದರ್ಶನ ಭಾಗ್ಯ, ಅದೂ ಮನೆ ಬಾಗಿಲಲ್ಲೇ...ತನ್ನ ಸೌಭಾಗ್ಯವನ್ನು ನಂಬಲಾಗಲಿಲ್ಲ ಆಕೆಗೆ. ದಿಢೀರನೆ ನೂಯಿ ಪಾಂಡುರಂಗರಾಯರ ಕಾಲಮೇಲೆ ಬಿದ್ದು, ಪಾದಧೂಳಿಯನ್ನು ಹಣೆಗೊತ್ತಿಕೊಂಡು ಮನೆಯೊಳಗೆ ಓಡಿ ಅರ್ಧ ಬಾಯಿ ತೆಗೆದು ಮಲಗಿದ್ದ ವೆಂಕಣ್ಣನವರನ್ನು ಎಬ್ಬಿಸಿ ಬಾಗಿಲಿಗೆ ಕರೆತಂದಳು. ಮುಂದಿನ ಹತ್ತು ನಿಮಿಷಗಳಲ್ಲಿ ವೆಂಕಣ್ಣನವರು ಸಾಧ್ಯವಾದಷ್ಟೂ ಬೇಗ ಮುಖ ಮಾರ್ಜನೆ ಮಾಡಿ ಗೆಳೆಯನ ಎದುರು ಕೂತರು. ನೂಯಿ ಪಾಂಡುರಂಗರಾಯರು ತಮ್ಮ ಈಗಿನ ಕರುಣಾಜನಕ ಪರಿಸ್ಥಿತಿಯನ್ನು ಗೆಳೆಯನ ಮುಂದೆ ನಿವೇದಿಸಿಕೊಂಡರು.

'ಯೀಗೇನು ಮಾಡಲಿ ಅಂತಾನೇ ತಿಳೀತಿಲ್ಲ. ಹೆಂಗೆ ಯಿದರಿಂದ ಮುಕ್ತಿ ಪಡೀಬೇಕೂ ಅಂತ.' ತಲೆಯ ಮೇಲೆ ಕಿರೀಟದಂತೆ ಹೊಳೆಯುತ್ತಿದ್ದ ಪ್ರಭಾವಳಿಯತ್ತ ಬೆರಳು ಮಾಡಿದರು. ವೆಂಕಣ್ಣನವರು ಬೆರಗುಗಣ್ಣುಗಳಿಂದ ನೋಡುತ್ತಲೇ ಇದ್ದರು. ಪ್ರಭಾವಳಿಯಿಂದಾಗಿಯೋ ಏನೋ ಕೋಣೆಯಲ್ಲಿ ಸ್ವಲ್ಪ ಧಗೆಯಿತ್ತು. ಸಣ್ಣಗೆ ಬೆವರುತ್ತಿದ್ದರು. ಕೋಣೆಯಲ್ಲಿ ಒಂಥರಾ ಬೆಳಕು ಅಡರಿತ್ತು. ಆಗಾಗ್ಗೆ ನೂಯಿ

ಪಾಂಡುರಂಗರಾಯರು, ತಲೆಯ ಮೇಲೆ ಪ್ರಭಾವಳಿಯನ್ನು ಹೊತ್ತು, ವೆಂಕಣ್ಣನವರ ಹೆಂಡತಿ ತಂದಿಟ್ಟ ಕಾಫಿಯನ್ನು ಗುಟುಕರಿಸುತ್ತಿದ್ದುದು ಸಾಕ್ಷಾತ್ ಶ್ರೀರಾಮಚಂದ್ರನೇ ಕಾಫಿಯನ್ನು ಕುಡಿಯುತ್ತಿದ್ದಾನೇನೋ ಅನಿಸಿಬಿಟ್ಟಿತು. ವೆಂಕಣ್ಣನವರ ಹೆಂಡತಿಯಂತೂ ಹೊಸ್ತಿಲ ಬಳಿ ನಿಂತು ನೂಯಿ ಪಾಂಡುರಂಗರಾಯರು ಕಾಫಿ ಗುಟುಕರಿಸುವುದನ್ನೇ ಕಣ್ಣುತುಂಬಿಸಿಕೊಳ್ಳುತ್ತಿದ್ದರು. ಭಾವಾವೇಶದಿಂದ ಆಕೆಯ ಕಣ್ಣುಗಳಿಂದ ಧಾರಾಕಾರವಾಗಿ ನೀರು ಹರಿಯುತ್ತಿತ್ತು. ಇತ್ತ, ಒಂದೆರಡು ನಿಮಿಷ ಯೋಚಿಸುತ್ತಾ ಕೂತ ವೆಂಕಣ್ಣನವರು, ತಮ್ಮ ಅಂಗೈಯ್ಯನ್ನು ತಮ್ಮ ತೊಡೆಗೆ ತಿಕ್ಕಿಕೊಳ್ಳುತ್ತಾ, ಅರ್ಧ ಕಣ್ಣು ಮುಚ್ಚಿ ಹೀಗಂದರು. 'ಭಗವಂತ ಯಾಕೆ ಹಿಂಗೆ ಮಾಡ್ತನೆ ಅಂತ ಗೊತ್ತತೇನು. ಸದಾ ಭಗವನ್ನಾಮ ಸ್ಮರಣೆಯಲ್ಲೇ ಕಾಲ ಕಳೀತಿ. ಧರ್ಮಭೀರು ನೀನು. ಭಗವಂತನ ಆಲೋಚನೆಯಲ್ಲೇ ಜೀವನ ಮಾಡ್ತೀ. ವಂದೂ ಪಾಪ ಮಾಡದೇ ಬಾಳಿದೀ. ಅದಕ್ಕೇ ಭಗವಂತ ನಿಂಗೆ ಈ ಪ್ರಸಾದ ಕೊಟ್ಟಿದನೆ. ಯೀಗ ಯಿದುನ್ನ ತಗೀಬೇಕಂದ್ರೆ ಅವನೇ ತಗೋಬೇಕಿದ್ನ.'

'ಅದೇ ಹೆಂಗೆ ಅಂತ...'

'ಅವನಿಗೆ ಸಿಟ್ಟು ಬರಂಥದ್ದೇನರ ಮಾಡಬೇಕು ನೀನು.'

ಒಮ್ಮೆಲೇ ನೂಯಿ ಪಾಂಡುರಂಗರಾಯರಿಗೆ ಮೈ ಬೆವೆತಿತು. ಭಗವಂತನಿಗೆ ಸಿಟ್ಟು ಬರದಂದ್ರೆ. ಸಿಟ್ಟು ಬಂದು ಅವನು ನನ್ನ ಕೈ ಬಿಟ್ಟ ಅಂದ್ರೆ. ಯೋಚಿಸಲಿಕ್ಕೂ ಆಗದಾಯಿತು. ಮಾತೇ ಹೊರಡಲಿಲ್ಲ.

'ಅರಿಷಡ್ವರ್ಗಗಳನ್ನು ಗೆದ್ದೋನು ನೀನು. ಯಿನ್ನು ಗೆಲ್ಲಕೆ ಹೋಗಬೇಡ. ಪಾಪ ಮಾಡಬೇಕು ನೀನು. ಅಂದ್ರೇ ಅವನು ಆ ಪ್ರಭಾವಳೀನ್ನ ತಗೋಬಹುದೋ ಏನೋ.'

'ಇಷ್ಟು ವರ್ಷ ಮಾಡಿಲ್ಲ. ಈಗ ಪಾಪ ಮಾಡೂ ಅಂದ್ರೆ ಹೆಂಗೋ...'

'ಅಯ್, ಆರ್‍ರಾಗೆ ಆರೂ ಪಾಪ ಮಾಡೂ ಅಂತ ಯಲ್ಲಿ ಹೇಳಿದೆ. ಒಂದರ ಪಾಪ ಮಾಡೂ. ಅದರಗೂ ಹೋಗಲಿಲ್ಲ ಅಂದ್ರೆ ಯಿನ್ನೊಂದಕ್ಕೆ ಕೈ ಹಾಕು. ಯರಡ್ನೇದು ಮಾಡ ಹೊತ್ತಿಗೇ ತಲೆ ಮೇಲಿನ ಪ್ರಭಾವಳಿ ಹೋಗಿರತದೆ.'

ಬಹಳ ಹೊತ್ತು ನೂಯಿ ಪಾಂಡುರಂಗರಾಯರು ಮಾತನಾಡಲಿಲ್ಲ. ತಲೆ ತುಂಬಾ ಅದೇ ತುಂಬಿತ್ತು. ಕಾಮ–ಕ್ರೋಧ–ಮೋಹ–ಲೋಭ–ಮದ–ಮತ್ಸರ.

ಅದನ್ನೇ ತಲೆಯಲ್ಲಿ ತುಂಬಿಸಿಕೊಂಡು, ಸಂದಿ ಬಿದ್ದು, ಗಲ್ಲಿ ಬಿದ್ದು ಮನೆ ಸೇರಿದರು. ಗೆಳೆಯ ಹೇಳಿದ್ದರಲ್ಲಿ ಯಾವುದನ್ನು ಮಾಡುವುದು, ಎಲ್ಲಿಂದ ಶುರುಮಾಡುವುದು, ಹೇಗೆ ಶುರುಮಾಡುವುದು...ಮತ್ತು ಯಾರಲ್ಲಿಂದ ಶುರುಮಾಡುವುದು... ಯೋಚಿಸಿದಷ್ಟೂ ಇದ್ಯಾವುವೂ ತನ್ನ ಕೈಲಿ ಸಾಧ್ಯವಿಲ್ಲ ಅನಿಸತೊಡಗಿತು. ಯಾಕೋ ಮೊದಲ ಬಾರಿಗೆ ಭಗವಂತನ ಮೇಲೆ ಸ್ವಲ್ಪ ಸಿಟ್ಟು ಬಂತು. ಈ ಪ್ರಭಾವಳೀನ್ನ ಸಿಗಸಕೆ ತನ್ನ ತಲೆ ಬಿಟ್ಟರೆ ಬೇರೆ ಯಾವ ತಲೆಯೂ ಅವನಿಗೆ ಸಿಗಲಿಲ್ಲವೇ ಅನಿಸಿದ ಮರುಕ್ಷಣ ಹಾಗೆ ಭಗವಂತನ ವಿರುದ್ಧ ಯೋಚಿಸಿದ್ದಕ್ಕೆ ಕೆನ್ನೆ ತಟ್ಟಿಕೊಂಡು ಪ್ರಾಯಶ್ಚಿತ್ತ ಮಾಡಿಕೊಂಡರು. ಕೊನೆಗೆ, ಯಾವುದಕ್ಕೂ ಮೊದಲಿಗೆ ತುಂಬಾ ಹಗುರವಾದದ್ದನ್ನೇ ಪ್ರಯತ್ನಿಸುವುದು. ಭಗವಂತನ ಇಚ್ಛೆಯಿದ್ದಲ್ಲಿ ಪ್ರಭಾವಳಿ ತಲೆ ಬಿಟ್ಟು ಹೋಗಬಹುದು ಎನಿಸಿ, ಹೆಂಡತಿಯೊಂದಿಗೆ ತಮ್ಮ ಯೋಜನೆಯನ್ನು ವಿವರಿಸಿದರು. 'ಯೇನೋ ಸುಡುಗಾಡು. ಅದು ಹೋದರೆ ಸಾಕು. ಯೇನರ ಮಾಡಿ. ಹೋಗಲಿಲ್ಲ ಅಂತಂದ್ರೆ ಮಾತ್ರ ನಾನಿಲ್ಲಿರಲ್ಲ ಅಷ್ಟೇ' ಅಂದು ನೂಯಿ ಪಾಂಡುರಂಗರಾಯರು ತಮ್ಮ ಪತಿಯೇ ಅಲ್ಲ, ಅವರ ನೋವು, ಯಾತನೆ ತಮಗೆ ಸಂಬಂಧಿಸಿದ್ದೇ ಅಲ್ಲವೆನ್ನುವಂತೆ ಅಂಬಕ್ಕ ಇದ್ದುಬಿಟ್ಟರು. ನೂಯಿ ಪಾಂಡುರಂಗರಾಯರು ಪಾಪಗೈಯ್ಯುವ ಸಿದ್ಧತೆಗೆ ತೊಡಗಿದರು. ತುಂಬಾ ಸುಲಭವಾದ ಕ್ರೋಧಕ್ಕೆ ಅಣಿಯಾದರು.

–7–

ದೇವರಮನೆಯಿಂದ ಹೊರಬಿದ್ದ ಪಾಂಡುರಂಗರಾಯರು ಒಮ್ಮೆಲೇ ಅಬ್ಬರಿಸಿದರು. 'ಲೇ ಭೋಸುಡೀ. ಯಲ್ಲದೀ. ಯೇನು ತಿಂಡಿಗಿಂಡಿ ಯೇನರ ಯಿದ್ಯೋ ಯಿಲ್ಲಾ ಉಪವಾಸ ಬಿದ್ದು ಸಾಯಬೇಕೋ.' ಅಡುಗೆಮನೆಯಲ್ಲಿ ಹಸಿ ಕಟ್ಟಿಗೆಯೊಂದಿಗೆ ಹೋರಾಡುತ್ತಿದ್ದ ಅಂಬಕ್ಕನಿಗೆ ಹೊಗೆಯೇರಿದಂತೆ ಸಿಟ್ಟು ಏರಿತು. ನಂದೇ ನಂಗೆ ಹರೀತಾಯಿದೆ ಯಿಲ್ಲಿ ಯಿದು ಬೇರೆ ಅಂದುಕೊಂಡವರೇ, ಇವತ್ತು ಈ ಶ್ರೀರಾಮಚಂದ್ರನಿಗೆ ಒಂದು ಮೋಕ್ಷ ಕಾಣಿಸಿಯೇ ಬಿಡಬೇಕು ಎಂದು ಒಲೆಯಲ್ಲಿದ್ದ ಅರೆ ಉರಿದ ಸೌದೆಯನ್ನು ಕೈಗೆತ್ತಿಕೊಂಡು ಹೊರಬಂದರು. ನೂಯಿ ಪಾಂಡುರಂಗರಾಯರು ಮಣೆಯ ಮೇಲೆ ಕೂತು ತಿಂಡಿಗಾಗಿ ಕಾಯುತ್ತಿದ್ದರು. ಹೆಂಡತಿಯ ಮುಖ ನೋಡಿದೊಡನೇ 'ಯೇನು ನೋಡ್ತಿದೀ ಹಂಗೆ. ಕಣ್ಣೂ ಯೇನು

ಕುರುಡಾಗಿದವೇನು. ತಂದು ಹಾಕು ಅಂದ್ರೆ ಮುಕ ನೋಡ್ತಾ ನಿಂತ್ಯಲ್ಲ' ಎಂದು ಮತ್ತೊಮ್ಮೆ ಅಬ್ಬರಿಸಿದರು. ಅಬ್ಬರಿಸಿದ ಮರುಕ್ಷಣ ಹೆಂಡತಿಯ ಮುಖ ನೋಡದೇ ಕೈಯ್ಯಲ್ಲಿದ್ದ ಪುಟ್ಟ ಕನ್ನಡಿಯಲ್ಲಿ ಪ್ರಭಾವಳಿಯನ್ನು ನೋಡಿಕೊಂಡರು. ಎಳ್ಳಷ್ಟೂ ಮಂಕಾಗಿರಲಿಲ್ಲ. ಕೋಣೆಯನ್ನೇ ಒಮ್ಮೆ ನೋಡಿದರು. ಕೂತ ಕೋಣೆಯಲ್ಲಿ ಬೆಳಕು ಹಾಗೇ ಇತ್ತು. ಅಂಬಕ್ಕ ನಿಬ್ಬೆರಗಾಗಿ ಗಂಡನ ಮುಖ ನೋಡುತ್ತಲೇ ಇದ್ದರು. ಗಂಡನ ದನಿಯಲ್ಲಿದ್ದ ಅಬ್ಬರ ಮುಖದಲ್ಲಿರಲಿಲ್ಲ. ತಟ್ಟನೆ ಅಂಬಕ್ಕನಿಗೆ ಇದು ತಮ್ಮ ಗಂಡ ಎಸಗುತ್ತಿರುವ ಪಾಪಕರ್ಮ ಎಂದರಿವಾಗಿ ಮುಗುಳ್ನಕ್ಕು ಮತ್ತೆ ಅಡುಗೆಮನೆ ಸೇರಿದರು. ಅಲ್ಲಿಂದ ಶುರುವಾಯಿತು ನೂಯಿ ಪಾಂಡುರಂಗರಾಯರ ಅಬ್ಬರ. ಆರ್ಭಟ. ಗಳಿಗೆ ಗಳಿಗೆಗೂ ಹೆಂಡತಿಗೂ, ಮಕ್ಕಳಿಗೂ ವಾಚಾಮಗೋಚರ ಬೈದರು. ಅಂಗಳದಲ್ಲಿ ನಿಂತು ಪಕ್ಕದ ಮನೆಯವರೆಲ್ಲಾ ಕೇಳುವಂತೆ ಕಿರಿಚಿದರು. ಮಧ್ಯಾಹ್ನದ ಹೊತ್ತಿಗೆಲ್ಲಾ ಅಬ್ಬರ ಇಮ್ಮಡಿಯಾಯಿತು. ಬೈಗುಳಗಳು ನಿರರ್ಗಳವಾಗಿ, ಅನಾಯಾಸವಾಗಿ, ಪುಂಖಾನುಪುಂಖವಾಗಿ ಬಾಯಿಯಿಂದ ಹೊರಬೀಳುತ್ತಿದ್ದವು. ಸಾಯಂಕಾಲದ ಹೊತ್ತಿಗೆ ಬೈಗಳಿಗಾಗಿ ನೂಯಿ ಪಾಂಡುರಂಗರಾಯರು ತಡಕಾಡಬೇಕಾದ ಪ್ರಮೇಯವೇ ಇರಲಿಲ್ಲ. ಮುಸ್ಸಂಜೆಯ ಹೊತ್ತಿಗೆ ಅಂಬಕ್ಕನಿಗೆ ತನ್ನ ಗಂಡ ಆ ಸುಡುಗಾಡು ಪ್ರಭಾವಳಿಯ ಸುಳಿಯಿಂದ ತಪ್ಪಿಸಿಕೊಳ್ಳುವ ಪ್ರಯತ್ನದಲ್ಲಿದ್ದಾರೋ ಇಲ್ಲಾ ಬೇಕೂಂತ ತನಗೆ ಬಯ್ಯುತ್ತಿದ್ದಾರೋ ಎನ್ನುವ ಅನುಮಾನ ತಲೆಗೆ ಹತ್ತಿತು. ದಿನವೆಲ್ಲಾ ಬಾಯಿಗೆ ಬಂದ ಹಾಗೆ ಎದುರು ಸಿಕ್ಕ ಎಲ್ಲರನ್ನೂ ಬೈದು ರಾತ್ರಿ ಕನ್ನಡಿಯನ್ನು ನೋಡಿದರೆ ಪ್ರಭಾವಳಿ ಇನ್ನೂ ಪ್ರಖರವಾಗೇ ಇತ್ತು. ಅಚ್ಚಳಿಯದಂತೆ ತಲೆಯ ಹಿಂದೆ ರಾರಾಜಿಸುತ್ತಿತ್ತು. ನೂಯಿ ಪಾಂಡುರಂಗರಾಯರ ಕ್ರೋಧ ಕೈಕೊಟ್ಟಿತ್ತು.

–8–

ಇನ್ನು ಮುಂದಿನ ಪ್ರಯತ್ನ. ಮೋಹ. ಮೈ ಜುಮ್ಮೆಂದಿತು. ಯಾಕೋ ಒಮ್ಮೆಲೇ ಕಾಮ, ಮೋಹವನ್ನೆಸಗಲು ಧೈರ್ಯ ಬರಲಿಲ್ಲ. ಸದ್ಯದ ಪರಿಸ್ಥಿತಿಯಲ್ಲಿ ಮತ್ಸರ ತುಂಬಾ ಸುಲಭವೆನಿಸಿತು. ಸರಿ. ಇಡೀ ದಿನ ಪಕ್ಕದ ಕುಲಕರ್ಣಿಯ ಮೇಲೆ ವಿಷ ಕಾರಿದರು. 'ದುಡಿಯದು ನೋಡಿದ್ರೆ ಮೂವತ್ತು ರೂಪಾಯಿ. ಯಂತಾ ಠೇಂಕಾರ ಅಂತೀನಿ ಅವ್ನದ್ದು. ತೊಡಾ ಬಟ್ಟೆಯೇನೂ, ತಿನ್ನಾದೇನೂ, ತಿರುಗಾದೇನೂ.

ಯಾವ ಮಾರಾಜಂಗೂ ಕಮ್ಮಿಯೇನಿಲ್ಲ. ಅವನ ಹೆಣ್ತಿ ದರ್ಬಾರು ನೋಡಿದ್ರೇನು. ಯಲ್ಜಬತ್ ಆಡ್ದಂಗಾಡ್ತಳೆ. ಯಿನ್ನೊಂದೈವತ್ತು ರೂಪಾಯಿ ಯೇನರ ಜಾಸ್ತಿ ಸಂಬಳಾ ಆಗಿದ್ರೆ ಯೇನು ಆಡ್ತಿದ್ನೋ ಯೇನೋ.' ಕುಲಕರ್ಣಿಯ ಪ್ರವರ ಮುಗಿಯಿತೋ ಎದುರು ಮನೆಯ ಡಾಕ್ಟರ್ ನಂಜಪ್ಪನ ಮೇಲೆ ಕಾರಿದರು. ತಮ್ಮ ಷಡ್ಡಕ ನರಹರಿಯ ಮೇಲೆ ನಂಜು ಕಾರಿದರು. ರಾತ್ರಿಯಿಡೀ ಕುಂಯ್ಯೆನ್ನುತ್ತಲೇ ಇದ್ದರು. ಮಾತಿಗೊಮ್ಮೆ ಪ್ರಭಾವಳಿಯನ್ನು ನೋಡಿಕೊಳ್ಳುತ್ತಲೇ ಇದ್ದರು. ಪ್ರಭಾವಳಿ ತೊಲಗಲಿಲ್ಲ. ಬದಲಿಗೆ ಅದು ಇನ್ನೂ ಬಲವಾಗುತ್ತ ಹೋದಂತೆ ತೋರಿತು. ತಮ್ಮ ಕಣ್ಣಿಗೆ ಬೀಳುತ್ತಿರಲಿಕ್ಕಿಲ್ಲ ಎಂಬ ಅನುಮಾನದಿಂದ ಹೆಂಡತಿಯನ್ನು ಎಬ್ಬಿಸಿ ಪ್ರಭಾವಳಿಯನ್ನೇ ನೋಡುತ್ತಿರುವಂತೆ ಹೇಳಿ ಮತ್ತೆ ಮತ್ಸರ ಕಾರಲಾರಂಭಿಸಿದರು. ಅಂಬಕ್ಕನ ಕಣ್ಣಿಗೂ ಪ್ರಭಾವಳಿಯ ಕಾವು ಇಳಿದಂತೆ ಕಾಣಲಿಲ್ಲ. ಕೋಣೆಯಲ್ಲಿ ಪ್ರಭಾವಳಿಯ ಧಗೆ ಸ್ವಲ್ಪ ಹೆಚ್ಚಾಗೇ ಇತ್ತು. ಬೆವರುತ್ತಾ ಗಂಡನ ತಲೆಗಂಟಿದ ಪ್ರಭಾವಳಿಯ ಒಂದು ಚೂರಾದರೂ ಮಂಕಾಗತ್ತೋ ಅಂತ ನೋಡುತ್ತಲೇ ಇದ್ದರು. ಬೆಳಕನ್ನೇ ದಿಟ್ಟಿಸಿ ನೋಡುತ್ತಾ ಕೂತಿದ್ದಕ್ಕೋ ಏನೋ, ಕಣ್ಣು ಕುರುಡಾಗುತ್ತ ಹೋದಂತಾಯಿತು. ಕೊನೆಗೊಮ್ಮೆ ನಿದ್ದೆ ತಡೆಯಲಾರದೇ ಅಂಬಕ್ಕ 'ಸುಡುಗಾಡು ಯೇನೂ ಆಗ್ತಿಲ್ಲ. ನಂಗೂ ನಿದ್ದೆ ಹಾಳು. ಆ ದರಿದ್ರಾನ್ನ ನೋಡೀ ನೋಡೀ ಕಣ್ಣೂ ಉರಿತಿದವೆ. ಬೆಳಿಗ್ಗೆ ಬೇರೆ ಯೇನರ ಮಾಡಿ' ಅಂದು ಗೋಡೆಯ ಮೂಲೆಗೆ ಮೂಗು ತೂರಿಸಿ ಪ್ರಭಾವಳಿಯ ಬೆಳಕು ಮುಖದ ಮೇಲೆ ಬೀಳದಂತೆ ದಿಂಬನ್ನೂ, ಹೊದಿಕೆಯನ್ನೂ ಹೊದ್ದು ಮಲಗಿದರು.

–9–

ಇಂತು ಮುಂದಿನ ಒಂದು ವಾರ ಕಳೆಯಿತು. ಪಾಂಡುರಂಗರಾಯರು ಅರಿಪಂಚ ವರ್ಗಗಳನ್ನು ಮುಗಿಸಿದ್ದರು. ಕ್ರೋಧವಾಯಿತು. ಲೋಭವಾಯಿತು. ಮತ್ಸರವಾಯಿತು. ಮದವಾಯಿತು. ಮೋಹದ ಸರದಿ ಬಂದಾಗ ಯಾಕೋ ಇದು ವಿಪರೀತಕ್ಕೆ ಹೋಗುತ್ತಿದೆ ಅನಿಸಿತು. ಕೊನೆಗೆ ಸಲಹೆ ಕೊಟ್ಟು ರಾಯರ ವಂಶದ ಘನತೆ ಉಳಿಸಲು ವೆಂಕಣ್ಣನವರೇ ಬರಬೇಕಾಯಿತು. 'ಮೋಹ ಅಂದ್ರೆ ಹೆಣ್ಣಿನ ಮೇಲಿನ ವಾಂಛೆ ಅಲ್ವೋ. ದುಡ್ಡಿನ ಮೇಲಿನ ವಾಂಛೆಗೂ ಮೋಹ ಅನ್ತರೆ. ಆಸ್ತಿ ಮೇಲಿನ ವಾಂಛೆಗೂ ಮೋಹ ಅನ್ತರೆ. ಅಂಥದ್ದೇನರ ಯಿಟ್ಗಂಡು ಮೋಹ ಮಾಡು.' ಹಂಗೂ ಹಿಂಗೂ ಮನೆಯನ್ನೂ, ಮನೆಯಲ್ಲಿನ ಚೊಂಬು, ಬಿಂದಿಗೆಗಳಿಂದ

ಮೊದಲುಗೊಂಡು ಬೆಳ್ಳಿ ಪಾತ್ರೆಗಳನ್ನೂ ಮೋಹಿಸಿದ್ದು ಆಯಿತು. ಟ್ರಂಕಿನಲ್ಲಿದ್ದ ಒಂದು ನೂರೈವತ್ತು ರೂಪಾಯಿಗಳನ್ನು ಮೋಹಿಸಿದ್ದೂ ಆಯಿತು. ಕೆಲವು ನೋಟುಗಳನ್ನೂ, ಚಿಲ್ಲರೆಯನ್ನೂ ಮತ್ತೆ ಮತ್ತೆ ಎಣಿಸಿದ್ದಾಯ್ತು. ಇನ್ನೂ ಬೇಕೂ, ಮತ್ತೂ ಬೇಕೂ ಅಂತ ಹಲುಬಿದ್ದು ಆಯಿತು. ಎಲ್ಲವೂ ತನ್ನದೇ ಅಂತ ಗೊಣಗಿದ್ದಾಯಿತು. ಇರುವುದೆಲ್ಲವನ್ನೂ ಉಳಿಸಿಕೊಳ್ಳಲು ಮತ್ತೇನು ಮಾಡಬೇಕೂಂತ ಗಹನವಾಗಿ ಯೋಚಿಸಿದ್ದಾಯ್ತು. ಏನೂ ಆಗಲಿಲ್ಲ. ಪ್ರಭಾವಳಿಯೂ ಕರಗಲಿಲ್ಲ. ಇನ್ನುಳಿದದ್ದು ಒಂದೇ. ಕಾಮ. ಮೈ ಥರಗುಟ್ಟಿತು. ಇದು ತನ್ನ ಕೈಲಿ ಆಗುವಂಥಾದ್ದು ಅಲ್ಲವೇ ಅಲ್ಲ ಅನಿಸಿ ವೆಂಕಣ್ಣನ ಮುಂದೆ ಕೈ ಚೆಲ್ಲಿ ಕೂತರು. ವೆಂಕಣ್ಣ ಬೆನ್ನು ತಟ್ಟಿ ಧೈರ್ಯ ತುಂಬುತ್ತಾ, 'ನೀನೇನು ಯಿದುನ್ನ ಬೇಕೂಂತ ಮಾಡ್ತಿಲ್ಲಲಾ. ಒನ್ಸರಿ ಪಾಪ ಮಾಡು. ನಾನೆಲ್ಲಾ ದಾರಿ ಹುಡುಕ್ತೀನಿ' ಅಂದರು. ಅಂದಂತೆ ದಾರಿ ಹುಡುಕಿ ತೆಗೆದರು.

–10–

ಕತ್ತಲಲ್ಲಿ ಹೋದರೆ ನೂಯಿ ಪಾಂಡುರಂಗರಾಯರ ಪ್ರಭಾವಳಿಯ ಬೆಳಕನ್ನು ಮುಚ್ಚಿಡುವುದು ಕಷ್ಟವೆಂದು ಸೂರ್ಯ ನೆತ್ತಿಯ ಮೇಲಿದ್ದಾಗಲೇ, ತಲೆಗೊಂದು ಶಲ್ಯವನ್ನು ಸುತ್ತಿ ಪ್ರಭಾವಳಿಯನ್ನು ಮುಚ್ಚಿಟ್ಟು ವಸಂತ ಟಾಕೀಸಿನ ಬಳಿಯ ಅನೇಕ ಸಂದಿಗಳಲ್ಲಿನ ಒಂದು ಸಂದಿಯನ್ನು ಹೊಕ್ಕು ಯಾವುದೋ ಒಂದು ಮನೆಯ ಮುಂದೆ ನಿಂತು 'ರತ್ನಾ–' ಅಂತ ಕೂಗಿ ಬಾಗಿಲು ಬಡಿದರು. ಒಂದೆರಡು ನಿಮಿಷಗಳ ತರುವಾಯ ಒಂದು ಹೆಂಗಸು ಬಾಗಿಲು ತೆಗೆದು ನೋಡಿ 'ಬರ್ರಿ' ಅಂತ ಒಳಗೆ ಕರೆಯಿತು. ಇಬ್ಬರೂ ಒಳಗೆ ಬಂದರು. ಮಸುಕು ಮಸುಕಾಗಿದ್ದ ಕೋಣೆ ನೂಯಿ ಪಾಂಡುರಂಗರಾಯರು ಶಲ್ಯವನ್ನು ತೆಗೆದ ಕ್ಷಣ ಝಗ್ಗೆಂದು ಬೆಳಕಾಯಿತು. ಆಗಲೇ ರತ್ನ ನೂಯಿ ಪಾಂಡುರಂಗರಾಯರನ್ನು ನೋಡಿದ್ದು. ನೋಡಿದೇಟಿಗೇ ಉದ್ದಕ್ಕೂ ಅಡ್ಡಬಿದ್ದಳು. ಕೇಳಿದ್ದಳು. ನೋಡಿರಲಿಲ್ಲ. ತನ್ನಂತಹ ಕಸುಬಿನ ಬಡವಿಯ ಮನೆಗೆ ಸಾಕ್ಷಾತ್ ಶ್ರೀರಾಮಚಂದ್ರನೇ ಬರುವುದೆಂದರೆ, ತನ್ನ ಸೌಭಾಗ್ಯವಲ್ಲದೇ ಮತ್ತಿನ್ನೇನು? ಗೆಳೆಯರಿಬ್ಬರೂ ಮುಖ ನೋಡಿಕೊಂಡರು. ವೆಂಕಣ್ಣನವರೇ ಬಾಯಿಬಿಟ್ಟು ಪರಿಸ್ಥಿತಿಯನ್ನು ತಹಬಂದಿಗೆ ತಂದರು.

'ಯದ್ದೇಳು. ಯಿವತ್ತು ರಾತ್ರಿ ರಾಯರು ಯಿಲ್ಲೇ ಯಿರ್ತರೆ. ಸೇವೆ ಮಾಡಬೇಕು ನೀನು. ದುಡ್ಡಿಂದು ಯೋಚನೆ ಮಾಡಬೇಡ. ಹೆಚ್ಚು ಬಲವಂತ ಮಾಡಬೇಡ.

ಸುಮ್ನೆ ಸಾಥ್ ಕೊಟ್ರೆ ಆತು. ಮತ್ಯಾರಿಗೂ ಕರೀಬೇಡ ಯಿವತ್ತು ರಾತ್ರಿ. ನಾನೇ ಬೆಳಿಗ್ಗೆ ಬಂದು ಕರ್ಕಂಡು ಹೋಗ್ತೀನಿ. ಹುಶಾರಾಗಿ ನೋಡ್ಕೋ.'

ರತ್ನ ಮಾತನಾಡಲಿಲ್ಲ. ತಲೆಯಾಡಿಸಿದಳು. ನೂಯಿ ಪಾಂಡುರಂಗರಾಯರ ಅಲಿಯಾಸ್ ಶ್ರೀರಾಮಚಂದ್ರನ ಮುಖವನ್ನು ನೇರವಾಗಿ ನೋಡಲು ಧೈರ್ಯ ಬಾರದೆ ನೆಲ ನೋಡುತ್ತ ಕೂತಿದ್ದಳು. ಗೆಳೆಯನ ಕೈಯ್ಯನ್ನು ತಟ್ಟಿ ಆಶ್ವಾಸನೆ ಕೊಟ್ಟು ವೆಂಕಣ್ಣನವರು ಮೇಲೆದ್ದರು. ನೂಯಿ ಪಾಂಡುರಂಗರಾಯರು ಮತ್ತೊಂದು ಪಾಪ ಕರ್ಮಕ್ಕೆ ಅಣಿಯಾಗಿ, ತೆಳ್ಳಗೆ ನಡುಗುತ್ತಾ ಕೂತರು.

–11–

ರಾತ್ರಿಯಾಯಿತು. ಬೆಳಿಗ್ಗೆ ಬಂದಾಗ ಕೋಣೆ ಹೊಕ್ಕ ನೂಯಿ ಪಾಂಡುರಂಗರಾಯರಿಗೆ ಕೋಣೆಯಿಂದ ಹೊರಬರುವ ಧೈರ್ಯವಿರಲಿಲ್ಲ. ಪ್ರಭಾವಳಿಯನ್ನು ತಲೆಗೆ ಅಂಟಿಸಿಕೊಂಡು ಗೋಡೆಗೆ ಒರಗಿ ಹಾಸಿದ್ದ ಹಾಸಿಗೆಯ ಮೇಲೆ ಅಲ್ಲಾಡದೇ ಕೂತಿದ್ದರು. ತಂದಿಟ್ಟ ಊಟ–ತಿಂಡಿ–ನೀರು–ನಿಡಿಗಳಲ್ಲಿ ಒಂದು ತುತ್ತೂ ಬಾಯಿಗಿಟ್ಟಿರಲಿಲ್ಲ. ಒಂದು ಗುಟುಕೂ ಗಂಟಲಿಗೆ ಇಳಿಸಿರಲಿಲ್ಲ. ರಾತ್ರಿ ಎಷ್ಟು ಹೊತ್ತಾಗಿತ್ತೋ ಯಾರಿಗೆ ಗೊತ್ತು. ಅಂತಹ ಒಂದು ಹೊತ್ತಿನಲ್ಲಿ ಬಾಗಿಲು ಕಿರ್ರೆಂದು ಇಷ್ಟೇ ಬಾಯಿಬಿಟ್ಟಿತು. ನೂಯಿ ಪಾಂಡುರಂಗರಾಯರು ತಲೆಯೆತ್ತಿ ನೋಡಿದರು. ಆಗ ಒಳಗೆ ಬಂದಿದ್ದು ರತ್ನ. ಆಗಷ್ಟೇ ಸ್ನಾನ ಮಾಡಿದ್ದಳೋ ಏನೋ, ಮಲ್ಲಿಗೆ ಹೂ ಮುಡಿದಿದ್ದಳು. ಕೈಲಿ ಹಾಲೋ ಏನೋ, ಒಂದು ಲೋಟ ಹಬೆಯಾಡುತ್ತಿತ್ತು. ಒಂದು ದೊಡ್ಡ ಸೀರೆಯುಟ್ಟಿದ್ದಳು. ಮೊಣಕೈವರೆಗೂ ಬಂದ ತೋಳಿನ ಒಂದು ಕೆಂಪನೆಯ ಕುಬುಸ ತೊಟ್ಟಿದ್ದಳು. ತಲೆಯ ಮೇಲೆ ಸೆರಗು ಹಾದಿತ್ತು. ನೂಯಿ ಪಾಂಡುರಂಗರಾಯರು ನೋಡುತ್ತಲೇ ಇದ್ದರು. ಆಕೆ ಹೆಜ್ಜೆಯ ಮೇಲೊಂದು ಹೆಜ್ಜೆಯನಿಕ್ಕುತ ಹಾಸಿಗೆಯ ಬಳಿ ಬಂದು ಮೊಣಕಾಲೂರಿ ಕೂತಳು. ಕೈಲಿದ್ದ ಲೋಟವನ್ನು ಕೆಳಗಿಟ್ಟು ತಲೆಯ ಮೇಲಿನ ಸೆರಗನ್ನು ಕೆಳಗಿಳಿಸಿದಳು. ಆಗ ಪಾಂಡುರಂಗರಾಯರು ನೋಡಿದ್ದು, ತಾವು ಈವರೆಗೂ ಕಂಡಿರದ ಸೌಂದರ್ಯವನ್ನು. ತಮ್ಮ ಪ್ರಭಾವಳಿಯ ನಿಚ್ಚಳ ಬೆಳಕಿನಲ್ಲಿ ಝಗಝಗ ಹೊಳೆಯುತ್ತಿದ್ದ ರತ್ನವೊಂದನ್ನು. ಅದೆಂತಹ ಸೌಂದರ್ಯ. ಒಮ್ಮೆ ಮೈಯ್ಯನ್ನು ಎತ್ತಿ ಹಾಕಿದರು. ರತ್ನ ಕಾಲು ಚಾಚಿ ಕೂತ ಶ್ರೀರಾಮಚಂದ್ರನ ಕಾಲನ್ನು ಮುಟ್ಟಿ

ಕಣ್ಣಿಗೊತ್ತಿಕೊಂಡಳು. ಹಾಗೇ ಮೃದುವಾಗಿ ಪಾದಗಳನ್ನು ಒತ್ತತೊಡಗಿದಳು. ನೂಯಿ ಪಾಂಡುರಂಗರಾಯರಿಗೆ ಹಾಯೆನಿಸಿತು. ಬೆಳಿಗ್ಗಿನಿಂದಾ ಅಲ್ಲಾಡದೇ ಕೂತದ್ದಕ್ಕೋ ಏನೋ ಸುಸ್ತಾಗಿತ್ತು. ಹಾಗೇ ಕೂತಲ್ಲೇ ಕಣ್ಣು ಮುಚ್ಚಿದರು. ರತ್ನ ಪಾದ ಒತ್ತುತ್ತಲೇ ಇದ್ದಳು. ಅದ್ಯಾವ ಹೊತ್ತಿನಲ್ಲಿ ನಿದ್ದೆ ಬಂತೋ, ರತ್ನ ಮೆಲ್ಲಗೆ ನೂಯಿ ಪಾಂಡುರಂಗರಾಯರನ್ನು ಹಿಡಿದು ಮೆಲ್ಲಗೆ, ಹಗುರಾಗಿ ಹಾಸಿಗೆಯ ಮೇಲೆ ಮಲಗಿಸಿದಳು. ಪುಟ್ಟ ಮಗುವೊಂದು ಮಲಗಿದೋಪಾದಿಯಲ್ಲಿ ನೂಯಿ ಪಾಂಡುರಂಗರಾಯರು ಹಾಸಿಗೆಯ ಮೇಲೆ ಅಂಗಾತ ಮಲಗಿದರು. ರತ್ನ ಪಾದಗಳನ್ನು ಒತ್ತುತಲೇ ಇದ್ದಳು. ನೂಯಿ ಪಾಂಡುರಂಗರಾಯರು ಹಾಗೇ ನಿದ್ದೆಹೋದರು. ತಲೆಯ ಮೇಲಿನ ಪ್ರಭಾವಳಿ ಅಟ್ಟಹಾಸ ಮಾಡುತ್ತಲೇ ಇತ್ತು. ನೂಯಿ ಪಾಂಡುರಂಗರಾಯರ ಅರಿಷಡ್‌ವರ್ಗಗಳು ಸೋತಿದ್ದವು.

–12–

ಮಾರನೇ ದಿವಸ ವೆಂಕಣ್ಣನವರು ಗೆಳೆಯನನ್ನು ಕರೆಯಲು ಬಂದಾಗ ಸಿಡಿಲು ಬಡಿದರೂ ಸ್ವಲ್ಪ ಕಮ್ಮಿಯೇ ಅನ್ನುವಂತಹ ಅಚ್ಚರಿ ಕಾದಿತ್ತು. 'ನಾನಿನ್ನು ಮನೆಗೆ ಬರಲಾರೆ' ಅಂತ ಕದಾಚಿತ್ತಾಗಿ ನೂಯಿ ಪಾಂಡುರಂಗರಾಯರು ಹೇಳಿ ಕಳಿಸಿದರು. ಸ್ವತಃ ಬಂದು ಹೇಳಲಿಲ್ಲ. ವೆಂಕಣ್ಣನವರು ಬಾಯಿ ಬಿಟ್ಟು ವಾರ್ತೆ ಹೇಳಿದ ರತ್ನಳನ್ನು ನೋಡುತ್ತಲೇ ಇದ್ದರು. ಈಗಷ್ಟೇ ಪೂಜೆ ಮುಗಿಸಿ ಬಂದ ಅಚ್ಚ ಮುತ್ತೈದೆಯೊಬ್ಬಳನ್ನು ನೋಡಿದಂತಿತ್ತು. ಬಾಗಿಲು ಹಾಕಿಕೊಳ್ಳುವ ಮುನ್ನ ರತ್ನ 'ಮನೇನಗೂ ಹೇಳಬಾರದಂತೆ. ಯತ್ಲಗೋ ಹಿಮಾಲಯಕ್ಕೋ, ಕಾಶಿಗೋ ಹೋದ್ರೂಂತ ಹೇಳಬೇಕಂತೆ. ಹುಡುಕಕ್ಕೂ ಹೋಗಬಾರದೂ ಅಂತ ಹೇಳಬೇಕಂತೆ' ಅಂದಳು. ಬಾಗಿಲು ಹಾಕಿಕೊಂಡಳು. ವೆಂಕಣ್ಣನವರು ಹಿಂತಿರುಗಿದರು, ಶ್ರೀರಾಮಚಂದ್ರನನ್ನು ಅಲ್ಲಿಯೇ ಬಿಟ್ಟು.

–13–

ಈಗ ನೂಯಿ ಪಾಂಡುರಂಗರಾಯರಿಗೆ ತಲೆಗಂಟಿದ ಪ್ರಭಾವಳಿ ಅಷ್ಟು ಕಿರಿಕಿರಿ ಮಾಡುತ್ತಿಲ್ಲ. ಅದರ ಪಾಡಿಗೆ ಅದು ಬೆಳಕು ಬೀರುತ್ತ ಹಾಯಾಗಿದೆ. ಅದರ ಬೆಳಕಿನಲ್ಲಿ ನಿದ್ದೆ ಮಾಡುವುದು ನೂಯಿ ಪಾಂಡುರಂಗರಾಯರಿಗೆ ರೂಢಿಯಾಗಿದೆ. ಶ್ರೀರಾಮಚಂದ್ರ ನೆಲೆಸಿದ ಮನೆಯಲ್ಲಿ ಈಗ ಹಗಲೂ ರಾತ್ರಿಯೂ ಪೂಜೆ,

ಪುನಸ್ಕಾರಗಳು ನಡೆಯುತ್ತಿವೆ. ಭಕ್ತಾದಿಗಳು ಬೆಳಿಗ್ಗೆ ಐದಕ್ಕೆಲ್ಲಾ ನೆರೆಯುತ್ತಾರೆ. ರಾಮನವಮಿಯಂದು ಅದ್ದೂರಿಯ ಪೂಜೆ ನಡೆಯುತ್ತದೆ. ಅದೆಷ್ಟೋ ಜನ ಬಂದು ಊಟ ಮಾಡಿ ಹೋಗುತ್ತಾರೆ. ಭಕ್ತಾದಿಗಳ ಕಾಣಿಕೆಯಿಂದ ಅದು ಹೇಗೋ ನೂಯಿ ಪಾಂಡುರಂಗರಾಯರ ಮತ್ತು ರತ್ನರ ಜೀವನ ಸಾಗುತ್ತಿದೆ. ರತ್ನಳಿಗೂ ಜೀವನ ಅದೆಷ್ಟು ಸುಂದರ ಅನಿಸುತ್ತಿದೆ. ರತ್ನಳಿಗೆ ಆ ಪ್ರಭಾವಳಿಯ ಬೆಳಕು ಎಂದೂ ಕಿರಿಕಿರಿ ಮಾಡಿದ್ದಿಲ್ಲ. ನೂಯಿ ಪಾಂಡುರಂಗರಾಯರು ಮಲಗಿದ ಮೇಲೆ ಆ ಪ್ರಭಾವಳಿಯ ಬೆಳಕಿನಲ್ಲಿ ಪ್ರತೀರಾತ್ರಿ ಒಂದರ್ಧ ಗಂಟೆ ರಾಮಾಯಣವನ್ನು ಓದುವುದನ್ನು ರೂಢಿಸಿಕೊಂಡಿದ್ದಾಳೆ. ಜಗತ್ತು ತನ್ನ ಪಾಡಿಗೆ ಹಾಯಾಗಿದೆ. ○

(ಫ್ರೆಂಚ್ ಲೇಖಕ ಮಾರ್ಸೆಲ್ ಎಮೆ ಕತೆಯ ಸ್ಫೂರ್ತಿಯಿಂದ)

ಶನಿಕಾಟದ ಅಂಗಡಿ

ಪರಿಚಯ

ಹತ್ತನೇ ಕ್ರಾಸ್ ಇನ್ನೇನು ಮುಗೀಬೇಕು, ಥಟ್ಟಂತ ಬೀದಿ ಸಾಲಿನಿಂದ ಒಂದೆಂಟು ಅಡಿ ಹಿಮ್ಮೆಟ್ಟಿದಂತೆ, ಗಣೇಶ ನಾವೆಲ್ಟಿ ಸ್ಟೋರ್‌ಗೂ ಆದರ್ಶ ಕಾಂಡಿಮೆಂಟ್ಸ್‌ಗೂ ನಡುವೆ, ನೆರಳಿನಲ್ಲಿ ಅಡಗಿ ಕೂತಂತಿದ್ದ ಆ ಅಂಗಡಿ ಸುಬ್ಬರಾಮು ಕಣ್ಣಿಗೆ ಬಿತ್ತು. ಅಂಗಡಿಯೆನ್ನುವುದಕ್ಕಿಂತ ಮನೆಯೆನ್ನಬೇಕು ಅದನ್ನ. ಆ ಬೀದಿಯ, ಹಾಗೆ ನೋಡಿದರೆ ಇಡೀ ನಗರದ, ಚರಿತ್ರೆಯನ್ನೆಲ್ಲ ತನ್ನುದರದಲ್ಲಿ ಬಚ್ಚಿಟ್ಟುಕೊಂಡಿದೆಯೇನೋ ಅನ್ನುವಷ್ಟು ಹಳೆಯದಾದ ಮನೆಯದು. ಅಲ್ಲಲ್ಲೇ ಹಳದಿ ಬಣ್ಣದ ಪಕಳೆಗಳನ್ನು ಬಿಟ್ಟರೆ ಇಡೀ ಗೋಡೆಯ ತುಂಬಾ ಗಾರೆಯುದುರಿದ ಇಟ್ಟಿಗೆಗಳು. ಅಲ್ಲಲ್ಲೇ ಟಿಸಿಲೊಡೆದ ತರಹೇವಾರಿ ಗಿಡಗಳು ಗೋಡೆಯಿಂದ ಹೊರಚಾಚಿಕೊಂಡಿದ್ದವು. ಅರೆ ಮುರಿದಿರುವ ಕಿಟಿಕಿಗಳು. ಬಾಗಿಲ ಮೇಲೆ ಒಂದು ಪುಟ್ಟ ಬೋರ್ಡು – ಶನಿಕಾಟದ ಅಂಗಡಿ. ಮನೆ ಅಥವಾ ಅಂಗಡಿ ಮುಂದಿರುವ ಎರಡೂಕಾಲು ಮೆಟ್ಟಿಲುಗಳನ್ನು ಹತ್ತಿದ ಸುಬ್ಬರಾಮು ಎದುರಿನಲ್ಲಿದ್ದ ಕಂಭಗಳ ನಡುವೆ ನಿಂತ ಆಳೆತ್ತರದ ಬಾಗಿಲಿನ ಹೊಸಿಲಿನ ಮೇಲೆ ನಿಂತ. ಒಳಗೋ ಏನೂ ಸ್ಪಷ್ಟವಾಗಿ ಕಾಣದಂಥ ಮಂಪರು ಬೆಳಕು. ಯಾರಾದರೂ ಇದ್ದಾರೋ ಇಲ್ಲವೋ...ಹಗುರಾಗಿ ಕೆಮ್ಮಿದ. ಒಳಗಿಂದ ಏನೂ ಸದ್ದು ಕೇಳಿಸಲಿಲ್ಲ. ಹಾಗೇ ನಿಂತವನ ಕಣ್ಣುಗಳಿಗೆ ಕತ್ತಲು ಹೊಂದಿಕೊಂಡಿತೋ ಮನೆಯ ಗರ್ಭದಲ್ಲಿದ್ದುದು

ಒಂದೊಂದಾಗಿ ಕಣ್ಣಿಗೆ ಬಿತ್ತು. ಅದೊಂದು ಚಿಕ್ಕ ವೆರಾಂಡ. ಬಲಮೂಲೆಯಲ್ಲಿ ಒಂದು ಮೇಜು, ನಾಲ್ಕು ಕಾಲಿತ್ತೇನೋ ಅದಕ್ಕೆ, ಪ್ರಸ್ತುತವಂತೂ ಮೂರೂವರೆ ಕಾಲಿನ ಆಧಾರದ ಮೇಲೆ ಗೋಡೆಗಾನಿಕೊಂಡು ನಿಂತಿತ್ತು. ಅದರ ಹಿಂದೊಂದು ಕುರ್ಚಿ. ಅದರ ಮೇಲೆ ಮಾಸಿದ ಚಿತ್ರಪಟದಂತಿದ್ದ ಮನುಷ್ಯ. ಮೇಜಿನ ಈ ಬದಿ, ಬಂದವರಿಗೆಂದು ಇರಬೇಕು, ಒಂದು ಸ್ಟೂಲು. ತಾನು ಕೆಮ್ಮಿದ್ದು ಅವನಿಗೆ ಕೇಳಿತೋ ಇಲ್ಲವೋ, ಸುಬ್ಬರಾಮು ಮತ್ತೆ ಕೆಮ್ಮಿದ. ಜೀವ ಮಿಸುಗಾಡಲಿಲ್ಲ. ಒಂದು ಹೆಜ್ಜೆಯಿಟ್ಟ, ತೇವವಿದ್ದ ನೆಲ. ಸರಕ್ಕನೆ ಕಾಲು ಜಾರಿತು. ಗೋಡೆಯನ್ನು ಹಿಡಿದ. ಹೆಜ್ಜೆಯ ಮೇಲೊಂದು ಹೆಜ್ಜೆಯನಿಕ್ಕುತ ಸುಬ್ಬರಾಮು ಆ ಆಕೃತಿ ಬಳಿ ಸಾಗಿದ. ಸ್ಟೂಲಿನ ಮೇಲೆ ತುದಿಗುಂಡೆಯಲ್ಲಿ ಕೂತ.

ವೆರಾಂಡದ ತುಂಬಾ ಅದೊಂದು ರೀತಿಯ ಕತ್ತಲು. ಮುಗ್ಗಲು ವಾಸನೆ. ಮುರಕೊಂಡು ಬಿದ್ದಿದ್ದ ಮೌನ. ಎಲ್ಲಕ್ಕೂ ಒಂದು ತೆಳು ಪರದೆಯನ್ನ ಎಳೆದಿದ್ದಾರೇನೋ ಅನ್ನುವಂತೆ ಅದೊಂದು ರೀತಿಯ ಮಂಕು ಇಡೀ ಮನೆಯ ತುಂಬಾ ಹೊರಳಿಕೊಂಡಿತ್ತು. ಎದುರಲ್ಲಿ ಮೇಜಿಗೆ ತಲೆಯಿಟ್ಟು ಮಲಗಿದಂತಿರುವ ವ್ಯಕ್ತಿ ಬದುಕಿದ್ದಾನೋ ಸತ್ತಿದ್ದಾನೋ ಅನ್ನೋದೂ ಗೊತ್ತಾಗ್ತಾಯಿಲ್ಲ. ಸುಬ್ಬರಾಮು ಮತ್ತೆ ಕೆಮ್ಮಿದ. ಈ ಸಾರಿ ಕೆಮ್ಮಿದ ಎನ್ನುವುದಕ್ಕಿಂತ ಹೂಂಕರಿಸಿದ ಅಂತಾನೇ ಹೇಳಬಹುದು. ಎದುರಿದ್ದ ಜೀವ ಕೊಂಚ ಮಿಸುಗಿತೋ ಆನಂದವಾಯಿತು ಸುಬ್ಬರಾಮುಗೆ, ಅಂತೂ ಬದುಕಿದ್ದಾನಲ್ಲಾ ಅಂತ. ಆ ವ್ಯಕ್ತಿ ಮಿಸುಗಾಡಿದ ಅಷ್ಟೇ, ಎದ್ದೇಳಲಿಲ್ಲ. ಭಂಗಿಯೂ ಬದಲಾಗಲಿಲ್ಲ. ನಿದ್ದೆಯಲ್ಲಿ ಹೊರಳಿದ್ದನೋ ಏನೋ, ಸುಬ್ಬರಾಮು ಮತ್ತೊಮ್ಮೆ ಹೂಂಕರಿಸಿದ, ಹಿಂದಿಗಿಂತ ಗಟ್ಟಿಯಾಗಿ. ಒಲ್ಲದ ಮನಸ್ಸಿನಿಂದ ವ್ಯಕ್ತಿ ಮೇಜಿನ ತುದಿಯಿಂದ ತನ್ನ ತಲೆಯನ್ನು ಕಿತ್ತೆತ್ತಿ ಸುಬ್ಬರಾಮೂ ಕಡೆಗೆ ನೋಡಿದ. ಸುಬ್ಬರಾಮು ಬೆಚ್ಚಿಬಿದ್ದ. ವ್ಯಕ್ತಿಯ ಮುಖದ ಮೇಲೆ ಕೂದಲಿನ ಸುಳಿವೇಯಿಲ್ಲ, ಕಣ್ಣ ಹುಬ್ಬಿನ ಗೆರೆಯೂ ಇಲ್ಲದೆ ಕಣ್ಣುಗಳು ಬಯಲಿನಲ್ಲಿ ಹುದುಗಿದ್ದಂತೆ ಕಾಣುತ್ತಿದ್ದವು. ನುಣ್ಣಗೆ, ಗುಂಡಗಿನ ಮುಖ. ಒಂದೆರಡು ಹಲ್ಲುಗಳು ಬಿಟ್ಟರೆ ಬಾಯೆಲ್ಲಾ ಖಾಲಿ. ತುಟಿಯ ಅಂಚುಗಳಲ್ಲಿ ಮಡುಗಟ್ಟಿದ್ದ ಜೊಲ್ಲು, ಗಲ್ಲವನ್ನೂ ದಾಟಿ ಕುತ್ತಿಗೆಯನ್ನು ಮುಟ್ಟಿತ್ತು. ಉಸಿರು ಹೊರಬಂದಾಗೆಲ್ಲಾ ಮೂಗಿನ ತುದಿಯಲ್ಲಿ ಗುಳ್ಳೆ ಕಟ್ಟಿಕೊಳ್ಳುತ್ತಿದ್ದ ಸಿಂಬಳ. ಸುಬ್ಬರಾಮುವಿನ ಕಡೆ

ಆ ವ್ಯಕ್ತಿ ನೋಡಿತೋ, ಗಂಟಲಲ್ಲಿ ನೊಣ ಗದುಮಿಟ್ಟುಕೊಂಡ ಹಲ್ಲಿಯೊಂದರ ನೆನಪಾಯಿತು ಸುಬ್ಬರಾಮುಗೆ. ಮುಖದ ಮೇಲಿನ ಮೊಡವೆಗಳು ಒಂದ್ಯೆದಾರು ಒಡೆದು, ಒಣಗಿ ಬಿಳಿಗಟ್ಟಿದ್ದವು. ವ್ಯಕ್ತಿಯ ವಯಸ್ಸೇನೋ ತಿಳಿಯುತ್ತಿರಲಿಲ್ಲ. ಇದಕ್ಕಿಂತಾ ಅಸಹ್ಯ ಮುಖವನ್ನು ಸುಬ್ಬರಾಮು ನೋಡಿರಲಿಲ್ಲ. ನಿದ್ದೆಯಿಂದ ಎದ್ದ ವ್ಯಕ್ತಿ ಸುಬ್ಬರಾಮು ತನ್ನೆದುರು ಇಲ್ಲವೇಯಿಲ್ಲ ಎನ್ನುವಂತೆ ಬಾಗಿಲ ಕಡೆ ನಡೆದ. ಸುಬ್ಬರಾಮು ಅವನನ್ನೇ ನೋಡಿದ. ಬಾಗಿಲಿಂದ ಹೊರಬಿದ್ದ ವ್ಯಕ್ತಿ ಒಂದ್ಯೆದಾರು ಹೆಜ್ಜೆ ಕಾಣೆಯಾಗಿ ಮತ್ತೆ ಹೊರಗೆ ಕಿಟಕಿಯಲ್ಲಿ ಕಾಣಿಸಿಕೊಂಡ. ಸುಬ್ಬರಾಮು ನೋಡ ನೋಡುತ್ತಿದ್ದಂತೇ ಸುಬ್ಬರಾಮುವಿನ ಕಡೆ, ಅಂದರೆ ಹೊರಗಿನಿಂದ ಗೋಡೆಯ ಕಡೆ ಮುಖಮಾಡಿ, ತನ್ನ ಪಂಚೆಯಂಥ ಉಡುಗೆಯನ್ನು ಸರಿಸಿ, ತನ್ನದೆಲ್ಲವನ್ನೂ ಸುಬ್ಬರಾಮುವಿನತ್ತ ಹರಡಿ, ಮೂತ್ರವಿಸರ್ಜನೆಗೆ ನಿಂತ. ಸುಬ್ಬರಾಮೂಗೆ ವಾಕರಿಕೆ ಬಂದು ತಾನು ಕುಳಿತ ವೆರಾಂಡವನ್ನೊಮ್ಮೆ ನೋಡಿದ. ಮನೆಯ ಹೊರಗಿನಿಂದ ಬಂದ ಬಾಗಿಲನ್ನು ಬಿಟ್ಟರೆ ಮನೆಯೊಳಕ್ಕೆ ಹೋಗಲು ಇನ್ನೊಂದು ಬಾಗಿಲು. ಮುಚ್ಚಿತ್ತು. ಸುಬ್ಬರಾಮು ಕೂತಂತೇ, ಆ ವ್ಯಕ್ತಿ ಇನ್ನೂ ತನ್ನ ವಿಸರ್ಜನಾಕ್ರಿಯೆಯಲ್ಲಿದ್ದಂತೇ ಮತ್ತೊಂದು ವ್ಯಕ್ತಿ ದುಡುದುಡು ಓಡಿ ಬಂದು, ಸುಬ್ಬರಾಮು ಕೂತಿದ್ದ ಮೇಜಿನ ಮೇಲೆ ಹತ್ತು ರೂಪಾಯಿ ನೋಟನ್ನಿಟ್ಟು ಮುಚ್ಚಿದ್ದ ಆ ಬಾಗಿಲನ್ನು ತೆಗೆದು ಒಳನಡೆದ. ಸುಬ್ಬರಾಮು ಕಿಟಕಿಯತ್ತ ತಿರುಗಿದ. ವಿಸರ್ಜನೆ ಮುಗಿಸಿದ ವ್ಯಕ್ತಿ ಮೈ ನಡುಗಿಸಿ, ತನ್ನದೆಲ್ಲವನ್ನೂ ಆ ಪಂಚೆಯಂತಹ ಉಡುಗೆಯಲ್ಲಿ ಸೇರಿಸಿಟ್ಟು, ಅಲ್ಲೇ ಒಂದರೆಪಾವಿನಷ್ಟು ಉಗುಳಿ ಗೋಡೆಯ ಹಿಂದೆ ಕಾಣೆಯಾದ. ಮತ್ತೆ ಒಂದರೆ ನಿಮಿಷಕ್ಕೆಲ್ಲಾ ಬಾಗಿಲಲ್ಲಿ ಕಾಣಿಸಿಕೊಂಡ. ಮತ್ತೆ ತನ್ನ ಜಾಗದಲ್ಲಿ ಕೂತು, ಕಣ್ಣುಗಳನ್ನು ಚೂಪಾಗಿಸಿ ಸುಬ್ಬರಾಮುವಿನತ್ತ ನೋಡಿದ.

'ತಮಗೇನು ಬೇಕಾಗಿತ್ತು...' ಮತ್ತೆ ಬೆಚ್ಚಿಬಿದ್ದ ಸುಬ್ಬರಾಮು. ಧ್ವನಿ ಗುಡುಗಿನಂತಿತ್ತು. ಸ್ಪಷ್ಟವಾಗಿತ್ತು.

'ಹೊರಗೆ ಬೋರ್ಡ್ ನೋಡಿದೆ. ನಿಮ್ಮ ಹತ್ರ ಮಾತಾಡಬೇಕೂ ಅನ್ನಿಸ್ತು. ಬಂದೆ.'

'ಹೇಳಿ.' (ಇನ್ನು ಮುಂದಿನ ಸಂಭಾಷಣೆಯಲ್ಲಿ ವ್ಯಕ್ತಿಯನ್ನು ಮಾಲಿಕನೆಂದು ಗುರುತಿಸಲಾಗಿದೆ. ಓದುಗರು ಗಮನಿಸಬೇಕು.)

ಸಂಭಾಷಣೆ

ಸುಬ್ಬರಾಮು: ಶನಿಕಾಟದ ಅಂಗಡಿ ಅಂತ ಬೋರ್ಡ್ ಹಾಕ್ಕಂಡಿದೀರಾ. ಈ ಅಂಗಡೀಲಿ ಏನು ಮಾರ್ತೀರಾ?

ಮಾಲಿಕ: ಶನಿಕಾಟವನ್ನು ಮಾರುತ್ತೇವೆ. ಗ್ರಾಹಕರಿಗೆ ಯಾವ ಶನಿಕಾಟ ಬೇಕೋ ಅದನ್ನ ಅವರು ಮತ್ತೊಬ್ಬರ ಶನಿಕಾಟದ ಜೊತೆಗೆ ವಿನಿಮಯ ಮಾಡಿಕೊಳ್ಳುತ್ತಾರೆ. ನಾವು ನಿಮಿತ್ತ ಮಾತ್ರ. ಕೊಡುವವರನ್ನೂ ಕೊಳ್ಳುವವರನ್ನೂ ಪರಿಚಯ ಮಾಡಿಸಿಕೊಡುವುದಷ್ಟೇ ನಮ್ಮ ಕರ್ತವ್ಯ.

ಸುಬ್ಬರಾಮು: ನಿಮಗೆ ಏನು ಲಾಭ ಇದ್ರಿಂದ?

ಮಾಲಿಕ: ಮಾರಬೇಕೆಂದಿರುವವರೂ ಕೊಳ್ಳಬೇಕೆಂದಿರುವವರೂ ಪ್ರತಿ ಭೇಟಿಗೂ ಹತ್ತು ರೂಪಾಯಿಗಳನ್ನು ನಮಗೆ ಕಾಣಿಕೆಯಾಗಿ ನೀಡಬೇಕು. ಅದೇ ನಮ್ಮ ಉತ್ಪತ್ತಿ.

ಸುಬ್ಬರಾಮು: ಎಷ್ಟು ವರ್ಷಗಳಿಂದ ಈ ಅಂಗಡಿ ನಡೆಸ್ತಾಯಿದೀರಾ?

ಮಾಲಿಕ: ನೆನಪಿಲ್ಲ. ಸುಮಾರು ಐವತ್ತೋ ಅರುವತ್ತೋ ವರ್ಷಗಳಾಗಿರಬೇಕು. ನೆನಪಿಲ್ಲ.

(ಮುಖದ ಮೇಲೆ ಹೆಣವನ್ನು ಹೊತ್ತ ಧಡೂತಿ ವ್ಯಕ್ತಿಯೊಬ್ಬ ದುಡುದುಡು ಉರುಳಿದಂತೆ ಬಂದ. ಮೇಜಿನ ಬಳಿ ಬರುವುದರಲ್ಲೇ ಜೇಬಿನಿಂದ ಹತ್ತು ರೂಪಾಯಿಯ ನೋಟನ್ನು ತೆಗೆದು ಕೈಲಿ ತಯಾರಾಗಿಟ್ಟುಕೊಂಡು, ನೆಟ್ಟಗೆ ಮೇಜಿನ ಹತ್ತಿರ ಬಂದು ಹತ್ತು ರೂಪಾಯಿಯ ನೋಟನ್ನು ಇಟ್ಟು ಆ ಇನ್ನೊಂದು ಬಾಗಿಲಿನಿಂದ ಒಳಗೆ ಹೋದ. ಸುಬ್ಬರಾಮುಗೆ ಅಚ್ಚರಿಯೆಂದರೆ ಆತ ಒಮ್ಮೆಯೂ ತಡವರಿಸುವುದಿಲ್ಲ, ಎಡವುದಿಲ್ಲ. ಅದೆಷ್ಟೋ ವರ್ಷಗಳಿಂದ ಈ ಮನೆಗೆ, ಈ ವ್ಯವಹಾರಕ್ಕೆ ತೀರಾ ಗುರುತಿದ್ದವನಂತೆ ಕಂಡ. ಆತ ಎಚ್ಚರದಲ್ಲಿದ್ದನೋ, ನಿದ್ದೆಯಲ್ಲಿ ನಡೆಯುತ್ತಿದ್ದನೋ ಅನ್ನೋದು ಕೂಡಾ ಸುಬ್ಬರಾಮೂಗೆ ತಿಳಿಯಲಿಲ್ಲ. ಬಾಗಿಲು ಮುಚ್ಚಿಕೊಂಡು ಮತ್ತೆ ಮೌನ ಮುರಿದುಕೊಂಡು ಬಿತ್ತು. ಆ ಮಾಲಿಕ ಒಮ್ಮೆ ಸೀನಿ,

ಕೈಗೆ ಬಂದ ಪಾವೂ ಮುಕ್ಕಾಲು ಪಾವೂ ಸಿಂಬಳವನ್ನು ಮೇಜಿನ ಮೂರೂವರೆ ಕಾಲುಗಳಲ್ಲಿ ಒಂದಕ್ಕೆ ಒರೆಸಿ, ಮುಖ ಮುಂದೆ ಮಾಡಿ ಸುಬ್ಬರಾಮುವನ್ನು ಕಣ್ಣುಗಳಿಂದ ಚುಚ್ಚಿದ. ಒಂದೇ ನಿಮಿಷ, ಮತ್ತೆ ಸಿಂಬಳ ಮೂಗಿನ ಹೊಳ್ಳೆಯಲ್ಲಿ ಗುಳ್ಳೆ ಕಟ್ಟುತ್ತಿತ್ತು.)

ಸುಬ್ಬರಾಮು: ಈಗ ಹೋದ್ರಲ್ಲ ಒಳಗೆ ಅದ್ಯಾರದು...?

ಮಾಲಿಕ: ನಮ್ಮ ಗ್ರಾಹಕರು.

ಸುಬ್ಬರಾಮು: ಶನಿಕಾಟ ಮಾರಾಕೆ ಬಂದಿದಾರೋ, ತಗಳಕೆ ಬಂದಿದಾರೋ?

ಮಾಲಿಕ: ಮಾರುವುದಕ್ಕೆ ಬಂದಿದ್ದಾರೆ ಅವರು.

ಸುಬ್ಬರಾಮು: ನಿಮಗೆ ಹೇಗೆ ಗೊತ್ತು...

ಮಾಲಿಕ: ತಾವು ಏನನ್ನು ಮಾರಬೇಕೆಂದಿದ್ದಾರೋ ಆ ಸರಕನ್ನು ನಮ್ಮಲ್ಲಿ ದಾಖಲಿಸಿದ ಮೇಲೇ ಇಲ್ಲಿನ ವ್ಯವಹಾರಕ್ಕೆ ಅವರಿಗೆ ಅನುಮತಿ ನೀಡುತ್ತೇವೆ.

ಸುಬ್ಬರಾಮು: ಈ ಶನಿಕಾಟಾನ್ನ ಯಾಕೆ ಮಾರ್ತಾರೆ ಇವರೆಲ್ಲಾ...

ಮಾಲಿಕ: ಅದನ್ನು ಯಾಕೆ ಮಾರುತ್ತಾರೆ, ಯಾವ ಲಾಭಕ್ಕೆ ಮಾರುತ್ತಾರೆ. ಅದು ನಮಗೆ ಸಂಬಂಧಿಸಿದ ವಿಷಯವಲ್ಲ. ಅದು ಅವರವರಿಗೇ ಬಿಟ್ಟಿದ್ದು. ಅದು ನಮ್ಮ ವ್ಯವಹಾರದಲ್ಲಿ ನಾವು ಪಾಲಿಸಿಕೊಂಡು ಬಂದಿರುವ ನಿಯಮ. ಅದನ್ನು ನಾವು ಮೀರಿಲ್ಲ. ಮೀರುವಂತೆಯೂ ಇಲ್ಲ. ಗ್ರಾಹಕರ ವ್ಯವಹಾರದಲ್ಲಿ ಅನುಚಿತ ಕುತೂಹಲ ತೋರಿಸುವುದು ನಮ್ಮ ವ್ಯವಹಾರದಲ್ಲಿ ನಿಷಿದ್ಧ.

(ಮಾಲಿಕ ಆ ಹತ್ತು ರೂಪಾಯಿಯ ನೋಟನ್ನು ತನ್ನ ಮೇಜಿನ ಡ್ರಾಯರ್‌ನಲ್ಲಿ ತುಂಬಿದ. ಮತ್ತೆ ಮೇಜಿನ ಇನ್ನೊಂದು ಡ್ರಾಯರ್‌ನಿಂದ ಕತ್ತೆ ಕಾಗದವನ್ನು ಹೊದ್ದ ಒಂದು ನೋಟ್ ಬುಕ್ಕನ್ನು ತೆಗೆದು ಮೇಜಿನ ಮೇಲಿರಿಸಿ ಡ್ರಾಯರ‍್ರನ್ನು ಮುಚ್ಚಿದ. ಪುಸ್ತಕವನ್ನು ಮೇಜಿನ ಮೇಲೆ ಹರಡಿಕೊಂಡ. ಅವನಷ್ಟೇ ವಯಸ್ಸಾಗಿರಬೇಕು

ಆ ಪುಸ್ತಕಕ್ಕೆ. ಹಾಳೆಗಳಿಗೆ ಕಿವಿಯೆದ್ದು ಮುದುರಿಕೊಂಡಿದ್ದವು. ಗೆರೆಗಳು ಅಳಿಸಿಹೋದಂತಿದ್ದವು. ಇಡೀ ಪುಸ್ತಕದಲ್ಲೆಲ್ಲಾ ನೇರಳೆ ಬಣ್ಣದ ಅಕ್ಷರಗಳು. ಸುಬ್ಬರಾಮು ನೋಡುತ್ತಲೇ ಇದ್ದ. ಮಾಲಿಕ ಮತ್ತೆ ಡ್ರಾಯರ್ ತೆಗೆದು ಅದರಿಂದ ಪೆನ್ಸಿಲ್ ಒಂದನ್ನು ತೆಗೆದು, ನಾಲಗೆಯ ಎಂಜಲಿಗೆ ಒತ್ತಿ ಬರೆಯಲು ತೊಡಗಿದ. ಮೂರು ಪದಗಳಿಗೆಲ್ಲಾ ಪೆನ್ಸಿಲ್ಲನ್ನು ನಾಲಗೆಗೆ ಒತ್ತಬೇಕು. ಆಗಾಗ ಹೊರಚಾಚಿಕೊಳ್ಳುತ್ತಿದ್ದ ನಾಲಗೆ ದಟ್ಟ ನೇರಳೆ ಬಣ್ಣಕ್ಕೆ ತಿರುಗಿತ್ತು. ಅದೇಷ್ಟೋ ಬರೆದ, ಬೆರಳಲ್ಲಿ ಕೂಡಿದ, ಮತ್ತೇನನ್ನೋ ಬರೆದ, ಪುಟ ತಿರುವಿದ, ಮತ್ತೆ ಬರೆದ. ಬರೆದಿದ್ದು ಮುಗಿಯಿತೋ, ಮೊದಲು ಪೆನ್ಸಿಲ್ಲನ್ನು ಡ್ರಾಯರ್ ಒಳಗಿಟ್ಟು, ಡ್ರಾಯರ್‍ನ್ನು ಮುಚ್ಚಿ, ಮತ್ತೆ ಪುಸ್ತಕವನ್ನು ಮುಚ್ಚಿ, ಡ್ರಾಯರ್‍ನ್ನು ತೆಗೆದು, ಪುಸ್ತಕವನ್ನು ಒಳಗಿಟ್ಟು ಡ್ರಾಯರ್‍ನ್ನು ಮುಚ್ಚಿ ಸುಬ್ಬರಾಮುವನ್ನು ಚುಚ್ಚಿದ.)

ಸುಬ್ಬರಾಮು: ಇವರೆಲ್ಲಾ ಒಳ್ಳೇ ಶನಿಕಾಟ ಮಾರ್ತಾರೋ ಅಥವಾ...?

ಮಾಲಿಕ: ಶನಿಕಾಟವೆಂದರೆ ಶನಿಕಾಟವೇ. ಅದರಲ್ಲಿ ಒಳ್ಳೆಯ ಶನಿಕಾಟ ಅಂತ ಇರುವುದಿಲ್ಲ.

(ವ್ಯಕ್ತಿಯ ಮುಖದ ಮೇಲೆ ಸೀಳು ನಗೆಯ ಬಿರುಕು ಮೂಡಿತು. ಸಿಕ್ಕಿಬಿದ್ದ ಬೇಟೆಯನ್ನು ಹರಿದುಬಿಡುವ ಸನ್ನಾಹದಲ್ಲಿದ್ದ ಜೇಡನಂತೆ ಕಂಡ ಅವನು.)

ಸುಬ್ಬರಾಮು: ಇಲ್ಲಿ ಎಲ್ಲಾ ಥರದ ಶನಿಕಾಟ ಮಾರ್ತೀರಾ...?

ಮಾಲಿಕ: (ಕೊಂಚ ಅಸಹನೆಯಿಂದ) ನಾವು ಮಾರುವುದಿಲ್ಲ. ಕೊಳ್ಳುವುದೂ ಇಲ್ಲ. ನಮ್ಮದೇನಿದ್ದರೂ ಮಧ್ಯಸ್ಥಿಕೆಯ ಕಾರುಬಾರು ಅಷ್ಟೇ.

(ಸಿಟ್ಟಿನಲ್ಲಿದ್ದನೋ ಏನೋ, ರಭಸದಿಂದ ಎಡ ತೋಳನ್ನು ಒಮ್ಮೆ ಮೂಗಿಗೆ ತಿಕ್ಕಿದ.)

ಮಾಲಿಕ: ಇಲ್ಲಿ ಮಾರಾಟವಾಗದ ಕೊಳ್ಳಲಾಗದ ಶನಿಕಾಟವೇ ಇಲ್ಲ.

ಸುಬ್ಬರಾಮು: ಒಂದೊಂದು ಶನಿಕಾಟ ಮಾರೋಕೆ ಅದೆಷ್ಟು ದಿನ ಆಗತ್ತೆ?

ಮಾಲಿಕ: ಆತುರದಲ್ಲಿ ಇಲ್ಲಿ ವ್ಯವಹಾರ ನಡೆಯೋಲ್ಲ. ನಡೆಯಲೂ ಬಾರದು. ಆತುರದಲ್ಲಿ ಶನಿಕಾಟವನ್ನು ಕೊಂಡ ಗ್ರಾಹಕನನ್ನು ನಾವಂತೂ

ಇಲ್ಲೀವರೆಗೂ ಕಂಡಿಲ್ಲ. ಕೊಳ್ಳುವ ಮತ್ತು ಮಾರುವ ವ್ಯವಹಾರ ಇವತ್ತಿಗೇ ಮುಗಿಯುವುದಿಲ್ಲ. ನಾಳೆಯಾಗಬಹುದು, ಇನ್ನೊಂದು ವಾರವಾಗಬಹುದು, ತಿಂಗಳಾಗಬಹುದು, ವರ್ಷವಾಗಬಹುದು. ಮಾರುವವರಿಗೆ ಕೊಳ್ಳುವವರ ಪದಾರ್ಥ, ಅಂದರೆ ಶನಿಕಾಟ, ಹೊಂದಿಕೊಳ್ಳಬೇಕು. ಇಷ್ಟವಾಗಬೇಕು. ಅದಾದ ನಂತರವೇ ವ್ಯವಹಾರ ನಿಗದಿಯಾಗೋದು.

ಸುಬ್ಬರಾಮು: ಪ್ರತಿ ಸಾರಿ ಬಂದಾಗಲೂ ನಿಮ್ಮ ಗಿರಾಕಿಗಳು ಹತ್ತು ರೂಪಾಯಿ ನಿಮಗೆ ಕೊಡಬೇಕು.

ಮಾಲಿಕ: ಅದು ನಮ್ಮ ಉತ್ಪತ್ತಿ. ಅದು ಅನಿವಾರ್ಯ.

(ಮುಚ್ಚಿದ ಬಾಗಿಲು ಸಶಬ್ದವಾಗಿ ತೆರೆದುಕೊಂಡಿತು. ಶಬ್ದಕ್ಕೆ ಇಬ್ಬರೂ ಬಾಗಿಲ ಕಡೆ ತಿರುಗಿದರು. ಸುಮಾರು ಅರವತ್ತೂ, ಅರವತ್ತೈದರ ಒಬ್ಬ ಗಂಡಸು ಜೊತೆಯಲ್ಲೇ ನಲವತ್ತರ ಇನ್ನೊಬ್ಬ ಗಂಡಸು ಬಾಗಿಲಿನಿಂದ ಈಚೆ ಒಂದು ಹೆಜ್ಜೆ ಹೊರಬಂದು ಇತ್ತಲೇ ನಡೆದು ಬಂದರು. ಮೇಜಿನ ಬಳಿ ತಲುಪುವುದರಲ್ಲಿ ಮಾಲಿಕ ಇನ್ನೊಂದು ಪುಸ್ತಕವನ್ನು ಮೇಜಿನ ಡ್ರಾಯರ್ರಿನಿಂದ ಹೊರತೆಗೆದು ತಯಾರಾಗಿದ್ದ. ಪುಸ್ತಕದ ಅದ್ಯಾವುದೋ ಪುಟವನ್ನು ಹುಡುಕಿ ತೆಗೆದು ಹರಡಿಟ್ಟು, ತನ್ನ ನೇರಳೆ ನಾಲಗೆಯನ್ನು ಹೊರಚಾಚಿ ಆ ಗಿರಾಕಿಯ ಎಡ ಹೆಬ್ಬೆರಳನ್ನು ತನ್ನ ನೇರಳೆ ನಾಲಗೆಗೆ ಒತ್ತಿಸಿಕೊಂಡು, ಅದೇ ಬೆರಳನ್ನು ಆ ಪುಸ್ತಕದ ತೆರೆದ ಪುಟದ ಮೇಲೆ ಒತ್ತಿಸಿಕೊಂಡ. ನಂತರ ಪುಟವನ್ನು ಬದಲಾಯಿಸಿ, ಮತ್ಯಾವುದೋ ಪುಟವನ್ನು ಹುಡುಕಿ ಅದರ ಮೇಲೆ ಇನ್ನೊಬ್ಬನ ಹೆಬ್ಬೆರಳನ್ನು ಒತ್ತಿಸಿಕೊಂಡ.)

ಮಾಲಿಕ: ನಿಮ್ಮ ವ್ಯವಹಾರ ಮುಗಿಯಿತಲ್ಲ. ಒಳ್ಳೆಯದಾಗಲಿ.

(ಅವರಿಬ್ಬರೂ ಅದೇನು ಆನಂದದಲ್ಲಿದ್ದರೋ ದುಡುದುಡು ಓಡುತ್ತಾ ಮನೆಯಿಂದ ಹೊರಬಿದ್ದರು. ಇನ್ನೊಮ್ಮೆ ಇತ್ತ ಬರಬಾರದು ಅನ್ನುವಂತಿತ್ತು ಅವರ ಓಟ.)

ಮಾಲಿಕ: ಅವರ ವ್ಯವಹಾರ ಮುಗಿಯಿತು. ಇವರ ಪದಾರ್ಥ ಅವರಿಗೆ, ಅವರ ಪದಾರ್ಥ ಇವರಿಗೆ ಹೊಂದಾಣಿಕೆಯಾಗಿರಬೇಕು. ಇವರ

ಪಾಪವನ್ನು ಅವರು ಒಪ್ಪಿರಬೇಕು, ಅವರ ಸಂಕಟವನ್ನು ಇವರು ಒಪ್ಪಿರಬೇಕು. ಇನ್ನು ಅವರವರ ಜೀವನ ಅವರವರ ಕೈಲಿ. ಇನ್ನು ಅವರು ಬರಬೇಕಾದ್ದಿಲ್ಲ.

(ಮಾಲಿಕನ ಕಣ್ಣುಗಳು ಮೊದಲ ಬಾರಿಗೆ ಜೀವಂತವಾಗಿ ಮಿಂಚಿದವು. ಅವರಿಬ್ಬರೂ ಹೋದ ಮೇಲೆ ಸುಮಾರು ಹೊತ್ತು ಮಾಲಿಕ ಮಾತನಾಡುವ ಗೋಜಿಗೆ ಹೋಗಲಿಲ್ಲ. ತಾರಸಿಯನ್ನೇ ನೋಡುತ್ತ ಅದೇನನ್ನೋ ಮೆಲುಕು ಹಾಕುತ್ತಾ ಕೂತುಬಿಟ್ಟ. ಸುಬ್ಬರಾಮು ಮತ್ತೆ ಹಗುರಾಗಿ ಕೆಮ್ಮಿದ. ಮಾಲಿಕ ಭೂಮಿಗೆ ಇಳಿದು ಬಂದ. ಸುಬ್ಬರಾಮುವನ್ನು ಚುಚ್ಚಿದ.)

ಸುಬ್ಬರಾಮು: ಶನಿಕಾಟ ಮಾರ್ತ್ತಾರೆ ತಗೋತಾರೆ ಅಂತೀರಲ್ಲ ಶನಿಕಾಟ ಅಂದ್ರೇನು?

ಮಾಲಿಕ: ಇಂಥಾದ್ದನ್ನೇ ಶನಿಕಾಟ ಅಂತ ಹೇಗೆ ಹೇಳೋದು. ಮನುಷ್ಯನನ್ನು ಕಾಡೋದೆಲ್ಲಾ ಶನಿಕಾಟಗಳೇ. ಅದು ಮನುಷ್ಯನ ದೌರ್ಭಾಗ್ಯವಾಗಿರಬಹುದು. ಮನುಷ್ಯನ ಸಂಕಟವಿರಬಹುದು. ನೋವಿರಬಹುದು. ಯಾವುದು ಮನುಷ್ಯನ ನಗುವನ್ನು ಕಸಿದುಕೊಳ್ಳುತ್ತದೋ, ಯಾವುದು ಮನುಷ್ಯನ ಆನಂದವನ್ನು ಕಸಿದುಕೊಳ್ಳುತ್ತದೋ ಅದು ಶನಿಕಾಟವಾಗಿಬಿಡುತ್ತದೆ. ನಾಳೆ ಸಾಯುತ್ತೇನೆ ಅಂತ ತಿಳಿದಾಕ್ಷಣ ಸಾವು ಆ ಮನುಷ್ಯನಿಗೆ ಶನಿಕಾಟವಾಗಿಬಿಡುತ್ತದೆ. ನಾಳೆ ಬೆಳಿಗ್ಗೆಯ ಹೊತ್ತಿಗೆ ತಿನ್ನಲು ಏನಿಲ್ಲ ಅಂದಾಕ್ಷಣ ಬಡತನ ಶನಿಕಾಟವಾಗಿಬಿಡುತ್ತದೆ. ನಮಗೆ ಮಾತ್ರ ನಮ್ಮ ಶನಿಕಾಟ ಅತಿ ದೊಡ್ಡದು. ಉಳಿದವರ ಶನಿಕಾಟಗಳು ನಮಗೆ ಸಮಸ್ಯೆ ಅನಿಸೋದೇ ಇಲ್ಲ. ಹಾಗಾಗಿ ನಮಗಿಂತಾ ಗಂಭೀರವಾದ ಶನಿಕಾಟದ ಹುಡುಕಾಟ ಇವತ್ತು ನಾಳೆಗೆ ಮುಗಿಯುವಂತಹುದಲ್ಲ.

ಸುಬ್ಬರಾಮು: ಇಲ್ಲಿ ಎಂತೆಂತಹ ಶನಿಕಾಟಗಳನ್ನು ಮಾರಿದಾರೆ ಅಂತ...

(ಈ ಮಾರಾಯ ಮತ್ತೆಲ್ಲಿ ಸಿಟ್ಟಿಗೆದ್ದು ಮೂಗಿನದನ್ನು ತೆಗೆದು ಇನ್ನೆಲ್ಲಿಗೆ ಒರೆಸಿ ಬಿಡುತ್ತಾನೋ ಅನ್ನುವ ಆತಂಕದಲ್ಲಿ ಸುಬ್ಬರಾಮು ಮುಂದಿನ ಎರಡು ಕ್ಷಣ ಕಾದ.

ಮಾಲಿಕ ಮಾತನಾಡಲಿಲ್ಲ. ಮಿಸುಗಾಡಲೂಯಿಲ್ಲ. ಧಡಕ್ಕನೆ ಮೇಜಿನ ಒಂದು ಡ್ರಾಯರ್ ತೆಗೆದ. ಅದರಿಂದ ಆ ನೋಟುಬುಕ್ ತೆಗೆದ. ಯಾವುದೋ ಪುಟ ನೋಡಿದ)

ಮಾಲಿಕ: ಸಂತಾನವಿರದ ಹೆಣ್ಣೊಬ್ಬಳು ಹನ್ನೆರಡು ಮಕ್ಕಳ ತಾಯಿಯ ಬಡತನದ ಜೊತೆ ವ್ಯವಹಾರ ಮಾಡಿದ ಉದಾಹರಣೆ ಇದೆ. ಈಕೆಗೆ ಸಂತಾನ, ಆಕೆಗೆ ನೆಮ್ಮದಿ ಬೇಕಿತ್ತೇನೋ. ಇಬ್ಬರಿಗೂ ಬಾಳು ಸಾಗಬೇಕಿತ್ತು. ಸಾಗಿರಬೇಕು. ಮತ್ತೆ ಅವರು ತಿರುಗಿ ಬಂದಿಲ್ಲ.

(ಮಾಲಿಕ ಮತ್ತೆ ಮೌನದಲ್ಲಿ ಬಿದ್ದ. ತುಟಿಯಿಂದ ಧುಮ್ಮಿಕ್ಕಿದ ಜೊಲ್ಲನ್ನು ಅಂಗಿಯ ತೋಳಿಗೆ ಒತ್ತಿಕೊಂಡ.)

ಮಾಲಿಕ: ಇನ್ನೊಂದು ದೃಷ್ಟಾಂತದಲ್ಲಿ ಮನುಷ್ಯನೊಬ್ಬ ತನ್ನ ಬುದ್ಧಿಯನ್ನು ಮೂರ್ಖತನದ ಜೊತೆಗೆ ವ್ಯವಹರಿಸಿದ್ದೂ ಇದೆ.

ಸುಬ್ಬರಾಮು: ಏನು ತಲೆಕೆಟ್ಟಿತ್ತಾ ಅವನಿಗೆ...

ಮಾಲಿಕ: ನಮಗೆ ತಿಳಿದಿಲ್ಲ. ತಿಳಿದುಕೊಳ್ಳುವ ಅವಶ್ಯಕತೆಯೂ ಇರಲಿಲ್ಲ.

(ಸುಬ್ಬರಾಮು ಮತ್ತೆ ಮಾತನಾಡಲಿಲ್ಲ. ಈ ಸೂಳೆಮಗನಿಗೆ ಯಾರು ಏನಾದ್ರೇನಂತೆ, ಇವನಿಗೆ ಬರೋ ಹತ್ತು ರೂಪಾಯಿ ಬಂದ್ರೆ ಸಾಕು. ನಗುನಗುತ್ತಾ ಬಂದು ಬುದ್ಧಿಯನ್ನು ಬದಲಾಯಿಸಿಕೊಂಡ ಮನುಷ್ಯನ ಮುಖದ ಮೇಲೆ ಹೋಗುವಾಗ ಅದೆಂತಹ ರಾವು ಕಳೆ ಮೆತ್ತಿಕೊಂಡಿದ್ದಿರಬೇಡ. ಮಾಲಿಕ ಮತ್ತೆ ಸೀನಿದ ಆರ್ಭಟಕ್ಕೆ ಸುಬ್ಬರಾಮು ಯೋಚನೆಯನ್ನು ತುಂಡರಿಸಿ ಮಾಲಿಕನತ್ತ ನೋಡಿದ. ಮಾಲಿಕನ ಮುಖದಲ್ಲಿ ಅದೊಂದು ರೀತಿಯ ದಿವ್ಯ ತೇಜಸ್ಸು ತುಂಬಿತ್ತು.)

ಮಾಲಿಕ: ನಿಮಗೆ ಇದನ್ನು ಹೇಳಲೇಬೇಕು. (ಮಾಲಿಕನ ದನಿಯಲ್ಲಿ ಅದೊಂದು ವಿಚಿತ್ರ ಹುರುಪಿತ್ತು.) ಇಲ್ಲಿ ಜೀವನದ ವ್ಯವಹಾರಗಳು ಅದೆಷ್ಟು ವಿಚಿತ್ರವಾಗಿರುತ್ತವೆ ಅಂತ ನಿಮಗೆ ಹೇಳಲೇಬೇಕು. ಒಂದು ಸಾರಿ ಒಬ್ಬ ಮನುಷ್ಯ ಓಡೋಡಿ ಬಂದ. ಆಕಸ್ಮಿಕವಾಗಿ ವಿಷ ಕುಡಿದಿದ್ದ. ಆತ ಸಾಯಲು ಇನ್ನೇನು ಒಂದೈದಾರು ಗಂಟೆಗಳಿದ್ದಿರಬೇಕು.

ಓಡೋಡಿ ಬಂದವನೇ ವ್ಯವಹಾರಕ್ಕೆ ತೊಡಗಿಕೊಂಡ. ಕೇವಲ ಅರ್ಧಗಂಟೆಯಲ್ಲಿ ವ್ಯವಹಾರ ಮುಗಿಸಿ ಹೋಗೇಬಿಟ್ಟ.

ಸುಬ್ಬರಾಮು: ಸಾವನ್ನು ಕೊಟ್ಟು ಏನ್ತಗಂಡು ಹೋದ ಅವನು...?

ಮಾಲಿಕ: ಜೀವ. ಜೀವನ.

ಸುಬ್ಬರಾಮು: ಸಾವನ್ನು ಕೊಟ್ಟು ತಗಂಡ ಜೀವನ ಇನ್ನೆಂಗಿರಬೇಡ...ಅದೆಷ್ಟು ದಿನ ಬದುಕಿದ್ನೋ...ಬದುಕು ಬೇಡ ಅನ್ನುಸ್ದಾಗ ಮತ್ತೆ ಬರ್ಲಿಲ್ವಾ...

ಮಾಲಿಕ: ಒಮ್ಮೆ ವ್ಯವಹಾರ ಮುಗಿಸಿದರೆ ಮತ್ತೆ ಯಾರೂ ಹಿಂತಿರುಗಿ ಬಂದಿಲ್ಲ. ಇಲ್ಲೀವರೆಗೂ...

ಸುಬ್ಬರಾಮು: ಯಾರೂ ಬಂದಿಲ್ವಾ?

ಮಾಲಿಕ: ಇಲ್ಲ.

(ಸುಬ್ಬರಾಮು ಮೌನಕ್ಕೆ ಬಿದ್ದ.)

ವ್ಯವಹಾರ

ಯಾಕೋ ತಾನೂ ಯಾಕೆ ಇಲ್ಲಿ ಒಂದ್ಸಾರಿ ವ್ಯವಹರಿಸಬಾರ್ದು ಅನ್ನುಸ್ತು ಸುಬ್ಬರಾಮೂಗೆ. ಈ ಕೊಳಕು ಸೂಳೇಮಗ ಬರೀ ಬೊಗಳೆ ಬಿಡ್ತಿದಾನೋ, ಇಲ್ಲ ಏನಾರ ಚೂರೂಪಾರೂ ನಿಜಯಿದ್ಯೋ ನೋಡಿಯೇ ಬಿಡಬೇಕೂ ಅನ್ನುಸ್ತು. ಈ ದಲ್ಲಾಳಿ ಶನಿಕಾಟವನ್ನೇ ಹಿಡ್ಕಂಡಿದಾನಲ್ಲ, ಈ ಶನಿಕಾಟದ ವ್ಯವಹಾರ ಹೆಂಗಿರತ್ತೆ ನೋಡಬೇಕೂ ಅನ್ನುಸ್ತು. ಊರಿಗೆ ಹೋಗೋವಾಗೆಲ್ಲಾ ಸುಬ್ಬರಾಮೂಗೆ ತಳಮಳ ಆಗ್ತಾಯಿದ್ದದ್ದು ಒಂದೇ ಕಾರಣಕ್ಕೆ. ಆ ಸುಡುಗಾಡು ಘಾಟು ಬಂತೋ, ಹೊಟ್ಟೆಯಲ್ಲೆಲ್ಲಾ ಭುಗುಭುಗು ಶುರುವಾಗ್ತಾಯಿತ್ತು. ತಲೆಸುತ್ತಿ ಬರೋದು. ವಾಂತಿಯಾಗ್ತಾಯಿರಲಿಲ್ಲ, ಆದ್ರೆ ಇನ್ನೇನು ವಾಂತಿ ಆಗೇಬಿಡತ್ತೆ ಅನ್ನೋ ಕೆಟ್ಟ ಸಂಕಟ. ಊರು ಸೇರಿ ನಾಕು ಗಂಟೆಯಾದ್ರೂ ಈ ತಳಮಳ ಕಮ್ಮಿಯಾಗ್ತಾಯಿರಲಿಲ್ಲ. ಇದನ್ನೇ ಇಟ್ಕಂಡು ಇಲ್ಲಿ ವ್ಯವಹಾರ ಮಾಡಬೇಕು ಅಂತ ನಿರ್ಧಾರ ಮಾಡಿದವನೇ, ಜೇಬಿಂದ ಹತ್ತು ರೂಪಾಯಿ ತೆಗೆದು ಮೇಜಿನ ಮೇಲಿಟ್ಟ. ಮಾಲಿಕ ಚುರ್ರನೆ ಸುಬ್ಬರಾಮುವನ್ನು ನೋಡಿದ.

'ನಂದೊಂದು ಶನಿಕಾಟ ಇದೆ. ಅದಕ್ಕೆ.'

ಮಾಲಿಕ ನೋಟನ್ನು ಮುಟ್ಟಲಿಲ್ಲ. ತಾನು ತಮಾಷೆ ಮಾಡ್ತಾಯಿದೀನೇನೋ ಅನಿಸಿರಬೇಕು ಅವನಿಗೆ ಅನಿಸಿ ಸುಬ್ಬರಾಮು, ನೋಟನ್ನು ಮಾಲಿಕನತ್ತ ತಳ್ಳಿ, ತನ್ನ ಶನಿಕಾಟದ ಸರಕನ್ನು ವಿವರಿಸಿದ. ಮಾಲಿಕ ತಲೆಯಾಡಿಸಿದ.

'ಇಂತಹವುಗಳಿಗೆಲ್ಲಾ ಯಾಕೆ ಸುಮ್ಮನೆ ಹಣ ವ್ಯಯ ಮಾಡುತ್ತೀರಾ? ಇದಕ್ಕಿಂತಾ ಗಂಭೀರವಾದ ಸಂಕಟವಿದ್ದಲ್ಲಿ ನೋಡಿ.'

'ಈಗ ನೀವು ಹೇಳಿದ್ರೀ, ಗ್ರಾಹಕರು ಏನನ್ನ ಮಾರ್ತಾರೆ, ಯಾಕೆ ಮಾರ್ತಾರೆ ಅನ್ನೋದು ನಿಮ್ಮ ವ್ಯವಾರಕ್ಕೆ ಬಿಟ್ಟಿದ್ದಲ್ಲ ಅಂತ...ನನ್ನತ್ರಯಿರೋದು ಇದೊಂದು ಸಂಕಟ. ಇದನ್ನು ಮಾರೋಕೆ ತಯಾರು ನಾನು...' ಸುಬ್ಬರಾಮು ಹಠಕ್ಕೆ ಬಿದ್ದವನ ದನಿಯಲ್ಲಿ ಹೇಳಿದ. ಮಾಲಿಕ ತಲೆಯಾಡಿಸಿದ. ಮತ್ತೆ ಮೇಜಿನ ಡ್ರಾಯರ್ರನ್ನು ತೆಗೆದು ಆ ನೋಟ್‌ಬುಕ್ಕನ್ನು ತೆಗೆದು, ಮೇಜಿನ ಮೇಲೆ ಹರಡಿ, ನೇರಳೆ ಬಣ್ಣ ಮೂಡಿಸುವ ಪೆನ್ಸಿಲ್ಲನ್ನು ತೆಗೆದು, ನಾಲಗೆಗೆ ಒತ್ತಿ ಅದೇನನ್ನೋ ಬರೆದ. ಮತ್ತೆ ಆ ಪುಸ್ತಕವನ್ನು ಮೇಜಿನ ಡ್ರಾಯರ್ರಿನಲ್ಲಿಟ್ಟು, ಡ್ರಾಯರ್ರನ್ನು ಮುಚ್ಚಿ ಎದ್ದ. ಸುಬ್ಬರಾಮು ಕೂತೇಯಿದ್ದ. ಒಂದು ಐದು ಹೆಜ್ಜೆ ಆ ಮುಚ್ಚಿದ ಬಾಗಿಲಿನತ್ತ ನಡೆದ ಮಾಲಿಕ ಹಿಂತಿರುಗಿ ಸುಬ್ಬರಾಮು ಕಡೆ ನೋಡಿದ, ಬನ್ನಿ ಅನ್ನುವಂತೆ. ಸುಬ್ಬರಾಮು ಎದ್ದು ಅವನನ್ನು ಹಿಂಬಾಲಿಸಿದ. ಮಾಲಿಕ ಮುಚ್ಚಿದ ಬಾಗಿಲು ತೆಗೆದು ಒಳಗೆ ಕಾಲಿಟ್ಟ.

ಒಳಗೆ ಕಾಲಿಟ್ಟ ಸುಬ್ಬರಾಮು ಮತ್ತೆ ಬೆಚ್ಚಿಬಿದ್ದ. ವೆರಾಂಡದಲ್ಲಿದ್ದ ಮಂಪರು ಬೆಳಕಿಗೆ ಬದಲಾಗಿ ಇಲ್ಲಿ ಹಾಲುಬೆಳಕು ತುಂಬಿತ್ತು, ಒಂಥರಾ ಟ್ಯೂಬ್‌ಲೈಟ್ ಹಾಕಿದ ಹಾಗೆ. ಅದೊಂದು ದೊಡ್ಡ ಹಾಲು. ಹಾಲಿನ ಎಡ-ಬಲದ ಗೋಡೆಗಳುದ್ದಕ್ಕೂ ಸಾಲಾಗಿ ಒಂದು ಹತ್ತು-ಹದಿನೈದು ಮೇಜುಗಳು, ಕುರ್ಚಿಗಳು, ಕೋರ್ಟ್ ಮುಂದಿನ ಸ್ಟಾಂಪ್‌ವೆಂಡರ್ರುಗಳ ಸಾಲಿನ ಹಾಗೆ. ಕೆಲವು ಮೇಜುಗಳ ಎರಡೂ ಬದಿ ಜನ ಕೂತಿದ್ದರು. ಇನ್ನು ಕೆಲವು ಮೇಜುಗಳ ಒಂದೇ ಬದಿಯಲ್ಲಿ ಕೂತಿದ್ದರು, ಗಿರಾಕಿಗಳಿಗಾಗಿ ಕಾಯುತ್ತಿರಬೇಕು. ಮತ್ತೆ ಕೆಲವು ಮೇಜುಗಳು ಖಾಲಿಯಾಗಿದ್ದವು. ಎಲ್ಲರೂ ಪಿಸುಮಾತಿನಲ್ಲಿ ತೊಡಗಿದ್ದರಿಂದ ಒಂದು ರೀತಿಯ ಉಶ್ಶೆನ್ನುವ ಗಾಳಿಯ ಸದ್ದು ಇಡೀ ಹಾಲನ್ನು ತುಂಬಿತ್ತು. ಮಾಲಿಕ ಸುಬ್ಬರಾಮುಗೆ ಇನ್ನು ಉಳಿದದ್ದೆಲ್ಲಾ ನಿನ್ನದೇ ಅನ್ನುವಂತೆ ಸೂಚಿಸಿ ವಾಪಸ್ಸು ಬಂದ ಬಾಗಿಲಿನಿಂದ ಹೋಗಿಬಿಟ್ಟ.

ಸುಬ್ಬರಾಮು ಒಂದರೆಕ್ಷಣ ಇಡೀ ಹಾಲನ್ನು, ಹಾಲಿನಲ್ಲಿದ್ದ ಜನರನ್ನು ನೋಡುತ್ತಾ ನಿಂತೇಯಿದ್ದ. ದೂರದ ಮೂಲೆಯಲ್ಲಿದ್ದ ವ್ಯಕ್ತಿಯೊಬ್ಬ ಸುಬ್ಬರಾಮುವನ್ನೇ ನೋಡುತ್ತಿದ್ದ. ಸುಬ್ಬರಾಮುವಿನ ದೃಷ್ಟಿ ತಾಕಿತೋ, ಬನ್ನಿ ಅನ್ನುವಂತೆ ಸನ್ನೆ ಮಾಡಿದ. ಸುಬ್ಬರಾಮು ಅತ್ತ ನಡೆದ.

ಮುಂದಿನ ಎರಡು ವಾರ ಸುಬ್ಬರಾಮುವಿನ ಶನಿಕಾಟವನ್ನು ಖರೀದಿಸಲಾಗಲೀ, ತಮ್ಮ ಶನಿಕಾಟವನ್ನು ಸುಬ್ಬರಾಮುವಿಗೆ ಮಾರಲಾಗಲೀ ಯಾರೂ ಬರಲಿಲ್ಲ. ಸುಬ್ಬರಾಮು ವಾರಕ್ಕೆ ಮೂರು ಸಲ, ಹತ್ತತ್ತು ರೂಪಾಯಿ ತೆತ್ತು ಬರುತ್ತಲೇಯಿದ್ದ. ತನ್ನ ಶನಿಕಾಟಕ್ಕೆ ಗಿರಾಕಿಗಳೇಯಿಲ್ಲವೇನೋ, ಇನ್ನು ನಾಳೆಯಿಂದ ಬರಲೇಬಾರದು ಅಂತ ನಿರ್ಧಾರ ಮಾಡಿದ ದಿನ ಸುಬ್ಬರಾಮುವಿಗೆ ಗಿರಾಕಿ ಸಿಕ್ಕಿಬಿಟ್ಟ. ಆ ಗಿರಾಕಿಗೆ ಕಾರಿರಲಿ, ಬಸ್ಸಿನಲ್ಲಿ ಪ್ರಯಾಣ ಮಾಡುವ ಸುಖವೂಯಿಲ್ಲ. ಈ ಊರು ಬಿಟ್ಟೇ ಆತ ಮೂವತ್ತು ವರ್ಷ ಆಗಿದೆಯಂತೆ. ಊರು ಬಿಡೋದಿರಲಿ, ಎರಡು ಹೊತ್ತು ಊಟಕ್ಕೆ ಹೊಂದಿಸಿದರೆ ಸಾಕಿತ್ತು ಅವನಿಗೆ. ಅವನ ಸಂಕಟ ಅಂದ್ರೆ, ಮನೇಲಿ ತಾನೇ ಅಡಿಗೆ ಮಾಡಿ ತನ್ನ ಖಾಯಿಲೆ ಹೆಂಡತಿಗೆ, ತನ್ನ ನಾಲ್ಕು ಮಕ್ಕಳಿಗೆ ಹಾಕಬೇಕು. ತನ್ನ ದರಿದ್ರ ಸ್ಥಿತಿಯ ಬಗ್ಗೆ ಎಂಥಾ ಸಿಟ್ಟಿದೆ ಅವನಿಗೆ ಅಂದ್ರೆ, ತರಕಾರಿ ಹೆಚ್ತಾ, ಹೆಚ್ತಾ ತಾನು ತನ್ನ ಹೆಂಡತಿ–ಮಕ್ಕಳ ಕೊಲೇನೇ ಮಾಡಿಬಿಡ್ತೀನೇನೋ ಅನ್ನುಸ್ತಾಯಿದೆಯಂತೆ ಇತ್ತಿತ್ಲಾಗೆ. ಚಾಕೂ ಕಂಡ್ರೆ ಸಾಕು ಕೊಲೆ ಮಾಡಿಬಿಡ್ತೀನೇನೋ ಅನ್ನುಸ್ತದಂತೆ. ಚಾಕೂನ್ನ ಮುಟ್ಟೋಕೇ ಹೆದರಿಕೆಯಾಗ್ತದಂತೆ. ಸುಬ್ಬರಾಮೂಗೆ ಚಾಕು ಹಿಡಿಯೋದಿರಲಿ, ಅಡುಗೆಮನೆಗೆ ಕಾಲಿಡೋ ಪ್ರಮೇಯವೂ ಬಂದಿಲ್ಲ ಇಲ್ಲೀತನಕ. ಅದೆಲ್ಲಾ ತನ್ನ ಜವಾನ, ಹೆಂಡತಿಯ ಕಾರುಬಾರು. ವ್ಯವಹಾರ ಸೊಗಸಾಗಿ ಕುದುರಿತು. ಮಾಲಿಕನ ಪುಸ್ತಕದಲ್ಲಿ, ಅವನ ಎಂಜಲು ನಾಲಗೆಯ ಮೇಲೆ ಬೆರಳನ್ನೊತ್ತಿ, ಅದಾವುದೋ ಪುಟದಲ್ಲಿ ತಮ್ಮ ಹೆಬ್ಬೆರಳ ಗುರುತು ಮೂಡಿಸಿ ಇಬ್ಬರೂ ಹೊರಬಿದ್ದರು. ಮುಂದೆ ಒಂದೈದಾರು ದಿನ ಏನೂ ಆಗಲಿಲ್ಲ.

ಅವತ್ತು ಸುಬ್ಬರಾಮೂ ಹುಟ್ಟಿದ ಹಬ್ಬ. ಹೆಂಡತಿ–ಮಕ್ಕಳನ್ನು ಕರೆದುಕೊಂಡು ಅಂದಿನ ಸಂಜೆಯ ಪಾರ್ಟಿಗೆ ನಡೆದ. ಕಂಪನಿಯ ಎಲ್ಲಾ ಸಹೋದ್ಯೋಗಿಗಳೂ ನೆರೆದಿದ್ದರು. ಇಡೀ ಸಮಾರಂಭದ ಕೇಂದ್ರದಲ್ಲಿ ಒಂದು ದೊಡ್ಡ ಕೇಕು. ಚಪ್ಪಾಳೆ ತಟ್ಟುತ್ತಾ ನೆರೆದವರು ಸುಬ್ಬರಾಮುವನ್ನು ಕರೆದರು. ಹೆಂಡತಿಯನ್ನು

ಮುಂದಿಟ್ಟುಕೊಂಡು ಸುಬ್ಬರಾಮು ಕೇಕಿನ ಕಡೆ ನಡೆದ. ಬಗ್ಗಿ ಕೇಕಿನ ಮೇಲೆ ಹೊತ್ತಿಸಿದ್ದ ಮೂವತ್ತೆಂಟು ಮೊಂಬತ್ತಿಗಳನ್ನು ಊದಿ ಆರಿಸಿದ. ಎಲ್ಲಾ ಹ್ಯಾಪಿ ಬರ್ತಡೇ ಟೂ ಯೂ ಅಂತ ಕಿರಿಚುತ್ತಿದ್ದರು. ಸುಬ್ಬರಾಮು ಚಾಕು ಕೈಗೆತ್ತಿಕೊಂಡ. ಯಾಕೋ ಮೈ ಜುಮ್ಮೆಂದಿತು. ಕೇಕನ್ನು ಕತ್ತರಿಸದೇ ಸುಮ್ಮನೇ ಎಲ್ಲರನ್ನೂ ನೋಡಿದ. ಹೆಂಡತಿ ಒಂದಿಬ್ಬರು ಗಂಡಸರ ನಡುವೆ ನಿಂತು ಚಪ್ಪಾಳೆ ತಟ್ಟುತ್ತಿದ್ದಳು. ಜೋರಾಗಿ ನಗುತ್ತಿದ್ದಳು. ಮುಂಡೆ ಅಂದುಕೊಂಡ. ಇದೇ ಚಾಕುವಿನಿಂದ ಚುಚ್ಚಿ ಕೊಂದುಬಿಡಲೇ ಅಂದುಕೊಂಡ. ಮೈ ಬೆವರಿನಿಂದ ತೊಯ್ಯುತ್ತಿತ್ತು. ಕೇಕನ್ನು ಕತ್ತರಿಸಲು ನೋಡಿದ. ಆಗುತ್ತಿಲ್ಲ. ಕೈ ನಡುಗುತ್ತಿದೆ. ಚಾಕನ್ನು ಮೇಜಿನ ಮೇಲೆ ಚೆಲ್ಲಿ ಹತಾಶನಾಗಿ ನಿಂತುಬಿಟ್ಟ. ಶನಿಕಾಟದ ಅಂಗಡಿಯಲ್ಲಿ ಖರೀದಿಸಿದ್ದು ನಿಜವಾದ ಮಾಲೇ...

ಮಾರನೇ ದಿನ ಸುಬ್ಬರಾಮು ಮಾಡಿದ ಮೊದಲ ಕೆಲಸವೆಂದರೆ ಹತ್ತನೇ ಕ್ರಾಸಿಗೆ ಓಡಿದ್ದು. ತನ್ನ ಶನಿಕಾಟವನ್ನು ಮಾರಬೇಕಿತ್ತು. ತನ್ನ–ತನ್ನ ಹೆಂಡತಿಯ ಬಾಳು ನೆಟ್ಟಗಿರಬೇಕೆಂದಿದ್ದಲ್ಲಿ ಮೊದಲು ತನ್ನ ಶನಿಕಾಟವನ್ನು ಮಾರಬೇಕು. ಹತ್ತನೇ ಕ್ರಾಸಿನ ತುದಿಗೆ ಬಂದ. ಆ ಶನಿಕಾಟದ ಅಂಗಡಿ ಇದ್ದಲ್ಲಿಗೆ ಬಂದ. ಸುಬ್ಬರಾಮು ಬೆಚ್ಚಿಬಿದ್ದ. ಅಲ್ಲಿ ಆ ಅಂಗಡಿಯಿರಲೇಯಿಲ್ಲ. ಗಣೇಶ ನಾವೆಲ್ಟಿ ಸ್ಟೋರ್‌ಗೂ ಆದರ್ಶ ಕಾಂಡಿಮೆಂಟ್ಸ್‌ಗೂ ನಡುವೆಯಿದ್ದ ಆ ಮನೆ ಹೋಗಲಿ, ಆ ಎರಡು ಅಂಗಡಿಗಳ ನಡುವೆ ಜಾಗವೇ ಇಲ್ಲ. ಎರಡನ್ನೂ ಯಾರೋ ಎಳೆದು ತಂದು ಜೋಡಿಸಿದಂತೆ, ಆ ಶನಿಕಾಟದ ಅಂಗಡಿಯನ್ನು ನೆಲದ ಮೇಲಿಂದಲೇ ಕಿತ್ತು ತೆಗೆದಂತ್ತಿತ್ತು. ಅಲ್ಲೊಂದು ಶನಿಕಾಟದ ಅಂಗಡಿಯಿತ್ತು, ಹೋದ ವಾರದ ತನಕ ಅಂತ ಹೇಳಿದರೆ ಯಾರೂ ನಂಬುವಂತಿರಲಿಲ್ಲ.

ಸುಬ್ಬರಾಮು ಸುಮಾರು ಹೊತ್ತು ನಿಂತೇಯಿದ್ದ. ○

(ಸ್ಫೂರ್ತಿ: ಐರಿಷ್ ನಾಟಕಕಾರ, ಕಥೆಗಾರ ಲಾರ್ಡ್ ಡನ್ಸೇನಿಯ ಕಥೆ.)

ತಂದೆ ಮಗನ ನಿಬಂಧ ಪ್ರಕರಣವು

ಶ್ರೀಪತಿ ಮಂಜನಬೈಲ್ ಅವರು ಕೈಯ್ಯಲ್ಲಿದ್ದ ಮೊಸರನ್ನದ ತುತ್ತನ್ನು ತೂಗುತ್ತಾ, ತಾರಸಿಯಿಂದ ತೂಗಿಬಿದ್ದ ಮಂದ ಬೆಳಕಿನಲ್ಲಿ ಸುತ್ತ ಹರಡಿಕೊಂಡಿದ್ದ ತಮ್ಮ ಸಂಸಾರವನ್ನು ಒಮ್ಮೆ ಅವಲೋಕಿಸಿದರು. ತಲೆ ತಗ್ಗಿಸಿ ಊಟ ನಡೆದಿತ್ತು. ಮಧ್ಯಾಹ್ನವಷ್ಟೇ ಶ್ರೀಪತಿ ಮಂಜನಬೈಲ್ ಅವರ ಕಾದಂಬರಿಗೆ ಈ ವರ್ಷದ ಸಾಹಿತ್ಯ ಅಕಾಡೆಮಿಯ ಪ್ರಶಸ್ತಿ ಸಂದಿದೆಯೆಂದು ರೇಡಿಯೋದಲ್ಲಿ ಬಿತ್ತರಿಸಲಾಗಿತ್ತು. ತರಹೇವಾರಿ ಶಬ್ದಗಳನ್ನು ಹೊರಡಿಸುತ್ತಾ ಊಟ ಪೂರೈಸುವ ತವಕದಲ್ಲಿದ್ದ ತಮ್ಮ ಆಪದ್ಬಾಂಧವರಿಗೆ ಆ ಸುದ್ದಿಯನ್ನು ತಲುಪಿಸುವ ಶುಭ ಮುಹೂರ್ತಕ್ಕಾಗಿ ಕಾಯುತ್ತಿದ್ದರು. ನಾಲ್ಕು ಬೆರಳುಗಳನ್ನು ಬಾಯಿಯೊಳಗೆ ತೂರಿಸಿ, ಕೈಲ್ಲಿದ್ದ ಮೊಸರನ್ನದ ತುತ್ತನ್ನು ಬಾಯಿ ಮಧ್ಯಕ್ಕೆ ಜಾರಿಸಿ, ಕೈಯನ್ನು ಒಮ್ಮೆ ತಟ್ಟೆಗೆ ಸವರಿ, ಬಾಯಲಿದ್ದ ಮೊಸರನ್ನವನ್ನು ನುರಿಯತೊಡಗಿದರು, ನುರಿಯುತ್ತಾ ನುರಿಯುತ್ತಾ ಸುತ್ತ ನೋಡಿದರು. ಅಡುಗೆಮನೆಯ ಬಾಗಿಲಿಗೆ ಒರಗಿ, ಸದಾ 'ಇನ್ನೇನು ಬೇಕು' ಎನ್ನುವ ಸ್ಥಾಯೀ ಪ್ರಶ್ನೆಯನ್ನು ಕಣ್ಣುಗಳಲ್ಲಿ ತುಂಬಿಕೊಂಡು, ಹುಣಸೇಹಣ್ಣಿನಲ್ಲಿ ತೊಳೆದ ಸಾಲಿಗ್ರಾಮದಂತಿದ್ದ ಅವರ ಹೆಂಡತಿ ಶ್ರೀಪತಿ ಮಂಜನಬೈಲ್ ತಮ್ಮತ್ತ ನೋಡಿದ ಕೂಡಲೇ ಏನು ಬೇಕು ಎನ್ನುವಂತೆ ಹುಬ್ಬು ಏರಿಸಿದರು. ಶ್ರೀಪತಿ ಮಂಜನಬೈಲ್ ಹೆಂಡತಿಯ ಕಣ್ಣು ತಪ್ಪಿಸಿ ಮುಂದುವರೆಸಿದರು. ಬಾಗಿಲ ಇನ್ನೊಂದು ಪಕ್ಕ, ಗೋಡೆಗೊರಗಿ ಕುಳಿತಿರುವ ತಮ್ಮ ದೊಡ್ಡಕ್ಕ, ಸಕೇಶಿ, ಜಗತ್ತಿನ ಪರಿವೆಯೇ ಇಲ್ಲದೇ, ಎಡಗೈಯ್ಯನ್ನು ತಟ್ಟೆಯ ಪಕ್ಕ ನೆಲಕ್ಕೂರಿ, ತಟ್ಟೆ ತುಂಬಾ ಬಡಿಸಿಕೊಂಡಿದ್ದ ಬಸಳೇದಂಟನ್ನು ಹೀರುವುದರಲ್ಲಿ ಮಗ್ನರಾಗಿದ್ದರು. ಶ್ರೀಪತಿ

ಮಂಜನಬೈಲ್ ಅವರ ಎದುರಿಗೆ ಎರಡೂ ತೊಡೆಗಳ ಮೇಲೆ ಕೈಗಳನ್ನೂರಿಕೊಂಡು ಊಟ ಮಾಡುತ್ತಿರುವ ಅವರ ಮೊದಲ ಮಗಳು, ಯಾವುದೋ ಕಂಪನಿಯಲ್ಲಿ ಲೆಕ್ಕ ಬರೆಯುತ್ತಿದ್ದಾಳೆ. ಸಾಯಂಕಾಲ ಬಂದ ಕೂಡಲೇ ಬಳಕೊಂಡಿದ್ದ ಮುಖದ ಮೇಲಿನ ಪೌಡರ್ ಈಗ ಗೆರೆಗೆರೆಯಾಗುತ್ತಿದೆ. ಅವಳ ಪಕ್ಕದಲ್ಲಿ, ಎಡಗೈಯ್ಯಲ್ಲಿ ಅಂಗಿಯ ತುದಿಯನ್ನು ತಿರುಚುತ್ತಾ, ಬಲಗೈಯ್ಯಿಂದ ತಟ್ಟೆಯಲ್ಲಿದ್ದ ಮೊಸರನ್ನವನ್ನು ಸೆಳೆಯುತ್ತಾ ಸಾಕಷ್ಟು ಶಬ್ದದೊಂದಿಗೆ ಊಟ ಮಾಡುತ್ತಿದ್ದ ಅವರ ಕೊನೆಯ ಮಗ ಶ್ರೀಕಂಠ. ಇಲ್ಲಿಗೆ ಶ್ರೀಪತಿ ಮಂಜನಬೈಲ್ ಅವರ ಬಾಯಲಿದ್ದ ಮೊಸರನ್ನದ ತುತ್ತು ಹೊಟ್ಟೆ ಸೇರಿಯಾಗಿತ್ತು. ಬಾಯಿ ಖಾಲಿಯಾಗಿತ್ತು.

'ಅದುನ್ನೇನು ಹರೀಬೇಕೂ ಅಂತ ಮಾಡೀಯೇನೋ ಧಡ್ಡ. ಬೇಕರೆ ಕತ್ರಿ ತಗೋ, ಬೆರಳ್ಯಾಕೆ ನೋಸ್ಕೋತೀಯಾ'

ಶ್ರೀಕಂಠನಿಗೆ ಇದು ತನಗೇ ಹೇಳಿದ್ದು ಅಂತ ತಿಳಿದು ಥಟ್ಟನೇ ಅಂಗಿಯ ಚುಂಗನ್ನು ಬಿಟ್ಟು, ಊಟಕ್ಕೆ ಒಂದರೆ ಕ್ಷಣದ ವಿರಾಮವಿತ್ತ. ಸದ್ಯಕ್ಕೆ ತಲೆಯೆತ್ತಿ ಯಾರತ್ತ ನೋಡಲೂ ಧೈರ್ಯವಿಲ್ಲವಾಗಿತ್ತು.

'ನಿಂಗೇ ಹೇಳ್ತಿರದು ರ್‍ಯಾಸ್ಕಲ್. ಮಾತಾಡಕೇನಾಗಿದೆ ಧಾಡಿ ನಿಂಗೆ.'

ಏನೂಂತ ಮಾತಾಡ್ತಾನೆ. ಶ್ರೀಕಂಠ ತಲೆಯೆತ್ತಿ ಅಪ್ಪನನ್ನು ನೋಡುವ ಧೈರ್ಯ ಮಾಡಿದ.

'ನೋಡದು ನೋಡು ಹೆಂಗೆ ನೋಡ್ತನೆ. ವಳ್ಳೇ ಕಣ್ಣೋಜಿ ನೋಡ್ದಂಗೆ. ಇವತ್ತು ಮದ್ಯಾನ್ನೆಲ್ಲಾ ತಾವು ಯೇನು ಮಾಡಿದ್ರಿ ಹೇಳ್ತೀರೋ–'

'ಸ್ಕೂಲು ರಜಾ ಇವತ್ತು. ಬೆಳಿಗ್ಗೆಯೆಲ್ಲಾ ಮನೇಲೇಯಿದ್ದೆ. ಮದ್ಯಾನ್ನ ರಾಮಚಂದ್ರನೇ ಮನೆಗೆ ಬಂದಿದ್ದ. ಆಮೇಲೆ ಇಬ್ರೂ ಗುಂಡಿ ಮನೆಗೆ ಹೋಗಿದ್ವಿ. ಗುಂಡಿ ತಂದೆಗೆ ಮೈಲಿ ಹುಷಾರಿಲ್ಲ. ಡಾಕ್ಟ್ರ ಹತ್ರ ಹೋಗಬೇಕಿತ್ತು. ಮನ್ನೆಯಿಂದ ಅದೇನೋ ಹೊಟ್ನೋವಂತೆ ಗುಂಡಿ ತಂದೆಗೆ. ಯೇನು ತಿಂದ್ರೂ ವಾಂತಿಯಾಗ್ತಿತ್ತಂತೆ–' ಪದಗಳನ್ನು ಬಿಡಿಸೀ ಬಿಡಿಸೀ ಅಪ್ಪನ ಮುಂದೆ ಹರಡಿದ.

'ಇನ್ನೊಬ್ರ ಮನೆ ಕತೇ ಬೇಡ ನಂಗೆ, ತಿಳೀತೇನು? ನಂಗೇನರ ಆದ್ರೆ ನೀನು ಯಿಷ್ಟು ಓಡಾಡ್ತೀಯೋ ಇಲ್ವೋ. ಬೆಳಿಗ್ಗೆ ಯೇನು ಮಾಡಿದ್ರಿ–'

'ಬೆಳಿಗ್ಗೆ ಮನೇನಗಿದ್ದೆ.'

'ಸುಳ್ಳು ಯಾಕೆ ಹೇಳ್ತೀಯೋ. ಬೆಳಿಗ್ಗಿಂದಾ ಬೀದೀಲಿ ಗೋಲಿ ಬುಗುರೀ ಅಂತ ಕುಣದೀ ಆ ಕೊಟ್ರಪ್ಪನ ಮಕ್ಳ ಜತೆ' ಅವನಮ್ಮ ಚುಚ್ಚಿದರು. 'ಅಯ್ಯೋ, ಆ ಬೊಂಬೂ ಬಜಾರತ್ರ ನೋಡ್ದೆ ಇವ್ನನ್ನ. ಮೊನ್ನೆ ಬೆಂಕಿ ಬಿದ್ದು ಸುಟ್ಹೋಯ್ತಲ್ಲಾ ಅಲ್ಲಿದ್ದ' ಅಕ್ಕ ಕೊಂಬು ಊದಿದಳು. ಶ್ರೀಕಂಠನಿಗೆ ಇದು ಎಲ್ಲಾ ಸೇರಿ ತನ್ನ ವಿರುದ್ಧ ಮಾಡುತ್ತಿರುವ ಪಿತೂರಿ ಅನಿಸಿತು.

'ಅಂದ್ರೇ ಬೆಳಗ್ಗಿಂದ ಸಾಯಂಕಾಲದತನ ಬರೀ ಬೀದ್ಬೀದಿ ಅಲೀತಿದೀರಾ ತಾವು. ಒಂದು ಹತ್ತು ಪೈಸೆ ಉಪಯೋಗಕ್ಕೆ ಬರ ಕೆಲಸ ಮಾಡಿಲ್ಲ. ನಿನ್ ಹೋಂವರ್ಕೆಲ್ಲಾ ಮುಗಿಸಿದ್ಯೇನೋ?'

'ನನ್ ಹೋಂವರ್ಕಾ?' ಕಣ್ಣು ಬಿಟ್ಟು ನೋಡಿದ.

'ತಮ್ಮದೇ. ಯೇನು ನಂದೂ ಅಂತ ಮಾಡ್ಕಂಡಿದ್ರೇನು ತಾವು–'

'ಅದುನ್ನ ನೆನ್ನೇನೇ ಮಾಡಿದೆ. ಸ್ಕೂಲಿಂದ ಬಂದ ಕೂಡ್ಲೇ.'

'ನಿನ್ನೆ ಮಾಡಿದ್ರೋ ಇವತ್ತು ಮಾಡಿದ್ರೋ ಅಂತ ಕೇಳ್ಲಿಲ್ಲ ನಾನು. ನಾಳೀ ಹೋಂವರ್ಕು ಈವತ್ತು ಮಾಡಿದ್ರೋ ಯಿಲ್ವೋ ಅಂತ ಕೇಳ್ದೆ.'

ಮನೆ ಮಂದಿಗೆ ಮುಂದೆ ಬರಲಿರುವ ಪ್ರಳಯದ ವಾಸನೆ ಸಿಕ್ಕಿತ್ತು. ಹಾಗಾಗಿ ಯಾರೂ ಮಧ್ಯೆ ಬಾಯಿ ಹಾಕಲಿಲ್ಲ. ತಂತಮ್ಮ ಮುಂದಿನ ಕೆಲಸಗಳನ್ನು ಕೈಗೆತ್ತಿಕೊಂಡು ತಂತಮ್ಮ ಪಾಡಿಗೆ ಇದ್ದುಬಿಟ್ಟರು. ಅಕ್ಕ ತಟ್ಟೆಯನ್ನೆತ್ತಿಕೊಂಡು ಎದ್ದಳು. ಅಮ್ಮ ಅಡುಗೆಮನೆ ಹೊಕ್ಕರು. ಅತ್ತೆ ಬಸಳೇದಂಟನ್ನು ಹೀರ್ತಾ ಕೂತಿದ್ರು. ಶ್ರೀಕಂಠ ಮಾತ್ರ ಏಕಾಂಗಿ ವೀರನಂತೆ ರಣಾಂಗಣದಲ್ಲಿ ಅಪ್ಪನ ಮುಂದೆ ಎಂಜಲು ತಟ್ಟೇನ್ನ ಎದುರಿಗಿಟ್ಟುಕೊಂಡು ಕೂತಿದ್ದ. ಶ್ರೀಪತಿ ಮಂಜನಬೈಲ್ ಅವರಿಗೂ ಇದು ತಮ್ಮ ಪ್ರಶಸ್ತಿಯ ಸಂಗತಿಯನ್ನು ಜಾಹೀರು ಮಾಡಲು ಸೂಕ್ತ ಸಮಯವಲ್ಲ ಅನಿಸಿತು. ಇನ್ನೂ ಸ್ವಲ್ಪ ಸಿಟ್ಟು ಬರಬೇಕು. ದನಿ ಜೋರಾಗಬೇಕು. ಎಲ್ಲಾ ಬಂದು ಸುತ್ತ ನಿಲ್ಲಬೇಕು. ಇನ್ನೂ ಒಂದು ಹತ್ತು ನಿಮಿಷ ಬೇಕು ಅದಕ್ಕೆ. ಬಾಯಿ ತೆಗೆಯುವುದರಲ್ಲಿದ್ದರು, ಅಷ್ಟರಲ್ಲಿ ಅವರ ಅಕ್ಕ ಮಾತಾಡಿದರು– 'ಆ ಕೂಸುನ್ನ ಯಾಕೋ ಕಾಡ್ತೀಯ ಯಾವಾಗ್ಲೂ. ನಿನ್ನೆ ಮಾಡ್ದೆ ಅಂದ್ನೋ ಯಿಲ್ವೋ? ಯಿನ್ನೇನು ನಿಂಗೆ. ಯಾವಾಗ್ಲೂ ಪುಸ್ಗ ಹಿಡ್ಕಾ ಪುಸ್ಗ ಹಿಡ್ಕಾ ಅಂತಿದ್ರೆ ಅದು ಆಡದು ಯಾವಾಗ. ಈ ವಯಸ್ನಗೆ ಅಲ್ದೇ ಯಿನ್ನೇನು ಮುಂಜಿ ಮದುವೆ ಆದ ಮೇಲೆ ಆಡು ಅಂತೀಯೇನು ನೀನು.'

'ನೋಡೂ, ನನ್ನ ಮಗನ್ನ ನಾನು ವಿಚಾರುಸ್ತಾಯಿದೀನಿ. ನೀನು ಮಧ್ಯ ಬಾಯಿ ಹಾಕಬೇಡ. ಅವನು ಯಾವಾಗ ಆಡಬೇಕು ಯಾವಾಗ ಆಡಬಾರ್ದೂ ಅನ್ನೋದು ನಂಗೆ ಗೊತ್ತಿದೆ. ನಿಂಗೆ ಮಕ್ಳಾದಾಗ ನೀನು ಏನು ಬೇಕರ ಮಾಡ್ಕ.' ಮಾತು ಹೊರಗೆ ಬಿತ್ತು. ಶ್ರೀಪತಿ ಮಂಜನಬೈಲ್ ಅಕ್ಕನಿಗೆ ಈಗ ಸುಮಾರು ಎಪ್ಪತ್ತರ ಸಮೀಪದ ವಯಸ್ಸು. ದೇವರೇ ಹೂಂ ಅಂದ್ರೂ ಮಕ್ಕಳಾಗುವ ವಯಸ್ಸಲ್ಲ, ದೇವರೂ ಮತ್ತು ವಯಸ್ಸೂ ಒಪ್ಪಿದರೂ ಅಂತಹ ಮಕ್ಕಳನ್ನು ಹೆರುವ ಕ್ರಿಯೆಗೆ ಒಪ್ಪುವ ದೇಹವಲ್ಲ. ಅಲ್ದೇ ಸಕೇಶಿ ಬೇರೆ. ಮಾತಿಲ್ಲದೇ ಪಕ್ಕದಲ್ಲಿದ್ದ ಲೋಟವನ್ನು ತಟ್ಟೆಯಲ್ಲಿ ಭಯಂಕರ ಶಬ್ದದೊಂದಿಗೆ ಕುಕ್ಕುತ್ತಾ, ತಟ್ಟೆಯಲ್ಲಿ ಇನ್ನೂ ಹೀರದೇ ಬಿಟ್ಟ ಬಸಳೇದಂಟಿನ ಸಮೇತ ತಟ್ಟೆಯನ್ನು ಎತ್ತಿಕೊಳ್ಳುತ್ತಾ 'ನನ್ನ ಖರ್ಮ. ಅದ್ಯಾಕೆ ನಾನಿದ್ದೀನೋ ಯಿಲ್ಲೇ. ಆ ಸುಡುಗಾಡು ದೇವ್ರಿಗಾರ ಯಾಕನ್ಸಲ್ವೋ ನನ್ನ ಕರ್ಕಬೇಕಂತ. ಯಿಂತಾ ಮಾತು ಕೇಳಕ್ಕಿನಾ ಹೋಗದೆ ವಾಸಿ' ಗಟ್ಟಿಯಾಗಿ ಗೊಣಗುತ್ತಾ ಎದ್ದು ಹಿತ್ತಲ ಕಡೆ ನಡೆದರು. ಹೆಂಡತಿ ಬಾಗಿಲಿಗೆ ಬಂದು ನಿಂತು ತಲೆ ಘಟ್ಟಿಸಿಕೊಂಡು, ಕೇವಲ ತುಟಿಯಾಡಿಸಿ, ಗಂಡನಿಗೆ ಏನೋ ಅಂದು ಮತ್ತೆ ಅಡುಗೆಮನೆ ಹೊಕ್ಕರು. ಯಾರೂ ಮಾತನಾಡಲಿಲ್ಲ. ಏಳಲೋ ಬೇಡವೋ, ಎದ್ದರೆ ಒಳ್ಳೆಯದೋ, ಕೂತಿದ್ದರೆ ಒಳ್ಳೆಯದೋ ಎನ್ನುವ ಸಂದಿಗ್ಧಕ್ಕೆ ಶ್ರೀಕಂಠ ಬಿದ್ದ. ಏಳುವ ಧೈರ್ಯ ಮಾತ್ರ ಮಾಡಲಿಲ್ಲ. ತಟ್ಟೆಯಲ್ಲಿ ಬೆರಳಾಡಿಸುತ್ತಾ ಕೂತೇ ಇದ್ದ.

'ಯಾಕೆ ಮಾತಾಡಕೆ ಬಾಯಿ ಯಿಲ್ವಾ?'

ಇನ್ನು ಸೋಲೊಪ್ಪದೆ ಬೇರೆ ದಾರೀನೇ ಕಾಣಲಿಲ್ಲ ಶ್ರೀಕಂಠನಿಗೆ.

'ಕನ್ನಡ ಒಂದು ಮಾಡಿಲ್ಲ.'

ಶ್ರೀಪತಿ ಮಂಜನಬೈಲ್ ಮುಖದಲ್ಲಿ ನಗೆ ಮಿಂಚಿತು. ತಾನು ಪಟ್ಟು ಹಿಡಿದ ಮೇಲೇ ಸತ್ಯ ಹೊರಬಿತ್ತು. ಗೆಲುವಿನ ಸಕಲ ಸಂಭ್ರಮದೊಂದಿಗೆ ಹೆಂಡತಿಯನ್ನು ಕರೆದರು, 'ಕೇಳಿದ್ಯೇನೇ ಸತ್ಯ ಹರಿಶ್ಚಂದ್ರ ಅಂದಿದ್ದು?' ಹೆಂಡತಿ ಬಾಗಿಲಿಗೆ ಬಂದು ಒರಗಿ ನಿಂತರು. ಹಿಂದೆ ಮಗಳು, ಅಮ್ಮನ ಭುಜದ ಮೇಲೆ ಗಲ್ಲ ಊರಿ ನಿಂತಳು. ಶ್ರೀಪತಿ ಮಂಜನಬೈಲ್ ಮಗನಂತೇ ದನಿ ಮಾಡುತ್ತಾ, 'ಕನ್ನಡ ಒಂದು ಮಾಡಿಲ್ಲಂತೆ ನಿಮ್ಮ ಮಗ.' ಮತ್ತೆ ಮಗನ ಕಡೆ ತಿರುಗಿ, 'ಯಾಕೆ ಅಂತ ಕೇಳಬಹುದೋ–' ಶ್ರೀಕಂಠ ತಟ್ಟೆಯಲ್ಲಿ ತಿದ್ದುತ್ತಾ ಕೂತಿದ್ದ. ಮನೇ ತುಂಬಾ ತನ್ನ ಶತ್ರುಗಳೇ ತುಂಬಿದ್ದಾರೆ ಅನಿಸಿತು.

'ಮಾತಾಡೋ–' ಮಗನನ್ನೇ ದಿಟ್ಟಿಸಿ ನೋಡುತ್ತಾ ಕೂತುಬಿಟ್ಟರು ಶ್ರೀಪತಿ ಮಂಜನಬೈಲ್. ನಾಚಿಕೆಯಿಲ್ದೇ ಸಂಕೋಚಯಿಲ್ದೇ ಹೋಂವರ್ಕೇ ಮಾಡಿಲ್ಲ ಅಂತಾನಲ್ಲ, ಛೀ ಇವನು ತಮ್ಮ ಮಗನಾ ಅನಿಸಿತು. ಮುಖದಲ್ಲಿ ಪಶ್ಚಾತ್ತಾಪಾನೇ ಇಲ್ಲ.

'ಎಷ್ಟು ದಿಸಾ ಆದ್ವು ಹೋಂವರ್ಕು ಕೊಟ್ಟು?'

'ನಾಕು–'

'ನಾನು ಅನ್ಕಂಡಂಗೇ ಆಯ್ತು. ಹೋಂವರ್ಕ್ ಬಂದಿಲ್ಲ ಹೌದಲ್ಲೋ. ನಾಕು ದಿಸಾ ಅದ್ವು, ನಾಳೆ ತೋರುಸ್ಬೇಕು. ನಾಳೆ ತೋರುಸ್ಬೇಕು ಹೌದಲ್ಲೋ? ಕೂತು ಬೆನ್ನು ಬಗ್ಸಿ ಹೋಂವರ್ಕು ಮಾಡದು ಬಿಟ್ಟು ಗುಂಡಿಗೆ ಅಪ್ಪಂಗೆ ಹೊಟ್ಟೆ ಸರಿಯಿಲ್ಲ. ಕುಂಡಿ ತಮ್ಮಂಗೆ ಇನ್ನೇನೋ ಸರಿಯಿಲ್ಲ ಅಂತ ಬೀದ್ಬೀದಿ ಅಲೀತಾಯಿದೀರ. ಈಗ ನಾನು ಕೇಳದೇ ಹೋಗಿದ್ರೆ ತಾವು ನಾಳೆ ಸ್ಕೂಲಿಗೂ ಹಂಗೇ ಹೋಗಿರತಿದ್ರಿ, ನನ್ನ ಮುಖಕ್ಕೆ ಮಂಗ್ಳಾರತೀನೂ ಮಾಡಿಸಿರತಿದ್ರಿ. ಯಾರೋ ನಿಮ್ಮಪ್ಪ ಅಂತ ಕೇಳಿದ್ರೆ ನೀನು ಇಂತಿಂಥೋನು ಅಂದಿರತಿದ್ದೆ. ಅದೇ ಕಾದಂಬರೀ ಬರೀತಾರಲ್ಲಾ ಅವ್ರ ಮಗಾಯೇನೋ ಅಂತ ಕೇಳಿರತಿದ್ರು ನಿಮ್ಮ ಟೀಚರ‍್ರೂ. ಅಲ್ಲಿಗೆ ಮುಗೀತು. ನಿಮಗೇನು ಗಂಟು ಹೋಗಬೇಕು ಹೇಳಿ. ನನ್ನ ಮರ್ಯಾದೆ ಹರಾಜಿಗೆ ಹೋಗಿರದು. ನಿಮಗೇನು, ದುಡಿದು ತಂದು ಹಾಕಕೆ ನಾನಿದೀನಲ್ಲ. ಬೀದಿ ಅಲೀಯದು ಬಿಟ್ರೆ ಬೇರೆ ಏನು ಮಾಡೀರಾ ತಾವು. ಅದೂ ಏನು ಒಳ್ಳೇರ ಸಾವಾಸಾನಾ? ಅಲ್ಲ. ಅದ್ಯಾರೋ ಗುಂಡಿ ಅಂತೆ, ಅದ್ಯಾರೋ ಯೋಗೇಶ ಅಂತೆ, ರಾಮಚಂದ್ರ ಅಂತೆ. ಅವನ್ಯಾವನೋ ಶಂಬುಲಿಂಗ. ಯಲ್ಲಾ ವಂದೇ ತಳಿಗಳು. ಆ ಶೆಟ್ರುಡುಗ ಕಾಶೀ ವಿಶ್ವನಾಥನ ಜತೆಗಿರಬೇಕೂ ಅಂತ ಅನ್ಸದೇಯಿಲ್ಲ ಅಲ್ವಾ ತಮಗೆ? ಅವ್ನ ಜತೇಲಿ ಆಡದು ಅಂದ್ರೆ ಮರ್ಯಾದೆ ಹೋಗ್ತದೇನೋ ತಮ್ಮದು? ಅವ್ನೂ ನಿಮ್ಮನ್ನ ಎಲ್ಲಿ ಸೇರಿಸ್ಕಂತನೆ ತಗೀ. ಆಟ ಗೀಟ ಯಲ್ಲಾ ಊಂಹೂಂ ಅವನತ್ರ. ಯಾವಾಗ ನೋಡೂ ಓದೂ ವಿದ್ಯಾ ಪಾಟಾ ಪುಸ್ತ್ಕಾ ಅಂತಿರತನೆ. ಅದ್ಕೇ ಯಾವಾಗ್ಲೂ ಫಸ್ಟೇ ಬರದು. ನಿಮ್ಮಂಗೆ ಸೋಮಾರಿ ಅಲ್ಲತಗಿ. ಹೋದ ತಿಂಗಳು ಟೆಸ್ಟ್‌ನಗೆ ಅವ್ನೇ ಫಸ್ಟು ಹೌದಲ್ಲೋ? ತಾವೂ? ಮೂವತ್ತೋ ಮೂವತ್ನಾಕೋ? ಕೆಳಗಿಂದ ಫಸ್ಟಿರಬೇಕು ತಾವು. ನನ್ನ ಖರ್ಮಕ್ಕೆ ಅವನಪ್ಪ ಬೇರೆ ನಂದೇ ಡಿಪಾರ್ಟ್‌ಮೆಂಟು. ನನ್ನ ಜೂನಿಯರ್. ತಲೆ ಸೀಳಿದ್ರೆ ಎರಡಕ್ಷರ ಇಲ್ಲ ಅವ್ನಿಗೆ. ಒನ್ಕೆಲ್ಸ ಹತ್ಸರ್ತಿ

ಮಾಡ್ತನೆ. ಮಗನ ವಿಷ್ಯ ಬಂತೋ, ಅವ್ನೇ ಫಸ್ಟು. ಅವ್ನ ಮಗ ಕ್ಲಾಸ್ನಗೆ ಡಿಬೇಟೂ, ಗಿಬೇಟೂ ಅಂತ ಪ್ರೈಜ್ ಗೆಲ್ಲಬೇಕು. ಅದುನ್ನ ಈ ಅಪ್ಪ ಹಿಡ್ಕಂಡು ಬಂದು ಯಲ್ರಿಗೂ ತೋರುಸ್ಬೇಕು. ತೋರುಸಿ ಸುಮ್ನಾಗ್ತಾನಾ? ಇಲ್ಲ. ನನ್ನುನ್ನ ತೋರ್ಸಿ ಯಲ್ರ ಮುಂದೂ ಅಂತನೇ, ಇವ್ರ ಮಗನೂ ನನ್ನ ಮಗನೂ ಒಂದೇ ಕ್ಲಾಸು. ಇವ್ರ ಮಗಂಗೆ ಬರ್ಲೇಯಿಲ್ಲ ಅಂತ. ಮುಗೀತಲ್ಲ, ನನ್ನ ಇಜ್ಜತ್ತು. ನಂಗೂ ಅಂತಾ ಮಗನೇ ಇದ್ದಿದ್ರೆ, ಯತ್ತಿ ಕೂಡ್ಸಿ ಮೆರವಣಿಗೆ ಮಾಡುಸ್ತಿದ್ದೆ. ಅಂಗೀ ಚುಂಗು ಬಿಡು. ಹರೀಬೇಡ. ಧಡ್ಡನ್ತಗಂಬಂದು. ಬರೇ ಬಾಯ್ನಗೆ ಹೇಳಿದ್ರೆ ತಲೆಗತ್ತಲ್ಲ ನಿಂಗೆ. ದಿಸಾ ನಾಕ್ನಾಕು ಬಿಡ್ತಿರಬೇಕು. ಅಂದ್ರೆ ಓದೂ ಬರಹ ಅಂತ ಕೂತಿರ್ತೀಯಾ. ಇರಾ ಸಾವ್ರ ಚಿಂತೇನಗೆ ಇವನ್ದು ಬೇರೆ. ಏನು ಮನೇ ಕಡೇ ನೋಡ್ಲೋ, ನಿನ್ನ ನೋಡ್ಲೋ. ನಿಮ್ಮಕ್ಕಂದೂ, ನಿಮ್ಮಮ್ಮಂದೂ ನಾಳೆ ಯೇನಾಗ್ತದೋ, ನಾಡಿದ್ದೋ ಯೇನಾಗ್ತದೋ ಅಂತ ನಂಗೆ ಹರೀತಿರತದೆ. ಅದ್ರಗೆ ನೀನು ಹುಟ್ಟಿದೀಯಾ ನಂಗೆ. ನಾನು ರಿಟೈರಾದ ಮೇಲೆ ಅದೇನು ಸುಕಾ ಕಾಣುಸ್ತೀಯೋ ನಂಗೆ ದೇವ್ರಿಗೇ ಗೊತ್ತು. ಯಾವತ್ತಾರಾ ಯಾರತ್ರನಾರಾ ಒಂದು ರೂಪಾಯಿ ಬಿಕ್ಷೆ ಬೇಡಿದೀನೇನು ಕೇಳ್ಕೋಡು ನಿಮ್ಮಮ್ಮನತ್ರ. ವಬ್ನತ್ರನಾರಾ ಕೈ ಚಾಚಿದಿನೇನು ಕೇಳು. ನಾನು ಹೆಂಗೆ ಕಷ್ಟಪಟ್ಟು ಓದಿ ಮೇಲಕ್ಕೆ ಬಂದೆ ಅಂತ ನಿಂಗೆ ಗೊತ್ತಿದ್ರೆ ಹಿಂಗೆ ಪೋಲಿ ಬೀಳ್ತಿರಲಿಲ್ಲ ನೀನು. ಧಡ್ಡನ್ತಗಂಬಂದು. ಕನ್ನಡ ಮಾಡಿಲ್ವಂತೆ. ಕನ್ನಡದ ಲೇಖಕ ನಾನು. ಹದಿನೆಂಟು ಕಾದಂಬರೀ ಬರ್ದಿದೀನಿ. ಕನ್ನಡದಗೆ. ಇವತ್ತು ಸಾಹಿತ್ಯ ಅಕಾಡೆಮಿ ಪ್ರಶಸ್ತಿ ಬೇರೆ ಕೊಟ್ಟಿದರೆ. ನನ್ನ ಕಾದಂಬರಿಗೆ–'

ಒಂದು ಸಲ ಮಾತು ನಿಲ್ಲಿಸಿ ಕೇಳುಗರ ಮೇಲಿನ ಅದರ ಪರಿಣಾಮಕ್ಕೆ ಕಾದು ಕೂತರು. ಯಾರಿಗೂ ಅದು ಕೇಳಿದಂತಿರಲಿಲ್ಲ. ಅಷ್ಟುದ್ದ ಬೈಗುಳದ ವಾಗ್ಝರಿಯ ಕೊನೆಯಲ್ಲಿ ಕೇಳಿ ಬಂದ ಆ ಏಳೆಂಟು ಪದಗಳೂ ಕೂಡ ಬೈಗುಳಗಳಂತೆಯೇ ತೋರಿದವು. ಹಾಗಾಗಿ ಯಾರ ಹುಬ್ಬೂ ಮೇಲೆ ಹೋಗಲಿಲ್ಲ. ಯಾರ ಉಸಿರೂ ಏರುಪೇರಾಗಲಿಲ್ಲ. ಆದ್ರೆ ಶ್ರೀಪತಿ ಮಂಜನಬೈಲ್ ಅವರ ಶ್ರೀಮತಿಗೆ ಅದೇನೋ ಪ್ರಶಸ್ತಿ ಅಂತ ಕೇಳಿತು. ಯಾವ ಪ್ರಶಸ್ತಿ ಅಂತ ತಿಳಿಯಲಿಲ್ಲ. ಯಾರು ಕೊಟ್ಟಿರೋದು ಅಂತಾನೂ ತಿಳಿಯಲಿಲ್ಲ. ಶಾಸ್ತ್ರಕ್ಕೆ ತಾಯಿ–ಮಗಳು ಅಲ್ಲಿದ್ದರೇ ಹೊರತು ಶ್ರೀಪತಿ ಮಂಜನಬೈಲ್ ಅವರ ಆತ್ಮಚರಿತ್ರೆಯ ಪಾಠಕ್ಕಲ್ಲ. ಆದರೂ ಕೇಳಿಬಿಡುವುದೇ

ಒಳ್ಳೆಯದು ಅನಿಸಿ ಬಾಯಿ ತೆಗೆದರು– ತಾನು ಹೇಳಿದ್ದು ಯಾರಿಗೂ ತಿಳಿಯಲಿಲ್ಲವೋ, ಅಥವಾ ಯಾರಿಗೂ ಕೇಳಲಿಲ್ಲವೋ, ಒಟ್ಟಿನಲ್ಲಿ ತಮ್ಮ ಸಂಭಾಷಣೆಯ ಟೈಮಿಂಗ್ ಸರಿಯಿಲ್ಲ ಅನಿಸಿತು. ಮತ್ತೆ ಮುಂದುವರೆಸಿದರು, ಶ್ರೀಮತಿ ಬಾಯಿಕಟ್ಟಿ ನಿಂತರು.

'ನಾಕು ದಿಸ ಏನು ಕಿಸೀತಾಯಿದ್ಯೋ ರ್‍ಯಾಸ್ಕಲ್. ಗೋಲಿಯಾಡಕ್ಕೆ ಪುರುಸೊತ್ತಿರತ್ತೆ ನಿಂಗೆ, ಒಂದು ನಾಕು ಪುಟ ಕನ್ನಡ ಬರೀಯಕ್ಕೆ ಪುರುಸೊತ್ತಿಲ್ವಾ? ಆ ಶೆಟ್ರುಡುಗ ಈ ಹೋಂವರ್ಕ್‌ನ ಯಾವತ್ತು ಮಾಡಿ ಮುಗುಸ್ದ ಅಂತ ನಾಳೆ ಕೇಳ್ಕಂಬಂದು ಹೇಳು ನಂಗೆ.'

ಶ್ರೀಕಂಠ ತಲೆಯಾಡಿಸಿದ.

'ಸರಿ. ವದರು. ಏನು ಹೋಂವರ್ಕು ಅದು–'

ಶ್ರೀಕಂಠ ಸುಮ್ಮನೇ ತಟ್ಟೆ ನೋಡುತ್ತಾ ಕುಳಿತಿದ್ದ.

'ಬಾಯಿಬಿಡೋ–' ಶ್ರೀಪತಿ ಮಂಜನಬೈಲ್ ಅಬ್ಬರಿಸಿದರು. ಶ್ರೀಕಂಠ ಅದುರಿಬಿದ್ದ.

'ಗಾದೆಯನ್ನು ವಿವರಿಸಿ ಬರೆಯಿರಿ. ತಾಳಿದವನು ಬಾಳಿಯಾನು.' ಪುಸ್ತಕದಲ್ಲಿದ್ದುದನ್ನು ಹಾಗೇ ವದರಿದ.

'ಸರಿ, ತಗಂಬಾ. ಅದೇನು ಬರೀತೀಯೋ ಯದುರಿಗೇ ಕೂತು ಬರೀ' ಅಂದವರೇ ಶ್ರೀಪತಿ ಮಂಜನಬೈಲ್ ಆಪೋೀಶನ ತೆಗೆದುಕೊಂಡು ಎದ್ದರು.

ಅಪ್ಪ–ಮಗನ ದೃಶ್ಯ ಹಾಲಿಗೆ ಸ್ಥಳಾಂತರಗೊಂಡಿತು. ಚೀಲದಲ್ಲಿದ್ದ ನೋಟ್‌ಬುಕ್ಕನ್ನು ತೊಡೆಯ ಮೇಲಿಟ್ಟು ಅಪ್ಪನನ್ನೇ ನೋಡಿದ ಶ್ರೀಕಂಠ.

'ಮಕಾ ಯೇನು ನೋಡ್ತೀ. ಯೇನು ಕೊಟ್ಟಿದಾರೋ ಬರೀ.'

ಬಾಯಲ್ಲಿ ಗಟ್ಟಿಯಾಗಿ ಹೇಳಿಕೊಳ್ಳುತ್ತಾ ಶ್ರೀಕಂಠ ತೊಡೆಯ ಮೇಲಿನ ನೋಟ್ ಬುಕ್ಕಿನಲ್ಲಿ ಒತ್ತಿ ಬರೆಯತೊಡಗಿದ,

'ತಾ–ಳಿ–ದ–ವ–ನು–ಬಾ–ಳಿ–ಯಾ–ನು.' ಬರೆದು ಮುಗಿಸಿದ ನಂತರ ತಲೆಯೆತ್ತಿ, ಕಣ್ಣುಗಳನ್ನು ತಾರಸಿಯಲ್ಲಿ ಸಿಕ್ಕಿಸಿ ಯೋಚನೆಗೆ ಬಿದ್ದ. ಏನೂ ಹೊಳೆಯಲಿಲ್ಲ. ಪೆನ್ಸಿಲಿನ ಬುಡವನ್ನು ಹಲ್ಲುಗಳ ಸಂದಿಯಲ್ಲಿ ತೂರಿಸಿ, ಇನ್ನೂ ಯೋಚಿಸಿದ. ಆಗಲೂ ಏನೂ ಹೊಳೆಯಲಿಲ್ಲ. ಅಸಲಿಗೆ ತಾಳಿದವನು ಅಂದರೆ ಏನೆಂದೇ ಹೊಳೆಯುತ್ತಿರಲಿಲ್ಲ. ತಾಳಿ ಗೊತ್ತು. ಅಪ್ಪ ಅಮ್ಮಂಗೆ ಕಟ್ಟಿದ್ದು. ಅಮ್ಮನೇ

ಹೇಳ್ತಾಯಿರತಾಳೆ ಅಪ್ಪ ಕಟ್ಟಿದ್ದೂ ಅಂತ. ಅದ'ಕ್ಕೂ ಈ ಗಾದೆಗೂ ಏನು ಸಂಬಂಧ? ತಾಳಿಯಿದ್ದವನು ತಾಳಿದವನು ಇರಬೇಕು. ಆದರೆ ಬಾಳಿಯಾನು ಅಂದರೇ-? ಯಾಕೋ ಏನೂ ಹೊಳೆಯುತ್ತಿಲ್ಲ. ಕಣ್ಣುಗಳಲ್ಲಿ ನೀರು ಉಕ್ಕಿ ಬಂತು.

'ಅತ್ರೆ ಯೇನು ಬಂತೋ ಧಡ್ಡಾ. ಬರೀ ಬರೀ. ಇವತ್ತು ಮುಗುಸೇ ಯೇಳದು. ಬೆಳಕ್ಕರೀಲಿ ಪರವಾಗಿಲ್ಲ' ಅಂತ ಜಬರಿಸಿದವರೇ ಶ್ರೀಪತಿ ಮಂಜನಬೈಲ್ ಕಾಲು ಚಾಚಿ ಗೋಡೆಗೊರಗಿ ಕೂತರು. ಶ್ರೀಕಂಠನಿಗೆ ಜೀವ ಬಾಯಿಗೆ ಬಂತು. ಅಪ್ಪನ ಮಾತನ್ನು ಇಲ್ಲೀವರೆಗೂ ಗಂಭೀರವಾಗಿ ಪರಿಗಣಿಸಿರಲಿಲ್ಲ. ಈಗ ಬಿಡಬಹುದೂ, ಆಗ ಬಿಡಬಹುದೂ ಅಂತ ಕಾಯುತ್ತಿದ್ದ. ಆದರೆ ಯಾವಾಗ ಕಾಲು ಚಾಚಿ ಆರಾಮಾಗಿ ಕೂತರೋ, ಅಪ್ಪ ಬೆಳಕು ಹರಿಸುವುದು ಖಾತ್ರಿಯಾಯಿತು. ಅಳು ಉಕ್ಕಿ ಬಂತು. ಅದೇ ಹೊತ್ತಿನಲ್ಲಿ ಅಡುಗೆಮನೆಯಲ್ಲಿ ಪಾತ್ರೆ ಬಿದ್ದ ಸದ್ದಾಯಿತು. ಅಮ್ಮನೋ ಅಕ್ಕನೋ ಕೆಡವಿರಬೇಕು. 'ಅದೇನ್ರೇ ಅದೂ. ಮೆತ್ತಗೆ ಮಾಡಬಾರ್ದಾ. ಹಿಂಗೆ ಧಡಾಬಡಾ ಅಂತಿದ್ರೆ ಇವ್ನು ಓದದು ಹೆಂಗೆ. ನೀನು ಬರಿಯೋ- ಏನು ಬರದೀ.' ಅಡುಗೇಮನೆಯಲ್ಲಿ ಮೌನ ದೆವ್ವದಂತೆ ಹರಿದಾಡಲಾರಂಭಿಸಿತು.

ಶ್ರೀಕಂಠ ತಲೆಯಾಡಿಸಿದ.

'ಅಳಾದನ್ನ ನಿಲ್ಸು. ಟೀಚರ್ ಏನಂತ ಪಾಟಾ ಮಾಡಿದ್ರು?'

'ಈ ಗಾದೇನ್ನ ನಿಮಗೆ ಹೆಂಗೆ ತಿಳೀತದೋ ಹಂಗೆ ಬರೀರಿ. ಆದ್ರೆ ಪಂಚತಂತ್ರದ ಪ್ರಾಣಿ-ಪಕ್ಷಿ ಕತೆ ಮಾತ್ರ ಬರಿಯಂಗಿಲ್ಲಂತೆ. ನಿಮ್ಮದೇ ಕತೆ ಬರೀರಿ ಅಂತಂದ್ರು.'

'ಹೂಂ. ಬರೀ ಮತ್ತೆ.'

ಶ್ರೀಕಂಠ ಪೆನ್ಸಿಲ್ಲನ್ನು ಬಾಯಿಗಿಟ್ಟು ನೋಟ್‌ಬುಕ್ ದಿಟ್ಟಿಸಿದ. ಒಂದೇ ಒಂದು ಅಕ್ಷರ ಹೊಳೆಯಲಿಲ್ಲ.

ಇತ್ತ ಗೋಡೆಗೊರಗಿ ಕಣ್ಣು ಮುಚ್ಚಿ ಯೋಚನೆಗೆ ಬಿದ್ದ ಶ್ರೀಪತಿ ಮಂಜನಬೈಲ್ ಅವರಿಗೆ ಒಂದಿಷ್ಟು ದೃಶ್ಯಗಳು ಚಿತ್ತಪಟಲದ ಮುಂದೆ ಸರಿದವು. ಹಾಗೇ ಮಗನ ಮೇಲೆ ಕರುಣೆಯೂ ಉಕ್ಕಿತು. ದನಿ ಕೊಂಚ ಹಗುರವಾಯಿತು.

'ತಗಾ, ಬರ್ಕೋ.' ಶ್ರೀಕಂಠ ಅಪ್ಪನ ದನಿಯಲ್ಲಾದ ಬದಲಾವಣೆಯನ್ನು ಗಮನಿಸಿದ. ಹುರುಪಿನಲ್ಲಿ ಪೆನ್ಸಿಲ್ಲನ್ನು ಹಿರಿದು ಕೈಲಿ ಹಿಡಿದು ವ್ಯಾಸನ ಮುಂದೆ ಕೂತ ಗಣೇಶನಂತೆ ಸಿದ್ಧನಾದ. ಶ್ರೀಪತಿ ಮಂಜನಬೈಲ್ ಹೇಳುತ್ತಾ ಹೋದರು.

'ಭೂತಾಯಿ ಇನ್ನೂ ನಿದ್ದೆಯ ವಶದಲ್ಲಿರುವ ಗಳಿಗೆ – ಪುಲ್‌ಸ್ಟಾಪ್ – ನದಿಯ ದಂಡೆಯಲ್ಲಿ ಎಲ್ಲವೂ ಮಂದವಾಗಿ ಗೋಚರಿಸುತ್ತಿವೆ – ಪುಲ್‌ಸ್ಟಾಪ್ – ತರುಲತೆಗಳು – ಕಾಮಾ – ನದಿಯ ಜಲರಾಶಿ – ಕಾಮಾ–'

ಶ್ರೀಕಂಠ ಬರೆದುಕೊಳ್ಳುತ್ತಾ ಹೋದ. ಯಾಕೋ ಈ ಹೇಳುವ–ಬರೆಸುವ ಕ್ರಿಯೆಯಲ್ಲಿ ತಮ್ಮ ಧಾಟಿ ಕುಂಟುತ್ತಿದೆ ಅನಿಸಿತು.

'ಒನ್ನೆಲ್ಸ ಮಾಡು. ಆ ನೋಟ್‌ಬುಕ್ ಕೊಡು. ಬರ್‍ಕೊಡ್ತೀನಿ. ಆಮೇಲೆ ಕಾಪಿ ಮಾಡ್ಕ' ಅಂದವರೇ ಮಗನ ಕೈಯ್ಯಿಂದ ಪುಸ್ತಕವನ್ನು ಹಿರಿದುಕೊಂಡು, ಯಾವ ರಭಸದಲ್ಲಿ ಬರೆಯತೊಡಗಿದರು ಎಂದರೆ ಸೂಕ್ಷ್ಮವಾಗಿ ನೋಡಿದಲ್ಲಿ ನೋಟ್‌ಬುಕ್ ಹಾಳೆಗಳಿಂದ ಸಣ್ಣಗೆ ಹೊಗೆಯೇಳುತ್ತಿರುವುದು ಕಾಣಬಹುದಾಗಿತ್ತು. ಪದಗಳು ತಾವೇ ತಾವಾಗಿ ಹರಿಯುತ್ತಿದ್ದವು. ಒಂದರ ಹಿಂದೊಂದು, ಅದರ ಬಾಲಕ್ಕಿನ್ನೊಂದು ಅಂಟಿಕೊಂಡೇ, ಒಂದು ಗುಚ್ಛವಾಗಿ, ಗುಚ್ಛವೊಂದು ವಾಕ್ಯವಾಗಿ, ವಾಕ್ಯಗಳು ಪ್ಯಾರಾಗಳಾಗಿ ನೋಟ್‌ಬುಕ್ಕಿನ ಹಾಳೆಗಳ ಮೇಲೆ ಮೂಡುತ್ತಿದ್ದವು. ಥೇಟ್ ಮಹಾಕಾವ್ಯವೊಂದು ಹೊರಹೊಮ್ಮುವಷ್ಟೇ ರಭಸದಲ್ಲಿ, ಜಗತ್ತಿನ ಅತಿ ಶ್ರೇಷ್ಠ ಕಾದಂಬರಿಯೊಂದು ಜನ್ಮತಳೆವ ತೆರದಿ ಆರನೇ ಕ್ಲಾಸಿನ ಪ್ರಬಂಧವೊಂದು ಮೂಡುತ್ತಿತ್ತು. ಮನದಂಗಳದಲ್ಲಿ ಚಿತ್ರಗಳು ಮೂಡುತ್ತಿರುವ ವೇಗದಲ್ಲೇ ಹಾಳೆಯ ಮೇಲೆ ಪದಗಳು ಮೂಡುತ್ತಿದ್ದವು. 'ಮುಂಬೆಳಗಿನ ಮಬ್ಬುಗತ್ತಲು. ಪ್ರಭಾತ ಕಿರಣಗಳಿನ್ನೂ ವಸುಂಧರೆಯನ್ನು ಚುಂಬಿಸಿಲ್ಲ. ಹಕ್ಕಿಗಳ ಉದಯರಾಗ ಭಾಸ್ಕರನ ಪ್ರಥಮ ಕಿರಣಕ್ಕಾಗಿ ಹಾಡುತ್ತಿರುವ ಸ್ವಾಗತಗೀತೆಯಂತಿದೆ. ಮಂಗಳವಾದ ನಿನಾದ ಜಗತ್ತನ್ನೇ ವ್ಯಾಪಿಸಿದೆ. ಅರೆ ಬೆಳಕಿನಲ್ಲಿ ಓಲಾಡುತ್ತಿರುವ ವೃಕ್ಷರಾಜಿಗಳು ಅರುಣನ ಆಗಮನಕ್ಕಾಗಿ ಚಾಮರ ಬೀಸುತ್ತಿವೆ. ಪಕ್ಕದಲ್ಲೇ ಜುಳುಜುಳು ನಾದಗೈಯ್ಯುತ್ತಾ ಹರಿಯುತ್ತಿರುವ ಶುಭ್ರಸ್ಫಟಿಕ ಜಲರಾಶಿಯಿಂದ ಪರಿಶೋಭಿಸುತ್ತಿರುವ ನದಿ. ನದಿಯ ತಟದಲ್ಲಿ ಅಂಬಿಗನ ಆಗಮನಕ್ಕಾಗಿ ಕಾಯುತ್ತಿರುವ ಅನಾಥ ದೋಣಿ. ನದಿಯ ತೆರೆತೆರೆಗಳ ಹೊಡೆತಕ್ಕೆ ಹೊಯ್ದಾಡುತ್ತಾ ಬಂಧಮುಕ್ತವಾಗಲು ಹಾತೊರೆಯುತ್ತಿರುವಂತಿದೆ. ಅದೋ ದೂರದಲ್ಲಿ ಅಂಬಿಗ ಯಾವ ಅವಸರವೂ ಇಲ್ಲದೇ ಸಾವಧಾನ ಚಿತ್ತದಿಂದ ನಡೆದು ಬರುತ್ತಿದ್ದಾನೆ. ಮಂದಲಯದಲ್ಲಿ–' ಆ ಕ್ಷಣದಲ್ಲಿ ಶ್ರೀಪತಿ ಮಂಜನಬೈಲ್ ಅವರ ಕೈ, ಕೈಲಿದ್ದ ಪೆನ್ಸಿಲ್ಲು ನಿಮಿತ್ತ ಮಾತ್ರ.

ಹಾಗೆ ನೋಡಿದಲ್ಲಿ ಸ್ವತಃ ಶ್ರೀಪತಿ ಮಂಜನಬೈಲ್ ಅವರೂ ಒಂದು ನಿಮಿತ್ತ ಮಾತ್ರವಾಗಿದ್ದರು. ಸಾಕ್ಷಾತ್ ವಾಗ್ದೇವಿಯೇ ಶ್ರೀಪತಿ ಮಂಜನಬೈಲ್ ಅವರ ಕೈ ಹಿಡಿದು ಬರೆಸುತ್ತಿದ್ದಂತಿತ್ತು. ಶ್ರೀಕಂಠ ನೋಡುತ್ತಾ ಕೂತಿದ್ದ. ತಂದೆಯ ಕೈಲಿದ್ದ ಪೆನ್ಸಿಲ್ಲು ಕಾಗದದ ಮೇಲೆ ಸರಿದಾಡುವ ವೇಗವನ್ನು ನೋಡಿ ಗಾಬರಿಬಿದ್ದ. ಮಗುಚಿಕೊಳ್ಳುತ್ತಿದ್ದ ಪುಟಗಳ ಸಂಖ್ಯೆ ನೋಡಿ ಅದುರಿಬಿದ್ದ. ನೋಡುತ್ತಾ ನೋಡುತ್ತಾ ಹಾಗೇ ನಿದ್ದೆ ಹೋದ. ಶ್ರೀಪತಿ ಮಂಜನಬೈಲ್ ಬರೆಯುತ್ತಾ ಹೋದರು. ಸ್ವಂತ ಬರವಣಿಗೆಗೆ ಕೂತ ವ್ಯಾಸನ ಮುಂದೆ ಲಿಪಿಕಾರ ಗಣೇಶ ಕೆಲಸವಿಲ್ಲದೇ ಮಲಗಿದ್ದ. ಸುಮಾರು ರಾತ್ರಿಯ ಹನ್ನೊಂದೂವರೆ ಹೊತ್ತಿಗೆ ಶ್ರೀಪತಿ ಮಂಜನಬೈಲ್ ಮಗನಿಗೆ ಆಜ್ಞೆಯಿತ್ತರು, 'ತಗ, ಕಾಪಿ ಮಾಡು. ಅಯ್ಯೋ ರ್‍ಯಾಸ್ಕಲ್, ಮಲಕ್ಕಂಡಿದ್ಯಾ–'

'ಇಲ್ಲಪಾ ಹಂಗೇ ಕೂತು ಯೋಚನೆ ಮಾಡ್ತಾಯಿದ್ದೆ.'

ನೋಟ್‌ಬುಕ್ಕನ್ನು ಮಗನ ಮುಂದೆ ಹಾಕಿ 'ನಾನು ಹೆಂಗೆ ಬರ್ದಿದೀನೋ ಹಂಗೇ ಕಾಪಿ ಮಾಡಬೇಕು. ಕಾಮಾ, ಹೈಫನ್ನೂ ಹಂಗೇ ಬರ್ಕೋಬೇಕು. ಬರೆದ ಮೇಲೇ ಎದ್ದು ಮಲಕ್ಕೋ.'

ಶ್ರೀಪತಿ ಮಂಜನಬೈಲ್ ಎದ್ದು ನಿಂತು, ಒಮ್ಮೆ ನಡು ಮುರಿದು ತಮ್ಮ ಕೋಣೆಯತ್ತ ಹೊರಟರು. ತಂದೆ ಬರೆದುದನ್ನು ಶ್ರೀಕಂಠ ಕಾಪಿ ಮಾಡುತ್ತಾ ಕೂತ.

ಮುಂದಿನ ಒಂದೆರಡು ದಿನಗಳು ಮನೆಯಲ್ಲಿ ಸಾಹಿತ್ಯಿಕ ವಾತಾವರಣವಿರಲಿಲ್ಲ. ಮನೆ ಬಿಡಿ, ಎಲ್ಲೆಲ್ಲೂ ಸಾಹಿತ್ಯಿಕ ವಾತಾವರಣವೇ ಇರಲಿಲ್ಲ. ಮೊದಲ ಆಘಾತವೆಂದರೆ ಅಕಾಡೆಮಿ ಪ್ರಶಸ್ತಿ ತಪ್ಪಿಹೋಗಿದ್ದು. ರೇಡಿಯೋದಲ್ಲಿ ಬಿತ್ತರವಾದ ಪಟ್ಟಿಗೂ ಮಾರನೇ ದಿನ ಪತ್ರಿಕೆಗಳಲ್ಲಿ ಪ್ರಕಟವಾದ ಪಟ್ಟಿಗೂ ಅಜಗಜಾಂತರ ವ್ಯತ್ಯಾಸವಿತ್ತು. ಅಜಗಜಾಂತರ ಅಂದರೆ ತಮ್ಮ ಹೆಸರೊಂದೇ ಬಿಟ್ಟು ಹೋಗಿದ್ದು. ಅದ್ಯಾರೋ ಸವಿತಾ ಮೇಲ್ಮನಿ ಅನ್ನುವವಳ ಕಾದಂಬರಿಗೆ ಪ್ರಶಸ್ತಿ ಕೊಡಲಾಗಿತ್ತು. ಈ ತಪ್ಪಿಗೆ ಅಕಾಡೆಮಿಯ ಅಧ್ಯಕ್ಷರೇ ಕ್ಷಮೆ ಯಾಚಿಸಿದ್ದರು. ಎರಡನೆಯದಾಗಿ ಶ್ರೀಪತಿ ಮಂಜನಬೈಲ್ ಅವರಿಗೂ ಅವರ ಅಕ್ಕನಿಗೂ ಯಾವುದೇ ಮಹಾಯುದ್ಧಕ್ಕೆ ಕಮ್ಮಿಯಿಲ್ಲದಂತೆ ವಾಕ್ಸಮರ ನಡೆದದ್ದು. ಒಂದೆರಡು ಪಾತ್ರೆಗಳು ನೆಗ್ಗು ಬಿದ್ದಿದ್ದವು. ಈಗೊಂದೆರಡು ದಿನಗಳಿಂದ ಅಕ್ಕ-ತಮ್ಮನ ನಡುವೆ ಮಾತು ತಪ್ಪಿ ಹೋಗಿತ್ತು. ಆದರೂ ಅಕ್ಕ ಸುಮ್ಮನೇ ಕೂತಿರಲಿಲ್ಲ. ಸಮಯ ಸಿಕ್ಕಾಗಲೆಲ್ಲಾ ತಮ್ಮನನ್ನೂ, ತಮ್ಮನ

ಹೆಂಡತಿ–ಮಕ್ಕಳನ್ನೂ ಮಾತಿನ ಕೂರಂಬುಗಳಿಂದ ಚುಚ್ಚುತ್ತಾ ಕಾಲ ಕಳೆಯುತ್ತಿದ್ದರು. ಈ ಎಲ್ಲಾ ತಲೆನೋವು ತಾಪತ್ರಯಗಳ ನಡುವೆ ಶ್ರೀಪತಿ ಮಂಜನಬೈಲ್ ಅವರಿಗೆ ಮಗನ ತಾಳಿದವನು ಬಾಳಿಯಾನು ಪ್ರಬಂಧ ನೆನಪಿಗೇ ಬರಲಿಲ್ಲ. ಶ್ರೀಕಂಠನೂ ಅದರ ಬಗ್ಗೆ ಚಕಾರವೆತ್ತಲಿಲ್ಲ. ಎತ್ತುವ ಸಂಗತಿಯೂ ಅದಲ್ಲವೆಂದು ಅವನಿಗೆ ಖಾತ್ರಿಯಾಗಿತ್ತು. ಎಲ್ಲವೂ ಅಂದುಕೊಂಡಂತೆ ಆಗಿದ್ದಲ್ಲಿ ಶ್ರೀಕಂಠನೂ ಶಾಲೆಯಲ್ಲಿ ನಡೆದುದನ್ನು ಹೇಳಿಬಿಡುತ್ತಿದ್ದನೇನೋ. ಆದರೆ–

ಎರಡು ದಿನಗಳ ಹಿಂದೆ ಕನ್ನಡ ಟೀಚರ್ ಮದಕರಿರಾವ್ ಪ್ರಬಂಧಗಳನ್ನು ಕರೆಕ್ಟ್ ಮಾಡಿ ಹಿಂತಿರುಗಿಸುತ್ತಾ ಹೇಳಿದ್ದರು – 'ತಗಳಿ. ಆಹಾ, ಅದೇನು ಕೆತ್ತಿದೀರೋ ಭಗವಂತನಿಗೇ ಪ್ರೀತಿ, ಮುಂಡೇವಾ. ನಿಮಗದ್ಯಾಕೆ ಪಾಟಾ ಮಾಡಬೇಕೋ ನಾವು. ತಗಂಡೋಗಿ ಸರ್ಕಲ್ಲೋಟ್ಲಿಗೆ ಕೊಡಿ. ತಿಂಡಿ ತಿಂದ ಮೇಲೆ ಕೈ ವರುಸ್ಕಳಕೆ ಪೇಪರ್ರಾಗ್ತತೆ. ಆ ಕಾಶೀನ್ನ ನೋಡ್ರೋ. ಅವ್ನನ್ನ ಆ ಸೀರೂರ್‌ನ ಬಿಟ್ರೆ ಯಾರಿಗೂ ಏನೂ ಅರ್ತಾನೇ ಆಗಿಲ್ಲ. ದಡ್ಡ ಮುಂಡೇವಾ. ಊಮಹೇಗೆ ಲಾಯಕ್ಕು ನೀವು–' ಅಂದವರೇ ಮುಂದಿನ ಹತ್ತು ನಿಮಿಷ ಕಾಶಿ ವಿಶ್ವನಾಥನ ಪ್ರಬಂಧವನ್ನು ಓದಿ ಓದಿ ಹೊಗಳಿದ್ದೇ ಹೊಗಳಿದ್ದು. ಪದಪದಗಳನ್ನು ಬಿಡಿಸೀ ಬಿಡಿಸೀ ಹೊಗಳಿದರು. ಕೊನೆಗೊಮ್ಮೆ 'ಮಾರ್ಕ್ಸ್ ಬರ್ಕಳಿ. ಕಾಶೀ ಮೂವ್ವತ್ತಿಕ್ಕೆ ಇಪ್ಪತ್ರೊಂಬತ್ತು. ಸೀರೂರ್ ಕುಮಾರ ಮೂವ್ವತ್ತಿಕ್ಕೆ ಇಪ್ಪತ್ತೆಂಟು...' ಶ್ರೀಕಂಠ ತನ್ನ ಹೆಸರಿಗಾಗಿ ಕಾದೇ ಕಾದ. ಕೊನೆಗೂ ಬಂತು. ಇಪ್ಪತ್ನಾಕನೇ ಹೆಸರು. 'ಶ್ರೀಕಂಠ ಮೂವ್ವತ್ತಿಕ್ಕೆ ಏಂಟು. ಅಲ್ಲಪಾ ಶ್ರೀಕಂಠಾ, ಕಾದಂಬರೀ ಬರುತ್ತಂದೀಯಲ್ಲೋ, ಪ್ರಬಂಧ ಬರ್ಕಂಬಾ ಅಂದ್ರೆ. ಅದ್ಯಾವನಿಗಾರಾ ನನ್ನಂತಾ ಸಾಮಾನ್ಯನಿಗೆ ತಿಳೀತದೇನಪಾ ನೀ ಬರ್ದಿರದು? ನೀನು ಬರಿಯದು ಒಂದೇ ಕತ್ತೆ ಲದ್ದೀ ಹಂಗಿರ್ತತೆ. ಇಲ್ಲಾಂದ್ರೆ ಹಿಂಗೆ ತಿಪ್ಪೆ ಸಾರುಸ್ದಂಗಿರ್ತತೆ. ಸಾಲ್ದೂ ಅಂತ ಹದಿನಾಕು ಪುಟ ಬರುತ್ತಂದಿದೀಯಾ. ಕಾಶೀನ್ನ ನೋಡು, ನಾಕೇ ಪುಟದಗೆ ನೀಟಾಗಿ ಬರ್ದದನೆ. ಯತ್ತು ಉಚ್ಚೆ ಒಯ್ದಂಗೆ ಬರುದ್ರೆ ಆಗಲ್ಲ. ಅರ್ತ ಮಾಡ್ಕಂಡು ಬರೀಬೇಕು. ಪುಟಾ ತುಂಬ್ಸಕೇನು, ಹೇತ್ರೂ ಪುಟ ತುಂಬ್ತತೆ. ತಿಳೀತಾ?' ಅಂದವರೇ ಶ್ರೀಕಂಠನ ನೋಟ್‌ಬುಕ್ಕನ್ನು ಬಿಸಾಕಿದ್ದರು. ಅದಕ್ಕೇ ಶ್ರೀಕಂಠ ತಾಳಿದವನು ಬಾಳಿಯಾನು ಪ್ರಬಂಧದ ಬಗ್ಗೆ ಮನೆಯಲ್ಲಿ ಚಕರಾವೆತ್ತಿರಲಿಲ್ಲ. ಆದರೆ–

ಶ್ರೀಪತಿ ಮಂಜನಬೈಲ್ ಅವರಿಗೆ ಆಫೀಸಿನಲ್ಲಿ ಅದೇನಾಗಿತ್ತೋ ಏನೋ, ಭಯಂಕರ ಹುರುಪಿನಲ್ಲಿದ್ದರು. ಸಾಮಾನ್ಯವಾಗಿ ಅವರ ದುಃಖ ದುಮ್ಮಾನಗಳಿಗೆ ಮನೆಯಲ್ಲಿ ಕಾರಣಗಳು, ವಿವರಗಳು ಸಿಗುತ್ತಿರಲಿಲ್ಲ. ಹಾಗಾಗಿ ಅವರು ಮುಖ ಊದಿಸಿಕೊಂಡು ಕೂತಿದ್ದರೂ ಯಾರೂ ಪ್ರಶ್ನೆ ಕೇಳುತ್ತಿರಲಿಲ್ಲ, ಸಿಂಧಿ ಸ್ವೀಟ್‌ಮೀಟ್ ಸ್ಟಾಲಿಂದ ಬರ್ಫಿ ತಂದರೂ ಯಾರೂ ಯಾಕೆ ಎಂದು ಕೇಳುತ್ತಿರಲಿಲ್ಲ. ಯಥಾಪ್ರಕಾರ ಇವತ್ತು ಊಟಕ್ಕೆ ಕೂತಾಗ ಪ್ರಸನ್ನವದನರಾಗಿ, ಅನ್ನ-ತುಪ್ಪ-ತೊವ್ವೆಯ ಜೊತೆ ಒಂದು ಸುತ್ತು ಊಟ ಮಾಡಿ, ಎರಡನೇ ಸುತ್ತಿನ ಅನ್ನಕ್ಕೆ ಕಾಯುತ್ತಿದ್ದಾಗ ಎದುರು ಕೂತಿದ್ದ ಮಗನಿಗೆ ಕೇಳಿದರು, 'ಯೇನಯ್ಯಾ ಕಂಠೀರವ, (ಅಂದರೆ ಮನೆಯ ಯಜಮಾನ ಹುರುಪಿನಲ್ಲಿದ್ದಾನೆ. ಹಾಗಾಗಿ ಮನೆ ಮಂದಿ ಕೊಂಚ ಸಡಿಲಾದರು.) ಯೇನಾಯ್ತು ನಿನ್ನ ಪ್ರಬಂಧ? ಯೇನಂದ್ರು ನಿಮ್ಮ ಟೀಚರ್ರು?'

ತುತ್ತು ಶ್ರೀಕಂಠನ ಗಂಟಲಲ್ಲಿ ಕಟ್ಟಿಕೊಂಡಿತು.

ಶ್ರೀಪತಿ ಮಂಜನಬೈಲ್ ಅವರು ಮುಂದುವರೆಸಿದರು, 'ಶಬ್ಬಾಶ್ ಅಂದ್ರೂ ಹೌದಲ್ಲೋ? ಯಾರು ಬರ್ದಿದ್ದು. ನಿಮ್ಮಪ್ಪ ಕಣೋ. ನಾನು ಬರೆದದ್ದು. ಅದನ್ನು ಛನ್ನಾಗಿಲ್ಲ ಅನ್ನಕೆ ಯಾವನಿಗೋ ಧೈರ್ಯ ಇದೆ?' ಅಂದವರೇ ಹೆಂಡತಿ ಕಡೆ ತಿರುಗಿ 'ತೊವ್ವೆ ಭಾಳಾ ಛನಾಗಿದೆ. ಸಾರು ತಾ' ಅಂದರು. ಅನ್ನವನ್ನು ಹಿಚುಕುತ್ತಾ ಸಾರಿಗೆ ಅಣಿಯಾದರು.

ಅನ್ನಕ್ಕೆ ಸಾರು ಬಿತ್ತೋಯಿಲ್ವೋ, ಅಲ್ಲೇ ಕೂತಿದ್ದ ಅಕ್ಕನ ಮಾತಿನ ಖಾರವಂತೂ ಶ್ರೀಪತಿ ಮಂಜನಬೈಲ್ ಅವರ ನೆತ್ತಿಗೆ ನೇರವಾಗಿ ತಟ್ಟಿತು. 'ಆಯ್ತು, ಅವನಪ್ಪ ಬರದ, ಈ ಮಗ ಪಾಸಾದ. ಆ ಈಶ್ವರಂಗೆ ಈ ಗಣೇಶ ಸರಿಯಾಗಿದನೆ. ಅಪ್ಪಂಗೂ ಎರಡಕ್ಷರ ಹತ್ತಿಲ್ಲ. ಮಗಂದೂ ಅದೇ ಪಾಡೇ. ಏನೋ ನಮ್ಮಪ್ಪ ಹೇಳ್ದ ಅಂತ ಒನ್ಕೆಲ್ಸಾಂತ ಆಯ್ತು. ಇಲ್ಲಾಂದ್ರೆ ಇಷ್ಟೊತ್ತಿಗೆ ಕದ ಬಡ್ಕಂಡು ತಿನ್ನಿರಬೇಕಿತ್ತು' ಅಂದವರೇ ತಮ್ಮನ ಮೇಲಿನ ಸೇಡನ್ನು ಊಟದ ಮೇಲೆ ತೀರಿಸಿಕೊಳ್ಳುವಂತೆ ಅಂಗೈಯ್ಯನ್ನು ತಟ್ಟೆಯಲ್ಲಿ ರೊವ್ವನೆ ಸುತ್ತಿ ತಟ್ಟೆಯಲ್ಲಿದ್ದ ಅನ್ನ-ಸಾರನ್ನು ಒಂದು ಮುಷ್ಠಿಯಲ್ಲಿ ಹಿಡಿದು ಬಾಯಿಗೆ ಇಳಿಸಿಕೊಂಡರು. ಶ್ರೀಪತಿ ಮಂಜನಬೈಲ್ ಅವರಿಗೆ ನೆತ್ತಿಯ ಮೇಲೆ ಖಾರ ಸುರಿದಂತಾಯಿತು. ಶ್ರೀಕಂಠ ಅಪ್ಪನನ್ನೇ ನೋಡಿದ. ಇನ್ನೇನು ಹದ್ದಿನ ಬಾಯಿಗೆ ಬೀಳಲಿರುವ ಬತ್ತಲೆ ಇಲಿಯಂತೆ ಕಂಡರು. ಯಾಕೋ

ಪಾಪ ಅನಿಸಿತು. ಅತ್ತೆಯನ್ನೂ ನೋಡಿದ. ಯಾವುದೇ ಮಮಕಾರವಿಲ್ಲದೇ ಊಟದಲ್ಲಿ ಮಗ್ನರಾಗಿದ್ದರು. ಚೂಪು ಉಗುರುಗಳ, ಉದ್ದ ಕೊಕ್ಕಿನ, ನೆಲದ ಮೇಲೆ ಅಸಹಾಯಕವಾಗಿ ಬಿದ್ದಿರುವ ಇಲಿಯ ಮೇಲೆ ದಾಳಿ ನಡೆಸಲು ಸನ್ನದ್ಧವಾದ ಕ್ರೂರ ಹದ್ದಿನಂತೆ ಕಂಡರು. ಅಪ್ಪ ನೆಲದ ಮೇಲೆ ವಿಲವಿಲ ಒದ್ದಾಡುತ್ತಿದ್ದಾರೆ. ಅತ್ತೆ ಆಕಾಶದಲ್ಲಿ ಹಾರುತ್ತಾ ಹೊಂಚು ಹಾಕುತ್ತಿದ್ದಾರೆ. ಅತ್ತೆಯ ಮುಖ ನಿಧಾನವಾಗಿ ಬದಲಾಗುತ್ತಿದೆ. ಬಾಯಿಯ ಎರಡೂ ಪಕ್ಕ ಕೋರೆದಾಡೆಗಳು ಮೊಳೆಯುತ್ತಿವೆ. ಕಣ್ಣುಗಳು ಹಣ್ಣಾಗಿ ಕೆಂಪಾಗುತ್ತಿವೆ. ಎಂದೋ ಕೇಳಿದ್ದ ಕಥೆ ನೆನಪಾಯಿತು. ಕಥೆಯಲ್ಲಿನ ಗಜರಾಜ ಅಪ್ಪ. ತಾನು ಆ ಭಗವಂತ. ಅತ್ತೆ ಅಪ್ಪನ (ಗಜರಾಜನ) ಕಾಲು ಹಿಡಿದು ನೀರಿಗೆಳೆಯುತ್ತಿರುವ ಮೊಸಳೆ. ಅಪ್ಪನನ್ನು ತಾನೇ ಉಳಿಸಬೇಕು ಈಗ. ಇಲ್ಲವಾದಲ್ಲಿ ಅಪ್ಪ ರಣಾಂಗಣದಲ್ಲಿ ಹತರಾಗುವುದು ಖಾತ್ರಿ ಅನಿಸಿತು.

'ನಾನೇ ಫಸ್ಟು ಕ್ಲಾಸಿಗೆ' ಅಂದ.

ಶ್ರೀಪತಿ ಮಂಜನಬೈಲ್ ಅವರ ಮುಖ ಊರಗಲವಾಯಿತು. ಅಕ್ಕನ ಕಡೆ ನೋಡುತ್ತಾ ಗುಟುರಿಕ್ಕಿದರು. 'ಯೆಷ್ಟೋ ಮಾಕ್ಸೂ?'

'ಮೂವತ್ತಿಕ್ಕೆ ಇಪ್ಪತ್ತೊಂಬತ್ತು.'

'ಆ ಶೆಟ್ರುಡುಗನಿಗೇ?'

'ಹದಿನಾಕು.'

'ವೆರಿಗುಡ್. ಅದಕ್ಕೇ ಹಿರಿಯರು ಹೇಳಿದ್ದು, ಕೈ ಕೆಸರಾಗದೇ ಬಾಯಿ ಮೊಸರಾಗದು ಅಂತ. ದಿಸಾ ಒಂದೊಂದು ಗಾದೆ ಹೇಳಿಕೊಡ್ತೀನಿ. ಊಟ ಆದಮೇಲೆ ಕೂತ್ಗ ನಂಜತೆ.' ಹೆಂಡತಿ ಆಗಷ್ಟೇ ಸುರಿದ ಸಾರನ್ನು ಅನ್ನದೊಂದಿಗೆ ಹಿತವಾಗಿ ಕಲಸ ತೊಡಗಿದರು.

ಶ್ರೀಕಂಠನಿಗೆ ನಾಳೆಗಳ ಯೋಚನೆಯಲ್ಲಿ ಊಟ ಬೇಡವಾಯಿತು. ○

(ಫ್ರೆಂಚ್ ಲೇಖಕ ಮಾರ್ಸೆಲ್ ಏಮಿ ಕಥೆಯ ಸ್ಫೂರ್ತಿಯಿಂದ)

ಹಿಂದಿನ ಕತೆಗಳು

ಕುರುವಿನ ಗುಲಾಮ

ಸೀತಾರಾಮಶಾಸ್ತ್ರಿಗಳು ಬೆಳಿಗ್ಗೆ ಬಲಬದಿಗೆ ತಿರುಗಿಕೊಂಡು ಏಳಲು ಹೋದಾಗ ಯಾಕೋ ಬಲ ಪೃಷ್ಠದ ಕೆಳಗೆ ಸೂಜಿ ಚುಚ್ಚಿದಂತಾಗಿ, ಲಳಕ್ಕೆಂದು ಮತ್ತೆ ಹಾಗೇ ಹಾಸಿಗೆಯ ಮೇಲೆ ಒಂದೆರಡು ಕ್ಷಣ ಅಂಗಾತ ಚಾಚಿಕೊಂಡು ನಂತರ ತಾರಸಿ ನೋಡುತ್ತಲೇ, ಹೆಣವೊಂದು ಎದ್ದು ಕೂಡುವ ರೀತಿಯಲ್ಲಿ ಎದ್ದರು. ಏನೂ ಅನಿಸಲಿಲ್ಲ. ಮತ್ತೊಮ್ಮೆ ಈ ಸೂಜಿ ಚುಚ್ಚಿದ ಅನುಭವ ಅವರಿಗಾದದ್ದು ಸ್ನಾನ ಮಾಡುವಾಗ. ಬಿಸಿನೀರು ಪೃಷ್ಠವನ್ನು ಸವರಿತೋ ಇಲ್ಲವೋ, ಎಲ್ಲೋ ಒಂದೆಡೆ ಪೃಷ್ಠದ ಮೇಲೆ ಚುರ್ರೆಂದಿತು. ಕೈಲಿದ್ದ ತಂಬಿಗೆಯನ್ನು ಒಂದೆಡೆ ಇಟ್ಟು, ಮಬ್ಬುಗತ್ತಲಿನ, ಹೊಗೆ ತುಂಬಿದ ಬಚ್ಚಲುಮನೆಯಲ್ಲಿ ಪೃಷ್ಠದ ಮೇಲೆ ಕೈಯ್ಯಾಡಿಸಿಕೊಂಡರು. ಕೈಗೆ ಯಾವ ಅನುಭವವೂ ಆಗಲಿಲ್ಲ. ಸ್ನಾನ ಮುಗಿಸಿ ಮೈ ಒರೆಸಿಕೊಳ್ಳುವಾಗ ಮಾತ್ರ ಎಡವಟ್ಟಾಗಿ ಹೋಯಿತು. ಎಂದಿನಂತೆ ಇಂದೂ ರಭಸದಿಂದ ಬೆನ್ನು, ನಂತರ ಪೃಷ್ಠವನ್ನು ತಮ್ಮ ನೀರುಪಂಚೆಯಿಂದ ತಿಕ್ಕಿಕೊಂಡರೋ ಇಲ್ಲವೋ ಪೃಷ್ಠಕ್ಕೇ ಬೆಂಕಿಯಿಟ್ಟಂತಾಯಿತು. ಒಮ್ಮೆ ತಲೆ ತಿರುಗಿದಂತಾಗಿ, ಗೋಡೆ ಹಿಡಿದು ಸುಧಾರಿಸಿಕೊಂಡರು. ಈಗಂತೂ ತಮ್ಮ ಪೃಷ್ಠದ ಅದ್ಯಾವ ಭಾಗದಲ್ಲಿ ಈ ಜ್ವಾಲಾಮುಖಿ ಅಡಗಿರುವುದೋ ಎಂಬುದನ್ನು ಪತ್ತೆ ಮಾಡಿಯೇ ತೀರಬೇಕೆನಿಸಿ ಮತ್ತೆ ಮಬ್ಬುಗತ್ತಲಿನ ಬಚ್ಚಲು ಮನೆಯಲ್ಲಿ ಪೃಷ್ಠದ ಮೇಲೆ ಕೈಯ್ಯಾಡಿಸಿಕೊಂಡಾಗ

ಈಗಲೂ ಕೈಗೆ ಏನೂ ಹತ್ತಲಿಲ್ಲ. ಹೋಗಲಿ ಮುಂದೇದು ಎಂದುಕೊಂಡು, ನೀರು ಪಂಚೆಯನ್ನು ಸುತ್ತಿಕೊಳ್ಳುವಾಗ ಮಾತ್ರ ಕೊಂಚ ಜಾಗ್ರತೆ ವಹಿಸಿ, ಹೊರಬಂದರು.

ದೇವರಮನೆಯಲ್ಲಿ ಹೆಂಡತಿ ಆಗಲೇ ಹಾಸಿಟ್ಟಿದ್ದ ಕೃಷ್ಣಾಜಿನದ ಮೇಲೆ ಕುಕ್ಕರಿಸಿದರೋ ಇಲ್ಲವೋ, ಹಾಳು ದಬ್ಬಣದಲ್ಲಿ ಪೃಷ್ಠವನ್ನು ಚುಚ್ಚಿದಂತಾಗಿ, ಕೂತಷ್ಟೇ ವೇಗವಾಗಿ ಎದ್ದು ನಿಂತರು. ಆಗಿನದಕ್ಕಿಂತಾ ಈಗಿನ ನೋವು ಬಲವಾಗಿದ್ದುದರಿಂದ ಕೃಷ್ಣಾಜಿನದಲ್ಲೇ ಸೂಜಿಯೋ ಇನ್ನೇನೋ ಸಿಕ್ಕಿಕ್ಕೊಂಡಿರಬೇಕೆನಿಸಿ, ಮೊಣಕಾಲೂರಿ ಕೃಷ್ಣಾಜಿನದ ಮೇಲೆ ಕೈಯ್ಯಾಡಿಸುತ್ತಾ ಹುಡುಕತೊಡಗಿದರು. ಪತಿದೇವರು ದೇವರಮನೆ ಹೊಕ್ಕು ಸಮಯವಾದರೂ ಗಂಟೆಯ ಸದ್ದು ಕೇಳಿಬರದಿದ್ದುದನ್ನು ಗಮನಿಸಿದ ಅವರ ಹೆಂಡತಿ ರಿಂದಮ್ಮ ದೇವರಮನೆಯ ಬಾಗಿಲಲ್ಲಿ ನಿಂತಾಗ ಕಂಡದ್ದು, ಮಬ್ಬುಗತ್ತಲೆಯ ದೇವರ ಮನೆಯಲ್ಲಿ ಮೊಣಕಾಲೂರಿ ಕೃಷ್ಣಾಜಿನದ ಮೇಲೆ ತೆವಳುತ್ತಿರುವ ಪತಿದೇವರನ್ನು. 'ಏನಾಯ್ತೂಂದ್ರೆ' ಎನ್ನುತ್ತಲೇ ಒಳಬಂದರು. 'ಸಾವಿರಸತಿ ಹೇಳಿದೀನಿ, ಯಲ್ಲೀಂದ್ರಲ್ಲಿ ಬಟ್ಟೆ ಹೊಲಿಯಾದೂ ತೇಪೇ ಹಾಕಾದೂ ಮಾಡಬೇಡಾ ಅಂತ. ಹೊಲದಾದ ಮೇಲೆ ಯಲ್ಲಾ ಯತ್ತಿಡಾಕ್ಕೂ ಆಗಲ್ಲ ನಿಂಗೆ. ಯಲ್ಲಂದ್ರಲ್ಲಿ ಸೂಜೀನ ಬಿಟ್ಟು ಹೋಗ್ತೀಯ. ಈಗ ನೋಡು', ಹುಡುಕಾಟವನ್ನು ಮುಂದುವರೆಸುತ್ತಲೇ ಗೊಣಗಿದರು.

ಪತಿದೇವರ ಸಂಕಟ ಸಾಧ್ವೀಪತ್ನಿಮಣಿಗೆ ಅರಿವಾಗಲಿಲ್ಲ. ಪತಿದೇವರನ್ನು ಮುಟ್ಟಿ ಅವರ ಮಡಿ ಹಾಳಾಗದಂತೆ ಎಚ್ಚರ ವಹಿಸುತ್ತಾ, ದೇವರಮನೆಗೆ ಕಾಲಿಟ್ಟರು. 'ಅಲ್ಲಾ, ಇಲ್ಯಾಕೆ ನಾನು ಬಟ್ಟೆ ಹೊಲೀಲಿ' ಅಂದವರೇ ಅವರೂ ಬಾಗಿ, ಆದರೆ ಕೃಷ್ಣಾಜಿನವನ್ನಾಗಲೀ, ಅದರ ಮೇಲೆ ತೆವಳುತ್ತಿದ್ದ ತಮ್ಮ ಪತಿದೇವರನ್ನಾಗಲೀ ಮುಟ್ಟಿಸಿಕೊಳ್ಳದೇ, ಮುಟ್ಟದೇ ಹುಡುಕಲಾರಂಭಿಸಿದರು. ನಾಲ್ಕಡಿ ಅಗಲ, ಏಳಡಿ ಉದ್ದದ ದೇವರಮನೆಯಲ್ಲಿ, ಮೊಣಕಾಲೂರಿ, ನೆಲದ ಮೇಲೆ ಅಂಬೆಗಾಲಿಕ್ಕುತ್ತಿರುವ ಬಾಲಕೃಷ್ಣನಂದದಿ ತೆವಳುತ್ತಿದ್ದ ತಮ್ಮ ಪತಿದೇವರನ್ನು ಮುಟ್ಟಿಸಿಕೊಳ್ಳದೇ, ಅತ್ತಿಂದಿತ್ತ ಹಾರಾಡುತ್ತಾ, ತಮ್ಮ ಪತಿದೇವರಿಗೆ ಸಹಾಯ ಮಾಡುವುದರಲ್ಲಿ ರಿಂದಮ್ಮನಿಗೆ ಸಾಕುಸಾಕಾಗಿ ಹೋಯಿತು. ಸೀತಾರಾಮಶಾಸ್ತ್ರಿಗಳ ಕೈಗೆ ಇನ್ನೂ ಏನೂ ಹತ್ತಿರಲಿಲ್ಲ. ನೋವು ಸೂಜಿಯಿಂದಾಗಿದ್ದೋ ಅಥವಾ ತಮ್ಮ ಪೃಷ್ಠಕ್ಕೆ ಬೇರೇನೋ ತಗುಲಿದೆಯೋ ಅರ್ಥವಾಗಲಿಲ್ಲ ಅವರಿಗೆ. ಸೂಜಿ ಸಿಕ್ಕ ಹೊರತು ಅಥವಾ ಕೃಷ್ಣಾಜಿನದಲ್ಲಿ ಏನೂ

ಇಲ್ಲ ಎನ್ನುವುದು ಖಾತ್ರಿಯಾದ ಹೊರತು ಅವರಿಗೆ ಮನಃಶಾಂತಿಯಿರಲಿಲ್ಲ. ಗಂಡ–ಹೆಂಡತಿ, ಒಬ್ಬರು ಗೋಡೆಯಿಂದ ಗೋಡೆಗೆ ಹಾರಾಡುತ್ತಾ, ಇನ್ನೊಬ್ಬರು ತೆವಳುತ್ತಾ ಒಬ್ಬರಿಗೊಬ್ಬರು ಸಹಾಯ ಮಾಡುತ್ತಾ ಇರುವ ಇಂತಹ ವೇಳೆಯಲ್ಲಿ, ಹಿಂದೆ ಹಿಂದೆ ತೆವಳುತ್ತಿದ್ದ ಸೀತಾರಾಮಶಾಸ್ತ್ರಿಗಳ ಪೃಷ್ಠ, ಅಲ್ಲೇ ಹಿಂದೆ ನಿಂತಿದ್ದ ರಿಂದಮ್ಮನ ಮೊಣಕಾಲಿಗೆ ತಗುಲಿ, ಪೃಷ್ಠದ ಅದ್ಯಾವುದೋ ಭಾಗದಲ್ಲಿ ಮತ್ತೆ ಭುಗಿಲೆದ್ದಿತು. ಚಿಟ್ಟನೆ ಚೀರಿ ನೆಲ ಬಿಟ್ಟೆದ್ದರು. ಆ ಮಬ್ಬುಗತ್ತಲಲ್ಲೂ ಅವರ ಮುಖದ ಮೇಲೆ ಮೂಡಿದ ಬೆವರಿನ ಹನಿಗಳ ಸಾಲು ರಿಂದಮ್ಮನ ಕಣ್ಣಿಗೆ ಬಿತ್ತು. ಪತಿದೇವರು ಚೀರಿದುದಕ್ಕಿಂತಲೂ, ಆ ಚೀರಾಟದ ಕಾರಣಕ್ಕಿಂತಲೂ ರಿಂದಮ್ಮನಿಗೆ ಬೇಜಾರಾಗಿದ್ದುದು ಪತಿ ದೇವರ ಮಡಿ ಮುರಿದು ಹೋದದ್ದು. 'ತಲೆ ಮೇಲೆ ಎರಡು ಹನಿ ನೀರು ಹಾಕಿಕೊಂಡು ಬನ್ನಿ. ಮತ್ತೆ ಸ್ನಾನ ಮಾಡತಾ ನಿಲ್ಲಬೇಡಿ. ನೆಗಡಿಯಾದೀತು' ಅಂದು ತಮ್ಮ ಉಳಿದ ಕೆಲಸದತ್ತ ಗಮನ ಹರಿಸಲು ನಡೆದರು. ಹೆಂಡತಿ ಹೇಳಿದಂತೆ ಅವರು ಮಾಡಿದುದಕ್ಕೆ ನೆಗಡಿಯ ಹೆದರಿಕೆ ಕಾರಣವಾಗಿರಲಿಲ್ಲ. ಪೃಷ್ಠದ ಉರಿ ಕಾರಣವಾಗಿತ್ತು. ಅಂತೂ ಇಂತೂ ಬಲ ಪೃಷ್ಠದ ಮೇಲೆ ಭಾರ ಬಿಡದೆ ಪೂಜೆಯ ಶಾಸ್ತ್ರ ಮಾಡಿ, ನಿಂತೇ ತಿಂಡಿ ತಿಂದು, ಶಾಲೆಯತ್ತ ಓಡಿದರು.

ಸೀತಾರಾಮಶಾಸ್ತ್ರಿಗಳಿಗೆ ಈಗ ಐವತ್ತೆರಡು ವರ್ಷ. ಮೋತಿವೀರಪ್ಪ ಪ್ರೌಢಶಾಲೆಯಲ್ಲಿ ಚರಿತ್ರೆ ಪಾಠ ಮಾಡುತ್ತಾರೆ. ಒಂದು ಪೈಜಾಮ ಮೇಲೊಂದು ಬಿಳಿ ಅಂಗಿ ಇದು ಅವರ ದಿನನಿತ್ಯದ ಉಡುಪು. ಮದುವೆಯಾಗಿ ಈಗ ಮುವ್ವತ್ತೆರಡು ವರ್ಷಗಳು ತುಂಬಲಿಕ್ಕೆ ಬಂದಿವೆ. ಹುಟ್ಟಿದ್ದೊಬ್ಬ ಮಗ ಆರನೇ ವರ್ಷಕ್ಕೇ ಮಲೇರಿಯಾದಿಂದ ತೀರಿಕೊಂಡ ಮೇಲೆ, ಜಗನ್ನಿಯಾಮಕ ಭಗವಂತ ಇವರ ಮೇಲೆ ಕರುಣೆ ತೋರದೆ ಇವರಿಗಿನ್ನು ಮಕ್ಕಳೇ ಆಗಲಿಲ್ಲ. ಸೀತಾರಾಮಶಾಸ್ತ್ರಿಗಳಿಗೆ ಇನ್ನೂ ಪವಾಡಗಳಲ್ಲಿ ನಂಬಿಕೆಯಿದೆ. ಅಂತೇ ಇನ್ನೂ ಹೊತ್ತಿಗೆ ಸರಿಯಾಗಿ ಭಗವಂತನ ಪೂಜೆ, ಭಗವನ್ನಾಮ ಸ್ಮರಣೆ ನಡೆಯುತ್ತಲೇ ಇದೆ. ರಿಂದಮ್ಮನಿಗೆ ದೇವರ ಮೇಲಲ್ಲದಿದ್ದರೂ ತಮ್ಮ ಪತಿದೇವರ ಮೇಲೆ ಈಗೊಂದು ಹತ್ತು ಹದಿನೈದು ವರ್ಷಗಳ ಹಿಂದಿನವರೆಗೂ ನಂಬಿಕೆಯಿತ್ತು. ಮುಟ್ಟು ನಿಂತ ಮೇಲೆ ದೇವರ ಮೇಲಿನ ನಂಬಿಕೆ ಹೆಚ್ಚಾಗಿ, ಪತಿದೇವರ ಮೇಲಿನ ನಂಬಿಕೆ ಅಷ್ಟಾಗಿ ಕುಂದದಿದ್ದರೂ ಪೂರ್ಣವಾಗಿ ನಶಿಸಿಲ್ಲ. ಅಂತೆಯೇ, ಆಗೊಮ್ಮೆ ಈಗೊಮ್ಮೆ ಸೀತಾರಾಮಶಾಸ್ತ್ರಿಗಳು

ಸೆರಗಿನಡಿ ಕೈ ತೂರಿಸಿದಾಗ ಏನೂ ಹೇಳದೆ ಒಪ್ಪಿಸಿಕೊಳ್ಳುತ್ತಿದ್ದರು. ಇಬ್ಬರ ಪುಣ್ಯ, ರಾತ್ರಿ ಈ ವಿಫಲ ಕ್ರಿಯಾಸಮಯದಲ್ಲಿ ಕತ್ತಲೋ ಕತ್ತಲಲ್ಲಿ ಇಡೀ ಮನೆ ಕೊಳೆಯುತ್ತಿದ್ದುದರಿಂದ, ಇಬ್ಬರ ದೇಹಗಳೂ, ಇನ್ನೊಬ್ಬರ ಕಣ್ಣಿಗೆ ಬೀಳದಂತೆ ಕತ್ತಲಲ್ಲೇ ನರಳುತ್ತಿದ್ದವು.

ಶಾಲೆಯಲ್ಲಿ ಎಂಟನೇ 'ಸಿ' ಸೆಕ್ಷನ್ನಿಗೆ ಚಾಲುಕ್ಯರನ್ನು ಕುರಿತು ಪಾಠ ಮಾಡುವಾಗ ಮತ್ತೊಮ್ಮೆ ಅಪಘಾತವಾಯಿತು. ಬೋರ್ಡ್ ಮೇಲೆ ಬರೆದುದನ್ನು ಅಳಿಸಲು ಹೋದಾಗ ಡಸ್ಟರ್ ಕೈಜಾರಿ ಬಿತ್ತು. ಕೈಗೆತ್ತಿಕೊಳ್ಳಲು ಥಟ್ಟನೆ ಬಗ್ಗಿದರು. ಪೃಷ್ಠದ ಮೇಲೆ ಪೈಜಾಮ ಬಿಗಿದುಕೊಂಡು, ಅದ್ಯಾವುದೋ ಒಂದು ಭಾಗವನ್ನು ಅಮುಕಿ, ಮತ್ತೆಲ್ಲೋ ಜಗ್ಗಿದಂತಾಗಿ ಪೃಷ್ಠಕ್ಕೆ ಕೊಳ್ಳಿಯಿಟ್ಟಂತಾಯಿತು. ಗಂಟಲು ಕಟ್ಟಿದ ನರಿಯೋಪಾದಿಯಲ್ಲಿ ಕುಂಯ್ಯೆಂದು ಸದ್ದು ಮಾಡುತ್ತಾ ಥಟ್ಟನೆ ಎದ್ದು ನಿಂತರು. ಬವಳಿ ಬಂದಂತಾಯಿತು. ಬೆವರೊಡೆಯಿತು. ಮುಖ ಕಪ್ಪಿಟ್ಟಿತು. ಮೇಜನ್ನು ಹಿಡಿದು ಹಾಗೇ ನಿಂತರು. ಇದ್ದಕ್ಕಿದ್ದಂತೆಯೇ ತಮ್ಮ ಗುರುಗಳಲ್ಲಾದ ವಿಪರೀತ ಬದಲಾವಣೆಯನ್ನು ಕಂಡು ವಿದ್ಯಾರ್ಥಿಗಳಿಗೆ ಗಾಬರಿಯಾಯಿತು. ಕೆಲ ಕ್ಷಣಗಳ ನಂತರ, ಉಸಿರು ಎದೆಯಲ್ಲಿ ಸರಾಗವಾಗಿ ಓಡಿಯಾಡತೊಡಗಿದ ಮೇಲೆ ಮೆಲ್ಲಗೆ ಜಾಗ್ರತೆಯಿಂದ ಬಗ್ಗಿ ಡಸ್ಟರ್ ಅನ್ನು ಎತ್ತಿಕೊಂಡು, ಒರೆಸಬೇಕಾದುದನ್ನು ಒರೆಸಿ ಪಾಠ ಮುಂದುವರೆಸಿದರು.

ತರಗತಿ ಮುಗಿದ ಕೂಡಲೇ ಸೀತಾರಾಮಶಾಸ್ತ್ರಿಗಳು ಸ್ಟಾಫ್‌ರೂಮಿಗೆ ಧಾವಿಸಿದರು. ಸ್ಟಾಫ್‌ರೂಮು ಇತರೆ ಅಧ್ಯಾಪಕರಿಂದ, ಮುಖ್ಯವಾಗಿ ಇತರೆ ಅಧ್ಯಾಪಕಿಯರಿಂದ, ತುಂಬಿ ತುಳುಕುತ್ತಿದ್ದುದರಿಂದ, ತಾವು ಅಂದುಕೊಂಡ ಕೆಲಸವನ್ನು ಮಾಡಿ ಮುಗಿಸಲು ಒಂದು ಹತ್ತು ನಿಮಿಷಗಳು ಕಾಯಬೇಕಾಯಿತು. ಸ್ಟಾಫ್‌ರೂಮು ಖಾಲಿಯಾದ ಕೂಡಲೇ ಬಾಗಿಲು ಹಾಕಿ, ಪೈಜಾಮ ಕಳಚಿ, ಡ್ರಾಯರ್ ಒಳಗೆ ಕೈ ಇಳಿಸಿಕೊಂಡು ಪೃಷ್ಠದ ಮೇಲೆ ಕೈಯ್ಯಾಡಿಸಿಕೊಂಡರು. ಒಮ್ಮೆಲೇ ಸುಮಾರು ಗೋಟಡಿಕೆ ಗಾತ್ರದ ಬಾವು ಕೈಗೆ ಹತ್ತಿತು. ಕೈ ಬಾವನ್ನು ಮುಟ್ಟಿದುದೇ ತಡ, ಅದೆಲ್ಲಿತ್ತೋ ಇಲ್ಲೀವರೆಗೂ ಆ ಉರಿ, ಬಿಲದಿಂದ ಭುಸ್ಸನೇ ಹೊರಟ ಹಾವಿನಂತೇ ಹೆಡೆಯೆತ್ತಿ ನಿಂತಿತು. ಯಾವುದೇ ಸೂಚನೆ ಕೊಡದೆ ಮತ್ತೆ ಮತ್ತೆ ಬರುತ್ತಿದ್ದ ಉರಿಯಿಂದ ಬವಳಿ ಬರುವುದು ಸಾಮಾನ್ಯ ಪ್ರವರವಾದಂತಾಗಿ,

ಮೇಜನ್ನು ಹಿಡಿದು ಕುರ್ಚಿಯಲ್ಲಿ ಕುಳಿತರು. ಯಾರೋ ಬಂದು ಬಾಗಿಲನ್ನು ತಟ್ಟಿದಾಗಲೇ, ಪೈಜಾಮವನ್ನು ಏರಿಸಿಕೊಳ್ಳಬೇಕೆಂಬ ಅರಿವಾದದ್ದು.

ಸಂಜೆ ಮನೆ ಮುಟ್ಟುವ ಹೊತ್ತಿಗೆ ಮೈ ಕೊಂಚ ಕಾವೇರಿತ್ತು. ಸುಸ್ತಾಗಿಬಿಟ್ಟಿದ್ದರು. ಎಂದಿನಂತೆ ರಿಂದಮ್ಮ ಪ್ರೀತಿಯಿಂದ ಕೊಟ್ಟ ಕಾಫಿಯನ್ನು ಕುಡಿಯದೇ, ಎಡಕ್ಕೆ ತಿರುಗಿ ಮಲಗಿ ಚಾಪೆಯ ಮೇಲೆ ಚಾಚಿಕೊಂಡು ಬಿಟ್ಟರು. ಹೆಂಡತಿ ತಮ್ಮ ಪತಿದೇವರ ಸ್ಥಿತಿಯನ್ನು ನೋಡಿ ಕಂಗಾಲಾದರೂ, ಧೈರ್ಯ ತಂದುಕೊಂಡು 'ಏನಾಯ್ತೂಂದ್ರೇ' ಎನ್ನುವ ಸಂಪ್ರದಾಯದ ನುಡಿಯನ್ನು ನುಡಿದರು. ಸೀತಾರಾಮಶಾಸ್ತ್ರಿಗಳಿಗಾದರೂ ಹೀಗಾಗಿದೆ ಎನ್ನುವ ಮನಸ್ಸಾದರೂ ಹೇಗೆ ಬರಬೇಕು... ಕುಂಡೆಯ ಮೇಲೆ ಕುರುವಾಗಿದೆ ಎನ್ನಲೇ...ಹೆಂಡತಿಯ ಮುಂದೆ ಕುಂಡೆ ಎನ್ನುವ ಪದ ಬಳಸಬಹುದೇ...ಇಲ್ಲವಾದರೆ ಇನ್ನೇನು ಹೇಳಬೇಕು...ಪೃಷ್ಠವೆನ್ನಲೇ...ಪೃಷ್ಠವೆಂದರೆ ಏನೂಂತ ಕೇಳಿದರೆ ಏನೆಂದು ವಿವರಿಸುವುದು...ಇದಾವುದರ ಗೊಡವೆಯೇ ಬೇಡವೆಂದು, ಇಲ್ಲಿ ಇದಾಗಿದೆ ಎಂದೆನ್ನಬೇಕೇ...ಇಲ್ಲಿ ಎಂದರೆ ಯಾವ ಜಾಗವನ್ನು ಸೂಚಿಸಬೇಕು...ತಮಗೇ ಈ ಜ್ವಾಲಾಮುಖಿಯ ನಿಖರವಾದ ಜಾಗ ಗೊತ್ತಿಲ್ಲ... ಅಥವಾ ಬಟ್ಟೆಯನ್ನು ಕಳಚಿ ತೋರಿಸಬಿಡಬೇಕೇ...ತಮ್ಮ ವೈವಾಹಿಕ ಜೀವನದ ಮುವತ್ತೆರಡು ವರ್ಷಗಳನ್ನು ತಮ್ಮ ಯಾವುದೇ ಗೋಪ್ಯಾಂಗವನ್ನು ಯಾರಿಗೂ ತೋರಿಸದೇ ಕಳೆದಿರುವಾಗ ಈಗ, ಈ ವಯಸ್ಸಿನಲ್ಲಿ?...ಅದೂ ಭಗವಂತನೇ ಎಲ್ಲ ಮರೆತಿರುವಾಗ...?

ಹೆಂಡತಿ ಕಾಫಿಯನ್ನು ಮತ್ತೊಮ್ಮೆ ಬಿಸಿ ಮಾಡಿ ತಂದು ಮುಂದಿಟ್ಟರು. ಇಷ್ಟರಲ್ಲಾಗಲೇ ಸೀತಾರಾಮಶಾಸ್ತ್ರಿಗಳು ಒಂದು ನಿರ್ಧಾರಕ್ಕೆ ಬಂದುಬಿಟ್ಟಿದ್ದರು. ತಾವಾಗೇ ನಿರ್ಧರಿಸಿದರು ಎನ್ನುವುದಕ್ಕಿಂತಾ ಪೃಷ್ಠದ ಉರಿ ಅವರನ್ನು ನಾಚಿಕೆ, ಬಿಗುಮಾನ, ಸಂಕೋಚಗಳಾಚೆ ತಮ್ಮ ಹೆಂಡತಿಯೊಡನೆ ತಮ್ಮ ಕುರುವನ್ನು ಪ್ರಸ್ತಾಪಿಸಲು ಪ್ರೇರೇಪಿಸಿತು. ಹೆಂಡತಿ ಬಂದು ಕುಳಿತೊಡನೆಯೆ, ಪಟ್ಟಣದ ಶ್ರೀರಂಗನೋಪಾದಿಯಲ್ಲಿ ಗಲ್ಲಕ್ಕೆ ಕೈಯ್ಯೂರಿ ಅರ್ಧ ಮಲಗಿ, ಅರ್ಧ ಕುಳಿತು ಒಮ್ಮೆ ಕಾಫಿಯನ್ನು ಗುಟುಕರಿಸಿ 'ರಿಂದೂ' ಎಂದು ಎಂದೂ ಇಲ್ಲದ ಧ್ವನಿಯಲ್ಲಿ ಕರೆದರು. ರಿಂದಮ್ಮನಿಗೆ ಆ ಕೂಗಿನಲ್ಲಿ ನಾರಾಯಣನನ್ನು ಕರೆದ ಗಜೇಂದ್ರನ ದನಿಯಲ್ಲಿದ್ದ ನೋವಿನ ಛಾಯೆ ಕಂಡುಬಂತು. ನಾರಾಯಣನಂತೇ ಕಾಳಜಿಯಿಂದ

ಮುಂದೆ ಬಾಗಿ 'ಏನಾಯ್ತೂಂದ್ರೆ' ಎಂದು ಪುನಃ ಸಂಪ್ರದಾಯದ ನುಡಿಯನ್ನು ನುಡಿದರು. 'ಅದೂ...' ಎಷ್ಟೇ ಗಟ್ಟಿಯಾದ ನಿರ್ಧಾರ ಮಾಡಿದ್ದರೂ ಈ ಹೊತ್ತಿನಲ್ಲಿ ನಿರ್ಧಾರ ಕೈಕೊಟ್ಟಿತು. ಮತ್ತೆ ಅದೇ ಸಂದಿಗ್ಧತೆ. ಏನೆಂದು ಹೇಳುವುದು... ಕೊನೆಗೊಮ್ಮೆ ಮನಸ್ಸನ್ನು ಗಟ್ಟಿ ಮಾಡಿ 'ರಿಂದೂ, ಇಲ್ಲಿ ಅದಾಗಿದೆ, ಅಂದರೇ...' ಕುರು ಎನ್ನುವುದನ್ನು ಬೆರಳುಗಳಿಂದ ಉಂಡೆಯೊಂದರ ಗಾತ್ರ ಸೂಚಿಸಿ ತೋರಿಸಿ '...ಸ್ವಲ್ಪ ನೋಡ್ತೀಯಾ' ಅಂದವರೇ ಪತ್ನಿ ತಮ್ಮ ಸಂಕಟಕ್ಕೆ ಓಗೊಡಬಹುದೆನ್ನುವ ಖಾತ್ರಿಯೊಂದಿಗೆ, ಪೈಜಾಮವನ್ನು ಕೊಂಚ ಕೆಳಗಿಳಿಸಲು ಉದ್ಯುಕ್ತರಾದರು. ಸರ್ಪ ಮೆಟ್ಟಿದವರಂತೆ ರಿಂದಮ್ಮ ಧಡಕ್ಕನೆದ್ದು, 'ಇದೇನ್ರೀ ಈ ವಯಸ್ಸಿನಲ್ಲಿ ಈ ಅಪದ್ಧ... ಅದೂ ಮೂರುಸಂಜೆಯ ಹೊತ್ತಿಗೆ...' ಅಂದವರೇ ದುಡದುಡನೇ ಕೋಣೆಯಿಂದ ಹೊರಗೋಡಿದರು. ತಮ್ಮ ಪತ್ನಿ ಈ ರೀತಿ ಓಡಿದುದು ಅವರಿಗೆ ಕೊಂಚವೂ ಆಶ್ಚರ್ಯ ತರಲಿಲ್ಲ. ಬದಲಿಗೆ ಮುಂದೇನು ಮಾಡಬೇಕೆನ್ನುವ ಗೋಜಲಿಗೆ ಬಿದ್ದರು. ಯಾವುದೋ ನಿರ್ಧಾರಕ್ಕೆ ಬಂದು, ಪೃಷ್ಠವನ್ನು ನೆಲಕ್ಕೆ ತಾಕಿಸದಂತೆ ಮೊದಲು ಕುಳಿತು ನಂತರ ಎದ್ದು ನಿಂತರು. ಮೊದಲು ಕೋಣೆಯ ಬಾಗಿಲು ಹಾಕಿಕೊಂಡು, ನಂತರ ಕಿಟಕಿಯ ಸರಳಿಗೆ ತೂಗಿಹಾಕಿದ್ದ ಕನ್ನಡಿಯನ್ನು ಕೈಲಿ ಹಿಡಿದುಕೊಂಡು ಸನ್ನದ್ಧರಾದರು.

ಅವರಿಗೆ ಸದ್ಯಕ್ಕಿದ್ದ ಗುರುತರ ಕಾರ್ಯವೊಂದೇ, ತಮ್ಮ ಪೃಷ್ಠದ ಯಾವುದೋ ಭಾಗದಲ್ಲಿ ತಮಗರಿವಿಲ್ಲದಂತೆಯೇ ಬೆಳೆದುಕೊಂಡ ಈ ನವ ಅವಯವವನ್ನು ನೋಡಿ ಪತ್ತೆ ಹಚ್ಚುವುದು. ಆದರೆ ಅವರಿಗಿದ್ದ ಸದ್ಯದ ಸಮಸ್ಯೆಯೂ ಒಂದೇ. ಇಡೀ ಮನೆ ಹಗಲಲ್ಲೇ ಮಬ್ಬುಗತ್ತಲೆಯಲ್ಲಿ ಹೊರಳಾಡುತ್ತಿರುತ್ತದೆ. ಇನ್ನು ಇಂತಹ ಮುಸ್ಸಂಜೆಯ ವೇಳೆಯಲ್ಲಂತೂ ಮಾತೇ ಬೇಡ. ಹೊಗೆಯಿಂದ ಗೋಡೆಗಳೆಲ್ಲವೂ ಮಸಿ ಹಿಡಿದು ಮಂಕಾಗಿ, ದೀಪಗಳೂ ಅರೆಬೆಳಕಿನಲ್ಲಿ ಗೋಳುಕರೆಯುತ್ತವೆ. ಅಲ್ಲದೇ ಈ ಕ್ಷಣದಲ್ಲಿ ತಮ್ಮ ಎದುರಿಗಿರುವ ಇಂತಹ ವಿಶೇಷ ಸಂದರ್ಭವು ಕೂಡಾ ಇಬ್ಬರಿಗೆ ಹಿಂದೆಂದೂ ಒದಗಿರಲಿಲ್ಲ. ಈಗ ಈ ಹೊಸದಾಗಿ ಬೆಳೆದುಕೊಂಡ ಅವಯವವನ್ನು ನೋಡಿಕೊಳ್ಳುವುದು ಹೇಗೆ? ಜಾಗ್ರತೆಯಿಂದ ಮೊದಲು ಪೈಜಾಮವನ್ನು ಕಳಚಿ, ನಂತರ ಪೃಷ್ಠದ ಯಾವುದೇ ಭಾಗಕ್ಕೆ ತಗುಲದಂತೆ ಡ್ರಾಯರ್‌ನ್ನು ಕಳಚಿ, ಕನ್ನಡಿಯನ್ನು ಗುರಿಯಿಟ್ಟುಕೊಂಡರು.

ಮೊದಲ ಅನುಭವ. ಏನೂ ಕಾಣಲಿಲ್ಲ. ಕಂಡರೂ ಕಂಡದ್ದು ಏನೆಂದು ತಿಳಿಯಲಿಲ್ಲ. ನಂತರದ ಹತ್ತು ನಿಮಿಷ ಒಂದು ರೀತಿಯ ಅಸಂಗತ ಕಸರತ್ತೇ ಆಯಿತು ಸೀತಾರಾಮಶಾಸ್ತ್ರಿಗಳಿಗೆ. ಕನ್ನಡಿಯನ್ನು ಪೃಷ್ಠಕ್ಕೆ ಗುರಿಮಾಡಿಕೊಂಡು ಅದರಲ್ಲಿ ತಮ್ಮ ಪೃಷ್ಠದ ಪ್ರತಿಬಿಂಬವನ್ನು ನೋಡಿಕೊಳ್ಳಲು ಹೆಣಗಿದರು. ತಿರುಗಿದಷ್ಟೂ ಪೃಷ್ಠ–ಕನ್ನಡಿಯ ಅಂತರ ಅಷ್ಟೇ ಉಳಿದು ಕಾಣಬೇಕಾದುದು ಕಾಣುತ್ತಿರಲೇ ಇಲ್ಲ. ಇಡೀ ಕೋಣೆ ಕನ್ನಡಿಯಲ್ಲಿ ತಿರುಗುತ್ತಿತ್ತು. ಪೃಷ್ಠದ ತುಂಬಾ ನೋವು ಆವರಿಸಿಕೊಂಡೂ ಕಣ್ಣಿಗೆ ಬೀಳದಾದ ಕುರು ಸರ್ವಾಂತರ್ಯಾಮಿಯಾಗಿದ್ದುಕೊಂಡೂ ಅಗೋಚರನಾಗಿರುವ ಭಗವಂತನ ಸಾಕಾರವೆನಿಸಿಬಿಟ್ಟಿತು ಅವರಿಗೆ. ಕೊನೆಗೊಮ್ಮೆ ಕಾಲುಗಳನ್ನು ಅಗಲಿಸಿ ಕನ್ನಡಿಯನ್ನು ಗುರಿಯಿಟ್ಟುಕೊಂಡರು. ಅವರ ಜೀವನದಲ್ಲಿ ಮೊದಲ ಸಲ ಕಾಣಬಾರದುದು ಕಣ್ಣಿಗೆ ಬಿತ್ತು. ತಾರಸಿಯಿಂದ ತೂಗುತ್ತಾ ನರಳುತ್ತಿದ್ದ ರೋಗಿಷ್ಠ ದೀಪದ ಅರೆಬೆಳಕಿನಲ್ಲಿ, ಕೋಣೆಯಲ್ಲಿ ಕವಿದ ಮಬ್ಬುಗತ್ತಲೆಯಲ್ಲಿ, ಹೊಗೆಯಿಂದ ಮಸಿ ಹಿಡಿದು ಈಗಾಗಲೇ ಅರ್ಧ ಪಾದರಸ ಕಳೆದುಕೊಂಡು ತತ್ತರಿಸುತ್ತಿದ್ದ ಕನ್ನಡಿಯಲ್ಲಿ ಇದುವರೆಗೂ ಯಾವುದನ್ನು ತಾವು ಜೀವನಾಗತ್ಯವೆಂದು ಅಂದುಕೊಂಡಿದ್ದರೋ, ಯಾವುದನ್ನು ನಂಬಿ ತಾವು ತಮ್ಮ ದಾಂಪತ್ಯ ಜೀವನವನ್ನು ಇಲ್ಲೀವರೆಗೂ ನೆರವೇರಿಸಿಕೊಂಡು ಬಂದಿದ್ದರೋ, ಯಾವುದು ತಮಗೆ ಇಷ್ಟು ವರ್ಷಗಳ ದಾಂಪತ್ಯ ಜೀವನದ ಸಕಲ ಸಾರವನ್ನೂ ಉಣ್ಣಿಸಿತ್ತೋ ಅಂತಹ ತಮ್ಮ ಖಾಸಾ ಅಂಗ ತಮಗೇ ಅತ್ಯಂತ ಹೊಲಸಾಗಿ ಕಂಡು ಬಂತು. ಅದನ್ನು ಕಂಡು ತಮಗೇ ಅಸಹ್ಯವೆನಿಸಿತು. ಹೇಸಿಗೆಯಾಯಿತು. ಇಷ್ಟು ಅಸಹ್ಯವೇ ಜೀವನದ ಮೂಲಭೂತ ಕ್ರಿಯಾಂಗ...ಇಷ್ಟು ಹೊಲಸೇ ಜೀವನದ ಸಾರ? ಮುಂದೆ ಅದನ್ನು ನೋಡಿಕೊಳ್ಳಬೇಕೆನಿಸಲಿಲ್ಲ. ಕನ್ನಡಿಯನ್ನು ಹಿಂತೆಗೆದುಕೊಳ್ಳುವಾಗ ಮಾತ್ರ ಮತ್ತೆ ಅಪಘಾತವಾಯಿತು. ಕನ್ನಡಿಯ ಸ್ಟೀಲ್‌ಫ್ರೇಮ್‌ನ ಒಂದು ಮೂಲೆ ಆ ಜಾಗಕ್ಕೆ ತಾಕಿಬಿಟ್ಟಿತು. ಈ ಸಾರಿಯಂತೂ ಇಡೀ ಪೃಷ್ಠವನ್ನೇ ಉರಿಯುತ್ತಿರುವ ಅಗ್ಗಿಷ್ಟಿಕೆಗೆ ಒಡ್ಡಿದಂತಾಯ್ತು. ಬಾಯಿಯಿಂದ ಅರಿವಿಲ್ಲದಂತೆಯೇ 'ಶ್ರೀರಾಮಚಂದ್ರಾ' ಎನ್ನುವ ಆರ್ತನಾದ ಹೊರಟಿತು. ನೋವಿನಿಂದಾಗಿ ಉಸಿರು ಕಟ್ಟಿದ್ದರಿಂದ ಆ ಆರ್ತನಾದ ಬಾಗಿಲನ್ನು ಬಿಟ್ಟು ಹೊರದಾಟಲಿಲ್ಲವಾಗಿ, ರಿಂದಮ್ಮ ಬಂದು ಬಾಗಿಲು ತಟ್ಟಲಿಲ್ಲವಾಗಿ, ಶಾಸ್ತ್ರಿಗಳಿಗೆ ಬಾಗಿಲು ತೆಗೆದು ವಿವರಿಸಬೇಕಾದ

ಪ್ರಮೇಯ ಒದಗಲಿಲ್ಲ. ಹಾಗೇ ಗೋಡೆ ಹಿಡಿದು ಕುಳಿತು ಬಿಟ್ಟರು. ಕೂಡುವಾಗಲೂ ಬಲಪೃಷ್ಠವನ್ನು ನೆಲಕ್ಕೆ ತಾಗಿಸದಿರಲು ಮರೆಯಲಿಲ್ಲ. ಪೃಷ್ಠದ ಉರಿಗಿಂತಾ ಮಿಗಿಲಾಗಿ ತಾವು ಕೆಲವು ಕ್ಷಣಗಳ ಹಿಂದೆ ಕಂಡುಕೊಂಡ ಸತ್ಯವೇ ಅವರನ್ನು ಯೋಚನೆಗೀಡು ಮಾಡಿತ್ತು. ದೇವರು ದೊಡ್ಡವನು. ಇಲ್ಲೀವರೆಗೂ ತಮ್ಮಿಬ್ಬರಿಗೂ ದೀಪದ ಅಗತ್ಯ ಬಿದ್ದಿರಲಿಲ್ಲ. ತಮ್ಮ ಸಂಸಾರ ಸಾಗರದಲ್ಲಿ ತಾವು ಈಜಿ ಬಂದ ಮುವ್ವತ್ತೆರಡು ವರ್ಷಗಳಲ್ಲಿ ಒಮ್ಮೆಯಾದರೂ ರಾತ್ರಿಯ ಸುವರ್ಣಸಂಧಿ ಕಾಲದಲ್ಲಿ ದೀಪ ಹಾಕಿರಲಿಲ್ಲ. ಮೊದಲಲ್ಲಿ ಭಯ, ಮುಜುಗರ, ಸಂಕೋಚ...ನಂತರ ಅದೇ ಅಭ್ಯಾಸವಾಗಿ ದೀಪವಿಲ್ಲದೆಯೂ ಎಲ್ಲಾ ಕ್ರಿಯೆಗಳೂ ಸಾಂಗೋಪಾಂಗವಾಗಿ ನೆರವೇರುವಂತಾಗಿಬಿಟ್ಟಿತ್ತು. ಒಂದು ವೇಳೆ ದೀಪದ ಬೆಳಕಿನಲ್ಲಿ ತಾವು ಈಗ ಕಂಡುಕೊಂಡದ್ದನ್ನು ತಮ್ಮ ಹೆಂಡತಿ ಏನಾದರೂ ನೋಡಿದ್ದಲ್ಲಿ...ಆ ಕಲ್ಪನೆಯೇ ಅಸಹ್ಯವಾಗಿಬಿಟ್ಟಿತು ಸೀತಾರಾಮಶಾಸ್ತ್ರಿಗಳಿಗೆ. ತಮಗೇ ಅಸಹ್ಯವಾದುದು ಇನ್ನೊಬ್ಬರಿಗೆ ಪ್ರಿಯವಾಗುವುದಾದರೂ ಹೇಗೆ? ಸ್ಪರ್ಶದಲ್ಲಿ ಸ್ವರ್ಗಸುಖ ನೀಡಬಲ್ಲಂತಹುದು ನೋಟದಲ್ಲಿ ವಿಕಾರವಾಗಿಬಿಡಬೇಕೆನ್ನುವುದು ಜಗನ್ನಿಯಾಮಕನಾದ ಭಗವಂತನ ಅದ್ಯಾವ ವಿಕೃತ ಲೀಲೆಯೋ?

ರಾತ್ರಿಯ ಒಂದು ಹೊತ್ತಿನಲ್ಲಿ, ನಿದ್ದೆಯಲ್ಲಿ ಹೊರಳಿದಾಗ ಮತ್ತೆ ನೋವು ಕಿತ್ತುಕೊಂಡು ಬಂದಿತು. ಎದ್ದು ಕುಳಿತರು. ಬಚ್ಚಲು ಮನೆಯತ್ತ ತಿರುಗಿದರು. ಒಂದು ಹೆಜ್ಜೆಯಿಟ್ಟರೋ ಇಲ್ಲವೋ, ಪಾದದಿಂದ ನರವೊಂದನ್ನು ಎಳೆದು ಶ್ರುತಿ ಮಾಡಿದಂತಾಗಿ ಅಸಾಧ್ಯ ಉರಿ. ಹೆಜ್ಜೆಯಿಡಲು ಹೊರಟರೆ ಬಲಪಾದವನ್ನು ಮುಂದಿಡಲಾಗದು.

ಕೊನೆಗೊಮ್ಮೆ ಎರಡೂ ಪಾದಗಳ ನಡುವೆ ಕನಿಷ್ಠ ಎರಡು ಅಡಿಗಳ ಅಂತರವನ್ನಿಟ್ಟುಕೊಂಡು ನಡೆದಾಗ ಸ್ವಲ್ಪ ಹಾಯೆನಿಸಿತು. ಕುರು ಈಗ ಒಂದು ಬೆಟ್ಟದ ನೆಲ್ಲಿಕಾಯಿಯಷ್ಟು ಬೆಳೆದಿತ್ತು. ಅದೂ ಎರಡು ಪೃಷ್ಠಗಳ ನಡುವೆ.

ಸೀತಾರಾಮಶಾಸ್ತ್ರಿಗಳಿಗೆ ನಿಜವಾದ ತೊಂದರೆ ಶುರುವಾಗಿದ್ದು ಪಾಠ ಮಾಡುವಾಗ. ಎರಡೂ ಕಾಲುಗಳನ್ನು ಎರಡು ಅಡಿಗಳಷ್ಟು ದೂರ ನೆಟ್ಟರೇನೇ ಪೃಷ್ಠದ ಕುರುವಿಗೆ ತೊಂದರೆಯಾಗದಂತೆ ನಿಲ್ಲಲು ಸಾಧ್ಯವಾಗುತ್ತಿದ್ದುದು. ಆದರೂ ಪಾಠದ ಭರದಲ್ಲಿ ಮರೆತು ಏನಾದರೂ ಎರಡೂ ಪಾದಗಳನ್ನು ಒಂದೆಡೆ

ಜೋಡಿಸಿದರೋ, ತೊಡೆಗಳ ನಡುವೆ ಪ್ರತ್ಯಕ್ಷ ನರಕ ಅವತರಿಸಿಬಿಡುತ್ತಿತ್ತು. ಈಗ ಒಂದು ಅರ್ಧ ಗಂಟೆಯ ಕೆಳಗೆ ಕಾರಿಡಾರಿನಲ್ಲಿದ್ದ ಒಂದೆರಡು ಮೆಟ್ಟಿಲುಗಳನ್ನು ಏರುವಾಗ ಹೊಸ ಅನುಭವವಾಗಿದ್ದುದರ ನೆನಪಾಯಿತು. ಬಲಗಾಲನ್ನು ನೆಲದ ಮೇಲೇ ಇಟ್ಟು, ಎಡಗಾಲನ್ನು ಮೇಲಿನ ಮೆಟ್ಟಿಲಿನ ಮೇಲಿಟ್ಟು, ಆ ಕಾಲ ಮೇಲೆ ತಮ್ಮ ದೇಹದ ಭಾರ ಬಿಟ್ಟು ಒತ್ತಿದ ಕ್ಷಣದಲ್ಲಿ ಎರಡೂ ಕಾಲುಗಳ ನಡುವೆ ಸುರಕ್ಷಿತವಾದ ಅಂತರವೇರ್ಪಟ್ಟು ಒಂದರೆಕ್ಷಣ ಹಾಯೆನಿಸಿತ್ತು. ಈ ಕ್ಷಣ ಅದು ನೆನಪಿಗೆ ಬಂದು, ಸ್ವಲ್ಪ ಆರಾಮಾಗಲೆಂದು ಎಡಗಾಲನ್ನು ಕುರ್ಚಿಯ ಮೇಲೆ, ಎರಡೂವರೆ ಅಡಿ ಎತ್ತರದಲ್ಲಿಟ್ಟು ಬಲಗಾಲನ್ನು ನೆಲದ ಮೇಲೇ ನೆಟ್ಟು, ಪಾಠವನ್ನು ಮುಂದುವರೆಸಿದರು. ಹಿಂದಿನಿಂದ ಯಾರೋ 'ವಾಮನ' ಅಂತ ಪಿಸುಗುಟ್ಟಿದ್ದು ಇವರಿಗಷ್ಟೇ ಅಲ್ಲ, ಇಡೀ ತರಗತಿಗೇ ಕೇಳಿತು.

ಪಾಠ ಮುಗಿಸಿ ಸ್ಟಾಫ್‌ರೂಮಿಗೆ ಹೊರಟಾಗ ಯಾಕೋ ವಿಪರೀತ ಸುಸ್ತಾದಂತೆ ಅನಿಸಿತು. ಕಾಲುಗಳನ್ನು ಅಗಲಿಸಿ ನಡೆಯುತ್ತಾ ಕಾರಿಡಾರಿನುದ್ದಕ್ಕೂ ಪಾದಗಳನ್ನು ಸವೆಸುತ್ತಿರಬೇಕಾದಲ್ಲಿ, ಕದರಮಂಡಲಿಗಿ ಸಿಕ್ಕ. 'ಯಾಕ್ರೀ ಮಾಸ್ತರಾ, ಮೆಟ್ನಾಗೇನಾರಾ ಕಲ್ಲ ಸಿಕ್ಕಾವೇನು...ಬಾತುಕೋಳಿಗೆ ಮೂಲವ್ಯಾಧೀ ಬಂಧಾರಂಗೆ ನಡೀಲಿಕತ್ತೀರಲಾ...' ಅಂತಂದು ಉತ್ತರಕ್ಕಾಗಿ ಇವರ ಬೆನ್ನುಹತ್ತಿದ. ಹೇಗೆ ಹೇಳುತ್ತಾರೆ ಇವನಿಗೆ ತನ್ನ ಸಮಸ್ಯೆಯನ್ನು...ಕದರಮಂಡಲಿಗಿಯನ್ನು ನೋಡುತ್ತಾ ನಿಂತರು. ಅವನೂ ಇವರನ್ನೇ ನೋಡುತ್ತಾ ನಿಂತ. ವರ್ಷಗಳ ನಂತರ ಸಿಕ್ಕ ಇಬ್ಬರು ಪ್ರೇಮಿಗಳಂತೆ ಮಾತೇ ಆಡದೆ ಒಬ್ಬರನ್ನೊಬ್ಬರು ನೋಡುತ್ತಾ ನಿಂತರು. ಕೊನೆಗೂ ಸೀತಾರಾಮಶಾಸ್ತ್ರಿಗಳು ಬಾಯಿಬಿಟ್ಟರು.

'ಕುರು ಆಗಿದೆಯಪ್ಪಾ...'

'ಎಲ್ಲಿ?'

ಬಾಯಿಬಿಟ್ಟು ಹೇಗೆ ಹೇಳ್ತಾರೆ...ಪೃಷ್ಠದ ಕಡೆ ಸನ್ನೆ ಮಾಡಿದರು.

'ಏನು ಮುಕುಳೀ ವಳಾಗಾಗೇತೋ, ಮುಕುಳೀ ಮೇಲಾಗೇತೋ?'

ಈ ಕದರಮಂಡಲಿಗಿಯಂತೂ ಈ ಕ್ಷಣವೇ ತಮ್ಮ ಮಾನವನ್ನು ಹರಾಜು ಹಾಕುವ ಹವಣಿಕೆಯಲ್ಲಿದ್ದಂತೆ ತೋರಿತು. ಇಡೀ ಶಾಲೆಗೆ ಕೇಳುವಂತೆ ಕಿರಿಚುತ್ತಿದ್ದ. ಇದೇ ರೀತಿ ಇನ್ನೆರಡೇ ನಿಮಿಷ ಆತ ಮಾತನಾಡಿದಲ್ಲಿ, ತಮ್ಮ ಎಲ್ಲಾ ಖಾಸಗಿ

ಸಮಸ್ಯೆಗಳು ಜಗಜ್ಜಾಹೀರಾಗುವುದರಲ್ಲಿ ಯಾವುದೇ ಅನುಮಾನ ಉಳಿಯಲಿಲ್ಲ ಅವರಿಗೆ.

'ಮೆಲ್ಲಗೆ ಮಾತಾಡಪ್ಪಾ...ಮೇಲೆ ಆಗಿದೆ'

'ಮತ್ತ ಲಗೂನ ತೆಗೆಸಿಬಿಡ್ರಲ್ಲಾ. ಇಲ್ಲಾಂದ್ರೆ ರಗಡ ಫಜೀತಿ. ರಕ್ತ ಟೆಸ್ಟ್ ಮಾಡುಸ್ರೀ ಮತ್ತ'

'ಎಲ್ಲಿ ತೆಗೆಸಲಿ'

'ಅದಕ್ಕೇನ್ರೀ ಡಾಕ್ಟ್ರಂತ ಯಾವನೇ ಬೋರ್ಡ್ ಹಾಕ್ಕೊಂಡಿರಲಿ ಅವನತ್ರ ಹೋಗ್ರೀ..ನೀವು ಕಣ್ಣುಮುಚ್ಚಿ ಬಿಡಾದ್ರಾಗೆ ಕುಯ್ದು ಹಾಕ್ತಾನೆ.'

ಮುಂದೆ ಹೆಜ್ಜೆಯಿಟ್ಟ ಕದರಮಂಡಲಿಗಿಯನ್ನು 'ಒಂದು ನಿಮಿಷ' ಎಂದು ಕೂಗಿ ನಿಲ್ಲಿಸಿದರು. ಕದರಮಂಡಲಿಗಿ ನಿಂತು ಹಿಂತಿರುಗಿ ನೋಡಿದ. ಇಬ್ಬರ ನಡುವಿನ ಆರು ಹೆಜ್ಜೆಗಳ ಅಂತರವನ್ನು ಅಂಬೆಗಾಲಿಡುವ ಬಾಲಕೃಷ್ಣನ ಪ್ರಯಾಸದಂದದಿ ಕ್ರಮಿಸಲು ಶ್ರಮಿಸುತ್ತಿರುವ ಸೀತಾರಾಮಶಾಸ್ತ್ರಿಗಳನ್ನು ನೋಡಿ ಕದರಮಂಡಲಿಗಿಯ ಅಂತಃಕರಣ ದ್ರವಿಸಿತು. ಸೀತಾರಾಮಶಾಸ್ತ್ರಿಗಳು ಅವನ ಹತ್ತಿರ ಬಂದು, ಅವನ ಹೆಗಲನ್ನು ಹಿಡಿದು, ಹನಿಹನಿಯಾದ ದನಿಯಲ್ಲಿ ಪಿಸುಗುಟ್ಟಿದರು. 'ಯಾರಿಗೂ ಹೇಳಬೇಡಪಾ ಮತ್ತೆ.' ಕದರಮಂಡಲಿಗಿ ತಲೆಯಾಡಿಸಿ ಹೊರಟ.

ಐದು ನಿಮಿಷಗಳ ತರುವಾಯ ಸ್ಟಾಫ್‌ರೂಮ್ ತಲುಪಿದ ಸೀತಾರಾಮಶಾಸ್ತ್ರಿಗಳಿಗೆ ಎಲ್ಲರೂ ತನ್ನನ್ನೇ ನೋಡುತ್ತಿರುವುದರ ವಿಚಿತ್ರ ಅನುಭವವಾಯಿತು. ತಮ್ಮ ಪಾಡಿಗೆ ತಾವು ತಮ್ಮ ಕುರ್ಚಿಗೆ ತೆರಳಿ, ಬಲಪೃಷ್ಠವನ್ನು ಕುರ್ಚಿಗೆ ತಾಗದಂತೆ ಶ್ರದ್ಧೆವಹಿಸಿ ಕುಳಿತು ಉಸಿರೆಳೆಯುವಷ್ಟರಲ್ಲಿ ಗಣಿತದ ನರಹರಿ ಇವರತ್ತ ಸಾಗಿಬರತೊಡಗಿದ. ಅವನು ಹತ್ತಿರ ಬಂದಂತೆಲ್ಲಾ ಸೀತಾರಾಮಶಾಸ್ತ್ರಿಗಳಿಗೆ ಚಡಪಡಿಕೆ ಹೆಚ್ಚಾಯಿತು. ಬಂದವನೇ, 'ಶಾಸ್ತ್ರಿಗಳೇ, ಗಾಬರಿಯಾಗಬೇಡಿ. ಎರಡು ದಿನ ತೊಂದರೆ ಕೊಡತ್ತೆ. ಆಮೇಲೆ ತಾಂತಾನೇ ಮಾಯವಾಗಿಬಿಡತ್ತೆ.' ಭರವಸೆ ತುಂಬುವವನಂತೆ ಅವರ ಹೆಗಲನ್ನು ಒತ್ತಿ ಹೊರಟುಬಿಟ್ಟ. ಇನ್ನೆರಡು ನಿಮಿಷ ಕಳೆದು ಒಂಬತ್ತನೇ ತರಗತಿಯ 'ಎ' ಸೆಕ್ಷನ್ನಿನ ಮಕ್ಕಳ ಹೋಂವರ್ಕ್ ತಿದ್ದಲು ತಯಾರಾಗುತ್ತಿದ್ದಂತೇ ಕನ್ನಡದ ಗೋವಿಂದರಾವ್ ಬಳಿ ಬಂದು 'ಏನಿಲ್ಲ. ವೀಳೆದೆಲೆ ರಾಗಿ ಪೋಲ್ಟಿಸ್ ಕಟ್ಟಾ. ಮೂಗು ಬಿಡ್ತತೆ ರಾತ್ರೀನಗೆ. ಬೆಳಿಗ್ಗೆ ತಗದು ಬಿಸಾಕದನ್ನ' ಅಂದು ಹೋದರು.

ಇನ್ನೂ ಕೊಂಚ ಸಮಯದ ನಂತರ ಪೀಟೀ ರಾಘವ ಬಂದು 'ಏನೂ ಶಾಸ್ತ್ರಿಗಳೇ, ಅದಕ್ಕೇ ಅಂತೀನಪಾ, ಎಚ್ಚರದಾಗಿರಬಕು ಜನ, ಇಂತಾ ಕೆಲ್ಸಾ ಮಡಾವಾಗ' ಎಂದವನೇ ಸೊಂಟದ ಕೆಳಗಿನ ಭಾಗವನ್ನು ಸೂಚಿಸಿಕೊಂಡು ಅಸಹ್ಯವಾದ ಸನ್ನೆ ಮಾಡಿದ. 'ವೀಡೀಗೀಡೀ ಇರಬಕು. ಚೆಕ್ ಮಾಡಿಸ್ಗೆಳ್ರಿ.' ಇನ್ನೂ ಮುಂದೆ ಬಗ್ಗಿ, 'ಅಂತಾದ್ರಾಗೂ ಬೇಕಾತಪಾ ಅಂತಂದ್ರೆ ನಂಗೇಳಿ. ನಾಯೆಲ್ಲಾ ಮಾಡ್ತೀನಿ' ಅಂದವನೇ ಅವನ ಕೊಳೆಯಾದ ಮೂಗಿಗಿಂತಲೂ ಅಸಹ್ಯವಾದ ನಗೆಯನ್ನು ಬೀರಿ ಹೋದ.

ಸೀತಾರಾಮಶಾಸ್ತ್ರಿಗಳಿಗೆ ಏನಾಗುತ್ತಿದೆ ಎಂಬುದೇ ಅರ್ಥವಾಗುತ್ತಿರಲಿಲ್ಲ. ಕಂಡಕಂಡವರೆಲ್ಲಾ ತಮ್ಮ ಪೃಷ್ಠದ ವಿಷಯದಲ್ಲಿ ಮೂಗು ತೂರಿಸುವುದು ಇವರಿಗೆ ಬೇಡವಾಗಿತ್ತು. ಇವರಿಗೆಲ್ಲಾ ತಿಳಿದದ್ದು ಹೇಗೆ ಎನ್ನುವ ಜಿಜ್ಞಾಸೆಯಲ್ಲಿದ್ದಾಗಲೇ ಇಂಗ್ಲೀಷ್ ಗ್ರಾಮರ್ ನಂದೀಶ ಬಂದ. 'Mr Shastri, don't take this lightly. It could also be the beginning of cancer. You can't say anything now, at this stage. Better get this properly checked. But don't worry' ಅಂದವನೇ ಇವರ ಕಂಗಾಲಾದ ಮುಖವನ್ನು ನೋಡಲೂ ನಿಲ್ಲದೇ ಹೊರಟುಬಿಟ್ಟ.

ಪೀರಿಯಡ್ ಬೆಲ್ಲಾಯಿತು. ಎಲ್ಲರೂ ಎದ್ದರು. ಕೊನೆಗೆ ಬಾಗಿಲನ್ನು ದಾಟಲಿದ್ದ ಹಿಂದಿ ಪದ್ಮಿನಿ ಇವರ ಬಳಿ ನುಲಿಯುತ್ತಾ ಬಂದಳು. ನೇರವಾಗಿ ಸೀತಾರಾಮಶಾಸ್ತ್ರಿಗಳನ್ನು ನೋಡದೆ ನೆಲ ನೋಡುತ್ತಾ 'ರಾತ್ರಿ ಮನಿಯೋರಿಗೆ ಹೇಳಿ ಅರಿಷಿಣ ತೇದು ಬಿಸಿ ಮಾಡಿಸಿ ಹಚ್ಚುಸ್ಗೆಳ್ಳಿ' ಎಂದು, ಬಂದಹಾಗೇ ತೇಲಿಹೋದಳು.

ಇದಂತೂ ತೀರಾ ವಿಪರೀತ ಅನಿಸಿಬಿಟ್ಟಿತು ಸೀತಾರಾಮಶಾಸ್ತ್ರಿಗಳಿಗೆ. ಎಲ್ಲರಿಗೂ ತಮ್ಮ ಮೇಲೇಕಿಷ್ಟು ಕರುಣೆ, ಇವರಿಗೆ ತಿಳಿದುದಾರೂ ಹೇಗೆ, ಪೃಷ್ಠದ ಮೇಲಿನ ಕುರುವಿನ ಪ್ರಭಾವ ತಮ್ಮ ಮುಖದ ಮೇಲೂ ಪ್ರಕಟಗೊಂಡಿದೆಯೇ ಎಂದು ಯೋಚಿಸುವಷ್ಟರಲ್ಲಿ ಕದರಮಂಡಲಿಗಿ ಬಂದು ನಿಂತು ಹಲ್ಲು ಕಿರಿದ. ಒಮ್ಮೆಲೇ ಎಲ್ಲವೂ ತಿಳಿಯಿತು ಸೀತಾರಾಮಶಾಸ್ತ್ರಿಗಳಿಗೆ. ಹೀಗೆ ಎಲ್ಲರ ಬಾಯಿಗೆ ಬಿದ್ದು ತನ್ನನ್ನು ಮಾನಸಿಕವಾಗಿಯೂ, ದೈಹಿಕವಾಗಿಯೂ ಅತೀವ ಹಿಂಸೆಗೆ ಗುರಿಮಾಡುತ್ತಿರುವ ತಮ್ಮ ಪೃಷ್ಠವನ್ನೂ, ಅದರ ಮೇಲೆ ತಲೆಯೆತ್ತಿ ನಿಲ್ಲಲು ಹವಣಿಸುತ್ತಿರುವ ಕುರುವನ್ನೂ, ಎದುರು ನಿಂತು ಹಲ್ಲು ಕಿರಿಯುತ್ತಿರುವ

ಕದರಮಂಡಲಿಗಿಯನ್ನೂ ಒಂದೇ ಒಲೆಯಲ್ಲಿಟ್ಟು ಬೇಯಿಸಿಬಿಡುವಷ್ಟು ಕ್ರೋಧವುಕ್ಕಿ ಬಂತು ಸೀತಾರಾಮ ಶಾಸ್ತ್ರಿಗಳಿಗೆ.

ಹೆಡ್‌ಮಾಸ್ಟರ್‌ಗೆ ರಜೆಯ ಅರ್ಜಿ ಸಲ್ಲಿಸಿ ಎರಡೂವರೆ ಹೊತ್ತಿಗೆ ಮೋತೀವೀರಪ್ಪ ಪ್ರೌಢಶಾಲೆಯನ್ನು ಬಿಟ್ಟು ತಮ್ಮ ಪೃಷ್ಠಕ್ಕೆ ಈ ಕುರುವಿನಿಂದ ಮುಕ್ತಿ ದೊರಕಿಸಿಕೊಡಬಲ್ಲ ಡಾಕ್ಟರನ್ನು ಹುಡುಕಿಕೊಂಡು ಹೊರಟರು. ತಮಗೆ ಸುಮಾರು ಪರಿಚಯವಿದ್ದ ಡಾಕ್ಟರೊಬ್ಬರ ಅಂಗಡಿಯಿದ್ದ ಬೀದಿಗೆ ತಿರುಗಬೇಕು ಎನ್ನುವಷ್ಟರಲ್ಲಿ ಯೋಚನೆಯೊಂದು ಅವರನ್ನು ಆವರಿಸಿ ಚಿತ್ರವತ್ತಾಗಿ ನಿಂತಲ್ಲೇ ನಿಂತರು. ಈ ಪರಿಚಿತನಿಗೆ ತನ್ನ ಪೃಷ್ಠವನ್ನು ತೋರಿಸುವುದು ಹೇಗೆ. ಕುರುವನ್ನು ನೋಡಿ ಆತ ಏನೆನ್ನಬಹುದು. ನಗುವುದಿಲ್ಲವೇ. ಒಂದು ವೇಳೆ ನೋಡಿದ, ಅದಕ್ಕೆ ಆರೈಕೆಯನ್ನೂ ಮಾಡಿದ ಅಂತಿಟ್ಟುಕೊಂಡಲ್ಲಿ ನಾಳೆ ದಾರಿಯಲ್ಲಿ ಸಿಕ್ಕಾಗ 'ಏನೂ ಶಾಸ್ತ್ರಿಗಳೇ ಹೇಗಿದೆ ನಿಮ್ಮ ಕುಂಡೇ' ಅಂತ ಎಲ್ಲರ ಮುಂದೂ ಕೇಳಿದರೇ...ಎಲ್ಲಕ್ಕಿಂತಾ ಮುಖ್ಯವಾಗಿ ನೆನ್ನೆ ರಾತ್ರಿ ತಾವು ಕಂಡುಕೊಂಡ ಸತ್ಯವನ್ನು ಈ ಪರಿಚಿತನ ಮುಂದೆ ಬಿಚ್ಚಿಡುವುದು ಹೇಗೆ...ಆತನಿಗೂ ಅಸಹ್ಯವಾದರೆ..ನಾಳೆ ಎಲ್ಲರ ಮುಂದೂ ಅದನ್ನು ಗೇಲಿಮಾಡಿ ನಕ್ಕರೆ...ಥಟ್ಟನೇ ವಿಮುಖರಾಗಿ ಹೆಜ್ಜೆಯಿಟ್ಟರು. ಈ ಎಲ್ಲಾ ಸಮಸ್ಯೆಗಳಿಗೆ ನಗರದ ಇನ್ನೊಂದು ತುದಿಯಲ್ಲಿನ ಯಾವುದಾದರೂ ಅಪರಿಚಿತ ಡಾಕ್ಟರನ್ನು ನೋಡುವುದು ಒಳಿತೆಂದು ಅನಿಸಿತು.

ಸುಮಾರು ನಾಲ್ಕೂವರೆಯ ಹೊತ್ತಿಗೆ ಡಾ. ಅರುಣಕುಮಾರ್ ಅನ್ನುವ ಪುಟ್ಟ ಅಂಗಡಿಯೊಂದು ಸಿಕ್ಕಾಗ, ಸುಸ್ತಾಗಿ ಬಿಟ್ಟಿದ್ದರು. ಸ್ವಲ್ಪ ಜ್ವರವೇರಿದಂತಿತ್ತು. ಹಣೆಯ ಮೇಲೆ ಸಾಲುಗಟ್ಟಿದ ಬೆವರನ್ನೊರೆಸಿಕೊಳ್ಳುತ್ತಾ ಒಳಗೆ ಹೆಜ್ಜೆಯಿಟ್ಟರು. ಒಂದ್ಯೆದಾರು ಜನ ತಮ್ಮ ಸರದಿಗಾಗಿ ಕಾಯುತ್ತಿದ್ದರು. ಇವರೂ, ತಮ್ಮ ಎಡ ಪೃಷ್ಠವನ್ನಷ್ಟೇ ಬೆಂಚಿನ ತುದಿಗಾನಿಸಿಕೊಂಡು ಕುಳಿತರು. ಎರಡು ನಿಮಿಷದಲ್ಲಿ ಒಂಥರಾ ಮಂಪರು ಕವಿಯಿತು. ಯಾರೋ ತಟ್ಟಿದಾಗಲೇ ಎಚ್ಚರ. ಪಕ್ಕದಲ್ಲಿದ್ದ ಒಂದು ಹೆಂಗಸು ತಿವಿಯುತ್ತಿದ್ದಳು. ಕಣ್ಣು ಬಿಟ್ಟು ನೋಡಿದರು. ಆಕೆ ಒಳಹೋಗಿ ಎನ್ನುವಂತೆ ಸನ್ನೆ ಮಾಡಿದಳು. ಸೀತಾರಾಮಶಾಸ್ತ್ರಿಗಳು ನೀವೇ ಹೋಗಿ ಎನ್ನುವಂತೆ ಮರುಸನ್ನೆ ಮಾಡಿದರು. ಹೀಗೆ ಒಬ್ಬೊಬ್ಬರನ್ನಾಗಿ ಇವರೇ ಕಳುಹಿಸಿಕೊಟ್ಟರು. ಸುಮಾರು ಆರೂಕಾಲಿರಬೇಕು, ಯಾರೂ ಉಳಿದಿರಲಿಲ್ಲ. ತಮ್ಮದೇ ಸರದಿ.

ತಪ್ಪಿಸಿಕೊಳ್ಳುವಂತಿಲ್ಲ. ಎದ್ದರು. ಬಾಗಿಲಿಗೆ ಹಾಕಿದ ತೆರೆಯನ್ನು ಸರಿಸಿ ಒಳಗೆ ಅಡಿಯಿಟ್ಟರೋ ಇಲ್ಲವೋ, ಜಂಘಾಬಲವೇ ಉಡುಗಿದಂತಾಯ್ತು. ಡಾ ಅರುಣ ಗಂಡಸಲ್ಲ, ಹೆಂಗಸು.

'ಎಸ್, ಏನಾಗಬೇಕಿತ್ತು...'

ಏನು ತಾನೇ ಹೇಳುತ್ತಾರೆ.

'ಏನೂ ಇಲ್ಲ. ಸರಿಯಾಗೇ ಇದ್ದೇನೆ. ಸುಮ್ನೆ ನೋಡೋಕೆ ಬಂದೆ' ಅಂದವರೇ ಹಿಮ್ಮುಖರಾಗಿ ಹೊರಟುಬಿಟ್ಟರು.

ಮನೆಯ ಹೊಸಿಲುದಾಟಿ ಒಳಕಾಲಿಟ್ಟಾಗ ಎಂಟೂ ಮುಕ್ಕಾಲು. ತಲೆ ಬವಳಿ ಬಂದಂತಾಗಿ ನಿಧಾನವಾಗಿ ಕೋಣೆಯನ್ನು ಹೊಕ್ಕು ಚಾಪೆಯ ಮೇಲೆ ಮೈ ಚಾಚಿ ಮಲಗಿಬಿಟ್ಟರು. ರಿಂದಮ್ಮ ಬಂದು ಮೈಮುಟ್ಟಿದಾಗ, ಮೈ ಕಂಡದಂತೆ ಕಾಯುತ್ತಿತ್ತು. ಮೈ ಪೂರಾ ಬೆವರುತ್ತಿತ್ತು. 'ಏನಾಯ್ತೂಂದ್ರೇ' ಅಂತ ಕೇಳಿದ್ದಕ್ಕೆ ಸೀತಾರಾಮಶಾಸ್ತ್ರಿಗಳು ಅರ್ಧ ನರಳುತ್ತಾ, ಅರ್ಧ ಉತ್ತರ ಕೊಡುವ ಸನ್ನಾಹ ಮಾಡುತ್ತಾ, ಗೊರಗೊರ ಎಂದು, ಬೆರಳಿನಲ್ಲಿ ಉಂಡೆಯಾಕಾರ ಮಾಡಿದ್ದಕ್ಕೇ ಸುಸ್ತಾಗಿಬಿಟ್ಟರು. ಕುರು ಈಗ ಸೀತಾರಾಮಶಾಸ್ತ್ರಿಗಳ ತಂದೆಯವರ ಶ್ರಾದ್ಧಕ್ಕೆ ಮಾಡುವ ರವೆ ಉಂಡೆ ಗಾತ್ರಕ್ಕೆ ಬೆಳೆದು ಕೊಂಡು ಪೃಷ್ಠದ ಮೇಲೊಂದು ಮರಿ ಪೃಷ್ಠದಂತಾಗಿತ್ತು. ಒಂದೇ ಮಗ್ಗುಲಿಗೆ ತಿರುಗಿ ಮಲಗಲು ಮಾತ್ರ ಸಾಧ್ಯವಾಗುತ್ತಿತ್ತು. ಸ್ವಲ್ಪ ಹೆಚ್ಚೂಕಮ್ಮಿಯಾದರೂ ಕುರು ನೆಲಕ್ಕೆ ತಗುಲಿ, ಗರುಡಪುರಾಣದ ನರಕದರ್ಶನವಾಗಿಬಿಡುತ್ತಿತ್ತು.

'ರಿಂದೂ' ಎಂದು ಕ್ಷೀಣವಾಗಿ ಕರೆದರು. ಕುರುವನ್ನು ಪೃಷ್ಠದಲ್ಲಲ್ಲದೆ ಕುತ್ತಿಗೆಯಲ್ಲಿ ಅಮುಕಿಟ್ಟುಕೊಂಡವರಂತಿತ್ತು ಅವರ ದನಿ. ಅಸಹಾಯಕತೆ, ಆಯಾಸ, ಹೇಳಲಾಗದ ಯಾತನೆ, ಅವ್ಯಕ್ತ ಮುಜುಗರ ಎಲ್ಲವೂ ಹನಿಯುತ್ತಿತ್ತು ಅವರ ಆರ್ತನಾದದಲ್ಲಿ. 'ರಿಂದೂ..ಬೆಳಿಗ್ಗೆ ಶ್ರೀನಿವಾಸನ ಕೈಲಿ ಸ್ಕೂಲಿಗೆ ಬರಲ್ಲಾ ಅಂತ ಹೇಳಿ ಕಳಿಸು' ಅಂದರು. ಹೆಂಡತಿ ಗಾಳಿ ಹಾಕುತ್ತಿದ್ದಂತೇ ಮಲಗಿಬಿಟ್ಟರು.

ಬೆಳಿಗ್ಗೆ ಸೀತಾರಾಮಶಾಸ್ತ್ರಿಗಳು ಎದ್ದಾಗ ಹನ್ನೊಂದೂವರೆಯಾಗಿತ್ತು. ಎದ್ದ ಮಂಪರಿನಲ್ಲೇ, ಎಂದಿನಂತೇ ಬಲಕ್ಕೆ ತಿರುಗಿ ಎದ್ದು ಕೂತರು. ಎಂದಿನಂತೇ 'ಶ್ರೀರಾಮಚಂದ್ರಾ' ಎಂದು ಭಗವಂತನನ್ನು ನೆನೆಸಿ ಹಾಸಿಗೆ ಬಿಟ್ಟೆದ್ದರು. ಒಮ್ಮೆಲೇ ತಮ್ಮ ಪೃಷ್ಠದ ನೆನಪಾಯಿತು. ಕುರು ಇತ್ತಲ್ಲವೇ...ಆ ನೋವು ಎಲ್ಲಿ ಹೋಯಿತು...

ತಮಗರಿವಿಲ್ಲದಂತೇ ಪೃಷ್ಠವನ್ನು ಸವರಿಕೊಂಡರು. ಅಂತಹ ನೋವೇನೂ ಆಗಲಿಲ್ಲ.

'ರಿಂದೂ...' ಹೆಂಡತಿಯನ್ನು ಕರಿಯುತ್ತಾ ಅಡಿಗೆಮನೆಯತ್ತ ನಡೆದರು. ಬೀಸುಗಾಲಿಕ್ಕಿ ನಡೆದರೂ ತೊಡೆಯ ಸಂದಿಯಾಗಲೀ, ಪೃಷ್ಠವಾಗಲೀ ತೊಂದರೆ ಮಾಡಲಿಲ್ಲ.

'ರಿಂದೂ, ಸರಿ ಹೋಯ್ತು...ನೋವೇ ಇಲ್ಲ ಈಗ' ಅಂದರು.

'ರಾತ್ರೀಯಿಡೀ ನರಳ್ತಾಯಿದ್ರಿ. ನಂಗಂತೂ ಕೇಳೋಕಾಗಲಿಲ್ಲ. ಒಂದೊತ್ನಲ್ಲಂತೂ ನಿಮಗೆ ಮೈಮೇಲೆ ಪ್ರಜ್ಞೆಯೇ ಇರಲಿಲ್ಲ. ನಾನೇ ನಿಮ್ಮ ನರಳಾಟ ನೋಡಾಕಾಗ್ದೇ ಹಿಚುಕಿಬಿಟ್ಟೆ. ಪುಳ್ಳಂಗಾಯಿ ಉಂಡೇ ಅಷ್ಟು ದೊಡ್ಡದಾಗಿತ್ತು.'

ಒಮ್ಮೆಲೇ ಸೀತಾರಾಮಶಾಸ್ತ್ರಿಗಳಿಗೆ ಎದೆ ಧಸಕ್ಕೆಂದಿತು. ಹಾಗಾದರೆ ತಾವು ಕಂಡುಕೊಂಡ ಸತ್ಯವನ್ನು ಈಕೆ ನೋಡಿಬಿಟ್ಟಳೇ? ಇಲ್ಲೀವರೆಗೂ ಇದರ ಬಲದ ಮೇಲೇ ಜೀವನ ಸಾಗಿಸಿದ್ದೇನೇ ಎನ್ನುವ ಜಿಗುಪ್ಸೆಗೆ ಒಳಗಾದಳೇ? ಸತ್ಯದ ಇನ್ನೊಂದು ಮುಖ ಇಂತಹ ಅನಿಷ್ಟ ಸೌಂದರ್ಯವೇ ಎನ್ನುವ ವೇದನೆಗೆ ಒಳಗಾದಳೇ? ಉಗುಳು ನುಂಗುತ್ತಾ, ಇಡೀ ಶರೀರವನ್ನೇ ಅನುಮಾನದಲ್ಲಿ ಅದ್ದಿಕೊಂಡು ಕೇಳಿದರು, 'ಅಂದ್ರೇ ನೋಡಿಬಿಟ್ಯಾ?'

ರಿಂದಮ್ಮನ ನಾಚಿಕೆಯಿಂದ ಕೆಂಪಾದ ಮುಖ ಅಂಥಾ ಕತ್ತಲಿನ ಅಡಿಗೆ ಮನೆಯಲ್ಲೂ ಜಾಜ್ವಲ್ಯಮಾನವಾಗಿ ಹೊಳೆದದ್ದು ಸೀತಾರಾಮಶಾಸ್ತ್ರಿಗಳಿಗೆ ಕಾಣಲಿಲ್ಲ. ಕಾಲ ಬೆರಳಿನಿಂದ ನೆಲವನ್ನು ಕೆರೆಯುತ್ತಾ.. ಅಡ್ಡಡ್ಡ ತಲೆಹಾಕುತ್ತಾ, 'ದೀಪ ಹಾಕಲಿಲ್ಲ' ಅಂದವರೇ ಸೀತಾರಾಮಶಾಸ್ತ್ರಿಗಳ ಕಣ್ಣಿಗೆ ಬೀಳದಂತೆ ಗೋಡೆಯತ್ತ ತಿರುಗಿದರು.

ಸೀತಾರಾಮಶಾಸ್ತ್ರಿಗಳು 'ಅಬ್ಬಾ, ಭಗವಂತ ನಂಬಿದವರ ಕೈಬಿಡಲ್ಲ' ಎಂದು, ದೇವರಿಗೆ ನಿಂತಲ್ಲೇ ಕೈ ಮುಗಿದರು. ○

ನಾತಲೀಲೆ

ಪ್ರಸ್ತಾವನೆ

ಐವತ್ತನಾಲ್ಕು ವರ್ಷದ ಮಾರುತಿರಾವ್ ತುಕಾರಾಮ್ ಗಾಢವೇ ಅಲಿಯಾಸ್ ಹುರಗಡಲೀ ಮೇಷ್ಟ್ರನ್ನು ಭಗವಂತ ವಿಶೇಷವಾಗಿ ಶಿಕ್ಷೆಗೆ ಗುರಿಪಡಿಸಿದಂತಿತ್ತು. ಮೂಲ ಪ್ರಾಣಧಾತುವಾದ ವಾಯುವನ್ನು ವಿಸರ್ಜಿಸಲು ವಿಶೇಷ ಶ್ರಮ ಪಡಬೇಕಿತ್ತು. ಸದಾ ಹೊಟ್ಟೆಯಲ್ಲಿ ತಳಮಳವಾಗುತ್ತಲೇ ಇರುವ ವಿಚಿತ್ರ ಸಂಕಟದಿಂದ ಒಂದೆರಡು ಗಂಟೆಗೊಮ್ಮೆ ಅಪಾನವಾಯುವನ್ನು ವಿಸರ್ಜಿಸಲೇ ಬೇಕಾದ ಕರ್ಮವನ್ನು ಆ ಜಗಕ್ಕೇ ದಯಾಮಯನಾದ ದೇವರು ಇವರಿಗೆ ದಯಪಾಲಿಸಿದ್ದ. ವಾಯುದೇವರು ದೇಹದಿಂದ ಪ್ರಸ್ಥಾನಿಸುವ ಸಮಯದಲ್ಲಂತೂ ದೊಡ್ಡಕರುಳು ಹಾಗೂ ಚಿಕ್ಕಕರುಳುಗಳನ್ನು ಒಂದೆರಡು ಸಾವಿರ ಸೂಜಿಗಳಿಂದ ಚುಚ್ಚಿದ ಅನುಭವವಾಗುತಿತ್ತು. ಈ ಸಂಕಟ ಒಂದರೆ ನಿಮಿಷ. ವಾಯುದೇವರು ದೇಹದಿಂದ ತೊಲಗಿದ ನಂತರ, ಮತ್ತೆ ವಾಯುದೇವರು ದೇಹದೊಳಗೆ ಹೆಪ್ಪುಗಟ್ಟುವ ತನಕ, ಒಂದೆರಡು ಗಂಟೆಗಳ ಕಾಲ ಜೀವನ ಅದೆಷ್ಟು ಸುಂದರ ಅನಿಸಿಬಿಡುತಿತ್ತು.

ಲೀಲೆ ಒಂದು

ಹುರಗಡಲೀ ಮೇಷ್ಟ್ರು 'ಕೋಟೆಯೊಳಗೆ ನುಸುಳಿ ಬಂದ ಶತ್ರುಗಳನ್ನು ವನಕೆ ವೋಬವ್ವ ಯದರಾಗೆ ಬಡುದ್ಲು' ಅಂತ ಮಕ್ಕಳಿಗೆ ಪ್ರಶ್ನೆ ಹಾಕಬೇಕು, ಹೊಟ್ಟೆಯೊಳಗಿಂದ ಗಾಳಿ ವತ್ತರಿಸಿಕೊಂಡು ಬಂದ ಹಾಗಾಯ್ತು. ನಿಂತ ಭಂಗಿಯಲ್ಲೇ, ಯಾರಿಗೂ ಗೊತ್ತಾಗದಷ್ಟು ಸೂಕ್ಷ್ಮವಾಗಿ ಸೊಂಟವನ್ನು ಕೊಂಚ ಓರೆ ಮಾಡಿ, ಒಳಗೆ ತೆವಳಿ ಬರಲಿದ್ದ ಹೈದರಾಲಿ ಸೈನಿಕರನ್ನು ಒಂದು ಹತ್ತು ಸೆಕೆಂಡು ಹಾಗೇ ಕೋಟೆಯ ಹೊರಬದಿ ನಿಲ್ಲಿಸಿ, ತಾವು ಉಸಿರು ಬಿಗಿಹಿಡಿದು, ಗೋಡೆಯ ಮೇಲೆ ಸೀಮೆಸುಣ್ಣದಿಂದ ಬರೆಯುವಂತೆ, ಕೊಂಯ್ಯೆನ್ನುವ ಒಂದು

ಸೂಕ್ಷ್ಮ ನಾದದಿಂದ ಗಾಳಿಯನ್ನು ಸೀಳಿಹಾಕಿದರು. ಹೊಟ್ಟೆಯೆಂಬ ಬಿರುಗಡಲು ಶಾಂತವಾದಂತೆ ಮುಖಮುದ್ರೆಯೂ ಶಾಂತವಾಯಿತು. ಪಾಠ ಮುಂದುವರೆಸುತ್ತಾ ಸೈನಿಕರನ್ನು ಒಳಬಿಡಲು ತಯಾರಾದರು. 'ವಬ್ಬ ಸೈನಿಕ ವಳಗೆ ತಲಿಯಿಟ್ಟ, ವನಕೇನಗೆ ಬಡುದ್ಲು' ಅಂತ ಹೇಳಿ ಇಡೀ ತರಗತಿಯನ್ನು ಒಂದು ಸಾರಿ ಕಣ್ಣಿನಿಂದ ಅಳೆದರು. ತಾವು ಗಾಳಿ ಸೀಳಿದ ಪರಿಣಾಮ ಇನ್ನೂ ತರಗತಿಗೆ ಆದಂತಿರಲಿಲ್ಲ. ಅದಕ್ಕೆ ಮೂರನೇ ಸೈನಿಕ ಕೋಟೆಯೊಳಗೆ ನುಸುಳಬೇಕು. ನಾಟಕೀಯವಾಗಿ ಸೈನಿಕ ಒಳ ನುಸುಳುವುದನ್ನು ತೋರಿಸುತ್ತಾ 'ಯರಡನೇ ಸೈನಿಕ ವಳಾಗೆ ತಲಿಯಿಟ್ಟ, ಮತ್ತೆ ಬಡುದ್ಲು. ಮೂರನೇ ಸೈನಿಕಾನೂ ವಳಾಗೆ ತಲಿಯಿಟ್ಟ..' ಮಾತಿನ್ನೂ ಮುಗಿದಿರಲಿಲ್ಲ, ಸ್ವಕರ್ಮದ ಫಲಾನುಭವ ಅವರಿಗೇ ಆಯಿತು. ಬೇವಿನೆಣ್ಣೆಯಲ್ಲಿ ಬೆಳ್ಳುಳ್ಳಿ-ಬೆಲ್ಲ ತೀಡಿದಂತಿದ್ದ ಪರಿಮಳವೊಂದು ಅವರನ್ನು ಆಲಂಗಿಸಿತೋ ಇಲ್ಲವೋ, ಅದರ ಘಾಟಿನ ರಭಸಕ್ಕೆ ಎಂಬತ್ತೇಳು ಕೇಜಿಯ ಸ್ವತಃ ಅವರೇ ಅಲ್ಲಾಡಿಬಿಟ್ಟರು. ತಾವು ಬೆಳಿಗ್ಗೆ ತಿಂದದ್ದು ಏನೆಂಬ ಜಿಜ್ಞಾಸೆಯಲ್ಲಿ ಬಿದ್ದರು.

ಚಿತ್ರದುರ್ಗದ ಕೋಟೆಯನ್ನು ನುಗ್ಗಲು ಪುಸ್ತಕದ ಐವತ್ತಾರನೇ ಪುಟದಲ್ಲಿ, ಸಾಲಿನಲ್ಲಿ ಮುಂದೆ ಕಾಯುತ್ತಾ ನಿಂತಿದ್ದ ಹೈದರಾಲಿ ಸೈನಿಕನಂತೂ ಬೆಳಿಗ್ಗೆ ತಿಂದು ಬಂದಿದ್ದ ಹೋತ ಹೊಟ್ಟೆಯಲ್ಲಿ ಜೀವ ತಳೆದಂತೆ ತಳಮಳಿಸಿಬಿಟ್ಟ. ಇಷ್ಟರಲ್ಲಿ ಮೊದಲ ಬೆಂಚಿನಲ್ಲಿದ್ದ ಉಮೇಶ ಗೋಡೆಯ ಕಡೆ ಮುಖಮಾಡಿ ವಂಯ್ ಎನ್ನುವ ಉದ್ಗಾರ ತೆಗೆಯತೊಡಗಿದ್ದ. ಉಳಿದ ಮೂವರನ್ನೂ ದೇವರು ಮಾನವನಿಗೆ ಮೂಗಿಟ್ಟಿದ್ದು ಈ ಕ್ಷುಲ್ಲಕ ಅನುಭವಕ್ಕೆ ಮಾತ್ರವೇ ಎಂಬ ಗಾಢ ಆಲೋಚನೆ ಕಾಡುತಿತ್ತು. ಎಂದಿನಂತೆ ಎಡಗೈಯ್ಯಿಂದ ಮೂಗನ್ನು ಹಿಡಿದು, ಎದ್ದು ನಿಂತು ಬಲಗೈಯ್ಯನ್ನು ಮುಂದೆ ಚಾಚಿದರು. 'ಅದೇನು ತಿಂದು ಬರ್ತೀರೋ ನೀವು, ಹೈವಾನ್ಗೋಳಾ. ಯೇನು ನಾವು ಯಿರಬಕೋ ಬ್ಯಾಡ್ವೋ ಕ್ಲಾಸ್ನಗೆ' ಅಂತ ಅಬ್ಬರಿಸುತ್ತಾ, ರೂಲುದೊಣ್ಣೆಯನ್ನು ಕೈಯ್ಯಲ್ಲಿ ಝುಳಪಿಸುತ್ತಾ, ಲಕ್ಷ್ಮಣನ ಮೇಲೆ ಇಂದ್ರಜಿತು ನುಗ್ಗಿದಂತೆ ನುಗ್ಗಿದರು. ತುಟಿ ಬಿಚ್ಚದೇ, ಹಿಡಿದ ಮೂಗನ್ನೂ ಸಡಿಲ ಬಿಡದೇ, ತಮಗೆ ಮೂಗನ್ನಿತ್ತ ಆ ದಯಾಮಯನಾದ ಭಗವಂತನನ್ನೂ, ತಮ್ಮನ್ನು ಪ್ರತಿದಿನವೂ ಈ ಶಿಕ್ಷೆಗೆ ಗುರಿಪಡಿಸಲೇ ಬೇಕೆನ್ನುವ ಹಠ ತೊಟ್ಟಂತಿರುವ ತಮ್ಮ ಮಾತಾಪಿತೃಗಳನ್ನೂ ಶಪಿಸುತ್ತಾ, ಜೀವನವೊಡ್ಡಿದ ಸಕಲ ಕಷ್ಟವನ್ನು ಎಂದೂ ಮಾಸದ ಮಂದಹಾಸದಿಂದ ನುಂಗಿದ ಹರಿಶ್ಚಂದ್ರನಂತೆ

ರೂಲುದೊಣ್ಣೆಯ ಪ್ರಹಾರವನ್ನು ಸಹಿಸಿಕೊಂಡರು. ಮೊದಲ ಸಾಲನ್ನು ಜಯಿಸಿದ ಉನ್ಮಾದದಲ್ಲಿ, ರೂಲುದೊಣ್ಣೆಯನ್ನು ಹೆಗಲ ಮೇಲೆ ಒರಗಿಸಿಕೊಂಡು, ಲಂಘಿಸುವ ಮೊದಲು ಶರಧಿಯನ್ನು ಅಳೆದ ಹನುಮಂತನಂತೆ ಇಡೀ ತರಗತಿಯನ್ನು ಅಳೆದರು. ಈ ಹೊತ್ತಿಗಾಗಲೇ ಕರುಳಿಗೇ ಕೊಳ್ಳಿಯಿಡುವಂತಿದ್ದ ಪರಿಮಳ ತರಗತಿಯ ಕೊನೆಯ ಬೆಂಚನ್ನೂ ಮುಟ್ಟಿ, ಪ್ರತಿಯೊಬ್ಬನನ್ನೂ ಪ್ರತ್ಯೇಕವಾಗಿ ಬುಡ ಸಮೇತ ಅಲ್ಲಾಡಿಸುತ್ತಿದ್ದರೂ, ಅದಕ್ಕಿಂತಾ ಭಯಂಕರವಾಗಿ ಕಂಡು ಬರುತ್ತಿದ್ದ ರೂಲುದೊಣ್ಣೆಯಿಂದಾಗಿ ಯಾರೊಬ್ಬರೂ ಮೂಗು ಹಿಡಿಯುವ ಪ್ರಯತ್ನವನ್ನೂ ಮಾಡಲಿಲ್ಲ, ವಂಯ್ಯೆನ್ನುವ ಉದ್ಗಾರವನ್ನೂ ತೆಗೆಯಲಿಲ್ಲ. ಇದು ಅನೂಚಾನವಾಗಿ, ಪ್ರತಿ ಗುರುವಾರ ಐದನೇ ತರಗತಿಯ ಬಿ ಸೆಕ್ಷನ್ನಿನಲ್ಲಿ ಮೂರನೇ ಪೀರಿಯಡ್ಡಿನಲ್ಲಿ ನಡೆದು ಬಂದಿರುವಂಥಾ ಪದ್ಧತಿ. ಆಯಾ ವಾರಕ್ಕನುಸಾರವಾಗಿ ಆಯಾ ತರಗತಿಗಳ ಆಯಾ ಸೆಕ್ಷನ್ನುಗಳಿಗೆ, ಪಾಠೋತ್ತರಗಳ ಟೈಂಟೇಬಲ್ಲಿನ ಜೊತೆಗೆ ಹುರಗಡಲೀ ಮೇಷ್ಟ್ರ ಈ ನಾತಲೀಲೆಯನ್ನೂ ಹಂಚಲಾಗುತ್ತಿತ್ತು.

ಹಿನ್ನೆಲೆ ಒಂದು

ಹುರಗಡಲೀ ಮೇಷ್ಟ್ರ ತಮ್ಮ ಮೂವತ್ತೆರಡು ವರ್ಷಗಳ ಸಾಂಸಾರಿಕ ಜೀವನದಲ್ಲಿ ಮನಸಾರೆ ಇಷ್ಟಪಟ್ಟು ಅನುಭವಿಸಿದ ಸಂಗತಿಯೆಂದರೆ ತಮ್ಮ ಮಡದಿ ಅಂಬುಜಾಬಾಯಿಯ ಅಡುಗೆ. ಜೀವನದಲ್ಲಿ ಏನನ್ನು ತ್ಯಾಗಮಾಡಲು ಸಿದ್ಧರಿದ್ದರೂ, ರಾತ್ರಿಯ ತಮ್ಮ ಮಡದಿಯ ಕೈಯ್ಯ ಅಡುಗೆಯ ರುಚಿಯನ್ನು ತಪ್ಪಿಸಿಕೊಳ್ಳಲು ಮಾತ್ರ ಸಿದ್ಧರಿರಲಿಲ್ಲ. ಅಂತೆಯೇ, ಯಾವುದೇ ಹಬ್ಬ ಹರಿದಿನಗಳಲ್ಲಿ, ಮದುವೆ ಮುಂಜಿಗಳಲ್ಲಿ ರಾತ್ರಿಯಾದೊಡನೇ ಹೆಂಡತಿಯೊಂದಿಗೆ ಮನೆಗೆ ಧಾವಿಸಿ ಬಿಡುತ್ತಿದ್ದರು. ಅಂಬುಜಾಬಾಯಿಯ ಅಡುಗೆಯ ರುಚಿಯನ್ನು ಅರಿತಿದ್ದ ಇವರ ಬಂಧುಬಳಗದವರಾಗಲೀ, ಸ್ನೇಹಿತರಾಗಲೀ ಇವರನ್ನು ತಡೆಯಲು ಹೋಗುತ್ತಿರಲಿಲ್ಲ. ಮೊದಲು ಒಂದಿಷ್ಟು ಬಿಸಿ ಬಿಸಿ, ಹಬೆಯಾಡುವ ಅನ್ನ, ಅದರ ಮೇಲೆ ಒಂದಿಷ್ಟು ಷೇಡಬಾಳದ ತಮ್ಮ ಮನೆಯಿಂದ ತಿಂಗಳಿಗೊಮ್ಮೆ ಬರುತ್ತಿದ್ದ ತಾಜಾ ಹಸುವಿನ ತುಪ್ಪ ಮತ್ತೆ ಒಂದು ಚಮಚ ಮಿಡಿ ಮಾವಿನಕಾಯಿಯ ಉಪ್ಪಿನಕಾಯಿ. ನಂತರ ಮತ್ತೆ ಹಬೆಯಾಡುವ ಅನ್ನ, ತುಪ್ಪ ಮತ್ತು ಎರಡು ಸೌಟು ತರಕಾರಿ ಹಾಕಿದ ಯಾವುದೇ ಹುಳಿ. ಮಧ್ಯೆ ನೀರು ಕುಡಿಯುವಂತಿಲ್ಲ. ಆಮೇಲೆ,

ತಟ್ಟೆ ಒಣಗುವುದರಲ್ಲಿ ಅನ್ನ ತಿಳಿ ಸಾರು. ಮುಗಿಯುವುದರಲ್ಲೇ ಅನ್ನ ಮೊಸರು. ಮುಗಿಸಿ ನೆಲಕ್ಕೆ ಕೈಒತ್ತಿ ಎದ್ದರೆ, ಬಚ್ಚಲು ಮನೆಯ ತನಕದ ನಾಕೂವರೆ ಗಜವನ್ನು ಕ್ರಮಿಸುವುದಕ್ಕೆ ಮೂರು ನಿಮಿಷಗಳಾದರೂ ಬೇಕು. ಹೊರಬಂದು ಜಗಲಿಯ ಮೇಲೆ ಕುಳಿತು ಬೀಸಣಿಗೆಯಿಂದ ಬೀಸಿಕೊಳ್ಳುತ್ತಾ, ಕಂಕುಳನ್ನು ಆಗಾಗ್ಗೆ ಒರೆಸಿಕೊಳ್ಳುತ್ತಾ, ದೇಹದ ಭಾರವನ್ನು ಒಂದೇ ಪೃಷ್ಠದ ಮೇಲೆ ಹಾಕಿ, ದೇಹವನ್ನು ಕೊಂಚ ಓರೆ ಮಾಡಿ, ಮಕ್ಕಳು ಪೀಪಿಯನ್ನು ಊದುವ ಅಂದದಿಂದೊಮ್ಮೆ, ಉಗುಳು ಕಟ್ಟಿದ ಬಿರುಕು ಬಿಟ್ಟ ನಾದಸ್ವರವೊಂದು ಸ್ವರಗೈಯ್ಯುವ ಅಂದದಿಂದೊಮ್ಮೆ, ಭಾರವಾದ ಪೆಟ್ಟಿಗೆಯನ್ನು ನೆಲದ ಮೇಲೆ ಎಳೆಯುವ ಅಂದದಿಂದೊಮ್ಮೆ ಗಾಳಿಯನ್ನು ಸೀಳುತ್ತಾ, ಸೀಳಿದ ಮೇಲೆ ತಾವೇ ಸೃಷ್ಟಿಸಿದ ನಾತವಲಯ ತಮ್ಮನ್ನು ಮುಟ್ಟುವ ಮೊದಲೇ ಜಾಗವನ್ನು ಬದಲಾಯಿಸಿ, ಬೀಸಣಿಗೆಯನ್ನು ಕೊಂಚ ಜೋರಾಗಿ ಬೀಸಿಕೊಂಡು ಆನಂದಿಸುವರು. ಒಂದಷ್ಟು ಹೊತ್ತು. ಈಗಷ್ಟೇ ಊಟವಾದ್ದರಿಂದ ಮಧ್ಯೆ ಇನ್ನೊಂದು ಸಾರಿ ಜಾಗ ಬದಲಾಯಿಸಿ ಕೂಡುವಷ್ಟರಲ್ಲಿ, ತಮ್ಮ ಊಟವನ್ನೂ ಮುಗಿಸಿ, ಅಡುಗೆ ಮನೆಯನ್ನು ಸಾರಿಸಿ, ಪಾತ್ರೆಗಳನ್ನು ಹಿತ್ತಲಲ್ಲಿ ಒಟ್ಟಿ, ಅಂಬುಜಾಬಾಯಿ ಕೂಡಾ, ಕೈಯ್ಯಲ್ಲಿ ಒಂದು ತಟ್ಟೆಯಲ್ಲಿ ಎಲೆಯಡಿಕೆ, ಲವಂಗ, ಏಲಕ್ಕಿ, ಒಣಕೊಬ್ಬರಿ ಹಿಡಿದು ಗಂಡನೆದುರು ಕೂಡುತ್ತಾರೆ. ಮೊದಮೊದಲು ಇವರೊಂದಿಗೆ ಒಂದಿಬ್ಬರು ನೆರೆಯವರು ಸೇರುತ್ತಿದ್ದರೂ ಇವರೊಬ್ಬರೇ ಭೋಜನಾನಂತರದ ರಾತ್ರಿಯ ಕೆಲವು ಕ್ಷಣಗಳನ್ನು ಕಳೆಯಲು ತೊಡಗಿ ದಶಕಗಳೇ ಆಗಿವೆ.

ಒಂದು ಪತ್ರ

ಮಾನ್ಯ ಶ್ರೀ ಮಾರುತೀರಾವ್ ಅವರಿಗೆ,

ನಿಮ್ಮ ಆತ್ಮೀಯ ಸ್ನೇಹಿತನಾದ ಹಿಸ್ಟರಿ ಶಂಕರನಾರಾಯಣರಾವ್ ಮಾಡುವ ನಮಸ್ಕಾರಗಳು. ಇಲ್ಲಿ ಎಲ್ಲವೂ ಕ್ಷೇಮ. ಅದಾಗಿ ನಿಮ್ಮ ಕ್ಷೇಮಕ್ಕೆ ಕಾಗದ ಬರೆಯುವುದು. ದಾವಣಗೆರೆಯಷ್ಟು ದೊಡ್ಡ ಊರೇನಲ್ಲ ಚಿಕ್ಕಬಳ್ಳಾಪುರ. ಆದರೂ ಇಲ್ಲಿನ ಶಾಲೆಯ ವಾತಾವರಣ ಸ್ವಚ್ಛವಾಗಿದೆ. ನಿಮ್ಮಂತಹ ಆತ್ಮೀಯ ಗೆಳೆಯರಿದ್ದರೂ, ಸ್ವಇಚ್ಛೆಯ ಮೇರೆಗೆ ಇಲ್ಲಿಗೆ ವರ್ಗ ಮಾಡಿಸಿಕೊಂಡು ಬಂದುದರಿಂದ ನಿಮಗೆಲ್ಲಾ, ಅದರಲ್ಲೂ ವಿಶೇಷತವಾಗಿ ನಿಮಗೆ, ಅದೆಷ್ಟು ನೋವಾಗಿರಬಹುದೆಂದು ನನಗೆ ಗೊತ್ತಿದೆ. ಕ್ಷಮೆಯಿರಲಿ. ಅಲ್ಲದೇ ನಿಮ್ಮೊಂದಿಗೆ ರಾತ್ರಿ ಊಟವಾದ ನಂತರ ಕನ್ನಡದ ಬಗ್ಗೆ ಚರ್ಚೆ

ಮಾಡುತ್ತಿದ್ದ ಗಳಿಗೆಯಂತೂ ನನ್ನ ಪಾಲಿಗೆ ಎಂದೆಂದೂ ಮರೆಯದ ಕ್ಷಣಗಳು. ಆದರೆ ಆ ವಿಪರೀತ ಸಂತೋಷದ ಗಳಿಗೆಗಳನ್ನೂ ತ್ಯಜಿಸಬೇಕಾದ ಅನಿವಾರ್ಯತೆ ನನಗೆ ಒದಗಿ ಬಂದದ್ದು ನನ್ನ ದುರಾದೃಷ್ಟ. ರಾಯರೇ, ಒಂದು ಕಿವಿಮಾತು. ದಯಮಾಡಿ ಅಪಾರ್ಥ ಭಾವಿಸದಿರಿ. ನೀವು ಅದ್ಯಾಕೆ ಒಮ್ಮೆ ಯಾರಾದರೂ ಡಾಕ್ಟರಿಗೆ ತೋರಿಸಬಾರದು? ನೀವು ನಂಬುತ್ತೀರೋ ಇಲ್ಲವೋ, ನಾನು ದಾವಣಗೆರೆ ಬಿಡುವುದಕ್ಕೆ ನೀವೇ ಕಾರಣ. ನೀವಿರುವಷ್ಟು ಕಾಲವಲ್ಲ, ನೀವು ಬಂದು ಹೋದಮೇಲೂ ಅದ್ಯಾವ ದುರ್ಗಂಧ ಸ್ಟಾಫ್‌ರೂಮನ್ನು ತುಂಬಿಕೊಂಡಿರುತಿತ್ತೋ ಏನೋ. ಹಿಂದೆ ಉಳಿದ ನಾವೆಲ್ಲಾ, ಮೇಡಂಗಳನ್ನೂ ಸೇರಿಸಿ, ಒಬ್ಬರನ್ನೊಬ್ಬರು ಅನುಮಾನಿಸುತ್ತಲೇ ಆ ಸ್ಟಾಫ್‌ರೂಮಿನಲ್ಲಿ ಕಾಲ ಕಳೆದಿದ್ದೇವೆ. ರಾತ್ರಿಯ ಭೋಜನಾನಂತರದ ಮಾತುಕತೆಗಳು ಸೊಗಸಾಗಿದ್ದರೂ, ನಿಮ್ಮೊಡನಿದ್ದಷ್ಟು ಕಾಲವಿರಲಿ, ನಿಮ್ಮಿಂದ ದೂರವಾದ ಮೇಲೂ ಅದ್ಯಾವುದೋ ದುರ್ಗಂಧ ನನ್ನನ್ನು ಬಿಡದೇ ಇಷ್ಟು ವರ್ಷಗಳೂ ಕಾಡಿದೆ. ರಾಯರೇ, ಚಿಕ್ಕಬಳ್ಳಾಪುರಕ್ಕೆ ಬಂದ ಮೇಲೇ ಜಗತ್ತನ್ನು ಸೃಷ್ಟಿಸಿದ ಭಗವಂತ ಅಷ್ಟು ಕ್ರೂರನಲ್ಲವೆನಿಸಿದ್ದು. ಇಲ್ಲಿಗೆ ಬಂದ ಮೇಲೇ, ಜಗತ್ತಿನಲ್ಲಿ ಅದೆಷ್ಟು ಸುಂದರವಾದ ಸುಗಂಧಗಳಿವೆ ಅನಿಸಿದ್ದು. ಇಲ್ಲೀವರೆಗೂ ನನಗೆ ಪರಿಚಯವಿದ್ದ ಗಾಳಿ ಒಂದೆಯೋ ಅಥವಾ ಉಳಿದೆಲ್ಲಾ ಪರಿಮಳಗಳನ್ನು ನಾನೇ ಮರೆತಿದ್ದೆನೋ ಅನಿಸಿದೆ. ತಡಮಾಡದೇ, ಇಡೀ ದಾವಣಗೆರೆ ಗುಳೆ ಹೋಗುವ ಮೊದಲೇ ಯಾರಾದರೂ ತಜ್ಞರಿಗೆ ತೋರಿಸಿ, ಸೂಕ್ತ ಇಲಾಜು ಮಾಡಿಸಿಕೊಳ್ಳುವುದು ಸಾರ್ವಜನಿಕ ಹಿತಾಸಕ್ತಿಯ ದೃಷ್ಟಿಯಿಂದ ಉತ್ತಮ. ಅತ್ತಿಗೆಯವರಿಗೆ ನನ್ನ ನೆನಪುಗಳು. ಅವರ ಅಡುಗೆಯನ್ನು ಇನ್ನೂ ನನ್ನ ಮನೆಯವರು ನೆನಸುತ್ತಿರುತ್ತಾರೆ. ಸ್ನೇಹವಿರಲಿ. ವಂದನೆಗಳೊಂದಿಗೆ, ನಿಮ್ಮವ,

ಶಂಕರನಾರಾಯಣ ದೀಕ್ಷಿತ.

ಶನಿವಾರ. ಡಿಸೆಂಬರ್ 13, 1975.

ಹಿನ್ನೆಲೆ ಎರಡು

ರಾತ್ರಿಯ ಭೋಜನಾನಂತರ, ಸುಮಾರು ಒಂದರೆ ತಾಸು ಹೆಂಡತಿ ಮಡಮಡಚಿ ಕೊಡುವ ಕವಳವನ್ನು ಮೆದ್ದ ನಂತರ 'ಯೇಳಾಣಿನ್ನ' ಅಂತ ಹುರಗಡಲೀ ಮೇಷ್ಟ್ರು ಏಳುವ ಹೊತ್ತಿಗೆ ಒಂಬತ್ತಾಗಿರುತ್ತದೆ. ಎರಡೂ–ನಾಲ್ಕು ಅಳತೆಯ ಒಂದೇ

ಕಿಟಿಕಿಯ ಇವರ ಶಯ್ಯಾಗೃಹವನ್ನು ಅಂಬುಜಾಬಾಯಿ ತಲುಪುವ ಹೊತ್ತಿಗೆ, ಇಡೀ ಕೋಣೆಯನ್ನು ಆಗಲೇ ಹೇಳಲಾಗದ ರೀತಿಯ ನಾತವಲಯವೊಂದು ತುಂಬಿಕೊಂಡಿರುತ್ತದೆ. ಸೀತಾಮಾತೆಯ ಪ್ರತಿರೂಪವಾಗಿರುವ, ಪ್ರತಿನಿತ್ಯವೂ ಆಕೆಯ ಪಟದ ಮುಂದೆ ಒಂದೆರಡು ಹೂವುಗಳನ್ನು ಹೆಚ್ಚಿಗಿಟ್ಟು, ಆಕೆಯ ಕುಂಕುಮ ಸೌಭಾಗ್ಯ ಕೊನೆ ತನಕ ಉಳಿದಂತೆ ತನ್ನ ಸೌಭಾಗ್ಯವೂ ಉಳಿಯಲಿ ಎಂದು ಪ್ರಾರ್ಥಿಸುವ ಈ ಶತಮಾನದ ಅಪ್ಪಟ ಭಾರತನಾರಿಗೆ ಈ ಇಹಲೋಕದ ಯಾವುದೇ ವಾಸನೆಗಳ ಪರಿವೆಯೇ ಇಲ್ಲ. ಅರೆಬಾಯಿ ತೆರೆದು ಮಲಗಿ, ಏಳನೇ ತರಗತಿಯ ಮೊದಲ ಬೆಂಚಿನ ರುಕ್ಮಿಣಿಯ ಜೊತೆ ಆಟವಾಡಲು ತಯಾರಾಗುತ್ತಿರುವ ತಮ್ಮ ಪತಿದೇವರ ಪಾದಗಳನ್ನು ಮುಟ್ಟಿ, ಕಣ್ಣಿಗೊತ್ತಿಕೊಂಡು, ಮತ್ತೊಂದೆಡೆ ಮಗ್ಗುಲಾದರೆ ಇನ್ನೆರೆಡು ತಾಸು ಆಕೆಗೆ ಇಹದ ಪರಿವೆಯೇ ಇರುವುದಿಲ್ಲ. ಬೇಕಿಲ್ಲ. ಇನ್ನೆರಡು ತಾಸು ಹುರಗಡಲೀ ಮೇಷ್ಟ್ರಿಗೂ ಇದರ ಗೊಡವೆಯಿಲ್ಲ. ಹೀಗೆ ಗಂಡ–ಹೆಂಡತಿ ಗಾಳಿಯೊಡನೆ ಗಂಧ ಸೇರಿದಂತೆ ಬದುಕುತ್ತಿದ್ದಾರೆ.

ಲೀಲೆ ಎರಡು

ಎಂದಿನಂತೇ ಇಂದೂ ಹಸನಾದ ತುಪ್ಪದೊಂದಿಗೆ, ಕೊಂಚ ಬೆಳ್ಳುಳ್ಳಿ ಮುಂದಾಗಿದ್ದ ಮಾವಿನಕಾಯಿ ಚಟ್ನಿ, ಕುಂಬಳಕಾಯಿಯ ಕೂಟು, ಮೆಣಸಿನ ಸಾರು, ಮೊಸರನ್ನ ಮುಗಿಸಿ, ಜಗಲಿಯಲ್ಲಿ ಗಾಳಿಯೊಂದಿಗೆ ಒಂದರೆ ತಾಸು ಸರಸವಾಡಿ, ಕರಾರುವಕ್ಕಾಗಿ ಒಂಬತ್ತೂವರೆಗೆ ದೀರ್ಘ ನಿದ್ದೆಗೆ ಶರಣಾಗಿದ್ದ ಹುರಗಡಲೀ ಮೇಷ್ಟ್ರು, ಬೆಳಿಗ್ಗೆಯ ಮೂರೂವರೆ ಹೊತ್ತಿನಲ್ಲಿ, ಯಾರೂ ಇಲ್ಲದ ಸ್ಟಾಫ್‌ರೂಮಿನಲ್ಲಿ, ಇಂಗ್ಲಿಷ್ ಮೇಡಂ ಯಶೋದೆಯ ಮೊಡವೆ ಮುಖದಿಂದ ಕನ್ನಡಕವನ್ನು ಜಾರಿಸಿ, ತುಟಿಯನ್ನು ಮುಂದೆ ತಂದು ತಡವರಿಸುತ್ತಿದ್ದಂತೆಯೇ, ವಾಯುದೇವರು ಹೊಟ್ಟೆಯಲ್ಲಿ ಹೆಪ್ಪುಗಟ್ಟಿಕೊಂಡುಬಿಟ್ಟ. ಒಮ್ಮೆಲೇ ಗರಗಸದಲ್ಲಿ ತಮ್ಮ ದೇಹದ ಒಳಅಂಗಗಳನ್ನೆಲ್ಲಾ ಕೊಯ್ದಂತಾಗಿ, ನಟ್ಟ ನಡುರಾತ್ರಿಯಲ್ಲಿ ಫಕ್ಕನೇ ಎಚ್ಚರವಾಗಿಬಿಟ್ಟಿತು. ಒಂದೆರಡೇ ಸೆಕೆಂಡುಗಳು ಮಾತ್ರ. ಉಸಿರು ಬಿಗಿಹಿಡಿದು, ಪಿಟೀಲಿನ ತಾರಸ್ಥಾಯಿಯ ತಂತಿಯನ್ನು ಎಳೆದು ಶ್ರುತಿಮಾಡುವಂದದಿ ವಾಯುದೇವರನ್ನು ಹೊರತೊಲಗಿಸಿಬಿಟ್ಟರು. ಹತ್ತೇ ಸೆಕೆಂಡುಗಳು. ಜಗತ್ತನ್ನೇ ಮಾಯೆಯೊಂದು ಕವಿಯುವಂತೆ, ಮಾನವನ ಕಲ್ಪನೆಗೂ ಮೀರಿದ

ಪರಿಮಳವೊಂದು ಗಾಳಿಯೇ ಆಡದ ಆ ಶಯ್ಯಾಗಾರವನ್ನು ಕವಿಯಿತು. ಈಗಷ್ಟೇ ಎಚ್ಚರಾಗಿ ಮಂಚದಲ್ಲಿನ್ನೂ ಹೊರಳುತ್ತಿದ್ದ ಹುರಗಡಲೀ ಮೇಷ್ಟ್ರ ಅರೆ ಕನಸಿನಲ್ಲಿ ಇವರ ಮುಂದುವರಿಯುತ್ತಿದ್ದ ತುಟಿಗಳನ್ನೇ ನೋಡುತ್ತಾ ಕಂಪಿಸುತ್ತಿದ್ದ ಇಂಗ್ಲಿಷ್ ಮೇಡಂ ಯಶೋದೆ ಇಹಲೋಕದ ಈ ವಾಸನೆಯ ಪ್ರಖರತೆಗೆ ಒಮ್ಮೆ ನಡುಗಿ, ಸೆರಗನ್ನು ಮೂಗಿಗೆ ಒತ್ತಿಹಿಡಿದು, ಮೂಲೆಯೊಂದನ್ನು ಹಿಡಿದು ಬೆಳಿಗ್ಗೆ ಮನೆಯಲ್ಲಿ ತಿಂದು ಬಂದಿದ್ದ ಉಪ್ಪಿಟ್ಟನ್ನು ಗೋಡೆಗೆ ಬಳಿಯತೊಡಗಿದಳು. ಆ ಹುಳಿ ವಾಸನೆ ಇಡೀ ಸ್ಟಾಫ್‌ರೂಮನ್ನು ಆವರಿಸಿ ಹುರಗಡಲೀ ಮೇಷ್ಟ್ರ ಉಸಿರು ಅಡಗಿದಂತಾಗಿ, ಸಂಪೂರ್ಣ ಎಚ್ಚರಾಯಿತು. ಹರಳೆಣ್ಣೆಯಲ್ಲಿ ಹುರಿದಂತಿದ್ದ ಈರುಳ್ಳಿಯ ಪರಿಮಳ ಇವರ ಉಸಿರನ್ನೇ ಅಡಗಿಸಿಬಿಟ್ಟಿತು. ಪಕ್ಕಕ್ಕೆ ತಿರುಗಿ ನೋಡಿದಲ್ಲಿ, ಅಂಬುಜಾಬಾಯಿ ಈ ದಾರುಣ ಪರಿಸ್ಥಿತಿಯಲ್ಲೂ ಮುಖದ ಮೇಲೆ ನಸು ಮಂದಹಾಸವನ್ನು ತಂದುಕೊಂಡು, ಅರೆಬಾಯಿ ತೆರೆದುಕೊಂಡು ಮಲಗಿದ್ದರು. ಪಿರಿಪಿರಿ ಎನ್ನುತ್ತಾ ಅವರನ್ನು ಅಲ್ಲಾಡಿಸುತ್ತಾ ಎಬ್ಬಿಸಿ, 'ಅದೇನು ತಿಂತೀಯೋ ನೀನು, ದಿನಾ ವಂದೇ ಗೋಳಾಗಿದೆ ನಿಂದು. ನಾನೇನು ಯಿಲ್ಲಿ ಮಲಗಬಕೋ ಬ್ಯಾಡ್ವೋ. ಮಲಗಾ ಮುಂದೆ ಕೈಕಾಲಿಗೋಗಿ ಬರಾಕ್ಕೇನು ಧಾಡಿ ನಿಂಗೆ' ಅಂದವರೇ, ಕಾಣದ ಘಟೋತ್ಕಚನೊಂದಿಗೆ ಕತ್ತಿವರಸೆಗಿಳಿದ ಸುಯೋಧನನ ಸೈನಿಕರಂತೆ ಬೀಸಣಿಗೆಯನ್ನು ಕೈಗೆತ್ತಿಕೊಂಡು ಗಾಳಿಯಲ್ಲಿ ಅಸಡಾ ಬಸಡಾ ಬೀಸಿಕೊಳ್ಳುತ್ತಾ, ಕನಸಿನಲ್ಲಿ ಎಂಬಂತೆ ಧಡಧಡ ಹೊರನಡೆದರು.

ತಮ್ಮನ್ನು ತಮ್ಮ ಪತಿದೇವರು ಎಬ್ಬಿಸಿದ, ಎಬ್ಬಿಸಿ ಹಾರಾಡಿದ ಕಾರಣವೇ ಅಂಬುಜಾಬಾಯಿಗೆ ತಿಳಿಯಲಿಲ್ಲ. ಬಾಗಿಲಿಂದಾಚೆ ನಡೆದ ತಮ್ಮ ಪತಿದೇವರನ್ನು ಮಂಪರು ಕಣ್ಣುಗಳಿಂದ ನೋಡಿ, ಇತ್ತ ಗೋಡೆಯ ಕಡೆ ತಿರುಗುವುದರಲ್ಲಿ ಅವರ್ಣನೀಯ ಪರಿಮಳವೊಂದು ಆಕೆಯನ್ನು ಸುತ್ತುಗಟ್ಟಿ, ಗವ್ವೆನ್ನುವ ಕತ್ತಲು ಇನ್ನೂ ಹೆಪ್ಪುಗಟ್ಟಿದಂತಾಯ್ತು. ಬಾಯಿಗೆ ಸೆರಗಿನ ತುದಿಯನ್ನು ತುರುಕಿಕೊಳ್ಳುತ್ತಾ, ಇನ್ನುಳಿದ ಸೆರಗಿನ ಚುಂಚನ್ನು ಮೂಗಿನ ಎರಡೂ ಹೊಳ್ಳೆಗಳಲ್ಲಿ ತುಂಬಿಕೊಳ್ಳುತ್ತಾ, ಶ್ವಾಸಸ್ತಂಭನದ ವ್ಯರ್ಥ ಪ್ರಯತ್ನಕ್ಕೆ ತೊಡಗಿದರು. ಒಮ್ಮೆಲೇ ಎಲ್ಲವೂ ಅವರಿಗೆ ಅರ್ಥವಾಯಿತು. ಇಂತಹ ಸರಿ ಹೊತ್ತಿನಲ್ಲಿ ತಮ್ಮ ಪತಿದೇವರನ್ನು ಅವರ ಸಿಹಿ ನಿದ್ದೆಯಿಂದೆಬ್ಬಿಸಿ ಈ ಪರಿಯ ತೊಂದರೆಗಳಿಗೆ ಈಡು ಮಾಡಿದ್ದಕ್ಕೆ ತಮ್ಮಲ್ಲೇ

ಹಪಹಪಿಸಿಕೊಂಡರು. ಪ್ರತಿದಿನವೂ ರಾತ್ರಿಯಲ್ಲಿ ತಮ್ಮಿಂದ ಹೀಗೆ ನಿದ್ದೆ ಕೆಡಬೇಕಾದ ತಮ್ಮ ಪತಿದೇವರ ಬಗ್ಗೆ ಕರುಣೆಯುಕ್ಕಿ ಬಂತು ಆಕೆಗೆ. ಪತಿದೇವರನ್ನು ಕಾಯುತ್ತಾ ಮಲಗಿದ ಆಕೆಗೆ ಒಂದರೆ ಕ್ಷಣ ಸರಿದದ್ದು ತಿಳಿಯಲಿಲ್ಲ. ತಾವೇ ಸೃಷ್ಟಿಸಿದ ನಾತವಲಯನ್ನು ಮತ್ತೆ ಹೊಕ್ಕ ಹುರಗಡಲೀ ಮೇಷ್ಟ್ರಿಗೆ ಕಂಡಿದ್ದು ಅರೆ ಮಂದಹಾಸ ಬೀರುತ್ತಾ ಮಲಗಿದ್ದ ಅಂಬುಜಾಬಾಯಿ.

ಹಿನ್ನೆಲೆ ಮೂರು

ಹೀಗೆ ಪ್ರತಿ ರಾತ್ರಿ ತಮ್ಮ ಪತಿದೇವರು ತಮ್ಮನ್ನು ಎಬ್ಬಿಸಿದಾಗೆಲ್ಲಾ ಆತ ಹೇಳಿದ್ದನ್ನೆಲ್ಲಾ ಕಳೆದ ಮೂವ್ವತ್ತೆರಡು ವರ್ಷಗಳುದ್ದಕ್ಕೂ ನಂಬುತ್ತಾ ಬಂದ, ನಂಬುವಂತಹ, ಆತನ ದೂಷಣೆಗಳನ್ನೆಲ್ಲಾ ಒಪ್ಪಿಕೊಂಡ, ಒಪ್ಪಿಕೊಳ್ಳುವಂತಹ ಈ ಶತಮಾನದ ಅಪ್ಪಟ ಭಾರತನಾರಿ ಅಂಬುಜಾಬಾಯಿ. ಸಾಂಗ್ಲಿಯ ತಮ್ಮ ತವರಿನಿಂದ ಗಂಡನ ಮನೆಗೆ ಹೊರಟ ದಿನ ಅಂಬುಜಾಬಾಯಿಗೆ ಅವರ ತಾಯಿ, ಜೀವನದಲ್ಲಿ ಏನೇ ಆದರೂ ಅದನ್ನು ಸಹಿಸಿ ಬಾಳುವುದೇ ಹೆಣ್ಣಿನ ಕರ್ತವ್ಯವೆಂದೂ, ಅದರ ಹೊರತಾಗಿ ಗಂಡನ ವಿರುದ್ಧ ಚಕಾರವೆತ್ತಬಾರದೆಂದೂ ಬುದ್ಧಿವಾದ ಹೇಳಿ ಕಳುಹಿಸಿರುವುದರಿಂದ, ಪತಿ ದೇವರ ಚರಣದಾಸಿಯಾಗಿ ಬದುಕುವುದೇ ತನ್ನ ಜೀವನದ ಪರಮಗುರಿ ಎಂದು ತಿಳಿದ ಭರತಖಂಡದ ಹೆಣ್ಣು ಆಕೆ. ಅಂತೆಯೇ ತನ್ನ ಪತಿದೇವರ ರಾತ್ರಿಯ ಸುಂದರ ನಿದ್ದೆಯನ್ನು ಹಾಳುಗೈಯ್ಯುತ್ತಿರುವುದು ತಾನೇ ಎಂದು ತಮ್ಮ ದಾಂಪತ್ಯ ಬಾಳಿನುದ್ದಕ್ಕೂ ನಂಬಿದ ಆಕೆಗೆ, ಹೀಗೆ ಪತಿದೇವರನ್ನು ಸದಾ ನಿದ್ದೆಗೆಡಿಸುತ್ತಿರುವ ತಮ್ಮ ವಾಯುಪ್ರಕೃತಿಯ ಮೇಲೇ ಒಮ್ಮೊಮ್ಮೆ ಎಲ್ಲಿಲ್ಲದ ಕೋಪವುಕ್ಕಿ ಬರುತ್ತಿತ್ತು.

ಆದರೆ ವಾಸ್ತವದ ಸಂಗತಿಯೆಂದರೆ, ವರ್ಷಗಟ್ಟಲೆ ಪತಿದೇವರು, ಮನೆಯಲ್ಲಿದ್ದಷ್ಟೂ ಕಾಲವೂ ಪ್ರತಿ ಗಂಟೆಗೊಮ್ಮೆ ದಯಪಾಲಿಸುತ್ತಿದ್ದ ನಾತವಲಯಗಳಲ್ಲಿ ಮುಳುಗೇಳಿ ಆಕೆಯ ವಾಸನೇಂದ್ರಿಯಕ್ಕೆ ಪರಿಪರಿಯ ಪರಿಮಳಗಳನ್ನು ಗುರುತಿಸುವ ಶಕ್ತಿಯೇ ಉಡುಗಿ ಹೋಗಿತ್ತು. ಅದಕ್ಕೇ ಯಾವುದೇ ಹೂವಿನ, ಊದಿನಕಡ್ಡಿಯ ಗಂಧ ಆಕೆಗೆ ಥಟ್ಟನೇ ತಗುಲದೇ ಹೋದರೂ, ಯಾರಾದರೂ ಹೊರಗಿನಿಂದ ಬಂದಾಗ 'ಸಗಣೀ ಮೆಟ್ಟಿ ಬಂದಾರ, ಕಾಲು ತೊಳದು ಬರಕ್ಕೇಳಿ' ಅಂತ ಬಂದವರ ಮರ್ಯಾದೆ ತೆಗೆದುಬಿಡುತ್ತಿದ್ದರು. ಈ

ಸೌಭಾಗ್ಯಕ್ಕೆ ಯಾಕೆ ಇವರ ಮನೆಗೆ ಬರಬೇಕು ಎಂದು ಬಂಧುಬಳಗದವರು ಅಂದುಕೊಂಡಿದ್ದೇ ಇವರ ಮನೆಗೆ ಅತಿಥಿಗಳು ಬರುವುದು ನಿಂತೇ ಹೋಯಿತು.

ಅತ್ತ ಹುರಗಡಲೀ ಮೇಷ್ಟ್ರು ಯಾವುದೋ ಮನೆಗೆ, ಯಾವುದೋ ಸಮಾರಂಭಕ್ಕೆ ಬರುತ್ತಾರೆಂದರೆ, ಅವರ ಬಂಧುವಲಯ ಕೆಲವೊಂದು ನಿಯಮಗಳನ್ನು ಹಾಕಿಕೊಂಡಿತು. ಈ ಮೇಷ್ಟರು ಬಂದಾಗ ಯಾವುದೇ ಕಾರಣಕ್ಕೂ ಮನೆಯ ಯಾವುದೇ ಬಾಗಿಲು ಕಿಟಿಕಿಯನ್ನು ಮುಚ್ಚಬಾರದು, ಅವರ ನಾತದ ಪ್ರಹಾರದಿಂದ ತಪ್ಪಿಸಿಕೊಳ್ಳಲು ಅವರಿಂದ ಕನಿಷ್ಟ ಒಂದೆರಡು ಮಾರಿನಷ್ಟಾದರೂ ದೂರವಿರಲೇಬೇಕು, ಸಾಧ್ಯವಾದಷ್ಟು ಸಂಖ್ಯೆಯಲ್ಲಿ ಊದಿನಕಡ್ಡಿ, ಸಾಂಬ್ರಾಣಿ, ಲೋಬಾನ ಇತ್ಯಾದಿಗಳನ್ನು ಹಚ್ಚಿಡಲೇಬೇಕು. ಬರುಬರುತ್ತಾ ಈ ರಗಳೆಗಳೇ ಬೇಡವೆಂದು ಬಂಧುವಲಯ ನಿರ್ಧರಿಸಿದ್ದೇ ಇವರು ಅತಿಥಿಗಳಾಗಿ ಇನ್ನೊಬ್ಬರ ಮನೆಗೆ ಹೋಗುವುದೂ ನಿಂತೇಹೋಯಿತು. ಮನುಷ್ಯನ ಸಹವಾಸ ದೂರವಾದಂತೆಲ್ಲಾ ಹುರಗಡಲೀ ಮೇಷ್ಟ್ರು ಭಗವಂತನ ಪಾದದ ಮೊರೆ ಹೊಕ್ಕರು. ಮೊದಲಲ್ಲಿ ಕೇವಲ ಊದಿನಕಡ್ಡಿಯನ್ನು ಆಡಿಸಿ ದೇವರ ಪೂಜೆಯನ್ನು ಮುಗಿಸಿಬಿಡುತ್ತಿದ್ದ ಹುರಗಡಲೀ ಮೇಷ್ಟ್ರು ಬರಬರುತ್ತಾ ಪೂಜೆಯ ಎಲ್ಲಾ ವಿವರಗಳನ್ನೂ ಬಿಡದೇ ಪಾಲಿಸಲು ತೊಡಗಿ ಈಚೀಚೆಗೆ ಕನಿಷ್ಠ ಒಂದರ್ಧ ಗಂಟೆಯಾದರೂ ದೇವರಮನೆಯನ್ನು ಬಿಟ್ಟು ಹೊರಬರುತ್ತಿರಲಿಲ್ಲ. ಹೆಂಡತಿ ಮಾಡಿದ ಅಡುಗೆಯನ್ನು ದೇವರಿಗೆ ನೈವೇದ್ಯವಾಗಿ ಇಟ್ಟು, ತಮ್ಮ ವಿವರವಾದ ಪೂಜೆಯ ನಂತರ ದೇವರು ತಮ್ಮ ಹೆಂಡತಿಯ ಕೈಯ್ಯ ಅಡುಗೆಯನ್ನು ರುಚಿ ನೋಡಿದನೆಂದು ತಿಳಿದ ನಂತರವೇ ಇವರು ಆ ದೈವದೆಂಜಲನ್ನು ತಾವೂ ತಿಂದು ತಮ್ಮ ಮಡದಿಗೂ ತಿನ್ನಿಸಿ ಕೃತಾರ್ಥರಾಗುತ್ತಿದ್ದರು. ಜನ ಮಾತಾಡಿಕೊಳ್ಳೋದೂ ಇತ್ತು. 'ಆ ದೇವ್ರೇನರ ಈ ಜಗತ್ನಾಗೆ ಯಾವ್ದರ ಮನೆಗೆ ಬರ್ತನಂದ್ರೆ ಈ ಮಾರುತಿ ಮನೆಗೆ ಮಾತ್ರ ನೋಡು. ಮಾರುತಿರಾಯನ ಹೂಸಿದ್ದೂ್ರ ಯಾಕಿಲ್ಲ, ಆಯಮ್ಮನ ಕೈಯ್ಯಾಗಿನ ಅಡಿಗೀ ನೈವೇದ್ಯಾನ್ನ ಮಾತ್ರ ತಪ್ಪಿಸ್ಗಣಾಂಗಿಲ್ಲ ಅವನು.' ಆ ಮಾತೂ ಸುಳ್ಳಲ್ಲ.

ಲೀಲೆ ಮೂರು

ಒದ್ದೆ ಮಡಿಪಂಚೆಯನ್ನುಟ್ಟು ಹುರಗಡಲೀ ಮೇಷ್ಟ್ರು ದೇವರ ಮನೆಯನ್ನು ಹೊಕ್ಕ ಕೂಡಲೇ, ತನ್ನೆದುರಿಗೆ ನೈವೇದ್ಯಕ್ಕಿದ್ದ ಭಕ್ಷ್ಯಗಳನ್ನೇ ದಿಟ್ಟಿಸಿ ನೋಡುತ್ತ

ಮಂದಾಸನದಲ್ಲಿ ಕುಳಿತಿದ್ದ ಭಗವಂತ ಕುಳಿತಲ್ಲೇ ಕೊಂಚ ಮಿಸುಗಿದ. ಅಗೋಚರನಾದ ಆ ಭಗವಂತನ ಇರವಿನ ಪರಿವೆಯೇ ಇಲ್ಲದ ಹುರಗಡಲೀ ಮೇಷ್ಟ್ರು ಎಂದಿನಂತೆ ಪದ್ಮಾಸನದಲ್ಲಿ ಕುಳಿತು, ಹಿಂದಕ್ಕೂ ಮುಂದಕ್ಕೂ ಜೂಗರಿಸುತ್ತಾ, ತುಟಿಗಳನ್ನು ಪೂರ್ಣ ಬಿಚ್ಚದೇ, ಅದೇನೋ ಮಂತ್ರಗಳನ್ನು ಮಣಮಣಿಸುತ್ತಾ ಪೂಜೆಗೆ ಆರಂಭಿಸಿದರು. ಭಕ್ಷ್ಯಗಳ ಮೇಲಿನ ತನ್ನ ಚಿತ್ತವನ್ನು ಕಿತ್ತಿ, ಪೂಜೆಯಲ್ಲಿ ಮಗ್ನರಾಗಿದ್ದ ಹುರಗಡಲೀ ಮೇಷ್ಟ್ರ ಮೇಲೆ ಕೀಲಿಸಿ ಭಗವಂತ ಅದಾವುದೋ ನಿರೀಕ್ಷೆಯಲ್ಲಿ ಕಾತರದಿಂದ ಕುಳಿತ. ಪೂಜೆ ಮುಂದುವರೆದಂತೆಲ್ಲಾ ಭಗವಂತನ ಚಡಪಡಿಕೆ ಹೆಚ್ಚುತ್ತಾ ಹೋಯಿತು. ಇಟ್ಟ ಭಕ್ಷ್ಯಗಳನ್ನು ಭಗವಂತನಿಗೆ ಅರ್ಪಿಸಲು ಮುಂದಾದ ಹುರಗಡಲೀ ಮೇಷ್ಟ್ರು, ಇದ್ದಕ್ಕಿದ್ದಂತೇ ಮಂತ್ರವನ್ನು ನಿಲ್ಲಿಸಿ, ಮುಖವನ್ನು ಕಿವಿಚಿ, ಬಲತೊಡೆಯನ್ನು ಕೊಂಚ ಮೇಲಕ್ಕೆತ್ತಿದರೋ ಇಲ್ಲವೋ, ಅವರನ್ನೇ ದಿಟ್ಟಿಸಿ ನೋಡುತ್ತಿದ್ದ ಭಗವಂತ, ತಾನು ಜಗನ್ನಿಯಾಮಕ ಎನ್ನುವುದನ್ನೂ ಮರೆತು ಭೀಕರವಾಗಿ ಗಡಗಡನೆ ನಡುಗಿಬಿಟ್ಟ. ಅವನು ಕುಳಿತಿದ್ದ ಮಂದಾಸನ ಅಲುಗಿತೇ? ಇನ್ನೂ ಮುಖವನ್ನು ಕಿವಿಚಿ, ಬಲತೊಡೆಯನ್ನು ನೆಲದಿಂದ ಒಂದೆರಡು ಇಂಚು ಮೇಲಕ್ಕೆತ್ತಿ ಮುಕ್ಕರುತ್ತಿದ್ದ ಹುರಗಡಲೀ ಮೇಷ್ಟ್ರ ಗಮನಕ್ಕೆ ಬಾರಲಿಲ್ಲ. ಒಂದೆರಡು ಕ್ಷಣ ಮಾತ್ರ. ಒಮ್ಮೆಲೇ, ಕಾದ ಕಬ್ಬಿಣವನ್ನು ನೀರಿನಲ್ಲಿ ಅದ್ದಿದಾಗಿನಂತಹ ನಾದವೊಂದು ಭೂಗರ್ಭದಿಂದೆಂಬಂತೆ ಹೊರಬಂದು, ಗಾಳಿಯೇ ಆಡದಿದ್ದ ಆ ರೂಮಿನಲ್ಲಿ ಹೆಪ್ಪುಗಟ್ಟಿಕ್ಕೊಂಡಿದ್ದ ಗಾಳಿಯನ್ನು ಸೀಳಿಹಾಕಿತು. ಮುಂಬರುವ ಅನಾಹುತದಿಂದ ಪಾರಾಗಲು ಮೂಗು ಮುಚ್ಚಿಕೊಳ್ಳೋಣವೆಂದರೆ ತನ್ನ ಕೈಗಳನ್ನು ಒಂದಿನಿತೂ ಮಿಸುಗಾಡಿಸಲಾಗದಂತೆ ಪಟದಲ್ಲೋ, ಪಂಚಲೋಹದ ಮೂರ್ತಿಯಲ್ಲೋ ಬಂಧಿಸಲ್ಪಟ್ಟ ತನ್ನ ಕರ್ಮಕ್ಕೆ ಭಗವಂತ ತಾನೇ ಹಳಿದುಕೊಂಡ. ಭಗವಂತನ ಈ ಪರಿಯ ಸೊಬಗಿನ ಪರಿವೆಯೇ ಇಲ್ಲದೆ, ಪ್ರಸನ್ನ ಮುಖದಿಂದ ಹುರಗಡಲೀ ಮೇಷ್ಟ್ರು ಪೂಜೆಯನ್ನು ಮುಂದುವರೆಸಿದರು. ಇದ್ದಕ್ಕಿದ್ದಂತೇ ತನ್ನ ತಲೆಯನ್ನು ನರಕವೆಂಬ ಪಾಪಕೂಪದ ಯಾವುದೋ ಚರಂಡಿಯಲ್ಲಿ ಅದ್ದಿದಂತಾಯ್ತು ಭಗವಂತನಿಗೆ. ಯಃಕಶ್ಚಿತ್ ಹುಲುಮಾನವನ ಕೈಲಿ ಸಿಲುಕಿದ ಭಗವಂತನ ಸಂಕಟವೆಂತಹುದು? ಇಲ್ಲಿರಲಾರ, ಅಲ್ಲಿಗೆ ಹೋಗಲಾರ. ಇರುವೇನೆಂದರೆ ತನ್ನ ಸಕಲ ಒಳ ಇಂದ್ರಿಯಗಳನ್ನೂ ಗಲಬರಿಸುತ್ತಿರುವ ಆ ಪರಿಮಳ. ಹೋಗುವೆನೆಂದರೆ

ಅಂಬುಜಾಬಾಯಿಯ ಅಡುಗೆ, ಅದರ ಇನ್ನೊಂದು ಬಗೆಯ ಪರಿಮಳ. ಅದೇ ಹೊತ್ತಿಗೆ ಸರಿಯಾಗಿ ಊದಿನಕಡ್ಡಿಯನ್ನೂ ಬೆಳಗಿ ತನ್ನ ಮುಂದಿಟ್ಟು, ಕರ್ಪೂರದಾರತಿಯನ್ನು ಬೆಳಗಿ ಅಡರಿದ್ದ ವಾಸನೆಗೆ ವಗ್ಗರಣೆ ಹಾಕಲು ತಯಾರಾದ ಹುರಗಡಲೀ ಮೇಷ್ಟ್ರು ಆ ಕ್ಷಣ ಭಗವಂತನ ಶಾಪದಿಂದ ಬಚಾವಾಗಿದ್ದಲ್ಲಿ ಅದು ನೈವೇದ್ಯಕ್ಕಿಟ್ಟ ಅಂಬುಜಾಬಾಯಿಯ ಅಡುಗೆಯ ಕೃಪೆಯಿಂದಾಗಿ ಮಾತ್ರ.

ಭಗವದ್ದಾಲೋಚನೆ

ಏಕೆ ಹೀಗೆ? ಇದೇಕೆ ಹೀಗೆ? ಏನಾಗಿದೆ ನಾನು ಸೃಷ್ಟಿಸಿದ ಈ ಜಗತ್ತಿಗೆ? ಶತಮಾನಗಳನ್ನು ವ್ಯಯಿಸಿ ನನ್ನ ಕಲ್ಪನೆಯೆಲ್ಲವನ್ನೂ ಧಾರೆಯೆರೆದು ಸೃಷ್ಟಿಸಿದ ನನ್ನ ನಂದನವನವೇನಾಯಿತು? ನಾನು ಸೃಷ್ಟಿಸಿದ ಜಗತ್ತನ್ನು ಈ ಪರಿಯ ದುರ್ಗಂಧಗಳೇಕೆ ಮುತ್ತಿಕೊಂಡಿವೆ? ನಾನು ಸ್ವತಃ ಬಣ್ಣ ಕೊಟ್ಟು, ತಿದ್ದಿ, ತೀಡಿ, ಸುನಾಸನೆಯನ್ನಿಟ್ಟ ಹೂಗಳದೆಲ್ಲಿಗೆ ಹೋದವು? ಏನಾಗಿದೆ ಧಾಡಿ ನಾನು ಸಕಲ ಸದ್ಗುಣಗಳನ್ನೂ ಧಾರೆಯೆರೆದು ಸೃಷ್ಟಿಸಿದ ಈ ಹುಲುಮಾನವನಿಗೆ? ಸಕಲ ಸತ್ಸಂಪ್ರದಾಯಗಳನ್ನು ಈತ ಮರೆತನೇ? ತಂದೆ ಕೇಳಿದೊಡನೇ ಉಟ್ಟ ಅಂಗಿಯನ್ನೂ ಕಳೆದು ವನವಾಸಕ್ಕೆ ಹೊರಟ ಶ್ರೀರಾಮನಂತಹವರೆಲ್ಲಿದ್ದಾರೆ ಈಗ? ಶಿಶುಪಾಲನನ್ನು ನೂರು ಬಾರಿ ಕ್ಷಮಿಸಿದ ಶ್ರೀಕೃಷ್ಣನಂತಹವರೆಲ್ಲಿದ್ದಾರೆ ಈಗ? ಸತ್ಯಕ್ಕಾಗಿ ಪ್ರಾಣ ಕೊಡಲು ತಯಾರಿದ್ದ ಹರಿಶ್ಚಂದ್ರನಂತಹವರು ಎಲ್ಲಿದ್ದಾರೆ ಈಗ? ಈ ಕೆನ್ನೆಗೆ ಹೊಡೆದರೆ ಆ ಕೆನ್ನೆ ಕೊಡೆಂದ ಗಾಂಧಿಯಂತಹವರೆಲ್ಲಿದ್ದಾರೆ ಈಗ? ಕ್ಷಮಿಸಿ, ಐಯಾಮ್ ಸಾರಿ ಎನ್ನುವ ಪದಗಳನ್ನು ಮಾನವ ಮರೆತನೇ? ಅಲ್ಲಾ ದೇಹದಿಂದ ದುರ್ಗಂಧವನ್ನು ತೊಲಗಿಸಿದ ಮೇಲೆ ಉಳಿದವರನ್ನು ಆ ನಾತಕೂಪದಲ್ಲಿ ನರಳಲು ಬಿಟ್ಟು ಯಾವುದೇ ಪಾಪಪ್ರಜ್ಞೆಯಿಲ್ಲದೆ, ಬಿಟ್ಟ ಜಾಗದಿಂದಲೇ ತೊಲಗಿ ಬಿಡುತ್ತಾನಲ್ಲಾ ಈ ಮಾಸ್ತರು. ನನ್ನ ಜಗತ್ತಿನಲ್ಲಿ ಇವನೊಬ್ಬನೆ ಈ ಪರಿಯೇ ಅಥವಾ ಇಡೀ ಮನುಕುಲವೇ ಹೀಗಾಗಿದೆಯೇ? ಈ ಮಾಸ್ತರನಿಗೆ ಎಂತಹ ಶಿಕ್ಷೆ ಸರಿಯಾದುದು? ಯಾವ ಶಿಕ್ಷೆಯನ್ನು ಈ ಮಾಸ್ತರನಿಗೆ ವಿಧಿಸಿದರೆ ಈ ದೌರ್ಗಂಧಾಭ್ಯಾಸ ದೂರವಾದೀತು? ಯಾವ ಶಿಕ್ಷೆ ವಿಧಿಸಿದರೆ ಮಾಸ್ತರ ತನ್ನ ದುರ್ಗಂಧವನ್ನು ತನ್ನದೆಂದೇ ಒಪ್ಪಿಕೊಳ್ಳುತ್ತಾನೆ? ದುರ್ಗಂಧವನ್ನು ವಿಸರ್ಜಿಸಿದ ಕೂಡಲೇ ಈ ಮಾಸ್ತರ ಅಪಮಾನದಿಂದ, ನಾಚಿಕೆಯಿಂದ, ಪಾಪಪ್ರಜ್ಞೆಯಿಂದ ವಿಲವಿಲ ಒದ್ದಾಡಬೇಕು, ಅಂತಹ ಯಾವ ಶಿಕ್ಷೆಯಿದೆ?

ಅನಾಹುತ ಒಂದು

ಹುರಗಡಲೀ ಮೇಷ್ಟ್ರು ಎಂದಿನಂತೆ ಶುಕ್ರವಾರ, ಆರನೇ ತರಗತಿಯ ಸಿ ಸೆಕ್ಷನ್ನಿನ ಹುಡುಗರನ್ನು ಕುರಿತು, 'ಬರ್ಕೆಳ್ರಲೇ, ಅವರವರ ಬಾವಕ್ಕೇ' ಅಂತ ಹೇಳಿ, ಹುಡುಗರು ಬರೆದುಕೊಳ್ಳುವುದನ್ನೇ ಕಾಯುತ್ತಾ ನಿಂತವರಿಗೆ, ಒಮ್ಮೆಲೇ ಹೊಟ್ಟೆಯನ್ನು ಸೂಳೆಕೆರೆಯ ಅಷ್ಟೂ ನೀರಿನಿಂದ ಗಲಬರಿಸಿದ ಅನುಭವವಾಯ್ತು. ಬೆಂಚುಗಳ ಮಧ್ಯದಲ್ಲಿನ ಕಿರುದಾರಿಯಲ್ಲಿ ಅತ್ತಿಂದಿತ್ತ ಓಡಾಡುತ್ತಿದ್ದವರು, ನಿಂತು, ಉಸಿರು ಬಿಗಿಹಿಡಿದು, ಅಪರೂಪಕ್ಕೆಂಬಂತೆ ಯಾವ ಸದ್ದಿಲ್ಲದೇ ವಾಯುದೇವರನ್ನು ದೇಹದಿಂದ ತೊಲಗಿಸಿ, ಮತ್ತೆ ತಮ್ಮ ಶತಪಥವನ್ನು ಮುಂದರೆಸುತ್ತಾ, 'ಮುಂದಕ್ಕ್ ಬರ್ಕೆಳ್ರಲೇ, ಅವರವರ ಬಕುತಿಗೆ' ಎಂದು ಹೇಳಿ ಇಡೀ ತರಗತಿಯನ್ನು ಒಮ್ಮೆ ಅಳೆದರು. ತಲೆತಗ್ಗಿಸಿ, ತಾವು ಕಿರಿಚಿದುದನ್ನು ಬರೆದುಕೊಳ್ಳುತ್ತಿದ್ದ ಹುಡುಗರನ್ನು ಕಂಡು ಸಮಾಧಾನವಾಯ್ತು. ಇನ್ನೂ ಕಾಲಾವಧಿಯಿದೆ ಎಂದುಕೊಳ್ಳುತ್ತಾ ಮುಂದೆ ಹೆಜ್ಜೆಯಿಟ್ಟರು. ಅವರ ಬೆನ್ನಿನ ಕಡೆಯಿಂದ ಹುಡುಗರು ಕಿಸಕ್ಕನೆ ನಕ್ಕ ಶಬ್ದವಾಯ್ತು. ಹಿಂತಿರುಗಿ ನೋಡಿದರು. ಈಗ ಈ ಕಡೆಯಿಂದ ಯಾರೋ ನಕ್ಕ ಶಬ್ದವಾಯ್ತು. ಮೆಲ್ಲನೆ ನಗು, ಅವರ ಅಪಾನವಾಯುವಿನ ಜೊತೆಗೆ ಇಡೀ ತರಗತಿಯನ್ನು ತುಂಬಿಕೊಂಡಿತು. ರಾವಣನೊಗೆದ ಅಸ್ತ್ರದಿಂದ ವಿಚಲಿತನಾಗದೇ ಕಿರುನಗೆ ನಕ್ಕ ಶ್ರೀರಾಮಚಂದ್ರನಂತೆ, ತಾನು ನಿರ್ಮಿಸಿ ಒಗೆದ ನಾತಲೀಲೆಯ ಭೀಕರ ಪರಿಣಾಮವನ್ನೂ ಅಲ್ಲಗಳೆದು ನಗುತ್ತಿದ್ದ ಇಡೀ ತರಗತಿಯನ್ನು ಕಂಡು ಕಿರಿಕಿರಿಯಾಯಿತು. ಆದದ್ದಿಷ್ಟೇ. ಅವರು ಅಪಾನವಾಯುವನ್ನು ವಿಸರ್ಜಿಸಿದ ಕೂಡಲೇ ಅವರ ಪೃಷ್ಠದಿಂದ ದಟ್ಟ ಹಸಿರು ಬಣ್ಣದ ಅನಿಲವೊಂದು ಹೊರಬಂದು, ಆಕಾಶದಲ್ಲಿ ತೇಲಾಡುವ ಮೋಡದಂತೆ ಅವರ ಪೃಷ್ಠದ ಸುತ್ತ ತೇಲಾಡತೊಡಗಿತು. ಅವರು ಮುಂದೆ ಚಲಿಸಿದಂತೆಲ್ಲಾ ಆ ಹಸಿರು ಮೋಡದ ತುಣುಕೂ ಅವರ ಪೃಷ್ಠಕ್ಕಂಟಿಕೊಂಡೇ ಅವರೊಡನೆ ಚಲಿಸತೊಡಗಿತು. ಹಿಂದಿರುಗಿ ನೋಡಿಕೊಂಡವರಿಗೆ ಕಂಡಿದ್ದು ಗಾತ್ರದಲ್ಲಿ ಹಿರಿದಾಗುತ್ತಿದ್ದ ಹಸಿರು ಬಣ್ಣದ ಒಂದು ಪುಗ್ಗೆ. ಹಸಿರು ಪುಗ್ಗೆ ಬೆಳೆದಂತೆಲ್ಲಾ ವಾಸನೆಯೂ ತರಗತಿಯನ್ನು ಆವರಿಸತೊಡಗಿತು. ಒಂದು ಹೊತ್ತಿನಲ್ಲಿ ಆ ಪುಗ್ಗೆ ಇಡೀ ತರಗತಿಯನ್ನೇ ತುಂಬಿಕೊಂಡಿತು. ಒಮ್ಮೆಲೇ ಅವರ ಮುಖ ವಿವರ್ಣವಾಯಿತು. ಮುಂದಿನ ಬೆಂಚಿನತ್ತ ನೋಡಿದರು. ಚಂದ್ರಶೇಖರ ಎಂದಿನಂತಿರದೇ, ಧೈರ್ಯವಾಗಿ

ಮೂಗನ್ನು ಹಿಡಿದೇ ಕುಳಿತಿದ್ದ. ಯಾಕೋ ಎದೆಯಲ್ಲಿ ಅಳುಕು ಉಂಟಾಯಿತು. ಆದರೂ ತಮ್ಮ ಎದೆಗುದಿಯನ್ನು ತೋರಗೊಡದೇ, ರೂಲುದೊಣ್ಣೆಯನ್ನು ಹಿಡಿದು ಅವನತ್ತ ಧಾವಿಸಿದರು. 'ಕೈಹಿಡೀ ಮುಂದೆ' ಅಂದರು. 'ಯಾಕ್ರೀ' ಅಂದ. ಇದನ್ನು ನಿರೀಕ್ಷಿಸಿರಲಿಲ್ಲ. ಥಟ್ಟನೇ ತಮ್ಮ ಎಂದಿನ 'ಅದೇನು ತಿಂದು ಬರ್ತೀರೋ..' ವಾಕ್ಯ ಗಂಟಲಿನಿಂದ ಹೊರಡಲೇ ಇಲ್ಲ. ಮತ್ತೊಮ್ಮೆ ಗಟ್ಟಿಯಾಗಿ 'ಹಿಡಿಯಾ ಮುಂದಕ್ಕೇ' ಅಂತ ಅಬ್ಬರಿಸಿದರು. ಇವರ ಪಾಪಕರ್ಮದಂತೇ ಆ ಹಸಿರು ಪುಗ್ಗೆ ಇವರ ಪೃಷ್ಠಕ್ಕೆ ಅಂಟಿಕೊಂಡೇ ಇವರು ಹೋದತ್ತೆಲ್ಲಾ ನೇತಾಡಿಕೊಂಡೇ ಹಿಂಬಾಲಿಸುತ್ತಿತ್ತು. ಅದರತ್ತ ಬೆರಳು ಮಾಡಿದ ಚಂದ್ರಶೇಖರ 'ಬಿಡಾದು ನೀವು, ನಮಗ್ಯಾಕೆ ವದೀತೀರಾ' ಅಂತಂದ. ಒಮ್ಮೆಲೇ ತಮ್ಮ ಅಸ್ತಿಪಂಜರದ ಎಲ್ಲಾ ಕೀಲುಗಳನ್ನೂ ಯಾರೋ ಎಳೆದು ತೆಗೆದಂತಾಯ್ತು ಹುರಗಡಲೀ ಮೇಷ್ಟ್ರಿಗೆ. ತಮ್ಮ ಪೃಷ್ಠಕ್ಕಂಟಿದ ಹಸಿರು ಪುಗ್ಗೆಯನ್ನು ನೇತಾಡಿಸಿಕೊಳ್ಳುತ್ತಲೇ, ದುಡದುಡನೇ ಬಾಗಿಲಿನ ಕಡೆ ಓಡಿದರು. ಹುಡುಗರ ಅಬ್ಬರದ ನಗೆ ಅವರನ್ನೇ ಅಟ್ಟಸಿಕೊಂಡು ಹೋಯಿತು. ಬಾಗಿಲನ್ನು ದಾಟುತ್ತಲೇ, ಇಷ್ಟೆಲ್ಲಾ ಅವಘಡಕ್ಕೆ ಕಾರಣವಾಗಿದ್ದ ಆ ಹಸಿರು ಪುಗ್ಗೆ ಗಾಳಿಯಲ್ಲಿ ಲೀನವಾಯಿತು.

ಅಂದು ಇಡೀ ದಿನ ಹುರಗಡಲೀ ಮೇಷ್ಟ್ರು ಪಾಠ ಮಾಡಿದ ತರಗತಿಗಳಲ್ಲೆಲ್ಲಾ ಹಸಿರು ಪುಗ್ಗೆ ಅವರ ಪೃಷ್ಠಕ್ಕಂಟಿಕೊಂಡೇ ಇದ್ದು ಹುಡುಗರ ನಗೆಯಬ್ಬರದಲ್ಲಿ ಪಾಠ ಮಾಡುವುದೇ ಕಠಿಣವಾಯಿತು. ಗ್ರಹಚಾರಕ್ಕೆ ಅಂದೇ ಸಂಜೆ ಹೆಡ್‌ಮಾಸ್ತರರ ರೂಮಿನಲ್ಲಿ ನಡೆದ ಮೂರು ಗಂಟೆಗಳ ಸ್ಟಾಫ್‌ಮೀಟಿಂಗ್‌ನಲ್ಲಿ, ಗಳಿಗೆಗೊಮ್ಮೆ ಪ್ರಹರಿಸುತ್ತಿದ್ದ ವಾಸನೆಯ ಘಾಟಿನ ಹೊಡೆತ ತಾಳಲಾರದೇ, ಥಟ್ಟನೇ ಕೋಣೆಯಲ್ಲಿ ಕಟ್ಟಿಕೊಳ್ಳುತ್ತಿದ್ದ ಹಸಿರು ಮೋಡದಿಂದಾಗಿ ಒಬ್ಬರನ್ನೊಬ್ಬರು ನೋಡಲೂ ಆಗದೇ, ಕೊನೆಗೆ ಹೆಡ್‌ಮಾಸ್ತರೇ ಬಾಯಿಬಿಟ್ಟು 'ರೀ ಮಾರುತೀರಾವ್, ಇದೇನ್ರೀ ಅಸಹ್ಯ...' ಎಂದು ಮೀಟಿಂಗ್ ಅನ್ನು ಬಿಟ್ಟು ನಡೆದೇಬಿಟ್ಟರು. ಮುಗಿದದ್ದೇ ಸಾಕೆಂದು ಬಾಯಿಗೆ ಸೆರಗನ್ನೋ, ಕರ್ಚೀಫನ್ನೋ, ಏನೂ ಇರದಿದ್ದಲ್ಲಿ ಅಂಗಿಯ ತುದಿಯನ್ನೋ ತುಂಬಿಕೊಳ್ಳುತ್ತಾ, ವಾಕರಿಸುತ್ತಾ, ಉಮ್ಮಳಿಸುತ್ತಾ ಇಡೀ ಸ್ಟಾಫ್ ಕೂಡಾ ಅವರ ಹಿಂದೇ ಬಾತ್‌ರೂಮಿನ ಕಡೆಗೋ, ಕಾಂಪೌಂಡಿನ ಕಡೆಗೋ, ಬಯಲಿನ ಕಡೆಗೋ ಓಡಿದ್ದರಿಂದ ಮೀಟಿಂಗ್ ಹಠಾತ್ತಾಗಿ ಬರಖಾಸ್ತಾಯಿತು. ಕೊನೆಗೆ ಇಂಗ್ಲಿಷ್

ಟೀಚರ್ ಶಾಸ್ತ್ರಿ 'ಇಷ್ಟು ವರ್ಷ ಥೇಟ್ ನರಕ್ಕಾನ್ನೇ ತೋರಿಸ್ತಿದ್ಯಲ್ಲಲೇ, ಜನಾನ್ನ ಓಡುಸ್ಬೇಕಂದ್ರೆ ನಿನ್ನ ಕಳಿಸಿದ್ರಾತು ನೋಡು. ತಥ್ ನಿನ್ನ' ಅಂದು ಹೋದದ್ದು ಇವರಿಗೆ ಪಿಚ್ಚೆನಿಸಿತು. ಮೀಟಿಂಗ್ ಮುಗಿಯುವ ಹೊತ್ತಿಗೆ ಹಾಡೊಂದು ತಯಾರಾಗಿ ಹುಡುಗರ ನಾಲಗೆಯ ಮೇಲೆ ನಲಿದಾಡುತ್ತಿತ್ತು. 'ಹುರಗಡಲೀ ಮೇಷ್ಟ್ರು, ಹಳದಿ ಕಡಲೀ ತಿಂದ, ಹಸಿರು ಹೂಂಸು ಬಿಟ್ಟ'. ಸಂಜೆಯ ಹೊತ್ತಿಗೆ ಅವಮಾನದಿಂದ ಬೆಂದು ಹೋದ ಹುರಗಡಲೀ ಮೇಷ್ಟ್ರು ತಮ್ಮ ಕೆಲಸಕ್ಕೆ ರಾಜೀನಾಮೆಯನ್ನು ಕೊಡಲೇಬೇಕಾಗಿ ಬಂತು.

ಅನಾಹುತ ಎರಡು

ಅಡುಗೆ ಮನೆಯ ತಮ್ಮೆಲ್ಲಾ ಕೆಲಸಗಳನ್ನು ಮುಗಿಸಿ, ಪಾತ್ರೆಗಳನ್ನು ಹಿತ್ತಲಲ್ಲಿ ಒಟ್ಟಿ, ಕೈಯ್ಯಲ್ಲಿ ಏಲಕ್ಕಿ, ಲವಂಗ, ಎಲೆ, ಅಡಿಕೆ ಇತ್ಯಾದಿಗಳನ್ನು ತುಂಬಿದ್ದ ತಟ್ಟೆಯನ್ನು ಹಿಡಿದು ಜಗಲಿಗೆ ಬಂದಾಗ ಎಂದಿನಂತೆ ಬೀಸಣಿಗೆಯನ್ನು ಬೀಸಿಕೊಂಡಿರಬೇಕಿದ್ದ ತಮ್ಮ ಪತಿದೇವರನ್ನು ಕಾಣದೇ ಕಂಗಾಲಾದರು. 'ಯಲ್ಲದೀರೀ' ಎಂದು ನಳನನ್ನು ಹುಡುಕಿದ ದಮಯಂತಿಯಂತೆ ಕೂಗುತ್ತಾ ಮತ್ತೆ ಮನೆಯೊಳಗೆ ಹೊಕ್ಕರು. ಶಯ್ಯಾಗಾರವನ್ನು ಹೊಕ್ಕ ಅವರಿಗೆ ಕಂಡಿದ್ದು, ಕೈಯ್ಯಲ್ಲಿದ್ದ ಬೀಸಣಿಗೆಯನ್ನು ಬೀಸಿಕೊಳ್ಳುವುದನ್ನೂ ಮರೆತು, ತಾರಸಿ ನೋಡುತ್ತಾ ಅಂಗತ್ತ ಮಲಗಿದ್ದ ತಮ್ಮ ಪತಿದೇವರು. ಇನ್ನೂ ಶಯ್ಯಾಗಾರದಲ್ಲಿದ್ದ ಗಾಳಿಗೆ ಲಕ್ವ ಹೊಡೆದಿರಲಿಲ್ಲವಾಗಿ ಸರಾಗವಾಗಿ ಉಸಿರಾಡಬಹುದಾಗಿತ್ತು. ಯಾಕೋ ಅಂಬುಜಾಬಾಯಿಯ ಪತ್ನಿಕರುಳು ಚುರ್ರೆಂದಿತು. ರಾತ್ರಿಯ ಊಟದ ಸಮಯದಲ್ಲೇ, ಯಾವಾಗ ಒಂದೇ ಸೌಟು ಸಾರಿಗೆ ತಟ್ಟೆಯ ಮೇಲೆ ಕೈಯ್ಯನ್ನು ಅಡ್ಡ ತಂದು, ತಮ್ಮ ಪತಿ ಸಾಕು ಸಾಕು ಅಂದರೋ ಎಂದಿನಂತಿಲ್ಲ ತಮ್ಮ ಪತಿ ದೇವರು ಎಂದುಕೊಂಡರು ಅಂಬುಜಾಬಾಯಿ. ನಿತ್ಯರೂಢಿಯ ಕೆನೆಮೊಸರನ್ನವನ್ನೂ ಬಿಟ್ಟು, ನೆಲಕ್ಕೆ ಕೈ ಒತ್ತಿ ಎದ್ದೇಬಿಟ್ಟಾಗ ತಮ್ಮ ಪತಿದೇವರಿಗೆ ಏನೋ ಆಗಿರುವುದು ಖಂಡಿತವಾಗೇಬಿಟ್ಟಿತ್ತು ಅವರಿಗೆ. 'ಯೇನಾತರೀ' ಎಂದೆನ್ನುತ್ತಾ ಪತಿದೇವರ ಪಕ್ಕ, ಹಾಸಿಗೆಯ ಮೇಲೆ ಕುಳಿತರು. ಹುರಗಡಲೀ ಮೇಷ್ಟ್ರಿಗೆ ತಮ್ಮ ಪತ್ನಿ ಕುಳಿತದ್ದೂ, ಅವರು ಮಾತನಾಡಿದ್ದೂ ಗಮನಕ್ಕೆ ಬರಲೇಯಿಲ್ಲ. ಅವರ ಪತ್ನಿ ತಮ್ಮ ಪತಿದೇವರ ಮುಖವನ್ನೇ ಸೂಕ್ಷ್ಮವಾಗಿ ನೋಡಿದ್ದಲ್ಲಿ, ತಮ್ಮ ಪತಿದೇವರ ಕಣ್ಣುಗಳಲ್ಲಿ ನೀರು ಮಡುಗಟ್ಟಿಕೊಂಡಿದ್ದು

ಕಾಣುತ್ತಿತ್ತೋ ಏನೋ. ಮಂಚದ ಮೇಲೆ ಕುಳಿತು, ತಮ್ಮ ಪತಿದೇವರ ತಲೆಯನ್ನು ತಮ್ಮ ತೊಡೆಯ ಮೇಲಿಟ್ಟುಕೊಂಡು, ವನವಾಸದಲ್ಲಿ ಶ್ರೀರಾಮನ ತಲೆಯನ್ನು ತನ್ನ ತೊಡೆಯ ಮೇಲೆ ತಂದುಕೊಂಡು ಆ ಮಹಾಮಹಿಮನನ್ನು ಸಂತೈಸಿದ ಸೀತಾಮಾತೆಯಂತೆ ನೇವರಿಸತೊಡಗಿದರು.

'ಯಾಕ್ರೀ, ಯೇನಾಗತಾಯಿದೇ, ಹಿಂಗಾಗ್ತಾಯಿದೇ ಅಂತನ್ನದೇಯಿದ್ರೆ ನಾ ಆದರೂ ಯೇನು ಮಾಡಲಿ, ನಂಗಾದರೂ ಹೇಳಬಾರದೇ' ಎಂದೆಲ್ಲಾ ಸಂತೈಸಿದರು. ದಂಪತಿಗಳ ನಡುವಿನ ಇಂತಹ ಸುಂದರ ಕ್ಷಣದಲ್ಲೇ, ಆ ಸುಡುಗಾಡು ವಾಯುದೇವರು ಹೊಟ್ಟೆಯಲ್ಲಿ ಹೆಪ್ಪುಗಟ್ಟಿಕೊಳ್ಳಬೇಕೇ? ಸರಕ್ಕನೆ ಎದ್ದು ಕುಳಿತು, ಹೊದಿಕೆಯನ್ನು ಕುತ್ತಿಗೆಯ ತನಕ ಎಳೆದುಕೊಂಡು ಮಲಗಿಬಿಟ್ಟರು. ಮಲಗಿದ ಅರೆಕ್ಷಣದಲ್ಲೇ ಹೊಟ್ಟೆಯಲ್ಲಿ ಜಾಲಿಮುಳ್ಳಿನ ಗಂಟೊಂದನ್ನು ದರದರನೆ ಎಳೆದಂತಾಯ್ತು. ಉಸಿರು ಬಿಗಿಹಿಡಿದು, ಮುಖ ಕಿವಿಚಿ ಮುಕ್ಕರಿದರು. ಇದ್ದಕ್ಕಿದ್ದಂತೇ ತಮ್ಮ ಪತಿದೇವರ ಮುಖ ಕಪ್ಪಿಟ್ಟಿದ್ದನ್ನು ಕಂಡ ಅಂಬುಜಮ್ಮ ಕಂಗಾಲಾದರು. ಪಕ್ಕದ ಶೇಷಗಿರಿರಾಯರ ಮನೆ ಗೇಟನ್ನು ತೆರೆದ ಸದ್ದು ತಮ್ಮ ಶಯ್ಯಾಗಾರದಲ್ಲೇ ಎಲ್ಲಿಂದಲೋ ಕೇಳಿದಂತಾಗಿ ಗಲಿಬಿಲಿಗೊಂಡರು. ಹೊದಿಕೆಯನ್ನು ಗಟ್ಟಿಯಾಗಿ ತಮ್ಮ ಸುತ್ತ ಸುತ್ತಿಕೊಳ್ಳುತ್ತಿದ್ದ ತಮ್ಮ ಪತಿದೇವರನ್ನು ಕಂಡು ಕಳವಳಗೊಂಡರು. ಹೀಗಿರುವಂತಹ ಸಮಯದಲ್ಲೇ ಹೊದಿಕೆಯ ಬಿಗಿತವನ್ನು ತಪ್ಪಿಸಿಕೊಂಡು ಹಸಿರುಬಣ್ಣದ ಪುಗ್ಗೆಯೊಂದು ಹೊರಗಿಣುಕಿತು.

ಅಂಬುಜಮ್ಮ ತಮ್ಮ ಪತಿಯ ಸೇವೆಗೈಯ್ಯುತ್ತಿದ್ದ ಗಾಳಿಯಾಡದ ಆ ಪುಟ್ಟ ಶಯ್ಯಾಗಾರದಲ್ಲಿ ಅನಿರ್ವಚನೀಯ ನಾತವೊಂದು ಅಡರತೊಡಗಿತು. ಒಮ್ಮೆಲೇ ಕಣ್ಣಿಗೆಬಿದ್ದ ತೆಂಗಿನಕಾಯಿ ಗಾತ್ರದ ಹಸಿರು ಬಣ್ಣದ ಪುಗ್ಗೆಯಿಂದ ಗಾಬರಿಗೊಂಡರು. ಅವರ ಕಣ್ಣೆದುರಿನಲ್ಲೇ ಆ ಪುಗ್ಗೆ ಗಾತ್ರ ಪಡೆದುಕೊಳ್ಳುತ್ತಾ ಹೋದಂತೆ, ಅಡರಿದ ನಾತ ಕೂಡಾ ಗಾಢವಾಗತೊಡಗಿತು. ಪತಿದೇವರ ಮುಖ ನೋಡಿದರು. ತಮ್ಮ ಶರೀರದ ಗಾಳಿಯ ಪ್ರತಿ ಕಣವನ್ನೂ ತೆಗೆದೊಗೆದಂತಾಗಿದ್ದ ಹುರಗಡಲೀ ಮೇಷ್ಟ್ರು ಅಸಹಾಯಕತೆಯಿಂದ ತಮ್ಮ ಹೆಂಡತಿಯ ಮುಖವನ್ನು ಮರುದಿಟ್ಟಿಸಿದರು. ತಮ್ಮ ಹೆಂಡತಿ ತಾವು ಹೊದ್ದಿದ್ದ ಹೊದಿಕೆಯನ್ನು ರಭಸದಿಂದ ಕಿತ್ತೆಸೆದಾಗಲೂ ಅವರಿಂದ ಯಾವುದೇ ಪ್ರತಿಕ್ರಿಯೆ ಬರಲಿಲ್ಲ. ಆದರೆ ಇಡೀ ಶಯ್ಯಾಗಾರವನ್ನು ಆ ಹಸಿರು ಪುಗ್ಗೆ

ರಪ್ಪೆಂದು ಕವಿಯಿತು. ತಮ್ಮ ಕರುಳಿನ ಕುತ್ತಿಗೆ ಹಿಸುಕಿದಂತಾಗಿ, ಹೊಟ್ಟೆಯೊಳಗೊಂದು ಜ್ವಾಲಾಮುಖಿ ಬಾಯಿಬಿಟ್ಟಂತಾಗಿ, ಉಮ್ಮಳಿಕೆ ಬಂದು, ಬಾಯಿಗೆ ಸೆರಗನ್ನು ತುಂಬಿಕೊಳ್ಳುತ್ತಾ, ಶಯ್ಯಾಗಾರದಿಂದ ಓಡಿದರು. ಅರೆ ನಿಮಿಷದಲ್ಲಿ ಆಕೆ ಓಕರಿಸುತ್ತಿದ್ದ ಸದ್ದು ಹುರಗಡಲೀ ಮೇಷ್ಟ್ರ ಕಿವಿಗೆ ಬಿತ್ತು. ಅಸಹಾಯಕತೆಯಿಂದ, ಅವಮಾನದಿಂದ, ತಮ್ಮ ಇಷ್ಟು ವರ್ಷಗಳ ಗುಟ್ಟು ಈಗ ಹೊರಬಿದ್ದ ಈ ಪರಿಯಿಂದ ಖಿನ್ನರಾಗಿ, ತಮ್ಮ ಮೇಲೇ ಉಂಟಾದ ಅಸಾಧ್ಯ ಕೋಪದಿಂದ ಅವರ ಕಣ್ಣುಗಳಿಂದ ಹನಿಯಿಕ್ಕತೊಡಗಿತು. ಯಾಕೋ ತಡೆಯಲಾಗಲಿಲ್ಲ, ಅಳುವೇ ಬಂದುಬಿಟ್ಟಿತು. ಬಿಕ್ಕಿಬಿಕ್ಕಿ ಅಳತೊಡಗಿದರು. ಇವರ ಮೇಲೆ ಕರುಣೆ ತೋರುವಂತೆ ಹಸಿರು ಬಣ್ಣದ ಪುಗ್ಗೆ ಮೆಲ್ಲಗೆ ಗಾಳಿಯಲ್ಲಿ ಕರಗಿಹೋಯಿತು. ಹಾಗೆ ಅಂದು ಬಾಯಿಗೆ ಸೆರಗನ್ನೊತ್ತಿ, ಓಕರಿಸುತ್ತಾ ಹೊರಬಿದ್ದ ಅಂಬುಜಮ್ಮ ಮತ್ತೆಂದೂ ತಮ್ಮ ಪತಿದೇವರ ಶಯ್ಯಾಗಾರವನ್ನು ಪ್ರವೇಶಿಸಲಿಲ್ಲ.

ನೋಟೀಸು

ಸಾಂಗ್ಲಿಯ ಖಾನಾಪುರ ತಾಲ್ಲೂಕು ಲೇಂಗ್ರೇ ಶಹರದ ವಿಟ್ಠಲ್‌ಗಲ್ಲಿಯ ಕಮಲಕುಂಜ ರಹವಾಸಿಯಾದ ರಾಘೋಬಾ ಅವರ ಪುತ್ರಿಯಾದ ಅಂಬುಜಮ್ಮ ಹೆಸರಿನ ನಾನು ದಾವಣಗೆರೆ ಶಹರದ ವಿನೋಬಾನಗರದ ಹದಿನಾರನೇ ಬೀದಿಯ 203ನೇ ನಂಬರಿನ ರಹವಾಸಿಯಾದ ಮಾರುತಿರಾವ್ ತುಕಾರಾಮ್ ಗಾಢವೇ ಉರುಫ್ ಹುರಗಡಲೀ ಮೇಷ್ಟರಿಗೆ ಈ ಮೂಲಕ ಕೊಡುವ ನೋಟೀಸು ಏನೆಂದರೆ ನಾನು ನಿಮ್ಮ ವಿವಾಹಿತ ಧರ್ಮಪತ್ನಿಯಿದ್ದು ನಿಮ್ಮೊಂದಿಗೆ ಬಾಳಿದ ಬತ್ತೀಸ ವರ್ಷಗಳೂ ನೀವು ನನಗೆ ನರಕಯಾತನೆ ಕೊಟ್ಟು, ನಿಮ್ಮ ಕರ್ಮಕ್ಕೆ ನನ್ನನ್ನು ಹೊಣೆಯಾಗಿಸಿ ನಾನು ಮಾನಸಿಕವಾಗಿ ನರಳುವಂತೆ ಮಾಡಿದ್ದು, ನಿಮ್ಮ ಗುಟ್ಟು ಹೊರಬಿದ್ದ ಮೇಲೆ ನಿಮ್ಮೊಂದಿಗೆ ಆ ನಿಮ್ಮ ಕರ್ಮದಲ್ಲಿ ಭಾಗಿಯಾಗಲು ನನಗೆ ಮನಸ್ಸಿಲ್ಲದೇ, ನಿಮ್ಮಿಂದ ದೂರವಾಗುತ್ತಿದ್ದೇನೆ. ಇನ್ನು ಮುಂದೆ ನನಗೆ ನಿಮಗೆ ಯಾವುದೇ ರೀತಿ ಸಂಬಂಧ ಯಿರುವುದಿಲ್ಲ ಮತ್ತು ನಿಮ್ಮ ಯಾವುದೇ ಲಾಭ ಮತ್ತು ನುಕ್ಸಾನುಗಳಿಗೆ ಬಾಧ್ಯಸ್ಥಳು ಯಿರುವುದಿಲ್ಲ ಅಂತ ಕೊಟ್ಟ ಸೋಡಚೀಟಿ. ಈ ಹೆ ಗು ಅಂಬುಜಮ್ಮನವರದ್ದೇ ಇರುತ್ತದೆ. ಸಹಿ ಸಂ ಪಂ ಢೇಕಣೆ, ವಕೀಲರು, ಸಾಂಗ್ಲಿ. 14ನೇ ತಾರೀಖು ಮಾರ್ಚಿ, ಸನ್ 1982.

ಮುಕ್ತಾಯ

ಒಂದೆರಡು ದಿನ ಹುರಗಡಲೀ ಮೇಷ್ಟ್ರ ಮನೆ ಬಾಗಿಲು ಮುಚ್ಚಿದ್ದು ಕಂಡು ಜನಕ್ಕೆ ಅಂಥಾ ಕಾಳಜಿಯಾಗಲಿಲ್ಲ. ಹೆಂಡತಿ ತಮ್ಮನ್ನು ತೊರೆದು ಹೋದ ಮೇಲೆ ಮನಸ್ವಾಸ್ಥ್ಯ ಕೆಟ್ಟವರಂತೆ ಆಡುತ್ತಿದ್ದರು. ನಾಲ್ಕನೇ ದಿನವೂ ಬಾಗಿಲು ತೆರೆಯದೇ, ಐದನೇ ದಿನ ಕೆಟ್ಟ ವಾಸನೆಯೊಂದು ಇಡೀ ವಾತಾವರಣಕ್ಕೆ ಅಡರಿದಂತಾಗಿ ಜನ ಮಾತಾಡತೊಡಗಿದರು. 'ಯೇನೋ ಯೀ ಮಾರಾಯ ನಮ್ಮನ್ನೆಲ್ಲಾ ಊರು ಬಿಟ್ಟು ವೋಡಿಸೋಹಂಗ್ಮಾಕ್ಣಂತ್ತಲ್ಲ. ಮನೇ ತುಂಬಾ ಹೂಸು ತುಂಬಿಸಿ ಒಮ್ಮೇಟಿಗೆ ಬಾಗಿಲು ತೆಗೆದುಬಿಟ್ಬಾಂದ್ರೆ ನೋಡು, ಪಾಲಿಪೈಬರ್ಸ್ ಅಪ್ಪನಂತಾ ನಾತ ಗ್ಯಾರಂಟಿ. ಹೋದುಗೀದಾನೇನು ನೋಡ್ರೋ. ಮತ್ತೆ ಹಂಗೇ ಬಾತ್‌ಗೀತ್‌ಕೊಂಡು ಕೊಳೆತಾ ಅಂದ್ರೆ ನಮುಕ್ಕೇಡು. ಹೊರಾದು ಯಾರು, ಹೂಂಣಾದು ಯಾರು ಮತ್ತೆ.' ವಾಸನೆ ದಟ್ಟವಾದಂತೆಲ್ಲಾ ಅನುಮಾನವೂ ದಟ್ಟವಾಗಿ, ಕೊನೆಗೊಮ್ಮೆ ಬಾಗಿಲು ಒಡೆದು ಒಳಬಂದಲ್ಲಿ, ಜನಕ್ಕೆ ಕಾದಿದ್ದು ದಟ್ಟ ಹಸುರಿನ ಮೋಡ, ಮನುಷ್ಯನ ಜೀವವನ್ನೇ ಕರಗಿಸಿಬಿಡಬಲ್ಲ ಭಯಾನಕವಾದ ವಾಸನೆ, ಒಂದಕ್ಕೆರಡಾಗಿ ಊದಿಕೊಂಡು, ನೆಲದ ಮೇಲೆ ಒರಗಿದ್ದಂತೇ ಎಂದೋ ಇಹದ ವ್ಯಾಪಾರ ಮುಗಿಸಿದ್ದ ಮಾರುತಿರಾವ್ ತುಕಾರಾಮ್ ಗಾಢವೇ ಅಲಿಯಾಸ್ ಹುರಗಡಲೀ ಮೇಷ್ಟ್ರು, ಅವರ ಪಕ್ಕದಲ್ಲಿ ಒಂದು ಖಾಲಿ ಟಿಕ್‌ಟೊಂಟಿ ಶೀಷೆ ಮತ್ತು ಒಂದು ಚೀಟಿ. 'ಕರ್ಮಣ್ಯೇವಾಧಿಕಾರಸ್ತೇ ಮಾ ಫಲೇಷು ಕದಾಚನ. ನಾನು ಮಾಡಿದ ಕರ್ಮದ ಫಲವನ್ನು ನಾನೇ ಅನುಭವಿಸುತ್ತಿದ್ದೇನೆ.'

ಜನ ಈ ಚೀಟಿಯನ್ನು ಓದುತ್ತಿದ್ದಂತೇ ಇದನ್ನು ಕೇಳಿಸಿಕೊಂಡ ಭಗವಂತ ಮುಗುಳ್ನಕ್ಕ. ○

ಗಿರಿಜಾ ಕಲ್ಯಾಣ

ಕರಾರುವಾಕ್ಕಾಗಿ ಸಾಯಂಕಾಲ ಆರಕ್ಕೆ ಜವಾನ ಶಿವನಂಜ ತನ್ನ ಹಲವು ವರ್ಷಗಳ ವಾಡಿಕೆಯಂತೆ 'ಸಾರ್ ಬಾಗ್ಲಾಕ್ಬೇಕು' ಅಂದಾಗ, ಕಳೆದ ಹದಿನೇಳು ವರ್ಷಗಳಿಂದ ದಿನಂಪ್ರತಿ ಅನಿಸಿದಂತೆ ಇವತ್ತೂ 'ತಥ್' ಅನಿಸಿತು ಗೋಪಾಲರಾಯರಿಗೆ. ಕುಳಿತಿದ್ದ ಕುರ್ಚಿಯಿಂದ ತಮ್ಮ ಆಸನವನ್ನು ಬಲವಂತವಾಗಿ ಕಿತ್ತೆತ್ತಿಕೊಂಡು, ಹೆಜ್ಜೆಯ ಮೇಲೊಂದು ಹೆಜ್ಜೆಯನ್ನಿಕ್ಕುತ, ಮನೆಗೆ ಕೊಂಡೊಯ್ಯಬೇಕಾಗಿದ್ದ ಪುಸ್ತಕಗಳನ್ನು ಎದೆಗೆ ಅವಚಿ ಹಿಡಿದು ಸ್ಟಾಫ್‌ರೂಮಿನಿಂದ ಹೊರಬಿದ್ದರು. ಹಿಂದೆಯೇ ಶಿವನಂಜ ಬಾಗಿಲೆಳೆದು ಬೀಗ ಹಾಕುತ್ತಿದ್ದ ಸದ್ದು ಬೆನ್ನಿಗೆ ಬಡಿಯಿತು. ಮನೆ ಪೂರ್ವದಿಕ್ಕಿಗಿದ್ದಲ್ಲಿ, ಕಳೆದ ಹದಿನೇಳು ವರ್ಷಗಳ ದೈನಂದಿನ ವಾಡಿಕೆಯಂತೆ ಇಂದೂ ಪಶ್ಚಿಮ ದಿಕ್ಕಿಗೆ ಹೆಜ್ಜೆ ಹಾಕುತ್ತಾ...

ಊರಾಚೆಯ ಹೊಸ ಟ್ಯಾಂಕ್ ಪಾರ್ಕಿನಲ್ಲಿ ತಮ್ಮ ಎಂದಿನ ಮೂಲೆಯ ಬೆಂಚಿನ ಮೇಲೆ ಕುಳಿತು ಅತ್ತಿತ್ತ ನೋಡಿ, ಸುತ್ತ ಯಾರೂ ಇಲ್ಲದ್ದು ಖಾತ್ರಿ ಮಾಡಿಕೊಂಡು, ಕತ್ತೆಕಾಗದದಲ್ಲಿ ಅಚ್ಚೊತ್ತಿದ್ದ ಷೋಡಶಿಯನ್ನು ಹೊರತೆಗೆದರು. ಇಪ್ಪತ್ತೈದು ಪುಟಗಳ ಪುಸ್ತಕ ಅದು. ಹೊರಹೊದಿಕೆಯ ಮೇಲಿದ್ದ ಮಡಕೆ ಗಾತ್ರದ ಮೊಲೆಗಳನ್ನು ಗಾಳಿಗೆ ಹರವಿಟ್ಟು, ಅದಕ್ಕಿಂತಲೂ ಎರಡರಷ್ಟು ದಪ್ಪದ ತೊಡೆಗಳನ್ನು ಬಿಳಿ ಚಡ್ಡಿಯಿಂದ ಮುಚ್ಚಿ, ಕೂದಲನ್ನು ಹೆಗಲ ಮೇಲೆ ಇಳಿಸಿ, ಎರಡೂ ಕೈಗಳನ್ನು ತಲೆಯ ಹಿಂದೆ ಕಟ್ಟಿ, ನಾಲಗೆಯನ್ನು ಹೊರಚಾಚಿ ಆಹ್ವಾನಿಸುತ್ತಿದ್ದ ಫಾರಿನ್

ಷೋಡಶಿಯನ್ನು ನೋಡುತ್ತಲೇ ಬೆವೆತರು. ಕಾಗದದ ಮೇಲೆ ಕಪ್ಪುಬಿಳುಪಿನಲ್ಲೇ ಕಾಣಲಿಕ್ಕೆ ಹೀಗೆ, ಇನ್ನು ಕೈಗೆ ಸಿಕ್ಕಿದರೇ...ಶರೀರದ ಎಲ್ಲಾ ಸಂದುಗಳಲ್ಲೂ ಚುಳ್ಳೆಂದು ನಲವತ್ತಮೂರರ ಈ ವಯಸ್ಸಿನಲ್ಲೂ ಬೆವರೊಡೆಯಿತು. ಈಗಾಗಲೇ ಮುಸ್ಸಂಜೆಯಾಗಿದೆ. ಕತ್ತಲಾಗುವುದರಲ್ಲಿ ಓದಿ ಮುಗಿಸಬೇಕು. ಆಗಾಗ್ಗೆ ಕುಳಿತ ಭಂಗಿಯನ್ನು ಬದಲಾಯಿಸುತ್ತಾ, ಎರಡು ನಿಮಿಷಗಳಿಗೊಮ್ಮೆ ಅತ್ತಿತ್ತ ನೋಡಿ ಯಾರೂ ಇಲ್ಲದ್ದನ್ನು ಖಾತ್ರಿ ಮಾಡಿಕೊಳ್ಳುತ್ತಾ, ಪುಸ್ತಕದಲ್ಲಿ ಅಂಗಾಂಗಗಳ ಬೆತ್ತಲೆ ವಿವರಗಳು ಬಂದಾಗಲೆಲ್ಲಾ ನವಿರಾಗಿ ನಡುಗುತ್ತಾ, ನಿಟ್ಟುಸಿರಿಡುತ್ತಾ ಓದನ್ನು ಮುಂದುವರೆಸಿ, ಕೊನೆಯ ಪುಟ ಮುಗಿಸಿ ಪುಸ್ತಕ ಮುಚ್ಚಿದೊಡನೆಯೇ ಗೋಚರವಾಗುವಂತೆ ನಡುಗಿದರು. ಬೆಂಚಿನಿಂದ ಇಳಿದು ಹುಲ್ಲಿನ ಹಾಸಿನ ಮೇಲೆ ಬೋರಲು ಮಲಗಿ ಪಕ್ಕದ ಹುಲ್ಲನ್ನು ನೇವರಿಸಿದರು. ನಿಟ್ಟುಸಿರಿಟ್ಟರು. ಆ ಉಸಿರಿನ ಭಾರಕ್ಕೆ ಎಂದಿನಂತೆ ಹುಲ್ಲು ನಲುಗಿತು. ದೂರದಲ್ಲೆಲ್ಲೋ ಸಿರಾಜ ಕೋಲು ಕುಟ್ಟುತ್ತಾ ಇತ್ತಲೇ ಬರುತ್ತಿರುವ ಅರಿವಾಯಿತು. ಎದ್ದು ಕೂತರು. ಕತ್ತಲಾಗಿತ್ತು. ಉತ್ತರದಿಕ್ಕಿಗೆ, ಬಸಣ್ಣನ ಸೆಕೆಂಡ್‌ಹ್ಯಾಂಡ್ ಪುಸ್ತಕದ ಅಂಗಡಿಯ ಕಡೆಗೆ ನಡೆಯುತ್ತ...

ಮಂಡೀಪೇಟೆಯ ಎರಡು ರಸ್ತೆಗಳು ಕೂಡುವಲ್ಲಿ, ರೈಲ್ವೇ ಹಳಿಗಳ ಪಕ್ಕ, ಚರಂಡಿಯೊಂದರ ಮೇಲೆ ಸಾಲಾಗಿ ಜೋಡಿಸಿಟ್ಟ ಚಪ್ಪಡಿಕಲ್ಲುಗಳ ಮೇಲಿನ ಬಸವರಾಜ್ ಬಿ. ಎ ಅವರ ಸೆಕೆಂಡ್‌ಹ್ಯಾಂಡ್ ಪುಸ್ತಕಗಳ ಡಬ್ಬಿ ಅಂಗಡಿಯ ಬಳಿ ಗೋಪಾಲರಾಯರು ಬಂದಾಗ ಸುಮಾರು ಏಳೂಕಾಲಾಗಿತ್ತು. ಸಾಮಾನ್ಯವಾಗಿ ಇಂತಹ ಹೊತ್ತಿನಲ್ಲಿ ಗಿರಾಕಿಗಳು ಇರುವುದಿಲ್ಲ. ಅಲ್ಲದೇ, ತಾವು ಬಂದು ಹೋಗುವ ತನಕ ಬಸಣ್ಣನೂ ತನ್ನ ಅಂಗಡಿಯನ್ನು ಮುಚ್ಚುವುದಿಲ್ಲವೆಂದು ಅವರಿಗೆ ಗೊತ್ತಿದೆ. ಖಾಸಾ ಗಿರಾಕಿಗಳಲ್ಲಿ ಒಬ್ಬರು ತಾವಲ್ಲವೇ. ಇಂದು ಅಂಗಡಿಯ ಬಳಿ ಇನ್ನೂ ಒಂದಿಬ್ಬರು ಗಿರಾಕಿಗಳು ಇದ್ದದ್ದರಿಂದ ಅಂಗಡಿಯಿಂದ ಕೊಂಚ ದೂರ, ಆದರೆ ಬಸಣ್ಣನ ಕಣ್ಣಳತೆಯಲ್ಲೇ, ಒಂದು ಕಂಭಕ್ಕೆ ಒರಗಿ ನಿಂತರು. ಒಂದೈದು ನಿಮಿಷ. ಬಸಣ್ಣ ಯಾವುದಕ್ಕೋ ಇತ್ತ ಕಣ್ಣುಹಾಯಿಸಿದ್ದಕ್ಕೆ, ನಿರಂತರ ಹರಿಯುತ್ತಿರುವ ಚರಂಡಿಯನ್ನು ವೈತರಣಿಯೇ ಎನ್ನುವಂತೆ, ಅದು ಸೂಸುತ್ತಿದ್ದ ವಾಸನೆ ಸೌಗಂಧಿಕಾ ಪರಿಮಳವೇ ಎನ್ನುವಂತೆ ಆಘ್ರಾಣಿಸುತ್ತಾ ಕಂಭಕ್ಕೊರಗಿ ಜಗತ್ತಿನ ಯಾವುದೇ ಚಿಂತೆಯಲ್ಲದೇ, ಮೈಯೆಲ್ಲವನ್ನೂ ಕಣ್ಣಾಗಿಸಿಕೊಂಡು ಇತ್ತಲೇ

ನೋಡುತ್ತಾ ಕಾಯುತ್ತಾ ನಿಂತಿದ್ದ ಗೋಪಾಲರಾಯರು ಕಂಡರು. ಲಗುಬಗೆಯಿಂದ ಕ್ಯಾಶ್‌ಬಾಕ್ಸ್ ಹಿಂದೆ ಗದುಮಿಟ್ಟಿದ್ದ ಪುಸ್ತಕದ ಸಾಲಿನಿಂದ ಒಂದು ಪುಸ್ತಕವನ್ನು ಹಿರಿದು ಇವರತ್ತ ಹೊರಟ. ಇವನನ್ನು ಕಂಡಕೂಡಲೇ ಗೋಪಾಲರಾಯರು ಕಂಭ ಬಿಟ್ಟು ನೆಟ್ಟಗೆ, ಅಂಗುಷ್ಟದಿಂದ ನೆತ್ತಿಯವರೆಗೆ ಕಾತುರವೇ ತಾವಾಗಿ ನಿಂತರು. ಮಾತಿಲ್ಲ. ಪುಸ್ತಕಗಳ ವಿನಿಮಯವಾಯಿತು. ಪುಸ್ತಕದ ಕೆಳಗೇ ಒಂದೈದು ರೂಪಾಯಿಯನ್ನು ಜೋಡಿಸಿಟ್ಟಿದ್ದರು. ಬಸಣ್ಣನ ಬೆನ್ನು ತಮ್ಮತ್ತ ತಿರುಗಿದಂತೇ ಪುಸ್ತಕದ ಹೊದಿಕೆಯನ್ನು ನೋಡಿದರು. ಜಗತ್ತಿನ ಎಲ್ಲಾ ರೋಮಾಂಚನಗಳೂ ಇದ್ದಕ್ಕಿದ್ದಂತೆ ತಮಗೇ ಆದಂತೆ ಭೀಕರವಾಗಿ ನಡುಗಿದರು. ಆಯತಪ್ಪಿ ಬೀಳಲಿಲ್ಲ, ಅದೇ ಪುಣ್ಯ. ಬಿಳೀ ಹಾಳೆಯ ಮೇಲೆ, ನೇರಳೇ ಬಣ್ಣ (ಇದ್ದಿರಬೇಕು, ಈ ಕತ್ತಲಲ್ಲಿ ಬೀದಿ ದೀಪದ ಕೆಳಗಂತೂ ಹಾಗೇ ಕಾಣುತ್ತಿದೆ)ದಲ್ಲಿ, ಪುಸ್ತಕದ ಹೊದಿಕೆಯಲ್ಲಿ ಮೈಮೇಲೆ ಒಂದಿನಿತೂ ಬಟ್ಟೆಯಿರದ ತನ್ನ ದೇಹದ ಪ್ರತಿ ಇಂಚನ್ನೂ ಓದುಗರ ಕಣ್ಣೆದುರಿಗೆ ತೆರೆದಿಟ್ಟ ಕಾಮಿನಿ ಇವರನ್ನು ಅಲ್ಲಾಡಿಸಿಬಿಟ್ಟಿದ್ದಳು. ದೀಪದ ಕಂಭವನ್ನು ಹಿಡಿದು ನಿಂತು ಒಂದರೆ ಗಳಿಗೆ ಸಾವರಿಸಿಕೊಂಡು ಕೊನೆಗೂ ಮನೆಯತ್ತ ನಡೆದ ಗೋಪಾಲರಾಯರಿಗೆ...

ಹದಿನೇಳು ವರ್ಷಗಳ ಕೆಳಗೆ ತಮ್ಮ ಬಾಳಹಾದಿಯ ಒಂದೇ ತಿರುವಿನಲ್ಲಿ ಬಾಳಿನ ಅಂತ್ಯ ಕಂಡಂತಾಗಿತ್ತು. ಎಂದೋ ತಮ್ಮ ತಂದೆಗೆ ಕೊಟ್ಟ ಸಾಲದ ಶೂಲಕ್ಕೆ ತಮ್ಮ ಜೀವನವನ್ನು ನೇತಾಡಿಸಿದ ನರಹರಿಮಾವನನ್ನೂ, ಈ ನರಹರಿಮಾವನಿಂದ ಪಡೆದ ಸಾಲಕ್ಕೆ ಅವನ ಮೂರನೆಯ ಮಗಳು ಶಾರದೆಯನ್ನೇ ಮದುವೆಯಾಗಬೇಕೆಂದು ಹಟ ಹಿಡಿದ ತಮ್ಮ ತಂದೆಯನ್ನೂ, ಮದುವೆಗೆ ಮುನ್ನ ಈ ಶಾರದೆಯನ್ನು ನೋಡದೇ ಮದುವೆಗೆ ಒಪ್ಪಿದ ತಮ್ಮನ್ನೂ ಒಂದೇ ಅಗ್ಗಿಷ್ಟಿಕೆಯಲ್ಲಿ ಮಂಡಕ್ಕಿಯಂತೆ ಹುರಿದುಬಿಡಬೇಕೆನಿಸಿತ್ತು, ಅವತ್ತು. ಹಸೆಮಣೆಯ ಮೇಲೆ ತಮ್ಮ ಪಕ್ಕದಲ್ಲಿ ಶಾರದೆ ನಾಟ್ಯಸರಸ್ವತಿಯಂತೆ ಬಳುಕುತ್ತಾ ಬರುತ್ತಿರುವಾಗಲೇ, ಮದುವೆ ಮನೆಯ ಎಲ್ಲ ಸುಗಂಧಗಳನ್ನೂ ಮೀರಿದ ಒಂದು ರೀತಿಯ ಮುಗ್ಗುಲು ವಾಸನೆ ವಾತಾವರಣವನ್ನು ಕವಿಯತೊಡಗಿತ್ತು. ಸುತ್ತ ಸೇರಿದ್ದ ಹೆಂಗಸರೆಲ್ಲಾ ಸೆರಗಿನಿಂದ ಮುಖ ಮುಚ್ಚಿಕೊಳ್ಳುತ್ತಿದ್ದುದು ಕಣ್ಣಿಗೆ ಬಿದ್ದಿರಲಿಲ್ಲ. ಬಿದ್ದಿದ್ದರೂ ಕಾರಣ ಹುಡುಕುವಷ್ಟು ವ್ಯವಧಾನವಿರಲಿಲ್ಲ ಅವರಿಗೆ. ಇಂದಿನಿಂದ, ಈ

ಮುಹೂರ್ತದಿಂದ ತಮ್ಮಾಕೆಯಾಗಲಿರುವ ಆಕೆಯನ್ನು ಕಾಣುವ ಕಾತರದಲ್ಲಿದ್ದರು. ಆಕೆ ಪಕ್ಕದಲ್ಲಿ ಬಂದು ವಕ್ಕರಿಸಿದ ಮೇಲಂತೂ ಹೊಟ್ಟೆ ತೊಳಸುವಷ್ಟು ಉಲ್ಬಣಿಸಿತು ವಾಸನೆ. ಹೊಟ್ಟೆಯನ್ನೆಲ್ಲಾ ಗಲಬರಿಸುವಂತೆ ಅಡರಿದ ಒಂದೆರಡು ತಿಂಗಳು ಹಳೆತಾದ ಕಲಗಚ್ಚಿನಂತಹ ವಾಸನೆ. ಗಾಬರಿಯಿಂದ ಪಕ್ಕಕ್ಕೆ ನೋಡಿದ್ದಕ್ಕೇ ತಲೆ ಸುತ್ತಿಬರುವಂತಾಗಿತ್ತು ಆ ಇಪ್ಪತ್ತಾರರ ಯುವಕ ಗೋಪಾಲರಾಯರಿಗೆ. ತುಟಿಮೀರಿ ಮುನ್ನುಗ್ಗುತ್ತಿರುವ, ಅಷ್ಟದಿಕ್ಕುಗಳಿಗೂ ಸಮರ ಸಾರಿದಂತೆ ಚಾಚಿಕೊಂಡ ಹಲ್ಲುಗಳು ಆ ಷೋಡಶಿಗೆ, ಬಾಗಿನದ ಮೊರದಲ್ಲಿ ಬಾಳೇಗೊನೆಗಳನ್ನು ಜೋಡಿಸಿಟ್ಟಂತೆ. ತುಟಿಯ ಕೊನೆಗಳಲ್ಲಿ ಬುರುಗುಗಟ್ಟಿದ ಜೊಲ್ಲು. ಬಾತಿಗುಡ್ಡದಂತೆ ಒಂದೊಂದು ದಿಕ್ಕಿನಿಂದ ನೋಡಿದರೂ ಒಂದೊಂದು ಆಕಾರ ತಾಳಬಲ್ಲ ಶಕ್ತಿಯುಳ್ಳ ಆ ಶರೀರ. ಮಣೆಯ ಮೇಲೆ, ತಮ್ಮ ಪಕ್ಕ, ಆ ಕೆಂಪು ಜರತಾರಿ ಸೀರೆಯಲ್ಲಿ ಹರಡಿ ಕೂತಮೇಲಂತೂ, ಬಾಷಾನ ಹೊಚ್ಚ ಹೊಸ ಶಾಮಿಯಾನ ಹರಡಿದಂತಾಗಿತ್ತು. ಆಕೆಯತ್ತ ಬಾಗಿ ತಾಳಿ ಕಟ್ಟುವ ಹೊತ್ತಿನಲ್ಲಂತೂ, ಬೆಳಿಗ್ಗೆಯಿಂದ ಹಸಿದಿದ್ದ ಹೊಟ್ಟೆ ಮಾಡಿದ ರಾದ್ಧಾಂತ ಹೇಳತೀರದು. ಮಗಳನ್ನು ತಮಗೆ ಗಂಟು ಹಾಕಿದ ನರಹರಿಮಾವ ಆ ಸಮಯದಲ್ಲಿ ತಮ್ಮ ಕಣ್ಣೆದುರಿಗೆ ಇದ್ದಿದ್ದಲ್ಲಿ ಅವತ್ತೇ ಒಂದು ಕೊಲೆಯಾಗುವುದರಲ್ಲಿತ್ತೇನೋ. ಮಧ್ಯಾಹ್ನ ಊಟದ ಹೊತ್ತಿಗೆ, ತಡವಾಗಿಯಾದರೂ ತಿಳಿದದ್ದು, ತಮ್ಮ ಧರ್ಮಪತ್ನಿಗೆ ಪಯೋರಿಯ. ಅಲ್ಲದೇ ಅದೊಂದು ರೀತಿಯ ಚರ್ಮ ರೋಗ. ಆಕೆ ಪ್ರತಿದಿನ ಸ್ನಾನ ಮಾಡುವಂತಿಲ್ಲ. ಹಾಗಾಗಿ ಸುಮಾರು ಐದಾರು ಮಾರು ದೂರಕ್ಕೂ ರಾಚುವ ಕೆಟ್ಟ ಮುಗ್ಗುಲು ವಾಸನೆ. ಅಂದಿನವರೆಗೂ ಕೇಳಿದ್ದ ರೋಚಕ ಸಂಗತಿಗಳನ್ನೆಲ್ಲಾ, ಗೆಳೆಯರ ಪೋಲಿ ಮಾತುಗಳನ್ನೆಲ್ಲಾ ನೆನೆಸಿಕೊಳ್ಳುತ್ತಾ ಪುಳಕಗೊಳ್ಳುತ್ತಿದ್ದ ಗೋಪಾಲರಾಯರಿಗೆ ತಮ್ಮ ಆಗಮವನ್ನು ಸೂಚಿಸಲೋ ಎಂಬಂತೆ ಮುಗ್ಗುಲು ವಾಸನೆಯನ್ನು ಮುಂದುಮಾಡಿಕೊಂಡು ಶಯ್ಯಾಗಾರವನ್ನು ಹೊಕ್ಕ ಧರ್ಮಪತ್ನಿಯನ್ನು ನೋಡಿದೊಡನೇ, ಮಗ್ಗುಲು ಬದಲಿಸಿ ಗೋಡೆಯ ಕಡೆ ತಿರುಗಿದ ಮೊದಲರಾತ್ರಿಯ ಆ ಕ್ಷಣದಲ್ಲಿ ಇಪ್ಪತ್ತಾರಕ್ಕೇ ವಾರ್ಧಕ್ಯ ಅಡರಿದಂತಾಗಿತ್ತು. ಮುಂದೆ ಒಂದೇ ವಾರದಲ್ಲಿ ಹೊರ ಜಗಲಿಯ ಮೇಲೆ ತಮ್ಮ ಹಾಸಿಗೆಯನ್ನು ಪ್ರತಿಷ್ಠಾಪಿಸಿದರು. ನಂತರದ ಒಂದು ವಾರದೊಳಗೇ, ಒಂದು ಮುಂಜಾನೆ ಹೆಂಡತಿಯನ್ನು ಕರೆದು, ಆಕೆ ಬರುತ್ತಿರುವ ಸೂಚನೆ ಬಂದೊಡನೆ ಗೋಡೆಯ

ಕಡೆ ಮುಖ ಮಾಡಿ ನಿಂತು, ಹೀಗಂದರು: 'ನನಗ್ಗೊತ್ತಿದೆ. ಹೀಗನ್ನೋದು ನಾಗರಿಕ ಲಕ್ಷಣ ಅಲ್ಲ ಅಂತ. ಆದರೆ ನೀವು ನನ್ನ ಮುಂದೆ ಬಂದು ನಿಂತಾಗೆಲ್ಲಾ ನಂಗೂ ಉಸಿರು ಬಿಗಿಹಿಡಿದು ಸಾಕಾಗಿದೆ. ಅದಕ್ಕೇ ಒಂದು ವಿನಂತಿ. ದಯವಿಟ್ಟು ನಾನು ಕರೆದಾಗ ನನ್ನ ಮುಂದೆ ಬಂದು ನಿಲ್ಲಬೇಡಿ. ನೀವು ಎಲ್ಲಿರತೀರೋ ಅಲ್ಲಿಂದಾನೇ ಓ ಅನ್ನಿ. ನಾನು ಈ ಮನೇಲಿ ಇರೋತನಕ ಮಾತಾಡಬೇಡಿ. ನಾನಿರಬೇಕಾರೆ ನೀವು ಬಾಯಿಬಿಚ್ಚಿದರೆ, ನನ್ನೆದುರಿಗೆ ಬಂದು ನಿಂತರೆ ಶ್ರೀರಾಮಚಂದ್ರನಾಣೆ' ಎಂದು ಹೆಂಡತಿಗೆ ಕಟ್ಟಪ್ಪಣೆಯಿತ್ತರು. ಗಂಡ-ಹೆಂಡತಿ ತುಂಬಿದ ಮನೆಯಲ್ಲಿ ಇದ್ದಕ್ಕಿದ್ದಂತೆ ಮೌನ ತಣ್ಣನೆಯ ನೆರಳಿನಂತೆ ಹರಡಿಕೊಂಡಿತು. ಹಗಲಲ್ಲಿ ಮನೆಯ ಮೂಲೆಮೂಲೆಯಲ್ಲೂ ನೆರಳು ಚಾಚಿಕೊಂಡರೆ, ರಾತ್ರಿಯಲ್ಲಿ ಎರಡು ಒಂಟಿ ಹಾಸಿಗೆಗಳಲ್ಲಿ ನಿಟ್ಟುಸಿರುಗಳು, ಅರೆಬರೆ ಕನಸುಗಳು ನರಳತೊಡಗಿದವು. ರಾತ್ರಿ ಹಗಲೆನ್ನದೇ ಮುಗ್ಗುಲು ವಾಸನೆ ಮನೆಯನ್ನು ಏಕಏಕಾ ಕವಿಯತೊಡಗಿತು. ಮನೆಯನ್ನು ಅಗೋಚರ ಶಕ್ತಿಯಂತೆ ಕವಿದ ಅವಡುಗಚ್ಚಿದ ಮೌನ ಮೂರೇ ದಿನಗಳಲ್ಲಿ ಶಾರದಮ್ಮನ ಕಿಬ್ಬದಿಯ ಕೀಲನ್ನು ಮುರಿಯತೊಡಗಿತು. ಮಾತಾಡಲು ಯಾರೂ ಇರದೇ ಭಗವಂತನನ್ನೇ ತಮ್ಮ ಮಾತಿಗೆ ಸೆಳೆದುಕೊಂಡರು. ಪತಿದೇವರಿಗೆ ಹೇಳಬೇಕಾದುದನೆಲ್ಲಾ ದೇವರ ಮೂಲಕ ಹೇಳತೊಡಗಿದರು. 'ಶ್ರೀರಾಮಚಂದ್ರಾ ತಟ್ಟೆ ಹಾಕಿದ್ದೀನಿ, ಊಟಕ್ಕೇಳು ಅಂತ ಹೇಳಪ್ಪಾ', 'ಶ್ರೀರಾಮಚಂದ್ರಾ, ನೀರು ಕಾಯಿತು ಸ್ನಾನಮಾಡೂ ಅಂತ ಹೇಳಪ್ಪಾ', 'ಶ್ರೀರಾಮಚಂದ್ರಾ, ಜಗಲೀಲಿ ಕಾಪಿಯಿಟ್ಟಿದ್ದೀನಿ ಅಂತ ಹೇಳಪ್ಪಾ'...ತಿಂಗಳೊಪ್ಪತ್ತಿನಲ್ಲಿ ಮಾತೇ ಬತ್ತಿಹೋದ ಈ ಹಂಗಿನರಮನೆಗೆ, ಮಾತನಾಡದ ಪತಿದೇವನಿಗೆ ತಾನೇ ಯಜಮಾನಿ ಅಲ್ಲವೇ ಅನಿಸಿದ ಕ್ಷಣದಿಂದ ಶಾರದಮ್ಮನ ಧ್ವನಿ ಕೊಂಚ ಗಟ್ಟಿಯಾಯಿತು. 'ಶ್ರೀರಾಮಚಂದ್ರಾ ತಟ್ಟೆ ಹಾಕಿದ್ದೀನಿ. ತಿಂದು ಹೋಗಾಕೇಳು'. ಮುಂದಿನೊಂದು ತಿಂಗಳಲ್ಲಿ ಧ್ವನಿ ತಾರಕ್ಕೇರಿತು. 'ಶ್ರೀರಾಮಚಂದ್ರಾ, ಅಡಿಗೇಮನೇಲಿ ಊಟಯಿದೆ. ಬಡುಸ್ಗಂಡು ತಿನ್ನಾಕೇಳು. ಊಟ ಆದಮೇಲೆ ಗೋಮಾ ಹಚ್ಚಾಕೇಳು.' ಧ್ವನಿ ಏರಿದಂತೆಲ್ಲಾ ಗೋಪಾಲರಾಯರಿಗೆ ಮನೆ, ಮನೆಯ ತುಂಬಾ ಹೊರಳಾಡುತ್ತಿದ್ದ ಮುಗ್ಗುಲು ವಾಸನೆ, ತಮ್ಮ ಧರ್ಮಪತ್ನಿ, ದಿನದಿನಕ್ಕೂ ಎಲ್ಲಾ ಮಾನವ ಪ್ರಮಾಣಗಳನ್ನೂ ಮೀರಿ ಬೆಳೆಯುತ್ತಿದ್ದ ಆಕೆಯ ಬೊಜ್ಜು ಎಲ್ಲವೂ ಅಸಹ್ಯವಾಗತೊಡಗಿದವು.

ಅಂದಿನಿಂದ ಗೋಪಾಲರಾಯರಿಗೆ ಜೀವನದ ರೋಮಾಂಚನಗಳು, ಪುಳಕಗಳು, ತೊಡೆ ನಡುಗಿಸುವ ಬೆಚ್ಚನೆಯ ಕನಸುಗಳು ದಕ್ಕಿದ್ದೇ ಸೆಕೆಂಡ್‌ಹ್ಯಾಂಡ್ ಪುಸ್ತಕಗಳ ಬಸಣ್ಣ ಸರಬರಾಜು ಮಾಡತೊಡಗಿದ ಕಾಮಿನಿ, ರಮಣಿ, ರೋಜಾ, ಮಾನಿನಿಯರಿಂದ. ನಲವತ್ತಮೂರರ ಈ ವಯಸ್ಸಿನಲ್ಲೂ ಗೋಪಾಲರಾಯರ ಕೈಗಳಿಗೆ ಯಾವುದೇ ಹೆಣ್ಣಿನ ಬೆಚ್ಚನೆಯ, ಹಸಿಹಸಿ ಅಂಗ ದಕ್ಕಿಲ್ಲವೆಂದರೆ ಯಾರೂ ನಂಬಲಾರರು. ಕಾಳಿದಾಸನ ಕುಮಾರ ಸಂಭವದ 'ನಾಭಿದೇಶನಿಹಿತಃ ಸಕಂಪಯಾ, ಶಂಕರಸ್ಯರುರುಧೇ ತಯಾಕರಃ, ತನ್ನಿತಂಬಮಥಚಾಭವತ್ ಸ್ವಯಂ, ದೂರಮುಚ್ಛಸಿತ ನೀವಿಬಂಧನಮ್' ಶ್ಲೋಕವನ್ನು ಹುಡುಗರಿಗೆ ಬಿಡಿಸಿಹೇಳುವಾಗಲಂತೂ ಗಡಗಡನೆ ನಡುಗಿಬಿಡುತ್ತಿದ್ದರು. ಯಾವನಾದರೂ ಇದರರ್ಥ ಕೇಳಿದರೇ ಜೀವನದಲ್ಲಿ ತಾವು ಕಂಡುಕೊಳ್ಳದ್ದನ್ನು ವಿವರಿಸಬೇಕಲ್ಲಾ ಎನ್ನುವ ಆತಂಕದಲ್ಲಿ ನರಳುತ್ತಿದ್ದರು. ಕತ್ತೆ ಕಾಗದದಲ್ಲಿ ವಾಕ್ಯಕ್ಕೆ ಹದಿನಾರು ತಪ್ಪುಗಳ ಜೊತೆಗೆ ತೀರ ಹಸಿಹಸಿಯಾದ ಜಗತ್ತನ್ನು ತಮ್ಮ ಮುಂದೆ ಬಿಚ್ಚಿಡುತ್ತಿದ್ದ ಕಾಮಿನಿ, ರಮಣಿಯರನ್ನು ಹೊಸ ಟ್ಯಾಂಕ್‌ನ ಮಬ್ಬುಗತ್ತಲೆಯಲ್ಲಿ, ಹುಲ್ಲುಹಾಸಿಗೆಯ ಮೇಲೆ ಓದಿದ ನಂತರ, ಈ ಹದಿನೇಳು ವರ್ಷಗಳೂ, ಮನುಷ್ಯ ಹೀಗೂ ಮಾಡಬಲ್ಲನೇ? ಇಷ್ಟೆಲ್ಲಾ ಭಂಗಿಗಳಿಂದ ಸುಖದ ಸೀಮೆಯನ್ನು ಸೂರೆಗೈಯ್ಯಬಹುದೇ? ಹಾಗೆ ಕಾಲುಗಳನ್ನು ದಿಕ್ಕಿಗೊಂದು ಕಡೆ ಚಾಚಿ ಒಬ್ಬರಿಗೊಬ್ಬರು ಲಗ್ಗೆ ಹಾಕಿಕೊಂಡಲ್ಲಿ ಮೂಳೆಗಳಿಗೆ ಏನಾದರೂ ಆದರೆ? ಈ ತರಹದ ಭಂಗಿಗಳಿಂದ ಸಿಗೋದು ಸುಖವೋ, ಯಾತನೆಯೋ? ಎನ್ನುವ ಹಲವು ಹತ್ತು ಕುತೂಹಲಗಳು ಅವರನ್ನು ಬಿಡದೆ ಕಾಡಿವೆ. ತಮ್ಮ ಜೀವನದಲ್ಲಿ ತಾವು ಕಳಕೊಂಡದ್ದೇನು ಅಂತ ಗೋಪಾಲರಾಯರಿಗೆ ಗೊತ್ತು. ಆದರೆ ಅದನ್ನು ಪಡೆಯಲಾಗದ ನಿಸ್ಸಹಾಯಕತೆಯಲ್ಲಿ ಒದ್ದಾಡುತ್ತಿದ್ದ ನಿಸ್ಸಾರ ಜೀವನದಲ್ಲಿನ ಒಂದು ಸಂಜೆ...

ಚೌಕೀಪೇಟೆಯ ಒಂದು ಗಲ್ಲಿಯಲ್ಲಿ, ತಮ್ಮ ಗೆಳೆಯ ಫಿಸಿಕ್ಸ್‌ನ ಶಿವಾಜಿರಾವ್ ಸಪ್ರೆ ತಮ್ಮ ಬಾಳದಾರಿಯ ದಿಕ್ಕನ್ನೇ ಬದಲಿಸಿಬಿಡುತ್ತಾನೆಂದು ಅಂದುಕೊಂಡಿರಲಿಲ್ಲ ಗೋಪಾಲರಾಯರು. ಸಪ್ರೆಗೆ ಫೋಟೋ ತೆಗೆಯುವ ಖಯಾಲಿ. ಮೂರು ತಿಂಗಳಿಗೊಮ್ಮೆ ಕಾಲೇಜಿಗೆ ರಜ ಹಾಕಿ ಒಂದು ವಾರ ಗೋವಾಗೆ ಫೋಟೋಸೆಷನ್ನು ಅಂತ ಹೋಗಿಬರುತ್ತಿದ್ದ. ಬರುವಾಗ ವಿದೇಶಿ ಹೆಣ್ಣುಗಳ, ವಿವಿಧ ಭಂಗಿಗಳ ಪೋಲಿ

ಚಿತ್ರಗಳನ್ನು ರಾಶಿರಾಶಿ ತರುತ್ತಿದ್ದ. ಇವೆಲ್ಲವನ್ನೂ ತಾನೇ ತೆಗೆದದ್ದು ಎಂದು ಅನೇಕ ಹಲ್ಕಾಕಥೆಗಳನ್ನು ಬಣ್ಣಕಟ್ಟಿ ಹೇಳುತ್ತಿದ್ದ. ಈ ಫೋಟೋಗಳಿಗಾಗಿಯೋ, ಅವನ ಹಲ್ಕಾ ಕತೆಗಳನ್ನು ಕೇಳಿ ಮೈ ಝುಮ್ಮೆನುವ ಅನುಭವಕ್ಕಾಗಿಯೋ ವಾರಕ್ಕೊಮ್ಮೆ, ಹದಿನೈದು ದಿನಗಳಿಗೊಮ್ಮೆ ಅವನ ಅಶೋಕಾ ಸ್ಟುಡಿಯೋ ಕಮ್ ಮನೆಯ ಬಾಗಿಲನ್ನು ತಟ್ಟುತ್ತಿದ್ದರು. ಈಗೊಂದು ಮೂರು ತಿಂಗಳ ಕೆಳಗೆ ಯಾವುದೋ ಫಿಸಿಕ್ಸ್ ಕಾನ್ಫರೆನ್ಸ್ ಅಂತ ದೆಲ್ಲಿಗೋ ಅದೆಲ್ಲಿಗೋ ಹೋಗಿದ್ದ. ಬಂದಿರಬಹುದೇನೋ ಎನ್ನುವ ಕಾತರದೊಂದಿಗೆ ಅವನ ಮನೆಯ ಬಾಗಿಲು ತಟ್ಟಿದವರಿಗೆ ಎದುರಾಗಿದ್ದು ಎಂದಿನ ಅವನ ಹಲ್ಕಾ ನಗೆ. ಅದೇನೋ ರಹಸ್ಯ ಹೇಳುವವನ ಹಾಗೆ ಅವರ ಕೈಹಿಡಿದು ಸ್ಟುಡಿಯೋದ ಕತ್ತಲೆ ರೂಮಿಗೆ ಕರೆದುಕೊಂಡು ಹೋದ.

'ಯಾವತ್ತು ಬಂದಿ?'

'ಬರೋದಿಕ್ಕೆ ಹೋಗಿದ್ರೆ ತಾನೆ..'

'ಅಂದ್ರೇ?'

'ಇಲ್ಲೇ ಇದ್ದೆ. ಒಂದು ಮಜಾ ತೋರಿಸ್ತೀನಿ. ಇದನ್ನ ಮಾಡಾಕೆ ಒಂದೆರಡು ತಿಂಗಳು ರಜಾಬೇಕಿತ್ತು. ಅದಕ್ಕೇ ಕಾನ್ಫರೆನ್ಸ್ ಅಂತ ಬುರುಡೆ ಬಿಟ್ಟೆ. ಬಾ ಈ ಕಡೆ.'

ಸ್ಟುಡಿಯೋದ ಅರೆ ಬೆಳಕು-ಅರೆ ಕತ್ತಲೆಯ ವಾತಾವರಣಕ್ಕೆ ಅವರನ್ನು ಎಳೆದು ತಂದು, ಮಬ್ಬು ಹಸಿರು ದೀಪ ಹಾಕಿದ. ಮೊದಲಲ್ಲಿ ಗೋಪಾಲರಾಯರಿಗೆ ಏನೂ ಕಾಣಲಿಲ್ಲ. ನಂತರ ಕಂಡಿದ್ದು ಸ್ಟುಡಿಯೋದ ಮಧ್ಯದಲ್ಲಿ ಮಬ್ಬು ಬೆಳಕಲ್ಲಿ ನಿಂತಿದ್ದ ಆರಡಿ ಎತ್ತರದ, ನಾಲ್ಕಡಿ ಅಗಲದ ಜಾಕಾಯಿ ಮರದ ಒಂದು ಡಬ್ಬ. ಅದರ ಮೇಲೆಲ್ಲಾ ಒಂದಿಷ್ಟು ಮೀಟರ್‌ಗಳು, ಒಂದಿಷ್ಟು ದೀಪಗಳು ಬೆಳಗಿಕೊಂಡಿದ್ದವು. ಏನೂ ಅರ್ಥವಾಗದೆ ಸಪ್ರೆಯ ಮುಖ ನೋಡಿದರು.

'ಎಚ್ಜೀ ವೆಲ್ಸನ ಟೈಂ ಮಶೀನ್ ಓದೀಯೇನು. ಅಂಥಾದ್ದೇ ಒನ್ನಮೂನಿ ಇದು. ನಿಂಗೆ ಬೇಕಾಗಿರ ಪುಸ್ತಕ ಹಿಡ್ಕಂಡು, ನಿಂಗೆ ಬೇಕಾಗಿರ ಪುಟ ಓತ್ತಾ ಇದರಲ್ಲಿ ಕೂತ್ರೆ ಇಪ್ಪತ್ತೇಳು ಸೆಕೆಂಡಿಗೆನೇ ಅಲ್ಲಿಗೇ ಹೋಗಿಬಿಡ್ತೀಯ.'

'ನೀನೊಬ್ನು ಕಮ್ಮಿಯಿದ್ದಿ ನೋಡು. ಇಂತಾದ್ದೊಂದು ಗೇಲಿ ಮಾಡಿರ್ಲಿಲ್ಲ ಯಾರೂ ನಂಗಿನ್ನಾ.'

'ಗೇಲಿ ಅಲ್ಲೋ ಮಾರಾಯಾ. ಆ ಚೀಲ್ದಾಗೇನಾರಾ ಪುಸ್ತಕಯಿಟ್ಗಂಡಿದ್ರೆ

ಕೈಯಾಗ ಹಿಡ್ಕ್ಯಂಡು ಕೂತ್ಗ. ನೀನೇ ಒಂಸಾರ್ತಿ ನೋಡಿಬಿಡು. ನಿಂಗೆ ಸಾಕೂ ಅನ್ಸ್‌ದಾಗ ಒಂದ್ಸಲ ಕೂಕ್ಕೋ. ವಾಪಸ್ಸು ಕರ್ಸಗಂತೀನಿ.'

ಅನುಮಾನದಿಂದಲೇ ಗೋಪಾಲರಾಯರು ಚೀಲದಿಂದ ತಮ್ಮ ಪ್ರಿಯವಾದ ಕಾಳಿದಾಸನ ಕುಮಾರಸಂಭವ ಪಠ್ಯಪುಸ್ತಕ ತೆಗೆದು ತಮಗೆ ಬೇಕಾದ ಪುಟ ಬಿಡಿಸಿ ತಯಾರಾಗಿ ನಿಂತು ಸಪ್ರೆಯ ಕಡೆಗೆ ಮುಂದೇನು ಎನ್ನುವಂತೆ ನೋಡಿದರು. ಸಪ್ರೆ ಡಬ್ಬದ ಒಂದು ಕಡೆಯ ಬಾಗಿಲು ತೆಗೆದು ಒಳಗೆ ಹೋಗು ಎನ್ನುವಂತೆ ನೋಡಿದ. ಆ ಮಬ್ಬು ಬೆಳಕಿನಲ್ಲಿ ಆ ಡಬ್ಬದ ನಟ್ಟ ನಡುವೆ ಒಂದು ಮರದ ಕುರ್ಚಿ ಕಂಡು ನೇರ ಒಳಹೊಕ್ಕವರೇ ಅದರ ಮೇಲೆ ಕೂತು, ಪುಸ್ತಕದ ಪುಟ ಬಿಡಿಸಿದರು. ಸಪ್ರೆ ಬಾಗಿಲು ಮುಚ್ಚಿದ. ಒಂದರೆ ಕ್ಷಣದ ನಂತರ ಜೋರಾಗಿ ಡಬ್ಬದ ಮೇಲೆ ಬಡಿದ. ಇದ್ದಕ್ಕಿದ್ದಂತೆ ತಾವು ಕುಳಿತ ಕುರ್ಚಿ ರಭಸದಿಂದ ಸುತ್ತತೊಡಗಿದಂತೆ ಅನಿಸಿತು. ನಿಜವಾಗಿಯೂ ಸುತ್ತುತ್ತಿದೆಯೋ ಅಥವಾ ಅದು ತಮ್ಮ ಭ್ರಾಂತಿಯೋ ಎಂದರಿವಾಗುವುದರಲ್ಲಿ ಗೋಪಾಲರಾಯರು ಕುಮಾರಸಂಭವದ ಪಂಚಮ ಸರ್ಗದ ಹನ್ನೊಂದನೇ ಶ್ಲೋಕದಲ್ಲಿನ ಹಿಮಾಲಯ ಪರ್ವತದಲ್ಲಿ, ಗಿರಿಜೆಯೊಂದಿಗೆ...

'ಪ್ರತಿಕ್ಷಣಂ ಸಾಕೃತ ರೋಮವಿಕ್ರಿಯಾಂ ವ್ರತಾಯ ಮೌಂಜೀಂ ತ್ರಿಗುಣಾಂಬಭಾರಯಾಮ್, ಅಕಾರಿ ತತ್ಪೂರ್ವ ನಿಬದ್ಧಯಾತಯಾ ಸರಾಗಮಸ್ಯಾ ರಸನಾ ಗುಣಾಸ್ಪದಮ್ – ಆಕೆ ತನ್ನ ತಪಸ್ಸಿನ ಕಟ್ಟಳೆಗೆ ಅನುಗುಣವಾಗಿ ತನ್ನ ಸೊಂಟವನ್ನು ಮೂರೆಳೆಯ ಹುಲ್ಲಿನಿಂದ ತಯಾರಿಸಿದ ಒಡ್ಯಾಣದಿಂದ ಮುಚ್ಚಿಕೊಂಡಿದ್ದಾಳೆ. ಆ ಹುಲ್ಲು ಆಕೆಯ ಸುಕೋಮಲ ತೊಡೆಗಳನ್ನು ಕೊರೆ ಕೊರೆಯುತ್ತಾ ನೋಯಿಸುತ್ತಿದ್ದರೂ ರೋಮಾಂಚನಗೊಳಿಸುತ್ತಿದೆ...' ನಾರುಮಡಿಯನ್ನಲ್ಲದೇ ಬೇರೇನನ್ನೂ ತೊಡದೆ, ತನ್ನ ಹದಿಹರೆಯದ ದೇಹವನ್ನು ಹಿಮವತ್ಪರ್ವತದ ಆ ಚಳಿಗೆ ತೆರೆದಿಟ್ಟು ಶಿವನನ್ನೇ ಕುರಿತು ತಪಸ್ಸು ಮಾಡುತ್ತಿದ್ದ ಗಿರಿಜೆ ಒಮ್ಮೆಲೇ ಆದ ಗೋಪಾಲರಾಯರ ಆಗಮನದಿಂದಾಗಿ ಬೆಚ್ಚಿಬಿದ್ದಳು. 'ಓಹ್' ಎಂದು ಉದ್ಗರಿಸಿ ಸ್ತ್ರೀಸಹಜ ಸ್ವಭಾವದಂತೆ ತನ್ನ ಎದೆಯನ್ನು ಕೈಗಳಿಂದ ಮುಚ್ಚಿಕೊಂಡಳು. ಒಮ್ಮೆ ಅವಳ ವಕ್ಷದ್ವಯ ನಯವಾಗಿ ಅಲುಗಿತೇ–ಅವಳನ್ನು ನೋಡಿದ ಕ್ಷಣದಲ್ಲೇ ಉಸಿರು ನಿಂತಂತಾಗಿ ಬಿಟ್ಟಿದ್ದ ಗೋಪಾಲರಾಯರಿಗೆ ಅರಿವಾಗಲಿಲ್ಲ. ಇವಳೇನು ಹೆಲೆನ್ನೋ, ಮಾಲಾ ಸಿನ್ಹಾನೋ, ವೈಜಯಂತಿಮಾಲಾನೋ, ಸರೋಜಾದೇವಿನೋ

ಅಥವಾ ಎಲ್ಲರನ್ನೂ ಒಟ್ಟಿಗೇ ತೇದು ಮಾಡಿದ ಗೊಂಬೆಯೋ... ನಾರುಮಡಿಯಲ್ಲಿದ್ದ ಹದಿಹರೆಯದ ಆ ಗಿರಿಜೆಯನ್ನು ನೋಡುತ್ತಲೇ ಗೋಪಾಲರಾಯರ ತೊಡೆಗಳು ಗದಗುಡುಗತೊಡಗಿದವು. ಮೊಣಕಾಲಗಳ ಶಕ್ತಿ ಕುಂದತೊಡಗಿತು. ಇನ್ನೊಂದು ಕ್ಷಣ ನಿಲ್ಲಲೂ ಅಸಾಧ್ಯವೆನಿಸಿತು. ನಿಟ್ಟುಸಿರು ಬಿಡುತ್ತಾ, ಗಿರಿಜೆಯನ್ನು ನೋಡುತ್ತಾ ಕುಳಿತರು. ಪೈಜಾಮವನ್ನು ತೂರಿದ ಹಿಮ ಇವರ ಪೃಷ್ಠಕ್ಕೆ ಥಣ್ಣನೆಯ ಚುರುಕು ಮುಟ್ಟಿಸಿತು. 'ಅಯ್' ಎನ್ನುತ್ತಾ ಕುಕ್ಕುರುಗಾಲಿನಲ್ಲಿ ಅವಳೆದುರು ಕುಳಿತರು.

ಪಠ್ಯ ಪುಸ್ತಕದ ಭಾಷೆಯಲ್ಲಿಯೇ ಗಿರಿಜೆ 'ಕೋ ಭವಾನ್' ಎಂದುಸುರಿದಳು.

'ಅಹಂ ಗೋಪಾಲರಾಯಃ' ಎಂದು ಮಂಜಿನಲ್ಲಿದ್ದಿದ ದನಿಯಲ್ಲಿ ನರಳುವಂತೆ ಉತ್ತರಿಸಿದರು.

(ಓದುಗರ ಅನುಕೂಲಕ್ಕಾಗಿ ಇನ್ನು ಮುಂದಿನ ಅವರಿಬ್ಬರ ಸಂಭಾಷಣೆಯನ್ನು ಕನ್ನಡಕ್ಕೆ ಭಾಷಾಂತರಿಸಲಾಗಿದೆ)

'ದಾವಣಗೆರೆ ಡಿಆರೆಮ್ ಕಾಲೇಜ್ನಗೆ ಸಂಸ್ಕೃತ ಪಾಟ ಮಾಡ್ತೀನಿ.'

ಆಕೆಯನ್ನು ನೋಡುತ್ತಾ ನೋಡುತ್ತಲೇ 'ವಂಯ್' ಅಂತ ನಿಟ್ಟುಸಿರಿಟ್ಟರು.

'ಕುಡಿಯಾಕೆ ಏನ್ತಗೋತೀರಾ ಮೇಷ್ಟ್ರೇ. ಅಮೃತ ಬಿಟ್ರೆ ನೀರು. ಅಷ್ಟೇ. ಅದು ಬಿಟ್ಟು ಬೇರೇನೂ ಸಿಗಲ್ಲ ಇಲ್ಲಿ.'

'ನೀರು. ಬೇಡ ಅಮೃತ. ನೀರು ಕೊಡಿ. ಹೋಗಲಿ ಅಮೃತಾನೇ ಕೊಡಿ, ನೋಡೇ ಬಿಡ್ತೀನಿ. ಅಮೃತಾ ಇಲ್ಲಾಂತಂದ್ರೆ ನೀರೇ ಕೊಡಿ ಪರವಾಗಿಲ್ಲ.'

'ಶಿವ ಬರಾಕೆ ಇನ್ನಾ ಹೊತ್ತಿದೆ. ತಪಸ್ಸು ಮಾಡೀ ಮಾಡೀ ಬೇಜಾರು. ಬೇಜಾರ ಕಳಿಯಾಕೆ ಯಾರಾರ ಬರ್ತರೆ ಅಂದ್ಕಂಡಿದ್ದೆ. ನೀವು ಬಂದ್ರೀ ಒಳ್ಳೇದಾತು. ಬರ್ರಿ. ಅಡಿಗೇ ಮನೆ ಅತ್ಲಾಗಿದೆ. ನಿಮಗೆ ಅಮೃತ ಕೊಡ್ತೀನಿ.'

ಗಿರಿಜೆ ಎದ್ದು ಮುಂದೆ ನಡೆದಳು, ಗೋಪಾಲರಾಯರು ಹಿಂದೆ ಹಿಂದೆ. ಸೊಂಟವನ್ನು ಸುತ್ತಿದ ಆ ನಾರುಮಡಿ ಇನ್ನೇನು ಬಿದ್ದೇ ಬಿಡತ್ತೇನೋ ಅಂತ ಕಳವಳಗೊಳ್ಳುತ್ತಾ, ತಮ್ಮ ಮುಂದೆ ಆಕೆ ನಡೆದಂತೆಲ್ಲಾ ಎಡಕೂ-ಬಲಕೂ ಹುಯ್ಯುತ್ತಿದ್ದ, ಒಂದಿನಿತೂ ಸುಕ್ಕಿರದ ಆ ಅದ್ಭುತವನ್ನು ಎವೆಯಿಕ್ಕದೇ ನೋಡುತ್ತಾ, ಆಗಾಗ್ಗೆ ಹಿಮದಲ್ಲಿ ಜಾರುತ್ತಾ, ಆಕೆಯ ಹಿಂದೆ ನಡೆದರು. ಆ ಹೊತ್ತಿನಲ್ಲಿ ಗೋಪಾಲರಾಯರಿಗೆ ಥಟ್ಟನೇ ಅನಿಸಿದ್ದು ಈಕೆ ಬಾಡಿ ಹಾಕುವುದಿಲ್ಲವೆಂದು.

ಕಾಮಿನಿಯಲ್ಲೆಲ್ಲೋ ಅಂತಹ ರೋಮಾಂಚನವನ್ನು ಓದಿದ ನೆನಪು ಬಂದು ಮೈಯೆಲ್ಲಾ ಅದುರಿತು. ಅಡಿಗೆಮನೆಯ ಏರಿನಲ್ಲಿ ನಡೆಯುತ್ತಿರುವಾಗ್ಗೆ ಹಿಮದಲ್ಲಿ ಕಾಲು ಜಾರಿದಂತಾಗಿ ಬೀಳುವ ಮುನ್ನ ಚೀತ್ಕರಿಸಿದರು. ಥಟ್ಟನೆ ಗಿರಿಜೆ ಇವರ ಕೈಹಿಡಿದು ಎತ್ತಿದಳು. ತಮ್ಮ ಜೀವಮಾನದಲ್ಲೇ ಮುಟ್ಟಿದ ಮೊದಲ ಹೆಣ್ಣಿನ ದೇಹವದು. ಆ ಚಳಿಯಲ್ಲೂ ಬೆವೆತುಬಿಟ್ಟರು.

ಅಮೃತವನ್ನು ಬಸಿಯುವಾಗ ಗಿರಿಜೆ ಕೇಳಿದಳು.

'ಅದೇನು ನೀವು ಹಾಕ್ಕಂಡಿರದು. ಆಧುನಿಕವಾಗಿದೆ.'

'ಇದು ಪೈಜಾಮ. ಇದು ಶರ್ಟು.'

'ಮೈ ಮುಚ್ಚತ್ತೆ. ಶಿವಂಗೆ ಹೇಳಬೇಕು. ಇಂಥಾದ್ದು ಒಂದು ಹಾಕ್ಕಾ ಅಂತ.'

ಅಮೃತ ಕುಡಿದಾಯಿತು.

'ಅಥಾಜಿನಾಷಾಢಧರಃ...' ಮೂವತ್ತನೇ ಶ್ಲೋಕದಲ್ಲಿನ ತಪಸ್ವಿ ವೇಷದ ಶಿವ ಬರುವ ಹೊತ್ತು. ಅವನ ಕಣ್ಣಿಗೆ ಬಿದ್ದರೆ ಮತ್ತೇನು ಗ್ರಹಚಾರ ಕಾದಿದೆಯೋ. ಅವನೋ ಮೂರನೇ ಕಣ್ಣನ್ನು ತೆರೆದು ಎದುರಿಗೆ ಇರಾಬರಾರ್ನೆಲ್ಲ ಸುಟ್ಟೇಬಿಡ್ತಾನಂತೆ. ಯಾರಿಗೆ ಬೇಕು ಅದೆಲ್ಲಾ.

'ನಾನಿನ್ನು ಬರ್ತೀನಿ.'

'ಇಷ್ಟು ಬೇಗ ಹೊರಟುಬಿಟ್ರಲ್ಲಾ?'

'ನಾಳೆ ಮತ್ತೆ ಬರ್ತೀನಿ.'

'ನಿಜವಾಗ್ಲೂ ಬರ್ತೀರಾ?'

ಕೈ ಮುಂದೆ ಚಾಚಿದಳು. ಕೈಯ್ಯನ್ನು ಹಿಡಿದು ನೇವರಿಸಿದರು. ಮುದ್ದಿಡಬೇಕೆನಿಸಿತು. ಧೈರ್ಯವಾಗಲಿಲ್ಲ.

ತಲೆಯನ್ನು ಮೇಲಕ್ಕೆತ್ತಿ 'ಸಪ್ರೇ...' ಅಂತ ಕಿರಿಚಿದರು. ಧಡಬಡ ಸದ್ದಾಯಿತು. ಮರುಕ್ಷಣದಲ್ಲೇ ಜಾಕಾಯಿಡಬ್ಬದ ಕುರ್ಚಿಯಲ್ಲಿ ಕುಳಿತಿದ್ದರು. ಬಾಗಿಲು ತೆರೆದು ಹೊರಬಂದರು. ಹಲ್ಕಾ ನಗೆ ನಗುತ್ತಾ ಸಪ್ರೆ ನಿಂತಿದ್ದ.

'ಹೆಂಗಿತ್ತಪಾ?'

ಏನೂ ಮಾತಾಡದೆ ಸುಮ್ಮನೇ ಕುಳಿತುಬಿಟ್ಟರು. ತಲೆಯೆತ್ತಿ ನೋಡಿ, 'ಅದ್ಭುತ ಕಣೋ. ಥ್ಯಾಂಕ್ಸ್.' ಎಂದು ಅವನ ಕೈಹಿಡಿದು, ಆವೇಶದಿಂದ ಬಿಕ್ಕಿದರು.

'ನಾಳೆ ಬರ್ತೀನಿ.'

'ಇವತ್ತೋರಿಸಿದ್ದು ಬರೇ ಸ್ಯಾಂಪಲ್ಲು. ಇನ್ಮುಂದೆ ಬರಾಬೇಕಾರೆ ಒಂದಿನ್ನೂರು ಹಿಡ್ಕಂಡು ಬಾ.'

ತಲೆಯಾಡಿಸಿ ಎದ್ದರು. ಇಲ್ಲಿ ಹೀಗಿರುವಲ್ಲಿ...

ಕರ್ನಾಟಕ ಕಾಲೇಜಿನ ಸಂಸ್ಕೃತ ಮೇಷ್ಟ್ರು ಪೋಲಿ ರಂಗನಾಥ ಜಾಗೀರ್ದಾರರ ಪೀರಿಯಡ್ಡು ಅಂದ್ರೇ ಬಹಳ ಹೆಸರುವಾಸಿ. ಯಾವತ್ತೂ ಅವರ ತರಗತಿ ಖಾಲಿಯಾದ ಉದಾಹರಣೆಗಳೇ ಇಲ್ಲ. ನಿತಂಬ, ಕುಂಭಕುಚ, ಜಘನ ಇತ್ಯಾದಿಗಳ ವರ್ಣನೆಯನ್ನು ಉಪಮೆ, ಹೋಲಿಕೆಗಳ ಸಮೇತ ಅವರ ಬಾಯಿಂದಲೇ ಕೇಳಬೇಕು. ಅದಕ್ಕೇ ಮರ್ಯಾದಸ್ಥ ಹೆಣ್ಣುಮಕ್ಕಳು ಅವರ ತರಗತಿಗೆ ಅಷ್ಟಾಗಿ ಹೋಗುವುದಿಲ್ಲ. ಅಂತಹುದರಲ್ಲಿ ಅಂದು ಅವರ ಪೀರಿಯಡ್ಡಿನಲ್ಲಿ ಒಮ್ಮೆಗೇ ಗದ್ದಲವಾಯಿತು. ನಿನ್ನೆ ಜಾಗೀರ್ದಾರರು ಗಿರಿಜೆ ತಪಸ್ಸಿಗೆ ತಯಾರಾಗುವುದನ್ನು ಅದ್ಭುತವಾಗಿ ವರ್ಣಿಸುತ್ತಿರುವಾಗಲೇ ಹಾಳು ಗಂಟೆ ಬಾರಿಸಬೇಕೇ... 'ವಿಮುಚ್ಯ ಸಾಹಾರಮಹಾರ್ಯನಿಶ್ಚಯಾ ವಿಲೋಲಯಷ್ಟಿ ಪ್ರವಿಲುಪ್ತ ಚಂದನಮ್... ಅಂದ್ರ ದೇವಿ ತನ್ನ ಕಂಠದೊಳಗ ಧರಿಸಿದ್ದ ಮುತ್ತಿನಮಣಿಹಾರಾನ ತಗದು ಮಗ್ಗಲಕ್ಕಿಟ್ಟಳು. ತನ್ನ ವಕ್ಷಸ್ಥಲದೊಳಗ ಮೆರೀತಿದ್ದ ಚಂದನವನ್ನು ತೊಡೆಯುತ್ತಿದ್ದಂಥಾ ಮಣಿಹಾರಾನ ತಗದಿಟ್ಟಳು. ವಕ್ಷಸ್ಥಲ ಅಂದ್ರೇನು ಅಂತ ಗೊತ್ತದ ಏನ್ರೋ ಮುಂಡೇಮಕ್ಕಳ. ಅದರ ಕಲ್ಪನಾ ನಿಮಗೆಲ್ಲ ಬರಬೇಕು. ನಿಮಗ ಆ ಸಿನೇಮಾದೊಳಗ ತೋರಸ್ತಾರಲ್ಲ ಹೀರೋಯಿನ್ನುಗೋಳು, ಅವರ ಮಲಿ ಗೊತ್ತು. ವಕ್ಷಸ್ಥಲ ಅಂದ್ರ ಅದೊಂದು ಸೌಂದರ್ಯಾಭರಣ ಇದ್ದಾಂಗ. ಅದಕ್ಕೊಂದು ಸಪರೇಟ್ ಮರ್ಯಾದಿಯಿರ್ತದ, ಗೊತ್ತದ ಏನ್ರಲೇ..ಆ ಸಿನೇಮಾದಾಗ ತೋರಸೋದು ಕೊಡಪಾನಗಳನ್ರೋ. ಅದಕ್ಕ ಬಾಡೀ ಹಾಕ್ಕಳೋದಿಲ್ಲ. ಟೆಂಟ್ ಹೊದೀತಾರ. ಕಾಳೀದಾಸನಂತಹ ಕವಿಗೆ ಕಾಣೋದು ಕೊಡಪಾನ ಅಲ್ರಲೇ. ಅವನಿಗೆ ಕಾಣೋದು ಚಿಗುರು ಮಾವಿನಕಾಯಿ, ಬ್ಯಾಲದ ಹಣ್ಣು. ಬ್ಯಾಲದ ಹಣ್ಣಿನ ಸೈಜು ನೋಡೀರೇನ್ರಲೇ. ಈಟಿರ್ತದೆ... ಬೆಲ್ಹೊಡೀತು. ಮುಂದಿಂದು ನಾಳೆ' ಅಂದವರೇ ಹುಡುಗರನ್ನು ಅವರ ಅರೆ ಬೆಂದ, ಅರೆ ತೊಯ್ದ ಕನಸುಗಳ ನಡುವೆ ಬಿಟ್ಟು ಹೊರಟೇಬಿಟ್ಟರು. ಮುಂದಿಂದು ನಾಳೆ ಅಂದಿದ್ರಲ್ಲ, ಅದಕ್ಕೇ ಈವತ್ತು ಇಡೀ ತರಗತಿ ತುಂಬಿತ್ತು. ಹನ್ನೊಂದನೇ

ಶ್ಲೋಕಕ್ಕೆ ಬರುತ್ತಿದ್ದ ಹಾಗೇ ಜಾಗೀರ್ದಾರರು ಮುಗ್ಗರಿಸಿಬಿಟ್ಟರು. ಒಮ್ಮೆ ತಮ್ಮ ಪಾಠ ನಿಲ್ಲಿಸಿ ಮುಂದಿನದನ್ನು ತಮ್ಮಲ್ಲೇ ಓದಿಕೊಂಡರು. ತಮ್ಮ ಮೂವತ್ತೈದು ವರ್ಷಗಳ ಸರ್ವೀಸಿನಲ್ಲಿ ಈ ಕುಮಾರಸಂಭವವನ್ನು ಅದೆಷ್ಟು ಸಾರಿ ಹುಡುಗರಿಗೆ ಪಾಠ ಮಾಡಿಲ್ಲ. ಹಾಗೆ ನೋಡಲಿಕ್ಕೆ ಹೋದರೆ ಪಠ್ಯಪುಸ್ತಕವೇ ಬೇಕಿಲ್ಲ ತಮಗೆ. ಅಂತಹುದರಲ್ಲಿ ಇದ್ದಕ್ಕಿದ್ದಂತೆ ಇವತ್ತಿನವರೆಗೂ ಇದ್ದಿರದ ಈ ಪೈಜಾಮಧಾರಿ ಗೋಪಾಲರಾಯ ಯಾರು? ಈ ಗೋಪಾಲರಾಯ ಈ ಕಾವ್ಯದ ನಡುವೆ ನುಸುಳುವುದೆಂದರೆ? ಅದು ಹಾಳಾಗಿ ಹೋಗಲಿ, ಆ ಗಿರಿಜೆ ಕೂಡ ಇನ್ನೇನು ಶಿವ ಬರುವ ಹೊತ್ತು ಅನ್ನೋದಕ್ಕಾಗಿಯಾದರೂ ತಪಸ್ಸು ಮಾಡಬೇಡವೇ. ಅದು ಬಿಟ್ಟು ಅಮೃತ ಕೊಡ್ತೀನಿ ಅಂತ ಈ ಪೈಜಾಮಧಾರಿಯನ್ನು ಕರೆದುಕೊಂಡು ಹೋಗುವುದೇ?

ಕಾಳಿದಾಸನ ಮಹಾಕಾವ್ಯದಲ್ಲಿ ಯಾರು ಈ ಗೋಪಾಲರಾಯ? ಅಥವಾ ಕಾಳಿದಾಸನೇ ಬರೆದ ಕಾವ್ಯವೇ ಇದು? ಅಥವಾ ತಮ್ಮ ಪುಸ್ತಕದಲ್ಲಿ ಪ್ರಿಂಟ್ ಮಿಸ್ಟೇಕ್ ಆಗಿದೆಯೋ... ಪುಸ್ತಕ ಬದಲಿ ಮಾಡಿ ನೋಡಿದರು. ಅಲ್ಲೂ ಈ ಹುಲುಮನುಜ, ಪೈಜಾಮಧಾರಿ ಗೋಪಾಲರಾಯ. ಯಾಕೋ ಪೋಲಿ ಜಾಗೀರ್ದಾರರ ಪಾಠ ಅಂದು ಹುಡುಗರಿಗೆ ಹಿಡಿಸಲಿಲ್ಲ. ಮುಂದಿನ ಕೆಲವೇ ನಿಮಿಷಗಳಲ್ಲಿ ಇಡೀ ಸಾಹಿತ್ಯಲೋಕ ತಲ್ಲಣಿಸಿಹೋದಲ್ಲಿ...

'ಶ್ರೀರಾಮಚಂದ್ರಾ, ಇಷ್ಟೊತ್ತನಕಾ ಎಲ್ಲಿ ಸಾಯಾಕ್ಹೋಗಿದ್ರೂ ಅಂತ ಕೇಳಪಾ. ಹೊತ್ತಲ್ದೊತ್ತ್ಯಾಗೆ ಬರಕೆ ಇದೇನು ಸಂಸಾರಸ್ಥರ ಮನೇನೋ ಸೂಳೆಮನೇನೋ. ನಾಳೇನಿಂದ ಲೇಟಾಗೇನರ ಬಂದ್ರೆ ಬಾಗಿಲಾನೂ ತೆಗೆಯಲ್ಲಾಂತೇಳು. ಅದೆಲ್ಬಿದ್ಕಂತಾರೋ ಬಿದ್ಕಳ್ಳಿ. ನಾಳೆ ಅಂಬಕ್ಕ ಬರ್ತಳೆ.. ಮನೇಲೇ ಬಿದ್ದಿರಾಕೇಳು. ಅದೇನು ಬೇಕೋ ಮಾಡ್ಕೆಂಡು ತಿಂದು ಮುಸುರೇನೆಲ್ಲಾ ಹಿತ್ಲಾಗಿಡಬೇಕಂತೇಳು. ನಾಳೆ ಬೆಳಿಗ್ಗೆ ಮುನುಸ್‌ಪಾಲ್ಟೀ ನೀರು ಬಿಡ್ತಾರೆ. ಬೆಳಿಗ್ಗೆದ್ದು ನೀರು ತುಂಬಿಡಬೇಕಂತೇಳು...' ಹೆಂಡತಿಯ ಕಡೆಗೆ ಕಿವಿಕೊಡದೆ ಗೋಪಾಲರಾಯರು ತಮ್ಮ ಪಾಡಿಗೆ ತಾವು ತಮ್ಮ ಹಾಸಿಗೆಯನ್ನು ಎತ್ತಿಕೊಂಡು ಜಗಲಿಯಲ್ಲಿ ಹರಡಿಕೊಂಡರು. ಅಂಗತ್ತ ಮಲಗಿದರು. ನಿದ್ದೆಬಾರದು. ಹೊರಳಾಡಿದರು. ಬೋರಲು ಮಲಗಿದರು. ಈ ಕ್ಷಣವೇ ಎದ್ದು ಸಪ್ರೆಯ ಮನೆಗೆ ಹೋಗಿಬಿಡಲಾ ಅನಿಸಿತು. ಮತ್ತೆ ಏನನಿಸಿತೋ ಏನೋ,

ಜಗಲಿಯೆನ್ನುವುದನ್ನೂ ಮರೆತು ಉಟ್ಟ ಬಟ್ಟೆಯನ್ನೆಲ್ಲಾ ಬಿಚ್ಚಿ, ಬೆತ್ತಲೆ ಮಲಗಿದರು. ಯಾಕೋ ಹಾಯೆನಿಸಿತು, ಮನಸ್ಸಿಗೋ ಮೈಗೋ ತಿಳಿಯಲಿಲ್ಲ, ತಿಳಿಯುವುದು ಬೇಕಾಗಿರಲಿಲ್ಲವಾಗಿ...

ಮಾರನೇ ದಿನ ಮಧ್ಯಾಹ್ನ ಎರಡೂವರೆಗೆ ತಮ್ಮ ಪೀರಿಯಡ್ಡು ಮುಗೀತಿದ್ದ ಹಾಗೇ, ಎಂದಿನಂತೆ ಶಿವನಂಜ ಬಾಗಿಲು ಹಾಕೋದನ್ನು ಕಾಯದೇ, ಸಪ್ರೆಯ ಸ್ಟುಡಿಯೋ ಕಡೆಗೆ ದುಡುದುಡು ಓಡಿದರು. ಅವನೂ ಇವರಿಗೇ ಕಾಯ್ತಾಇದ್ದ ಹಾಗಿತ್ತು. ತಮ್ಮ ಓಟವನ್ನು ನಿಲ್ಲಿಸದೇ ಅವನ ಕೈಗೆ ನೂರರ ಎರಡು ನೋಟು ತುಂಬಿ, ಕೈಲಿ ಕುಮಾರಸಂಭವ ಪುಸ್ತಕವನ್ನು ಹಿರಿದು ಮೊದಲೇ ಅಂದುಕೊಂಡಿದ್ದ ಪುಟವನ್ನು ತೆರೆದಿಟ್ಟುಕೊಂಡು, ಜಾಕಾಯಿ ಪೆಟ್ಟಿಗೆಯ ಬಾಗಿಲನ್ನು ತೆಗೆದು ಕುರ್ಚಿಯಲ್ಲಿ ಕುಳಿತರು. ಸಪ್ರೆ ನಗುತ್ತಾ ಬಾಗಿಲು ಹಾಕಿ, ಪೆಟ್ಟಿಗೆಯ ಮೇಲೆ ಬಾರಿಸಿದ ಇಪ್ಪತ್ತೇಳು ಸೆಕೆಂಡುಗಳಲ್ಲಿ...

ಗೋಪಾಲರಾಯರನ್ನು ಹಿಮಾಲಯ ಪರ್ವತದಲ್ಲಿ ನೋಡಿದ ಕೂಡಲೇ ಆನಂದಾಶ್ಚರ್ಯದಿಂದ ಗಿರಿಜೆ ಚೀರಿದಳು.

'ನೀವು ಬರಲ್ಲಾನ್ಕಂಡಿದ್ದೆ.'

'ಬರದಿದ್ರೆ ನಿಮಗೆ ಬೇಜಾರಾಕ್ಕತ್ತೇನೋ ಅಂತಂದು ಬಂದೇಬಿಟ್ಟೆ.'

ಮೊದಲಿನ ಸಂಕೋಚ ಕೊಂಚ ದೂರವಾಗಿತ್ತು. ಧೈರ್ಯವಾಗಿ ಅವಳ ಕೈಹಿಡಿದರು. ಆಕೆಯೂ ಆಕ್ಷೇಪಿಸಲಿಲ್ಲ. ಮುಂದಿನೆರಡು ತಾಸುಗಳ ಕಾಲ ಇಬ್ಬರೂ ಹಿಮಾಲಯದಲ್ಲಿ, ಅದು ವಿಶ್ವೇಶ್ವರಯ್ಯ ಪಾರ್ಕೇನೋ ಅನ್ನುವಂತೆ, ತಿರುಗಾಡಿದರು. ತಾವು ಇಲ್ಲಿಗೆ ಬಂದ ಬಗೆಯನ್ನು ವಿವರಿಸಿದರು. ಕಾಳಿಂಗರಾವ್ ಹಾಡಿದ ಕಿತ್ತೂರು ಚೆನ್ನಮ್ಮದ ತಾಯಿದೇವಿಯನು ತಮಗೆ ಬಂದಹಾಗೆ ಅಂದು ತೋರಿಸಿದರು. ಕಿತ್ತೂರು ಚೆನ್ನಮ್ಮದ ಕತೆ ಹೇಳಿ ಆಕೆಯ ಕಣ್ಣಲ್ಲಿ ನೀರು ತರಿಸಿದರು.

'ಅದೇನು ನೀವು ಒಂತರಾ ಘಂ ಅಂತೀರಲ್ಲಾ, ಏನು ಹಾಕ್ಕಂತೀರಿ?'

'ಅತ್ತರು' ಅಂದವರೇ ಜೇಬಿನಿಂದ ಅತ್ತರು ಶೀಷೆಯನ್ನು ತೆಗೆದು ಅವಳ ಕಿವಿ ಹಿಂದೆ ಸವರಿದರು. ಆಕೆ ದೀರ್ಘವಾಗಿ ಉಸಿರೆಳೆದು ಆನಂದಿಸಿದಳು.

'ಶಿವಂಗೂ ಹೇಳಬೇಕು, ಇಂತಾದ್ದನ್ನ ಹಾಕ್ಕ ಅಂತ. ಗಬ್ ಅಂತಿರ್‍ತಾನೆ.'

'ಬೇಕಾರೆ ಇಟ್ಗಳ್ರೀ' ಅಂದು ಆಕೆಗೆ ಆ ಶೀಷೆಯನ್ನು ಕೊಟ್ಟರು.

'ಇಟ್ಬರತೀನಿ ತಡೀರಿ' ಅಂದವಳೇ ಅಡಿಗೇ ಮಾಡಿನ ಕಡೆ ಓಡಿದಳು. ಒಂದೆರಡೇ ಹೆಜ್ಜೆ, ಜಾರಿದಳು. ಗೋಪಾಲರಾಯರು ಓಡಿ ಆಕೆಯನ್ನು ಹಿಡಿದೆತ್ತಿದರು. ಅದೇನು ಅನಿಸಿತೋ ಆಕೆಯ ಕೆನ್ನೆಯ ಮೇಲೆ ಹೂಮುತ್ತನ್ನಿಕ್ಕಿದರು. ಆಕೆ ಆಕ್ಷೇಪಿಸಲಿಲ್ಲ. ಹೀಗೇ ತಿಂಗಳುಗಳು ಉರುಳಿದವು. ಗಿರಿಜೆಯ ಸೊಂಟ ಬಳಸುವಷ್ಟು ನಿಕಟವಾಯಿತು ಸಂಬಂಧ. ಆಕೆಯೂ ಇವರ ಕೈಹಿಡಿದೇ ಇಡೀ ಹಿಮಾಲಯವನ್ನು ಇವರಿಗೆ ತೋರಿಸಿದಳು. ನಲವತ್ತಮೂರರ ಗೋಪಾಲರಾಯರು ಇಪ್ಪತ್ಮೂರಕ್ಕೆ ಇಳಿದರು. ದಿನಕ್ಕೆ ಇನ್ನೂರು ಹೋದರೂ ಪರವಾಗಿಲ್ಲ ಅನ್ನುವ ಮಟ್ಟಕ್ಕೆ ತಲುಪಿದರು. ಆಕೆಗೆ ಹಮಾಮ್ ಸಾಬೂನು, ಸಿಕ್ಕಟಿಗೆ, ಕಣ್ಣಿಗೆ ಕಾಡಿಗೆ ಇತ್ಯಾದಿಗಳನ್ನು ದಿನದಿನ ಸರಬರಾಜು ಮಾಡಿದರು. ಅವುಗಳನ್ನು ಬಳಸುವುದನ್ನೂ ತಮಗೆ ತಿಳಿದ ಹಾಗೆ ಹೇಳಿಕೊಟ್ಟರು. ಆದರೆ ಕೆಲವು ವಾರಗಳ ನಂತರ, ಸೆಮಿಸ್ಟರ್ ಪರೀಕ್ಷೆಗಳು ಬಂದು, ಸುಮಾರು ದಿನಗಳು ಗೋಪಾಲರಾಯರಿಗೆ ಗಿರಿಜೆಯನ್ನು ನೋಡಲಾಗಲಿಲ್ಲವಾದರೂ...

ಪರೀಕ್ಷೆಗಳು ಮುಗಿದ ದಿನವೇ ಮಧ್ಯಾಹ್ನ ಗೋಪಾಲರಾಯರು ಸಪ್ರೆಯ ಸ್ಟುಡಿಯೋಗೆ ಓಡಿದರು.

'ಸಪ್ರೇ, ಮೂವತ್ತನೇ ಶ್ಲೋಕ ಮುಗಿಯಾದ್ರಾಗೆ ಇಕಡೀಕೆ ಬಂದುಬಿಡಬೇಕು ನೋಡು. ಇಲ್ಲಂತಂದ್ರೆ ಆ ಶಿವ ಬಂದು ಬಿಡ್ತಾನೆ. ಹೆಂಗಾರ ಮಾಡಿ ಅವನು ಇನ್ನೂ ಒಂದೆರಡು ತಾಸು ಬಿಟ್ಟು ಬರಾಹಾಗಿದ್ರೇ...'

'ನೀ ಹಿಂಗೇ ಮಾಡ್ತಿದ್ರೆ ಅವನಿಗೆ ಅನುಮಾನ ಬರಲ್ಲೇನು?'

'ಅಯ್ಯೋ ಹೆಣ್ಣು ಅಂದ್ರೆ ಹೀಗೇ ಅಂತ ಅವನಿಗೆ ಏನು ತಿಳೀತತೆ. ನಂಗೂ ಇದು ಫಸ್ಟು ಅವನಿಗೂ ಇದು ಫಸ್ಟು. ಒಂದೇ ವ್ಯತ್ಯಾಸ ಅಂದ್ರೆ ಅವನಿಗೆ ಕಾಳಿದಾಸನ ಸಪೋರ್ಟಿದೆ, ನಂಗಿಲ್ಲ.'

ಇಪ್ಪತ್ತೇಳು ಸೆಕೆಂಡುಗಳು. ಮತ್ತೆ ಗಿರಿಜೆಯ ಜೊತೆಯಲ್ಲಿ...

'ಅಯ್ಯೋ ಮೇಷ್ಟ್ರೇ, ನೀವು ಇನ್ನು ಬರಾದೇಯಿಲ್ಲ ಅನ್ಕಂಡಿದ್ದೆ. ಬಂದ್ರಲ್ಲಾ.' ಓಡಿ ಬಂದು ಗೋಪಾಲರಾಯರನ್ನು ತಬ್ಬಿಕೊಂಡಳು. ತಮ್ಮ ಜನ್ಮ ಸಾರ್ಥಕವಾದಂತೆನಿಸಿತು. ಅವಳನ್ನು ತಬ್ಬಿ ನೆತ್ತಿಯನ್ನು ಮೂಸಿದರು. ಮುತ್ತಿಕ್ಕಿದರು. ಅವರು ಕೊಟ್ಟಿದ್ದ ಅತ್ತರಿನ ಘಮಲು ನಯವಾಗಿ ಇವರನ್ನು ತಬ್ಬಿತು. ಒಂದರೆಕ್ಷಣ

ಇಬ್ಬರೂ ಒಬ್ಬರನ್ನೊಬ್ಬರು ತಬ್ಬಿ ಹಾಗೇ ಕುಳಿತಿದ್ದರು.

'ಮೇಷ್ಟ್ರೇ, ನೀವಿಲ್ದಿದ್ದಾಗ ಏನಾಯ್ತು ಗೊತ್ತಾ, ಶಿವ ಬಂದು ತಬ್ಕೊಂಡ. ವಾಸನೆ ಗಬ್ ಅಂತ, ಹೊಟ್ಟೆಯೆಲ್ಲಾ ತೊಳಸಾಕತ್ತತು.'

'ಪ್ರಿಯೇ, ಇಂತಹ ವಾಸನೆಯ ಗಾಢ ಅನುಭವ ನಂಗೂಯಿದೆ ಬಿಡು. ವಾಸನೆಯ ಮಾತು ಬೇಡಯೀಗ. ನಾನಿದ್ದೀನಲ್ಲಾ, ಶಿವನ ಯೋಚನೆ ಬಿಡು' ಅಂದವರೇ ಆಕೆಯನ್ನು ಮತ್ತೂ ಗಟ್ಟಿಯಾಗಿ ತಬ್ಬಿದರು.

'ಮದರಿಂಡಿಯಾ ಕತೆ ಹೇಳಿ.'

'ಅದೆಷ್ಟು ಸಲ ಹೇಳಾದು. ಕೇಳಿ ಮತ್ತೆ ಮತ್ತೆ ಅಳ್ತೀಯ.'

'ಹೇಳ್ರಲಾ...'

ನಲವತ್ತೊಂದನೆಯ ಸರತಿ ಮದರ್ ಇಂಡಿಯಾ ಕತೆ ಹೇಳಿದರು. ಆಕೆಯೂ ನಲವತ್ತೊಂದನೆಯ ಸರತಿ ಬಿಕ್ಕಿಬಿಕ್ಕಿ ಅತ್ತಳು.

'ಮೇಷ್ಟ್ರೇ, ನಿಜ ಹೇಳಿ, ನಾನೂ ಆ ನರ್ಗಿಸ್ ಇದ್ದಂಗಿಲ್ವಾ'

'ಅವಳಂಗೇನು, ಅವಳಿಗಿಂತಾ ಒಂದು ಕೈ ಮೇಲೇ ನೀನು.'

'ಮತ್ತೆ ನಾನೂ ಈ ಸಿನೇಮಾದಲ್ಲಿ ಪಾರ್ಟ್ ಮಾಡಬೋದಾ'

'ಯಾವನರಾ ಡೈರೆಕ್ಟರ್ ಸಿಕ್ರೆ ಮಾಡಬೋದು.'

'ನಿಮ್ಗೆ ಯಾರರಾ ಡೈರೆಕ್ಟರ್ ಗೊತ್ತದರೇನು.'

'ಅಯ್ಯಾ, ಅದೆಲ್ಲಾಯಿರಾದು ಮದ್ರಾಸಿನೆಗೆ. ನಮ್ಮೂರಿಂದ ಬಾಳಾ ದೂರೈತದು. ನಂಗೆ ಯಾರು ಗೊತ್ತಿರ್ತರೆ ಹೇಳು.'

'ನಾನೂ ನಿಮ್ಮೂರಿಗೆ ಬರ್ಬೇಕಲ್ಲಾ ಮೇಷ್ಟ್ರೇ..'

'ಬೇಡಾಂದರು ಯಾರು. ಆ ಸಪ್ರ್ರೆಗೆ ಕೇಳ್ತೀನಿ. ನಿನ್ನೂ ಕರೆಸ್ಗಳಾಕೆ ಏನಾರಾ ಟ್ರಿಕ್ ಮಾಡೇಮಾಡ್ತಾನೆ ಅವ್ನು'

ಅಂದು...

ಆ ರಾತ್ರಿ ತಮ್ಮ ಮನೆ ಬಾಗಿಲು ತಟ್ಟೇತಟ್ಟಿದರು. ತಪ್ಪಿಯೂ ತಮ್ಮ ಹೆಂಡತಿಯ ಹೆಸರು ಹಿಡಿದು ಕರೆಯಲಿಲ್ಲ. ಸುಮಾರು ಅರ್ಧ ತಾಸಿನ ನಂತರ ಅರೆ ತೆರದ ಬಾಗಿಲಿನಿಂದ ಅವರ ಹಾಸಿಗೆ ಸುರುಳಿ ಹೊರಬಿತ್ತು, ಅಷ್ಟೇ. ಗೋಪಾಲರಾಯರು ಹಾಸಿಗೆಯನ್ನು ಜಗಲಿಯಲ್ಲಿ ಹಾಸಿಕೊಂಡರು. ಸಪ್ರೆ ಏನಾರಾ

ಟ್ರಿಕ್ ಮಾಡೇ ಮಾಡ್ತೀನಿ ಅಂದಿದ್ದ. ಅದೇ ರೋಮಾಂಚನದಲ್ಲಿ ಗಿರಿಜೆಯನ್ನೇ ಕನಸುತ್ತಾ ಮಲಗಿದರು. ಮಾರನೇ ದಿನ ಕಾಲೇಜಿನಿಂದ ಒಬ್ಬ ಹುಡುಗ ಓಡಿ ಬಂದು ಶಾರದಮ್ಮನಿಗೆ, ಆಕೆ ಎದುರು ಬಂದ ಕೂಡಲೇ ತನ್ನ ಮೂಗು ಹಿಡಿದು, ಗೋಪಾಲರಾಯರ ಸಂದೇಶವನ್ನು ಕೊಟ್ಟ: 'ಅರ್ಜಂಟ್ ಕೆಲ್ಸದ ಮೇಲೆ ಸಾರ್ ಮೈಸೂರಿಗೋಗಿದಾರೆ. ಬರಾದು ಒಂದು ವಾರಕ್ಕಾತಂತೆ.' ಶಾರದಮ್ಮನವರಿಗೆ ತಮ್ಮ ಜನ್ಮಕ್ಕೆ ಅಂಟಿಕೊಂಡ ಪೀಡೆ ತೊಲಗಿದಂತಾಯಿತು. ಒಬ್ಬರೇ ಆದರೇನಾಯಿತು ಇನ್ನಾದರೂ ಮನಸೋಯಿಚ್ಛೆ ಬಾಯಿ ತೆರೆದು ಮಾತನಾಡಬಹುದಲ್ಲಾ ಎಂದುಕೊಂಡ ಗಳಿಗೆಯಲ್ಲೇ...

ಒಂದು ಜೊತೆ ಲಂಗ-ದಾವಣಿ, ಒಂದು ಒಳ ಲಂಗ, ಒಂದು ಜೋಡಿ ಚಪ್ಪಲಿ, ತಮ್ಮ ಕಿಟ್‌ಬ್ಯಾಗನ್ನು ಸಪ್ರೆಯ ಸ್ಟುಡಿಯೋದಲ್ಲಿ ಒಂದು ಟೇಬಲ್ ಮೇಲೆ ಜೋಡಿಸಿಟ್ಟು, ಗೋಪಾಲರಾಯರು ಜಾಕಾಯಿ ಡಬ್ಬಿಯನ್ನು ಹೊಕ್ಕರು. ಸಪ್ರೆ ಬಾಗಿಲು ಹಾಕಿ ಡಬ್ಬಿಯನ್ನು ಬಡಿದ. ಇಪ್ಪತ್ತೇಳು ಸೆಕೆಂಡುಗಳು. ಗೋಪಾಲರಾಯರು ಗಿರಿಜೆಯ ಜೊತೆಯಿದ್ದರು. ಗಿರಿಜೆಯೂ ಕಾತರದಿಂದ ಇವರನ್ನೇ ಎದುರುನೋಡುತ್ತಿದ್ದಂತಿತ್ತು. ಗೋಪಾಲರಾಯರು ಅವಳಿಗೆ ತಮ್ಮ ಶಾಲನ್ನು ಹೊದಿಸಿ, ಅಲ್ಲೇ ಒಂದು ಬಂಡೆಯ ಮೇಲೆ ಕುಳಿತು, ಗಿರಿಜೆಯ ಕೈಹಿಡಿದು, 'ಸಪ್ರೇ ನಾವು ರೆಡೀ' ಎಂದು ಅರಚಿದರು. ಇಪ್ಪತ್ತೇಳು ಸೆಕೆಂಡುಗಳು. ಇಬ್ಬರೂ ಕೈ ಕೈ ಹಿಡಿದೇ ಸಪ್ರೆಯ ಸ್ಟುಡಿಯೋದ ಜಾಕಾಯಿ ಡಬ್ಬದಲ್ಲಿದ್ದರು. ಬಾಗಿಲು ತೆರೆದು ಗೋಪಾಲರಾಯರೊಂದಿಗೆ ಜಾಕಾಯಿ ಡಬ್ಬದಿಂದ ಹೊರ ಅಡಿಯಿಟ್ಟ ಆ ಅದ್ಭುತವನ್ನು ನೋಡಿ ಸಪ್ರೆ ನಿಂತಲ್ಲೇ ಉಸಿರಾಡದೇ ನಿಂತುಬಿಟ್ಟ. ಗೋಪಾಲರಾಯರು ಅವನ ಪಕ್ಕೆಯನ್ನೊಮ್ಮೆ ತಿವಿದು, 'ಜಲ್ದಿ ಒಂಟಾಂಗಾ ತಾ. ದುರ್ಗಾ ಲಾಜ್ ಅಂತೇಳು' ಅಂದರು.

'ಎಂಟು ಬಿಲ್ಡಿಂಗ್ ದಾಟಿದರೇ ದುರ್ಗಾ ಲಾಜ್. ಅದಕ್ಕೆ ಟಾಂಗಾ ಯಾಕ ಬೇಕು?'

'ಏನು ಇವಳನ್ನ ಹಂಗೇ ರಸ್ತೇನಗೆ ನಡೆಸ್ಗೆಂಡು ಹೋಗಂತೀಯೇನು. ದಾವಣ್ಗೆರೆಗೇ ಬೆಂಕಿ ಬಿದ್ದೀತು. ಬೇಗ ಟಾಂಗಾ ತಾಯೀಗ.'

ಸಪ್ರೆ ಹೋದ ಮೇಲೆ, ಮೇಜಿನ ಮೇಲಿನ ಲಂಗಾ-ದಾವಣಿ ತೋರಿಸಿ 'ಗಿರಿಜಾ ಇದನ್ನ ಹಾಕ್ಕ' (ಸಂಸ್ಕೃತದಲ್ಲಿ) ಅಂದರು.

'ಏನದು?'

'ಲಂಗಾ ದಾವಣಿ. ಈ ಜಗತ್ನಗೆ ಹೆಣ್ಣು ಮಕ್ಕಳು ಇದನ್ನೇ ಹಾಕ್ಕಂತರೆ.'

'ನಂಗೆಲ್ಲಿಂದ ಬರಬೇಕು ಅದನ್ನ ಹಾಕ್ಕಾಳಕೆ. ನೀವೇ ಉಡಿಸಿ.'

ಅಂದರೆ ಆಕೆ ತಾನುಟ್ಟ ಬಟ್ಟೆಯನ್ನು ಬಿಚ್ಚಿ...ಅದೂ ಈ ಸ್ಟುಡಿಯೋದಲ್ಲಿ ತಾವಿಬ್ಬರೇ ಇರುವ ಹೊತ್ತಿನಲ್ಲಿ...

ತಾನು ಆ ದೇಹಕ್ಕೆ ಈ ಲಂಗ-ದಾವಣಿಯನ್ನು...ಅದೂ ಸಪ್ರೆ ಬರುವುದರೊಳಗೇ...ಆ ಕಲ್ಪನೆಗೇ ಬಿಚ್ಚಿಬಿದ್ದರು. ದಳದಳ ಬೆವರಿದರು. ಆದರೆ ಗಿರಿಜೆ ಇವರ ತೊದಲಾಟದ ಪರಿವೆಯೇ ಇಲ್ಲದೆ ತಾನುಟ್ಟ ನಾರುಮಡಿಯನ್ನು ಕಳೆಯಲು ತೊಡಗಿದಳು. ತಮ್ಮ ಜೀವಮಾನದ ಕನಸೊಂದು ತನ್ನದೆಲ್ಲವನ್ನೂ ಕಳಚಿ ತಮ್ಮ ಸೇವೆಗೆ ಸಿದ್ಧವಾಗುತ್ತಿರುವಂತೆ ಅನಿಸಿತು. ಮುಂದೆ ನಡೆದುದನ್ನು ವಿವರಿಸಲು ಮಾನವಮಾತ್ರನಾದ ಈ ಲೇಖಕನಿಂದ ಸಾಧ್ಯವಿಲ್ಲ. ಅಂತೂ ಸಪ್ರೆ ಟಾಂಗಾ ತರುವುದರೊಳಗೆ ಗೋಪಾಲರಾಯರು ಗಿರಿಜೆಗೆ ಲಂಗಾ-ದಾವಣಿಯನ್ನು ತೊಡಿಸಿ ಸಿದ್ಧರಾಗಿದ್ದರು. ಟಾಂಗಾ ಹತ್ತುವಾಗಲೂ ಒಂದು ರೀತಿಯ ಉನ್ಮಾದದಲ್ಲಿದ್ದಂತೆ ಹಗುರವಾಗಿ ನಡುಗುತ್ತಿದ್ದ ಈ ಹೊತ್ತಿನಲ್ಲಿ...

ರಂಗನಾಥ ಜಾಗೀರ್ದಾರರು, ಜಾಗೀರ್ದಾರರಷ್ಟೇ ಏನು, ಕರ್ನಾಟಕದ ಸಂಸ್ಕೃತ ಪಂಡಿತರೆಲ್ಲಾ, ತರಗತಿಗಳಲ್ಲಿ ಕಾಳಿದಾಸನ ಕುಮಾರಸಂಭವ ಪಠ್ಯಪುಸ್ತಕವನ್ನು ಬಿಸಾಡುವುದೊಂದೇ ಬಾಕಿ, ಅಷ್ಟು ತಲೆಕೆಟ್ಟಿತ್ತು. ಮೊದಲು ಅದ್ಯಾವನೋ ಪೈಜಾಮಧಾರಿ ಗೋಪಾಲರಾಯ ಬಂದ. ನಂತರ ದಿನಾ ಬರತೊಡಗಿದ. ಅದು ಹೇಗೋ ತಡಕೊಂಡಿದ್ದಾಯ್ತು. ಈಗ ನೋಡಿದರೆ ಇಪ್ಪತ್ತೆರಡನೇ ಶ್ಲೋಕದಿಂದ ಗಿರಿಜೆಯೇ ನಾಪತ್ತೆ. ಇನ್ನೇನು ಪಾಠ ಮಾಡುವುದು...ಇತ್ತ ಸಾಹಿತ್ಯಲೋಕವಂತೂ ಥರಥರನೆ ನಡುಗಿಬಿಟ್ಟಿತು. ಏನಾಗಿದೆ ಇತ್ತೀಚಿನ ಜನಾಂಗಕ್ಕೆ?

ಇದು ಯಾರೋ ನವ್ಯಕವಿಯೊಬ್ಬ ಮಾಡುತ್ತಿರುವ ಕುಹಕ ಎನಿಸಿತು. ಸರಿಸುಮಾರು ಇದೇ ಸಮಯದಲ್ಲಿ ಶಿವಮೊಗ್ಗೆಯಲ್ಲಿ ನಡೆದ ಕನ್ನಡ ಸಾಹಿತ್ಯ ಪರಿಷತ್ತಿನಲ್ಲೂ ಈ ಬಗ್ಗೆ ಗಂಭೀರವಾದ, ಆವೇಶಭರಿತ ಚರ್ಚೆಗಳು ನಡೆದವು. ಕೊನೆಯಲ್ಲಿ ಸಾಹಿತ್ಯ ವಿಮರ್ಶಕರೊಬ್ಬರು ಹೀಗೆ ಅಭಿಪ್ರಾಯ ಪಟ್ಟರು: 'ಇದೇ, ಇದೇ ಮಹಾಕಾವ್ಯಗಳ ಗುಣ ಅಂದ್ರೆ. ಸಾವಿರಸಾರಿ ಓದಿದಾಗಲೂ ಸಾವಿರ

ಹೊಸತುಗಳು ಕಾಣ್ತಾವೆ. ಪ್ರತೀ ಸಲ ಓದಿದಾಗಲೂ ಬೇರೆ ಬೇರೆ ಅರ್ಥಗಳು ಹೊಳೆಯುತ್ತವೆ. ಕಾವ್ಯದಲ್ಲಿನ ಪಾತ್ರಗಳಿಗೆ ಹೊಸ ಆಯಾಮಗಳು ದೊರೆಯುತ್ತವೆ.' ಇವರ ಪಾಡು ಹೀಗಿದ್ದಲ್ಲಿ...

'ಅಥಾಜಿನಾಷಾಢಧರಃ..' ಮೂವತ್ತನೇ ಶ್ಲೋಕ. ಪರಮೇಶ್ವರ ತಪಸ್ವಿಯಾಗಿ ಬಂದು ನೋಡಿದರೆ ಏನಿದೆ ಅಲ್ಲಿ, ಇಡೀ ಆಶ್ರಮ ಖಾಲಿಯಾಗಿದೆ. ಕಾಳಿದಾಸ ಏನು ಬರೆದಿದ್ನೋ ಅದನ್ನು ಹೇಳೋದು ಬಿಟ್ಟು ಇಡೀ ಆಶ್ರಮವನ್ನು ಗಿರಿಜೇ, ಪಾರ್ವತೀ, ಉಮೇ ಅಂತೆಲ್ಲಾ ಬೊಬ್ಬೆಯಿಡುತ್ತಾ ತಿರುಗಿದ. ಗಿರಿಜೆ, ಉಮೆ ಅಥವಾ ಪಾರ್ವತಿ ಎಲ್ಲೂ ಕಾಣಲಿಲ್ಲ. ಬಂದ ಸಿಟ್ಟಿಗೆ ಒಂದರ್ಧ ಗಂಟೆ ತಾಂಡವವನ್ನಾಡಿ ಕೈಲಾಸಕ್ಕೆ ತೆರಳಿದ. ಇನ್ನು ಅವಳಾಗೇ ಬರದೇ ತಾನು ಇತ್ತ ಬರಬಾರದು ಎಂದೂ ತೀರ್ಮಾನಿಸಿದಾಗಲೇ...

ಗಿರಿಜೆಯೊಂದಿಗೆ ಗೋಪಾಲರಾಯರು ದುರ್ಗಾ ಲಾಡ್ಜ್ ಹೊಕ್ಕರು. ಮೊದಲೇ ಹೇಳಿದ್ದರಿಂದ ಗೋಪಾಲರಾಯರ ಹೆಸರಿನಲ್ಲಿ ರೂಮೊಂದು ತಯಾರಿತ್ತು. ಮುಂದಿನ ನಾಲ್ಕು ದಿನಗಳನ್ನು ಗೋಪಾಲರಾಯರು ಮತ್ತು ಗಿರಿಜೆ ಪ್ರೇಮಿಗಳಂತೆ ಅತ್ಯಂತ ಶ್ರದ್ಧೆಯಿಂದ, ಪರಸ್ಪರ ಪ್ರೀತಿಯಿಂದ ಕಳೆದರು. ಎರಡು ಸಾರಿ ಶಾಂತಿ ಟಾಕೀಸಿನಲ್ಲಿ ಕಿತ್ತೂರು ಚೆನ್ನಮ್ಮ ನೋಡಿದರು. ಎರಡನೇ ದಿನಕ್ಕಾಗಲೇ ತನು ಕರಗದವರಲ್ಲಿ ರಾಗವನ್ನು ಗುಣುಗುವಂತಾಗಿಬಿಟ್ಟಿದ್ದಳು ಗಿರಿಜೆ. ಸರ್ಕಲ್ ರೆಸ್ಟೋರೆಂಟಿನಲ್ಲಿ ಊಟ ಮಾಡಿದರು. ಬಾತಿಗುಡ್ಡ, ಹಾಲುರಾಮೇಶ್ವರ, ನೀರ್ತಡಿ, ಆನೆಗೊಂದಿ ಇತ್ಯಾದಿಗಳನ್ನು ತಿರುಗಿಬಂದರು. ಪ್ಯಾಸೆಂಜರ್ ಟ್ರೇನ್ ಹತ್ತಿಸಿ ಹರಿಹರಕ್ಕೆ ಕರ್ಕೊಂಡು ಹೋಗಿ, ವಿಷ್ಣು ಮತ್ತು ಶಿವ ಒಂದಾದ ಬಗೆಯನ್ನು ವಿವರಿಸಿದರು. ಅಂಬರ್ಕರ್ ಜವಳಿ ಅಂಗಡಿಯಲ್ಲಿ ತನಗೆ ಒಂದು ಸೀರೆಯನ್ನೂ, ಒಂದು ಜೊತೆ ಲಂಗ-ದಾವಣಿಯನ್ನೂ, ಶಿವನಿಗೆ ಒಂದು ಪೈಜಾಮವನ್ನೂ, ನೆಟ್‌ಬನಿಯನ್ ಮತ್ತು ಒಂದು ಬುಶ್ಶರ್ಟನ್ನೂ ಖರೀದಿಸಿದಳು. ಬಂದೂರುಕ್ಯಾಂಪ್ ಮಹಮದ್ ಮೀಯಾ ಅಂಗಡಿಯಲ್ಲಿ ಒಂದು ಬಾಟಲಿ ಗಂಧದೆಣ್ಣೆಯನ್ನೂ, ಒಂದು ಬಾಟಲಿ ಅತ್ತರನ್ನೂ ಖರೀದಿಸಿದ್ದಾಯ್ತು. ಅಶೋಕಾ ಟಾಕೀಸಿನಲ್ಲಿ ಮದರಿಂಡಿಯಾ ಇರಲಿಲ್ಲ. ಹಾಗಾಗಿ ಮದರಿಂಡಿಯಾ ನೋಡಲಾಗಲಿಲ್ಲ ಎನ್ನುವುದೇ ಅವಳ ಕೊರಗಾಯಿತು. ಭಾನುವಾರ ಬಂತು. ಪ್ರೇಮಿಗಳಿಬ್ಬರೂ ಅಗಲಲೇ ಬೇಕು. ಈ ಹೊತ್ತಿಗಾಗಲೇ ಸುಮಾರು ಸಾವಿರದಷ್ಟು

ಕೈಬಿಟ್ಟಾಗಿತ್ತು. ಆದರೆ ಈ ಅನುಭವ? ಈಗಂತೂ ಕಾಳಿದಾಸನ ಯಾವುದೇ ಕಾವ್ಯವನ್ನು ಅನುಭವದ ಹಿನ್ನೆಲೆಯಲ್ಲಿ ವಿವರಿಸಬಲ್ಲರಾಗಿದ್ದರು. ಭಾನುವಾರ ಸಂಜೆ ಇಬ್ಬರೂ ಸಪ್ರೆಯ ಸ್ಟುಡಿಯೋಕ್ಕೆ ನಡೆದು...

ತನ್ನೆಲ್ಲಾ ಖರೀದಿಗಳನ್ನು ಕೈಲಿ ಹಿಡಿದು ಗಿರಿಜೆ ಡಬ್ಬದೊಳಗೆ ಪ್ರವೇಶಿಸಿದಳು. ಕುರ್ಚಿಯಲ್ಲಿ ಕೂಡುವುದೇ ತಡ ಎದ್ದು ಹೊರಬಂದಳು. ಗೋಪಾಲರಾಯರನ್ನು ಗಟ್ಟಿಯಾಗಿ ತಬ್ಬಿಕೊಂಡಳು. ಗೋಪಾಲರಾಯರಿಗೂ ಆಕೆಯನ್ನು ಬಿಡುವ ಮನಸ್ಸಾಗಲಿಲ್ಲ. ಗೋಪಾಲರಾಯರ ತುಟಿಗಳ ಮೇಲೆ ಒಂದು ಹೂಮುತ್ತನ್ನಿಟ್ಟಳು. ಪ್ರೇಮಿಗಳಿಬ್ಬರ ವಿರಹಾಲಾಪವನ್ನು ನೋಡಿ ಸಪ್ರೆಗೆ ಹೃದಯ ತುಂಬಿಬಂತು. ತಬ್ಬಿ ನಿಂತಿದ್ದ ಪ್ರೇಮಿಗಳಿಬ್ಬರನ್ನು ಎಚ್ಚರಿಸುವಂತೆ ಕೆಮ್ಮಿದ. ಗೋಪಾಲರಾಯರು ಗಿರಿಜೆಯಿಂದ ದೂರ ಸರಿದರು. ಗಿರಿಜೆ ಕೈಲಿ ಕುಮಾರಸಂಭವದ ಪ್ರತಿ ಹಿಡಿದು ಮತ್ತೆ ಡಬ್ಬಿಯನ್ನು ಹೊಕ್ಕಳು. ಸಪ್ರೆ ಬಾಗಿಲು ಹಾಕಿ ಡಬ್ಬಿಯನ್ನು ಬಡಿದ. ಏನೂ ಆಗಲಿಲ್ಲ. ಒಂದರೆ ಕ್ಷಣ ಬಿಟ್ಟು ಮತ್ತೆ ಡಬ್ಬಿಯನ್ನು ಬಡಿದ. ಏನೂ ಆಗಲಿಲ್ಲ.

'ಏನೋ ಆಗಿದೆ'

'ಏನಾಗಿದೆ?'

'ಗೊತ್ತಿಲ್ಲ. ವರ್ಕ್ ಮಾಡ್ತಿಲ್ಲ.'

'ಏನು ವರ್ಕ್ ಮಾಡ್ತಿಲ್ಲಂತಂದ್ರೆ. ಸರಿಯಾಗಿ ನೋಡಲೇ. ನಿನ್ನೇತಂಕ ವರ್ಕ್ ಮಾಡ್ತಿತ್ತು ಇವತ್ತಿಲ್ಲಂದ್ರೆಂಗೆ?'

'ಒನ್ನಿಮ್ಷ ತಡಕೋ.'

ಮತ್ತೆ ಡಬ್ಬವನ್ನು ಬಡಿದ.

'ಗಿರಿಜಾ, ಇನ್ನೂ ಇಲ್ಲೇ ಇದ್ದೀಯಾ, ಅಲ್ಲಾ ಇದ್ದೀರಾ?'

ಒಳಗಿಂದ ಉತ್ತರ ಬರಲಿಲ್ಲ.

'ಅಬ್ಬಾ ಹೋದಳು, ಅಲ್ಲ ಹೋದರು.'

ಗೋಪಾಲರಾಯರಿಗೆ ಏನೋ ಅನುಮಾನ. ಬರಬೇಕಾದ ಸದ್ದು ಇನ್ನೂ ಬಂದಿರಲಿಲ್ಲ.

'ಪ್ರಿಯಾ'

'ಕಿಂ?'

‘ಅಧುನಾ ತ್ವಂ ಕುತ್ರಾಸಿ?’

‘ಅಹಂ ಡಬ್ಬಾಯಾಂ ಏವ ಅಸ್ಮಿ.’

‘ಇನ್ನೂ ಡಬ್ಬಾಗೇ ಕುಂತಳೆ. ಅವಳಿಗೆ ಕನ್ನಡ ಬರಲ್ಲ. ಅದಕ್ಕೇ ನೀ ಕೇಳ್ದಾಗ ಉತ್ತರ ಕೊಡಲಿಲ್ಲ’

ಮುಂದಿನ ಹತ್ತು ನಿಮಿಷಗಳ ಕಾಲ ಸಪ್ರೆ ಡಬ್ಬವನ್ನು ಬಡಿದ, ಕುಟ್ಟಿದ, ತಟ್ಟಿದ, ಲಲ್ಲೆಗರೆದ, ಗೋಗರೆದ. ಏನು ಮಾಡಿದರೂ ಡಬ್ಬ ಜಪ್ಪೆನ್ನಲಿಲ್ಲ.

‘ಗೋಪಾಲ, ಏನೋ ಪ್ರಾಬ್ಲಮ್ ಆಗಿದೆ. ಡಬ್ಬಾನ್ನ ಬಿಚ್ಚಿ ನೋಡಬೇಕು. ಇನ್ನೊಂದೆರಡು ದಿನ ಆಕ್ತವೆ.’

‘ಸತ್ನೋ ಹಂಗಾದ್ರೆ. ಈಗಾಗಲೇ ಮೂರೂವರೆ ಸಾವಿರ ಕೈಬಿಟ್ಟವೆ. ಊರಾಗೆ ಜನ ಏನಂದ್ಕತರೆ, ಕಾಲೇಜ್ನಾಗೆ ಏನಂದ್ಕತರೆ, ಎಲ್ಲಾರ್ಗೂ ಏನು ಉತ್ರ ಕೊಡಲಿ. ಮನ್ಯಾಗೆ ಆ ಶೂರ್ಪನಕೀಗೆ ಗೊತ್ತಾತಂದ್ರೆ ಮೆಟ್ನಾಗೆ ಹೊಡೀತಾಳೆ. ಮದಲೇ ಅವಳು ಬಾಯಿ ತೆಗೆದ್ರೆ ಬ್ರಹ್ಮಾಂಡದಂತಾ ವಾಸ್ನೆ. ಅದರ ಜತೀಗೆ ಇನ್ನು ಗಂಟ್ಲೂ ಸೇರಿಸಿದ್ಲೂ ಅಂದ್ರೆ ಮುಗಿದೋತು.’

‘ಇನ್ನೆರಡು ದಿನ ಕಾಯಿ. ಹೆಂಗರ ಅಡ್ಜಸ್ಟ್ ಮಾಡ್ಕ.’

ಅಂದವನೇ ಸಪ್ರೆ ಬಾಗಿಲು ತೆಗೆದು ಗಿರಿಜೆಗೆ ಹೊರ ಬರುವಂತೆ ಸನ್ನೆ ಮಾಡಿ ಆಕೆ ಹೊರಬಂದೊಡನೇ ತಾನು ಒಳ ಹೊಕ್ಕು ಬಾಗಿಲು ಹಾಕಿಕೊಂಡ. ಒಳಗಿಂದ ಹಲವಾರು ಸದ್ದುಗಳು ಕೇಳತೊಡಗಿದ ಮರುಗಳಿಗೆ...

ಗೋಪಾಲರಾಯರು ಗಿರಿಜೆಯ ಕೈಹಿಡಿದು ಸ್ಟುಡಿಯೋದಿಂದ ಹೊರನಡೆದರು. ಮತ್ತೆ ದುರ್ಗಾ ಲಾಡ್ಜ್ ತಲುಪುವುದರಲ್ಲಿ ಗಿರಿಜೆಗೆ ಸದ್ಯದ ಸಮಸ್ಯೆಯನ್ನು ವಿವರಿಸಿದ್ದರು. ಉತ್ತರಕ್ಕಾಗಿ ಅವಳ ಮುಖ ನೋಡಿದರು. ಗಿರಿಜೆಗೆ ಅದಾವ ಪರಿವೆಯೂ ಇದ್ದಂತಿರಲಿಲ್ಲ. ಅದಾವುದೋ ವಿಲಕ್ಷಣ ಆನಂದದಲ್ಲಿ ಮುಳುಗಿದ್ದಂತೆ ತೋರುತ್ತಿದ್ದ ಗಿರಿಜೆ ನೆಲದಿಂದ ಒಂದೆರಡು ಇಂಚು ಮೇಲೆ ತೇಲುತ್ತಿದ್ದಂತೆ ಅನಿಸಿತು. ತಮ್ಮ ಚಿಂತೆಯೇ ಅವಳಿಗೆ ಇಲ್ಲವಲ್ಲ ಅನಿಸಿ ಈ ಬೀದಿಯಲ್ಲೇ ನಿಲ್ಲಿಸಿ ಒದ್ದುಬಿಡಲಾ ಅನಿಸಿತು. ಅವಳ ಕೈಹಿಡಿದು ಅವಡುಗಚ್ಚಿ, ‘ಬಳುಕಬ್ಯಾಡ ನೆಟ್ಟಗ್ ನಡೀ’ ಎಂದು ಮುಲುಗಿದರು. ಬೀದಿಯ ಎಲ್ಲರೂ ಇವಳನ್ನೇ ನೋಡುತ್ತಿದ್ದಾರೆ ಅನಿಸಿತು. ‘ಸೆರಗು ಹಾರಾಕೆ ಬಿಡಬೇಡ. ಸಿಗಿಸ್ಗಾ’ ಅಂದು ಅಪ್ಪಣೆ ಕೊಟ್ಟರು.

ಆಕೆ ಏನನ್ನೂ ಗಮನಿಸದೇ, ಏನಕ್ಕೂ ಕಿವಿಕೊಡದೆ ಅವಳ ಪಾಡಿಗೆ ಅವಳು ಹಾಡೊಂದನ್ನು ಹಾಡಿಕೊಳ್ಳುತ್ತಾ ತೇಲುತ್ತಿದ್ದಳು. ಅವಳ ಕಲಕಲ ಸದ್ದಿನ ಜೊತೆಗೆ ಅವರು ದನಿ ಕೂಡಿಸಲಿಲ್ಲ.

ಇಬ್ಬರೂ ಲಾಡ್ಜ್ ತಲುಪಿ ತಮ್ಮ ರೂಮನ್ನು ಹೊಕ್ಕರು. ಅಂದು ರಾತ್ರಿ ಏನೂ ಆಗಲಿಲ್ಲ. ಗೋಪಾಲರಾಯರು ಮುಂದೇನು ಎಂಬ ಚಿಂತನೆಯಲ್ಲಿದ್ದಲ್ಲಿ, ಆಕಾಶವಾಣಿಯಲ್ಲಿ ಯಾವುದೋ ಸಿನೆಮಾ ಹಾಡನ್ನು ಕೇಳುತ್ತಾ ಆಕೆ ಸಿನೆಮಾ ನೋಡಿ ಕಲಿತ ಕುಣಿತದ ಪ್ರಕಾರ ಒಂದೆರಡು ಹೆಜ್ಜೆ ಹಾಕಿದಳು. ಆಕೆ ಹಾಸಿಗೆಗೆ ಬರುವುದರಲ್ಲಿ ಗೋಪಾಲರಾಯರು ಗಾಢ ನಿದ್ರೆಯಲ್ಲಿದ್ದರು. ಈ ಕಳೆದ ಒಂದು ವಾರದಲ್ಲಿ ಮೊದಲ ಬಾರಿಗೆ ಗಿರಿಜೆಗೆ ಶಿವನ ನೆನಪಾಯಿತು. ಬೆಳಗಾಗುತ್ತಿದ್ದಂತೇ ಪೈಜಾಮ ಧರಿಸಿ, 'ಬೇಗ ಬಂದುಬಿಡ್ತೀನಿ' ಅಂತ ಆಕೆಗೆ ಹೇಳಿ ಗೋಪಾಲರಾಯರು ರೂಮಿನಿಂದ ಹೊರಬಿದ್ದರು. ಅರ್ಧ ರಸ್ತೆ ಓಡಿ ಇನ್ನರ್ಧ ರಸ್ತೆ ಟಾಂಗಾದಲ್ಲಿ ಸವೆಸಿ ಕಾಲೇಜು ಮುಟ್ಟಿದರು. ಎರಡನೇ ಪೀರಿಯಡ್ಡು ತಮ್ಮದು. ಮುಗಿಸಿದ ಮೇಲೆ ಇನ್ನೆರಡು ತಾಸು ವಿರಾಮ. ದುರ್ಗಾ ಲಾಡ್ಜ್‌ನತ್ತ ಓಡಿದರು. ಬಾಗಿಲು ತಟ್ಟಿದ ಕೂಡಲೇ ಆಕೆ ಒಳಗಿನಿಂದ ಬಾಗಿಲು ತೆಗೆಯಲಿಲ್ಲ. ಒಂದೈದು ನಿಮಿಷ ಆಕೆಯೊಂದಿಗೆ ಬಾಗಿಲಿನಿಂದಾಚೆಯೇ ಲಲ್ಲೆಗರೆದ ಮೇಲೆ ಮುನಿಸಿಕೊಂಡೇ ಬಾಗಿಲು ತೆರೆದ ಆಕೆಯೊಂದಿಗೆ ಒಂದೆರಡು ಮಾತನಾಡಿ, ಮಸಾಲೆ ದೋಸೆ ತಿಂದು, ಮತ್ತೆ ಕಾಲೇಜಿಗೆ ಓಡಿದರು. ಮುಂದಿನ ಎರಡು ಪೀರಿಯಡ್ಡುಗಳನ್ನು ಮುಗಿಸಿ ಮನೆಯತ್ತ ಓಡಿದರು. ಕೇವಲ ಹತ್ತು ನಿಮಿಷಗಳಲ್ಲಿ ಬಟ್ಟೆ ಬದಲಿಸಿ ಹೆಂಡತಿ ಬಾಯಿ ತೆರೆದು ಹಳಸಿದ ವಾಸನೆಯಿಂದ ಮನೆ ತುಂಬುವ ಮುನ್ನವೇ ಮನೆಯಿಂದ ಓಡಿ ದುರ್ಗಾ ಲಾಡ್ಜ್ ತಲುಪಿದರು. ಅಲ್ಲಿ ಕೊಂಚ ಹೊತ್ತು ಕಳೆದ ನಂತರ ಸಪ್ರೆಯ ಸ್ಟುಡಿಯೋಗೆ ಓಡಿದರು. ಇನ್ನೂ ಡಬ್ಬ ತಯಾರಾಗಿಲ್ಲ. ಮತ್ತೆ ಲಾಡ್ಜ್‌ಗೆ. ಮುಂದಿನ ಮೂರು ದಿನಗಳು ಹೀಗೇ ಕಳೆದವು.

ಅದೊಂದು ದಿನ ಸಂಜೆ ಕಾಲೇಜು ಮುಗಿಸಿ ಗೋಪಾಲರಾಯರು ಲಾಡ್ಜ್‌ನ ರೂಮನ್ನು ಹೊಕ್ಕಾಗ ಗಿರಿಜೆ ಧುಮುಗುಟ್ಟುತ್ತಿದ್ದಳು. 'ನನ್ನ ವಾಪಸ್ಸು ಕಳಿಸಿ ಇಲ್ಲಾಂದ್ರೆ ಮದುವೆ ಮಾಡ್ಕಳಿ. ಈ ರೂಮ್ನಾಗೆ ಕೂತು ಮೂರೊತ್ತೂ ಆ ರೇಡಿಯೋ ಕೇಳಿ ಕೇಳಿ ಬೇಜಾರು. ಇಲ್ಲಾಂದ್ರೆ ಹೊರಗೆಲ್ಲಾದ್ರೂ ಕರ್ಕಂಡೋಗಿ.'

‘ಇನ್ನೆರಡು ದಿನ ತಡಕೋ ಪ್ರಿಯೇ ಎಲ್ಲಾ ಸರಿಹೋಕ್ತದೆ.’

‘ಅದೇನು ಸರಿ ಹೋಕ್ತದೋ ಏನೋ.’

ಮೂರುಸಂಜೆ ಹೊತ್ತಿನಲ್ಲಿ ಮುಸುಕು ಹಾಕಿ ಮಲಗಿದಳು. ಗೋಪಾಲರಾಯರು ಆಕೆಯನ್ನೇ ನೋಡುತ್ತಾ ಇಡೀ ರಾತ್ರಿ ಕಳೆದರು. ಮಾರನೇ ದಿನ ಕಾಲೇಜು ಮುಗಿಸಿ ಬಂದಾಗ ಇನ್ನೊಂದು ಆಘಾತ ಕಾದಿತ್ತು. ರೂಮಿನ ಬಾಗಿಲಿಗೆ ಬೀಗ ಹಾಕಿತ್ತು. ಕೌಂಟರಿನಲ್ಲಿ ವಿಚಾರಿಸಿದರು. ರೂಮ್ ಬಾಯಿಯನ್ನು ಕೇಳಿದರು. ಯಾರಿಗೂ ಗಿರಿಜೆ ಎಲ್ಲಿ ಎಂದು ಗೊತ್ತಿಲ್ಲ. ರೂಮಿನ ಹೊರಗೆ ಕಾಯುತ್ತಾ ಕುಳಿತರು. ಒಂದರ್ಧ ಗಂಟೆಯ ತರುವಾಯ ಕಿಲಕಿಲ ನಗುತ್ತಾ ಸಪ್ರೆಯ ಜೊತೆ ಬಂದಳು.

‘ಬೋರ್ ಹೊಡೀತಂತ ಸ್ಟುಡಿಯೋಗೆ ಬಂದ್ಲಪ. ಅವಳ ಜತಿಗೆ ಮಾತಾಡದೊಂದು ಆಗಲಿಲ್ಲ ನೋಡು. ಒಂದೆರಡು ಫೋಟೋ ತೆಗೆದು ಕೊಟ್ಟೆ.’

ಗೋಪಾಲರಾಯರಿಗೆ ಅವನ ನಗೆಯಿಂದ ಏನೋ ಯಡವಟ್ಟಾಗಿದೆ, ಇವನೇನೋ ಮಾಡಬಾರದ ಹಲ್ಕಾ ಕೆಲಸ ಮಾಡಿದ್ದಾನೆ ಅನಿಸಿತು.

‘ಫೋಟೋ ಎಲ್ಲಿ?’

‘ಅವಳತ್ರಾನೆ ಇದಾವೆ.’

‘ಗಿರಿಜಾ, ಫೋಟೋ ಕುತ್ರಾಸ್ತಿ?’

ನಗುತ್ತಾ ಒಂದು ಕವರ್‌ನ್ನು ನೀಡಿದಳು. ಹಲ್ಕಾ ಸಪ್ರೆ ಮಹಾಕಾವ್ಯದ ಗಿರಿಜೆಯನ್ನು ನಾರುಮಡಿಯಲ್ಲಿ ಆಕೆಯ ಪೂರ್ಣ ಸೌಂದರ್ಯದೊಂದಿಗೆ ಫೋಟೋದಲ್ಲಿ ಹಿಡಿದಿದ್ದ. ಸಪ್ರೆ ಹೋದ ನಂತರ ಸುಮಾರು ಹೊತ್ತು ಇಬ್ಬರೂ ಮಾತನಾಡಲಿಲ್ಲ. ಗೋಪಾಲರಾಯರು, ಸಿಟ್ಟಿನಲ್ಲಿ ಭುಸುಭುಸು ಉಸಿರು ಬಿಡುತ್ತಾ ರೂಮಿನ ಗೋಡೆಗಳನ್ನು ಅಳೆಯುತ್ತಿದ್ದಲ್ಲಿ ಆಕೆ ನಯನದಲಿ ದೊರೆಯಿರಲು ಗುನುಗುತ್ತಿದ್ದಳು. ‘ಶಿವನ ಹಾವೂ ಹಿಂಗೇ ಬುಸುಗುಡ್ತತೆ’ ಅಂತ ತಮಾಷೆ ಮಾಡಿದಳು. ‘ಮಸಾಲ್ದೋಸೆ ತರುಸ್ತೀರಾ’ ಅಂತ ಗೋಗರೆದಳು. ‘ಜೇನುಗೂಡಿಗೆ ನೈಟ್ ಶೋಗೋಗಾಣ’ ಅಂತ ತಾಕೀತು ಮಾಡಿದಳು. ಗೋಪಾಲರಾಯರಿಂದ ಯಾವುದೇ ಪ್ರತಿಕ್ರಿಯೆ ಬರಲಿಲ್ಲ. ‘ಥೂ ನಿಮ್ಗಿಂತಾ ಆ ಶಿವಾನೇ ಎಷ್ಟೋ ವಾಸಿ. ಎತ್ತಿನ ಮೇಲೆ ಇಡೀ ಬೆಟ್ಟಾ ತಿರುಗುಸ್ತಾನೆ’ ಅಂತ ಹಿಡಿ ಶಾಪ ಹಾಕಿ ಮುಸುಗಿಟ್ಟು ಮಲಗಿದಳು. ಮಾರನೇ ದಿನ ಕಾಲೇಜಿನಲ್ಲಿ ಪಾಠ ಮಾಡುತ್ತಿರುವಾಗ ಶಿವನಂಜ

ಒಂದು ಚೀಟಿಯನ್ನು ಕೊಟ್ಟ. 'ರೆಡಿ. ಬಾ. ಸಪ್ರೆ' ಅಂತಿತ್ತು. ಅದನ್ನು ಓದಿದೊಡನೇ ಸರಬರ ಪಾಠ ಮುಗಿಸಿ, ಮುಂದಿನ ಅರ್ಧ ದಿನಕ್ಕೆ ರಜಾ ಹಾಕಿ...

ಗಿರಿಜೆಯನ್ನು ಕರೆದುಕೊಂಡು ಸಪ್ರೆಯ ಸ್ಟುಡಿಯೋಗೆ ಓಡಿದರು. ಸಪ್ರೆ ತಯಾರಾಗೇ ಇದ್ದ. ಡಬ್ಬದ ಬಾಗಿಲೂ ತೆರೆದೇ ಇತ್ತು. ಒಳಗೆ ಕುರ್ಚಿ ಕೂಡಾ ತಯಾರಿತ್ತು. ಗಿರಿಜೆ ಏನೂ ಮಾತನಾಡದೇ ತನ್ನ ಖರೀದಿಗಳನ್ನು ಕೈಲಿ ಹಿಡಿದು ಕುರ್ಚಿಯ ಮೇಲೆ ಕುಳಿತಳು. ಸಪ್ರೆ ಬಾಗಿಲು ಹಾಕುವ ಮುನ್ನ ಗೋಪಾಲರಾಯರನ್ನು ನೋಡಿದ. ಗಿರಿಜೆಯನ್ನು ನೋಡಿದ. ಆಕೆ ಬೇರೆಲ್ಲೋ ನೋಡುತ್ತಾ ಹೊರಡಲು ಕಾಯುತ್ತಾ ಕುಳಿತಂತಿತ್ತು. ಸಪ್ರೆ ಗೋಪಾಲರಾಯರತ್ತ ನೋಡಿ 'ಪುಸ್ತಕ ಎಲ್ಲಿ' ಎಂದ. ಗೋಪಾಲರಾಯರ ಎದೆ ಧಡ್ ಎಂದಿತು. ಈ ಗಡಿಬಿಡಿಯಲ್ಲಿ ಕುಮಾರ ಸಂಭವವದ ಪ್ರತಿ ತರುವುದನ್ನೇ ಮರೆತಿದ್ದರು. ತಮ್ಮ ಚೀಲದಲ್ಲಿ ನೋಡಿಕೊಂಡರು. ಶಿವರಾಮಕಾರಂತರ 'ಬೆಟ್ಟದ ಜೀವ' ಇತ್ತು. ಸಪ್ರೆಯ ಕೈಗಿತ್ತರು. ಸಪ್ರೆಯ ಗಾಬರಿಯಿಂದ ನೋಡಿದ. 'ಹೋಗಲಿ ಬಿಡೋ ಮಾರಾಯ ತೊಲಗಿದರೆ ಸಾಕು. ಹಿಮಾಲಯ ಪರ್ವತ ಆದರೇನು ದಕ್ಷಿಣ ಕನ್ನಡದ ಕೆಳಬೈಲಾದರೇನು. ಅದು ಪರ್ವತ ಇದು ಗುಡ್ಡ. ಅಷ್ಟೇ ತಾನೇ.' ಅಂದರು.

ಗಿರಿಜೆಯ ಕೈಗೆ ಪುಸ್ತಕದಲ್ಲಿನ ಬೇಕಾದ ಪುಟವನ್ನು ತೆರೆದುಕೊಟ್ಟು ಗೋಪಾಲರಾಯರು ಸಪ್ರೆಯ ಹೆಗಲು ಮುಟ್ಟಿ ಸನ್ನೆ ಮಾಡಿದರು. ಸಪ್ರೆ ಬಾಗಿಲು ಹಾಕಿ, ಡಬ್ಬವನ್ನು ಮೂರು ಸಾರಿ ಬಡಿದ. ಡಬ್ಬ ಒಮ್ಮೆ ಅಲುಗಾಡಿತು. ಸಾಹಿತ್ಯ ಲೋಕ ಒಮ್ಮೆಲೇ ಬೆಚ್ಚಿ ಹುಯಿಲೆಬ್ಬಿಸಿತು. ಬೆಟ್ಟದ ಜೀವದ ಗೋಪಾಲಯ್ಯ – ಶಂಕರಮ್ಮನ ಮನೆಯಲ್ಲಿ ಸಂಸ್ಕೃತ ಮಾತನಾಡುವ ಗಿರಿಜೆ ಯಾರಿದು? ನೆನ್ನೆ ಮೊನ್ನೆಯ ತನಕ ಇಡೀ ಮನೆಯಲ್ಲಿ ಇಬ್ಬರೇ ಇದ್ದ ಹಾಗೆ ಓದಿದ ನೆನಪು ಎಲ್ಲರಿಗೂ, ಅದರಲ್ಲಿ ಈ ಅರೆ ಬತ್ತಲೆಯ ಹುಡುಗಿ ಯಾರಿದು? ಆಕೆಯ ಮಾತು ಕೇಳಿದರೆ ಕಾಳಿದಾಸನ ಕುಮಾರಸಂಭವದ ಸಾಲುಗಳಂತಿವೆ. ಇದು ಕನ್ನಡ ಪಂಡಿತರ ಗೊಂದಲ. ಇತ್ತ ಕುಮಾರಸಂಭವದಲ್ಲಿದ್ದ ಗಿರಿಜೆ ಏನಾದಳು? ಕಾವ್ಯದಲ್ಲಿನ ಒಂದು ಮಹಾ ಪಾತ್ರ ಇದ್ದಕ್ಕಿದ್ದಂತೇ ಕಾವ್ಯವನ್ನೇ ಬಿಟ್ಟು ನಡೆಯುವುದೆಂದರೇನು? ಈ ಇಪ್ಪತ್ತನೆಯ ಶತಮಾನದಲ್ಲೂ ಕಾಳಿದಾಸ ಮತ್ತೆ ಬದುಕಿ ಬಂದನೇ? ಇದು ಸಂಸ್ಕೃತ ಪಂಡಿತರ ಗೊಂದಲ. ಒಟ್ಟಿನಲ್ಲಿ ಒಂದೇ ತರಗತಿಯಲ್ಲಿ ಕನ್ನಡ ಪಂಡಿತರೂ ಸಂಸ್ಕೃತ ಪಂಡಿತರೂ ಅರ್ಧರ್ಧ ಪಾಠ ಮಾಡುತ್ತಾ,

ಇತ್ತ ಕುಮಾರ ಸಂಭವವೂ ಅಲ್ಲ ಅತ್ತ ಬೆಟ್ಟದ ಜೀವವೂ ಅಲ್ಲ ಎನ್ನುವ ಹಂತಕ್ಕೆ ವಿದ್ಯಾರ್ಥಿಗಳನ್ನು ತಂದಿಟ್ಟರು. ಇದು ಇಲ್ಲಿನ ಕಥೆಯಾದರೆ ಅಲ್ಲಿ ಇನ್ನೂ ಶಿವನ ತಾಂಡವ ದಿನಕ್ಕೆ ಒಂದರ್ಧ ಗಂಟೆ ನಡೆಯುತ್ತಲೇ ಇದೆ. ಇದೇನಾಗುತ್ತಿದೆ ಎನ್ನುವ ಗೊಂದಲದಲ್ಲೇ ಇಡೀ ಕರ್ಣಾಟ ಪ್ರದೇಶ ಮುಳುಗಿದ್ದ ಸಮಯದಲ್ಲಿ...

ಮೂರು ತಿಂಗಳ ನಂತರ ಗೋಪಾಲರಾಯರು ಸಪ್ರೆಯ ಸ್ಟುಡಿಯೋದ ಬಾಗಿಲು ತಟ್ಟಿದರು. ಒಳಬಂದವರೇ ಸಪ್ರೆಯ ಎದುರು ನೂರರ ಎರಡು ನೋಟುಗಳನ್ನು ಚಾಚಿದರು. ಸಪ್ರೆ ತನ್ನ ಹಲ್ಕಾ ನಗೆ ನಕ್ಕು ನೋಟುಗಳನ್ನು ಜೇಬಿಗೆ ಇಳಿಬಿಟ್ಟು, ಸ್ಟುಡಿಯೋಗೆ ಕರೆದೊಯ್ದ. ಡಬ್ಬದ ಮೇಲೆ ಕೊಂಚ ಧೂಳು ಕವಿದಿತ್ತು. ಒಂದು ಬಟ್ಟೆಯಲ್ಲಿ ಸವರಿ, ಬಾಗಿಲು ತೆಗೆದು ಗೋಪಾಲರಾಯರಿಗೆ ಒಳ ಹೋಗುವಂತೆ ಹೇಳಿದ.

'ಈಗ ಎಲ್ಲಿ ಹೋಕ್ಕೀಯಪಾ?'

'ನಿಂಗ್ಯಾಕೆ ಅದೆಲ್ಲಾ, ನಾ ಒಳಗೋಗಿ ಹೂ ಅಂತೀನಿ. ನೀ ನಿನ್ನ ಕೆಲಸ ಮಾಡು.'

ವಾಸ್ತವದಲ್ಲಿ ತಾವು ತಂದ ಪುಸ್ತಕವನ್ನು ಸಪ್ರೆಗೆ ತೋರಿಸಲು ಗೋಪಾಲರಾಯರಿಗೆ ಸಂಕೋಚವಾಗಿತ್ತು. ಡಬ್ಬ ಹೊಕ್ಕು ಕುರ್ಚಿಯ ಮೇಲೆ ಕುಳಿತರು. ಸಪ್ರೆ ಬಾಗಿಲು ಹಾಕಿದ. ಒಮ್ಮೆಲೇ ಡಬ್ಬದಲ್ಲಿ ಇದುವರೆಗೂ ಕವಿದಿದ್ದ ಬೆಳಕು ಮುರಿದು ಗವ್ವೆನುವ ಕತ್ತಲು ಎಡವಿಬಿತ್ತು. ಅಲ್ಲೇ ಯಡವಟ್ಟಾಯಿತು. ತಮಗೆ ಬೇಕಾದ ಪುಸ್ತಕವನ್ನು ಮೊದಲೇ ತೆಗೆದಿಟ್ಟುಕೊಂಡಿರಲಿಲ್ಲ. ಒಂದಾದ ಮೇಲೊಂದರಂತೆ ತಾವು ತಂದಿದ್ದ ಕತ್ತೆ ಕಾಗದದ ಪುಸ್ತಕಗಳನ್ನು ಚೀಲದಿಂದ ತೆರೆಯತೊಡಗಿದರು. ರಮಣಿ, ಕಾಮಿನಿ, ರೋಜಾ, ಪ್ರಮೀಳ... ತಮಗೆ ಬೇಕಾದ ಪುಸ್ತಕವಾಗಲೀ, ಪುಟವಾಗಲೀ ದೊರೆಯುತ್ತಿಲ್ಲ. ಸಿಟ್ಟಿನಿಂದ, ಅಸಹಾಯಕತೆಯಿಂದ ಒಮ್ಮೆ ಗುಟುರಿಕ್ಕಿದರು. ಸಪ್ರೆ ಡಬ್ಬಿ ಬಡಿದ. ಡಬ್ಬ ಅಲುಗಿದ ಒಂದರೆ ಕ್ಷಣದ ತರುವಾಯ ಗಡಚಿಕ್ಕುವ ಆಸ್ಫೋಟವಾಯಿತು. ಡಬ್ಬ ಮುರಿದು ಬಿತ್ತು. ಗೋಪಾಲರಾಯರು ಡಬ್ಬದಲ್ಲಿರಲಿಲ್ಲ. ಆಸ್ಫೋಟಕ್ಕೆ ಬೆಚ್ಚಿದ ಸಪ್ರೆ ಒಮ್ಮೆಲೇ ಕುಸಿದು ಬಿದ್ದ. ಅದೇ ಅವನ ಕೊನೆಯಾಯಿತು. ಅಂದೇ ಸಂಜೆ ಡಾಕ್ಟರು ಹಾರ್ಟ್‌ಫೇಲು ಅಂತ ವರದಿ ಮಾಡಿದರು.

ಇತ್ತ ಡಬ್ಬದಲ್ಲಿ ಕುಳಿತಿದ್ದ ಗೋಪಾಲರಾಯರ ಪುಸ್ತಕ, ಪುಸ್ತಕದ ಪುಟಗಳು ಹಿಂದುಮುಂದಾಗಿ, ರಮಣಿಯ ಪಕ್ಕ ಹಾಸಿಗೆಯ ಮೇಲೆ ಚಕ್ಕಂದ ಆಡುತ್ತಾ, ಓದಿದ ರೋಮಾಂಚನವನ್ನೆಲ್ಲಾ ದಕ್ಕಿಸಿಕೊಳ್ಳುವುದರ ಬದಲಿಗೆ, ಮೊಣಕಾಲವರೆಗೂ ಕಪ್ಪು ಚರ್ಮದ ಬೂಟು ಧರಿಸಿದ ರೋಜಾ ಕೈಲಿ, ಯಾವನಾದರೂ ಪುಸ್ತಕ ತೆಗೆದ ದಿನ ಬೋರಲು ಮಲಗಿ ಕುಂಡೆಯ ಮೇಲೆ ಒಂದಿನ್ನೂರು ಚಾಟಿಯೇಟು ತಿನ್ನುತ್ತಿದ್ದಾರೆ. 'ಸಪ್ರೆ ಇವಳು ನಂಗೆ ಬ್ಯಾಡ್ಲೋ, ಕರೆಸ್ಗೆಳ್ಳೋ, ಇವಳು ಸದ್ಯಾ ನನ್ನ ಬಿಡಲ್ಲಾ ಕಣಲೋ, ಕೂಡಾಕಾಗದಂಗೆ ಬಾರುಸ್ತಾಳೋ. ಕರೆಸ್ಗೆಳ್ಳೋ' ಅಂತ ಕೂಗುತ್ತಿದ್ದಾರೆ. ಇವರು ಕಿರುಚಿದಂತೇ ಅವಳ ಚಾಟಿ ಏಟಿನ ಬಿಸಿಯೂ ಏರುತ್ತಿದೆ. ಓದುಗರಿಗೆ ಈ ಸಪ್ರೆ ಯಾರೆನ್ನುವುದು ಇನ್ನೂ ಅರ್ಥವಾಗಿಲ್ಲ. ಇತ್ತ ಶಾರದಮ್ಮನವರಿಗೆ ಮಾತನಾಡುವ ಸ್ವಾತಂತ್ರ್ಯ ದೊರಕಿ, ಆಕೆ ಬಾಯಿ ತುಂಬಾ ಮಾತನಾಡಲು ತೊಡಗಿದ್ದೇ ಅಕ್ಕಪಕ್ಕದವರು ಮನೆ ಖಾಲಿ ಮಾಡತೊಡಗಿ, ಆಕೆಗೆ ನೆರೆಹೊರೆಯವರೇ ಇಲ್ಲದಂತಾಗಿ ಮತ್ತೆ ಮೊದಲಿನ ಮೌನ ಕಾಲು ಮುರಿದುಕೊಂಡ ಮಾನವನ ಪಾಪಕರ್ಮದಂತೆ ಮನೆಯಲ್ಲಿ ಬಿದ್ದು ನರಳುತ್ತಿದೆ. ಮುಂದೆಂದೋ ಒಂದು ದಿನ ಆಕೆ ತಮ್ಮ ಮನೆಯ ಬಾಗಿಲನ್ನು ಹಾಕಿಕೊಂಡಷ್ಟೇ ಗೊತ್ತು ನಮಗೆ. ಆಕೆ ಬದುಕಿದ್ದಾರೋ ಇಲ್ಲವೋ ಗೊತ್ತಿಲ್ಲ, ಸುಮಾರು ವರ್ಷಗಳಾದುವಲ್ಲ. ಆ ಬಾಗಿಲು ತೆಗೆದು ನೋಡುವ ಧೈರ್ಯ ಇನ್ನೂ ಯಾರಿಗೂ ಬಂದಂತಿಲ್ಲ.

ನಿಮಗೇನಾದರೂ ಯಾವುದಾದರೂ ಸೆಕೆಂಡ್‌ಹ್ಯಾಂಡ್ ಪುಸ್ತಕದ ಅಂಗಡಿಯಲ್ಲಿ ಅಂತಹ ಪುಸ್ತಕ ಸಿಕ್ಕರೆ, ಮಾತಿಗೆ ಹೇಳುತ್ತೀನಿ, ಚೌಕೀಪೇಟೆಯ ಗಲ್ಲಿಯಲ್ಲಿನ ಅಶೋಕಾ ಸ್ಟುಡಿಯೋ ಕಡೆ ಓಡುವುದರಲ್ಲಿ ಅರ್ಥವಿಲ್ಲ. ಸಪ್ರೆ ತೀರಿಹೋಗಿ ಇವತ್ತಿಗೆ ಸುಮಾರು ವರ್ಷಗಳಾಗಿವೆ. ಸುಮ್ಮನೆ ಕುಶಾಲಿಗೆ ಆ ಪುಸ್ತಕ ಓದಿ ಬಿಸಾಕಿ. ○

(ವುಡಿ ಅಲನ್‌ನ ಕಥೆಯೊಂದರ ಸ್ಫೂರ್ತಿ)

ಮಾತು ಮಾತಿಂದೆ ಅವನ ಕೊಂದಿಹರು

ಎರಡು ಮಾತುಗಳಿಗೆ, ಕೇವಲ ಎರಡೇ ಎರಡು ಮಾತುಗಳಿಗೆ ತಮ್ಮ ಜೀವನವನ್ನೇ ಮಡಿಚಿಟ್ಟು ತಮ್ಮ ಬದುಕಿನ ಯಾವೊಂದೂ ಕುರುಹನ್ನೂ ಬಿಡದೆ, ನೀರಿನಲ್ಲಿ ಹಾವು ಹರಿದಷ್ಟೇ ಸದ್ದಿಲ್ಲದೆ ತೆರಳಿದ ಮಹನೀಯನ ಕತೆಯಿದು.

ಶ್ರೀಪತಿ ತೆರಗುಂಡಿಯವರ ಪೂರ್ವೇತಿಹಾಸ. 1975ರ ಸುಮಾರು.

ನಲವತ್ತು ನಲವತ್ತೈದರ ಶ್ರೀಪತಿ ತೆರಗುಂಡಿಯವರನ್ನು ನೀವು ನೋಡಿದ್ದೀರೋ ಇಲ್ಲೋ ಗೊತ್ತಿಲ್ಲ, ಆದರೆ ದಾವಣಗೆರೆ ಡಿಆರೆಮ್ ಕಾಲೇಜಿನ ಕಾರಿಡಾರ್ನಗೆ ಮಡಿಕೋಲಿನ ಥರ ಯಾರಾದ್ರೂ ಕಂಡ್ರೆ ಅವರೇ ಶ್ರೀಪತಿ ತೆರಗುಂಡಿಯವರು ಅಂತ ಖಂಡಿತವಾಗಿ ಹೇಳಬಹುದು. ಮಡಿಕೋಲು ಅಂದ್ರೆ ಮಡಿಕೋಲೇ. ಸುಮಾರು ಒಂದೂವರೆ ಅಡಿ ಸುತ್ತಳತೆಯ ಮೈ ತುಂಬಾ ಮಾಂಸಕ್ಕಿಂತಾ ಹೆಚ್ಚಾಗಿ ಮೂಳೆಯ ಗಂಟುಗಳು. ಹಿಮ್ಮಡಿ, ಮಂಡಿ, ಪಕ್ಕೆಲಬು, ಮೊಳಕೈ, ಮುಂಗೈ, ಕೊನೆಗೆ ಗಂಟಲೂ ಕೂಡಾ ಚೂಪಾಗಿ ಎದುರಿದ್ದವರನ್ನು, ಪಕ್ಕಕ್ಕಿದ್ದವರನ್ನು ತಿವಿಯುವಂತೆ ನಿಗುರಿ ನಿಂತಿದ್ದವು. ಅವರ ವೇಷ–ಭೂಷಗಳಂತೂ ದಾವಣಗೆರೆಯ ಮನೆಮಾತು. ಕುತ್ತಿಗೆಗೆ ಸದಾ ಮಫ್ಲರ್ ಇರಲೇಬೇಕು. ಸುಮಾರು ಐದು ಅಡಿ

ಎರಡಿಂಚೆತ್ತರದ ದೇಹಕ್ಕೆ ಅವರು ಉಡಿಸುತ್ತಿದ್ದ ಪ್ಯಾಂಟು ಕುತ್ತಿಗೆಯನ್ನೂ ಮುಚ್ಚುವಂತಿತ್ತು. ಅವರು ಬೆಲ್ಟು ಬಿಕ್ಕೊಳ್ಳೋದು ಸೊಂಟಕ್ಕೋ ಕುತ್ತಿಗೆಗೋ ಅಂತ ಇನ್ನೂ ಜನ ಮಾತಾಡಿಕೊಳ್ತಾರೆ. ಎದೆಯೆತ್ತರ ನಿಂತ ಪ್ಯಾಂಟಿನೊಳಗೆ ಸುಮಾರು ಅವರೆರಡರಷ್ಟು ಅಳತೆಯ ಅಂಗಿಯನ್ನು ಸಿಗಿಸಿಬಿಡುತ್ತಾರೆ. ಆ ಪ್ಯಾಂಟನ್ನು ಎಳೆದ ರಭಸಕ್ಕೆ, ಹಲಸಿನ ಹಣ್ಣನ್ನು ಅದರ ಬೀಜ ಸಮೇತ ಅಡ್ಡಡ್ಡ ಕೊಯ್ದಂತೆ, ಅವರ ಪ್ರಜಾಪತಿ ಒಂದು ಎರಡಾಗಿ ಒಂದು ಬದಿ ಒತ್ತಿಕೊಂಡುಬಿಟ್ಟಿರುತ್ತದೆ. ಪ್ಯಾಂಟಿನ ಒಂದು ಬದಿ ಗಡ್ಡೆಯಂತೆ ಇಳಿಸಿಕೊಂಡು ಬರೋದು ನೋಡೋರಿಗೆ ಮುಜುಗರ ಆಗಬೇಕೇ ಹೊರತು, ಶ್ರೀಪತಿ ತೆರಗುಂಡಿಯವರಿಗಂತೂ ಅಲ್ಲ. ಇಲ್ಲಿಗೆ ಶ್ರೀಪತಿ ತೆರಗುಂಡಿಯವರ ಚಿತ್ರ ಅರ್ಧ ಮುಗಿದಂತೆ. ಅವರು ಸಾಮಾನ್ಯವಾಗಿ ಮೂವತ್ತು-ಮೂವತ್ತೈದು ನಿಮಿಷಗಳಿಗೊಮ್ಮೆ ಲೈಬ್ರರಿಯಲ್ಲಿನ ತಮ್ಮ ಜಾಗದಿಂದೆದ್ದು, ಸುತ್ತಲಿನ ಗೋಡೆಯನ್ನು ಒತ್ತಿ ಹಿಡಿದು, ಇಡೀ ಲೈಬ್ರರಿಯೇ ಕಣ್ಣೀರಿಡುವಂತೆ ಕೆಮ್ಮಲು ಶುರುಮಾಡಿದ್ದನ್ನು ನೀವು ನೋಡಿದಿರಾದರೆ ಶ್ರೀಪತಿ ತೆರಗುಂಡಿಯವರ ಇನ್ನೊಂದು ಮಗ್ಗುಲಿನ ಚಿತ್ರ ಮುಗಿದಂತೆ. ಶ್ರೀಪತಿ ತೆರಗುಂಡಿಯವರನ್ನು ಕಾಡಿದ್ದು ಒಂದೇ, ಹುಟ್ಟಿದಾರಭ್ಯ ಅವರ ಬೆನ್ನು ಹತ್ತಿದ್ದ ಉಬ್ಬಸ. ಹುಟ್ಟಿದ ಎರಡೇ ದಿನಗಳಿಗೆ ಬ್ರಾಂಡಿಯನ್ನು ಚಪ್ಪರಿಸಿ ಕುಡಿದ ಜಗತ್ತಿನ ಏಕೈಕ ಕಂದನೀತ ಎಂದರೂ ತಪ್ಪೇನಿಲ್ಲ. ಇನ್ನೊಂದೆರಡು ಸಾಲಿನಲ್ಲಿ ಅವರ ಚಿತ್ರಣವನ್ನು ಪೂರೈಸಿಬಿಡುತ್ತೇನೆ.

ದಾವಣಗೆರೆಯಲ್ಲಿ ಯಾರ್‍ನರ ಕೇಳಿ, ಶ್ರೀಪತಿ ತೆರಗುಂಡಿ ನಿಮಗ್ಗೊತ್ತದರ ಅಂತ, ರಪ್ಪಂತ ಉತ್ತರ ಬರತ್ತೆ, 'ಅಯ್ಯಾ, ಅದೇ ಸೈಕಲ್ಲುನ್ನ ಮುಕಳ್ಯಾಗೆ ಸಿಗಿಸ್ಗಳದೇ ಬಗಲಾಗೆ ಸಿಗಿಸ್ಗೆಂಡು ಓಡಾಡ್ತನಲ್ಲ ಆಯಪ್ಪನಾ?' ಅಂತ. ಸೈಕಲ್ಲಿಗೂ ಶ್ರೀಪತಿ ತೆರಗುಂಡಿಯವರಿಗೂ ಅದೊಂದು ರೀತಿಯ ಬಿಡಿಸಲಾರದ ಸಂಬಂಧ. ಸೈಕಲ್‌ಯಿಲ್ಲದೇ ಶ್ರೀಪತಿ ತೆರಗುಂಡಿಯವರನ್ನು ಪ್ರತ್ಯೇಕವಾಗಿ ಚಿತ್ರಿಸಿಕೊಳ್ಳುವುದೂ ಅಸಾಧ್ಯ. ಶ್ರೀಪತಿ ತೆರಗುಂಡಿಯವರು ತಮ್ಮ ಸೈಕಲ್ಲನ್ನ ತುಳಿದಿದ್ದಕ್ಕಿಂತ ತಳ್ಳಿದ್ದೇ ಜಾಸ್ತಿ. ಏರಿ ಬಂದರೆ ಸೈಕಲನ್ನು ತಳ್ಳಿಕೊಂಡು, ಇಳಿಜಾರು ಬಂದರೆ ಆ ಸೈಕಲ್ಲಿನ ಒಂದು ಬದಿಯ ಪೆಡಲ ಮೇಲೆ ನಿಂತು ಜಾರಿಸುತ್ತಾ ಓಡಾಡುವ ಶ್ರೀಪತಿ ತೆರಗುಂಡಿಯವರನ್ನು ಜನ ನೋಡಿದ್ದಾರೇ ಹೊರತು, ಅದನ್ನು ಸವಾರಿ ಮಾಡಿದ ಶ್ರೀಪತಿ ತೆರಗುಂಡಿಯವರನ್ನು ನೋಡಿದ ನೆನಪು ಜನಕ್ಕಿಲ್ಲ. ತುಳಿಯೋದಕ್ಕಿಂತಾ

ಜಾರಿಸೋದೂ-ತಳ್ಳೋದೇ ಸಾಮಾನ್ಯವಾಗಿರೋದಕ್ಕೆ ಕಾರಣ ಅವರ ಉಬ್ಬಸವೋ ಅಥವಾ ಸೈಕಲ್ ಹತ್ತಬೇಕಾದರೆ ಒಂದು ಕಲ್ಲೋ, ಕಟ್ಟೆಯೋ ಇರಬೇಕಾದ್ದು ಅನಿವಾರ್ಯವಾಗಿರೋದೋ ಅಥವಾ ಪಿಜೆ ಎಕ್ಸ್‌ಟೆನ್‌ಷನ್ನಿನ ಆರನೇ ಕ್ರಾಸಿನ ತಮ್ಮ ಮನೆಯಿಂದ ಕಾಲೇಜಿನ ರಸ್ತೆಯಲ್ಲಿ ಏರುಗಳೂ-ಇಳಿಜಾರುಗಳೂ ಸಮನಾಗಿರುವುದೋ ಇನ್ನೂ ಬಗೆ ಹರಿದಿಲ್ಲ.

ಇಂಥಾ ನಲವತ್ತೂ ನಲವತ್ತೈದರ ಆಸುಪಾಸಿನ ಶ್ರೀಪತಿ ತೆರಗುಂಡಿಯವರಿಗೆ ಮದುವೆಯಾಗಿಲ್ಲ ಎನ್ನುವುದೂ ದಾವಣಗೆರೆಯ ಜನಕ್ಕೆ ಗಹನಾತಿ ಗಹನವಾದ ವಿಷಯ. ಎಮ್ ಎ ಪದವೀಧರ. ಡಿಆರೆಮ್ ಕಾಲೇಜಿನ ಚೀಫ್ ಲೈಬ್ರೇರಿಯನ್ನು. ಮನೆ ತುಂಬಾ ಚೆಲ್ಲಾಡೋಷ್ಟಲ್ಲದಿದ್ರೂ ಹಾಸಿ-ಹೊದೆಯೋಷ್ಟು ಸಂಬಳಕ್ಕೇನೂ ಕೊರತೆಯಿಲ್ಲ. ಕುರೂಪಿಯಲ್ಲದಿದ್ರೂ ತೆಗೆದು ಹಾಕೋವಂತಹ ಫೇಸ್‌ಕಟ್ಟೇನಲ್ಲ. ಶ್ರೀಪತಿ ತೆರಗುಂಡಿ ಹೂಂ ಅಂದಿದ್ರೆ ಈ ಮಡಿಕೋಲಿಗೆ ಒಂದು ಮಗಳನ್ನು ಕಟ್ಟೋಕೆ ನೂರಾರು ಜನ ತಯಾರಿದ್ರು. ಆದರೆ ಶ್ರೀಪತಿ ತೆರಗುಂಡಿಯವರೇ ಮದುವೆಗೆ ಸುತಾರಾಂ ತಯಾರಿರಲಿಲ್ಲ.

ಮಾತು ಒಂದು – 1960ರ ಸುಮಾರು

ಶ್ರೀಪತಿ ತೆರಗುಂಡಿಯವರು ಇದೇ ಡಿಆರೆಮ್ ಕಾಲೇಜಿನಲ್ಲಿ ತಮ್ಮ ಎರಡನೇ ಬಿಎ ಓದ್ತಿದ್ರೂ. ಗಂಗಾಧರ ಅಂತ ಅವರ ಮಿತ್ರ ಒಬ್ಬಿದ್ದ. ಉತ್ತಿಷ್ಠೋ ಉತ್ತಿಷ್ಟ ಅಂತ ಬೆಳಿಗ್ಗೆಯೆದ್ದ ಕೂಡಲೇ ಗರುಡ ಧ್ವಜವನ್ನು ನೆನೆಸುತ್ತಲೇ, ಏಳುವಾಗ ಬಲಮಗ್ಗುಲೇ ಎಂದು ಖಾತ್ರಿ ಮಾಡಿಕೊಂಡೇ ಎದ್ದು, ದಿನದ ಹದಿನಾರು ಗಂಟೆ ಪುಸ್ತಕವೆಂದೋ, ಪುಸ್ತಕವಿಲ್ಲದಿದ್ದಾಗ ಪಿಜೆ ಎಕ್ಸ್‌ಟೆನ್ಷನ್ನಿನ ಶ್ರೀರಾಮ ದೇವಸ್ಥಾನವೆಂದೋ ದಿನವನ್ನು ನೂಕಿ, ರಾತ್ರಿ ಮಲಗುವ ಮುನ್ನ ಅಷ್ಟದೈವಗಳನ್ನೂ ನೆನೆಸಿ ಮಲಗುತ್ತಿದ್ದ ಶ್ರೀಪತಿ ತೆರಗುಂಡಿಯವರಿಗೆ, ಬೆಳಿಗ್ಗೆ ಹತ್ತರ ಸಮಯದಲ್ಲೂ ಬೀರೀನ ವಾಸನೆ ಬೀರುತ್ತಲೇ ಕಾಲೇಜಿಗೆ ವೆಸ್ಪಾದಲ್ಲಿ ಆಗಮಿಸಿ, 'ಆ ಶಶಿಕಲಾನ್ನ ನೋಡಿದ್ಯೇನಲೇ, ಫಾರ್ಟಿಟೂ ಸೈಜೂ ಆಕೀದು, ನೆನ್ನೆ ಬಂದಿದ್ಲಪಾ, ಮನೀಗೆ ಡ್ರಾಪ್ ಮಾಡೂಂತ, ಹಂಗೇ ಬ್ರೇಕ್ ಹಾಕ್ದಾಗೆಲ್ಲಾ ಬೆನ್ನಿಗೆ ಅಮುಕ್ತಿದ್ಲೂ ನೋಡೂ, ಬೆನ್ನೀಗೆ ಗುನ್ನಾ ಆಗ್ಯದೆ ನೋಡು' ಅನ್ನುತ್ತಲೋ, 'ಆ ಯಾಮಿನೀನ್ನ ಸಿನೇಮಾಕ್ಕರ್ಕೆಂಡು ಹೋಗಿದ್ದೆ ನೋಡಪಾ, ಏನು ಸೊಂಪಂತೀ ಆಕೀ, ಕೈ ಜೋಮು ಹಿಡಿಯಾತಂಕ ಇಟ್ಟ ಕೈ ತಗೀಲೇಯಿಲ್ಲ,

ಕಾಟನ್‌ಕ್ಯಾಂಡಿ ಮುಟ್ದಂಗಾಗ್ತತಿ ನೋಡು' ಅನ್ನುತ್ತಲೋ ಕಾಲೇಜಿನ ದಿನಗಳನ್ನು ತಳ್ಳುತ್ತಿದ್ದ ಗಂಗಾಧರ ಅದು ಹೇಗೆ ಅಂಥಾ ಗೆಳೆಯನಾದನೋ ದೇವರೇ ಬಲ್ಲ. ಕಾಲೇಜಿನ ಆವರಣ ದಾಟಿದ ಕೂಡಲೇ ಗಂಗಾಧರನಿಂದ, ಆತನ ನೂರಾ ಹನ್ನೆರಡು ಭಾನಗಡಿಗಳಿಂದ ಪ್ರಯತ್ನಪೂರ್ವಕವಾಗಿ ದೂರವಾಗುತ್ತಿದ್ದ ಶ್ರೀಪತಿ ತೆರಗುಂಡಿಯವರು ಆವತ್ತು ಅದೆಂಥಾ ತಪ್ಪು ಮಾಡಿದರೋ, ಆ ತಪ್ಪಿಗೆ ತಮ್ಮ ಜೀವನವನ್ನೇ ತೆತ್ತುಬಿಟ್ಟರು. ಪುಸ್ತಕವನ್ನು ಎದೆಗವಚಿ, ಹವಾಯಿ ಚಪ್ಪಲಿಯನ್ನು ಪಚಕಾ ಪಚಕಾ ಮಾಡುತ್ತಾ ಮನೆಯತ್ತ ಹೊರಟಿದ್ದ ಶ್ರೀಪತಿ ತೆರಗುಂಡಿಯವರ ಹಿಂದೆ, ಅವತ್ತು ಗಂಗಾಧರನಿಗೆ ಬೇರೆ ಯಾರೂ ಸಿಕ್ಕಿರಲಿಲ್ಲ ಅಂತ ಕಾಣತ್ತೆ, ಗಂಗಾಧರ ಬಿದ್ದ. ಶ್ರೀಪತಿ ತೆರಗುಂಡಿಯವರು ನಡೆಯುತ್ತಲೇ ಇದ್ದರು, ಪಕ್ಕದಲ್ಲೇ ವೆಸ್ಪಾವನ್ನು ಉಂಯ್ ಉಂಯ್ ಅನ್ನಿಸುತ್ತಲೇ, 'ಏನಪಾ ಓಪನ್ ಬಟಕ್ಸೂ, ಏನು ಮನೆಗೊಂಟೀಯೋ' ಅಂತ ಸ್ಕೂಟರ್ ಶಬ್ದವನ್ನೂ ಮೀರಿಸಿ, ಇಡೀ ರಸ್ತೆಗೆ ಕೇಳುವಂತೆ ಕಿರಿಚುತ್ತಾ ಮಾತಿಗೆಳೆದ. ಶ್ರೀಪತಿ ತೆರಗುಂಡಿಯವರು 'ಹೂಂ' ಅಂತ ತಲೆಹಾಕಿದರು. ಪುಟುಪುಟು ಹೆಜ್ಜೆ ಹಾಕಿದರು. 'ಅದ್ಯಾಕೆ ಹಂಗೆ ಓಡ್ತೀಯೋ, ನಾನೇನು ನಿನ್ನ ರೇಪು ಮಾಡ್ತೀನೇನು, ಅದೇನು ನಿನ್ನ ರೇಪು ಮಾಡಿದ್ರೆ ನಂಗೆ ಸುಕಾ ಸಿಕ್ತತೇಂತ ಮಾಡ್ಕ್ಯಂಡೇನು. ನೋವಾಗ್ತದಪಾ, ಕೆರುದ್ರೆ ನಿನ್ನ ಮುಕಳ್ಯಾಗೆ ಸ್ಯಾಂಪಲ್ಲಿಗೆ ಬೇಕಂದ್ರೂ ಒಂತೊಲ ಮಾಂಸಯಿಲ್ಲ, ನಿನ್ನೇನು ಮಾಡೀನೋ ನಾನು, ನಿಂತ್ಗಾ' ಅಂದು ವೆಸ್ಪಾವನ್ನು ಶ್ರೀಪತಿ ತೆರಗುಂಡಿಯವರ ದಾರಿಗೆ ಅಡ್ಡ ಹಾಕಿ ನಿಂತ, ಶ್ರೀಪತಿ ತೆರಗುಂಡಿಯವರನ್ನು ನಿಲ್ಲಿಸಿದ, ನಿಲ್ಲಿಸಿ ವೆಸ್ಪಾ ಸ್ಟಾಂಡ್ ಹಾಕಿದ, ಹಾಕಿ ಶ್ರೀಪತಿ ತೆರಗುಂಡಿಯವರ ಎರಡೂ ಭುಜ ಹಿಡಿದು ಆಪ್ತವಾಗಿ ಅಪ್ಪಿ ನಿಂತ, ಅಪ್ಪಿ ನಿಂತು ಮುಖವನ್ನು ಶ್ರೀಪತಿ ತೆರಗುಂಡಿಯವರ ಮುಖದಿಂದ ಕೇವಲ ನಾಕಿಂಚು ದೂರ ತಂದು ನಿಲ್ಲಿಸಿದ. ಅದ್ಯಾವತ್ತಿನದೋ ಬೀರು, ಮತ್ಯಾವತ್ತಿನದೋ ಉಳ್ಳಾಗಡ್ಡಿ ಮತ್ತು ಸದ್ಯ ಜಗೀತಿದ್ದ ಪಾನ್‌ಬೀಡಾ ವಾಸನೆ ಶ್ರೀಪತಿ ತೆರಗುಂಡಿಯವರನ್ನು ಬುಡ ಸಮೇತ ಅಲ್ಲಾಡಿಸಿ ಬಿಟ್ಟಿತು. 'ಏನಪಾ ಓಪನ್ ಬಟಕ್ಸೂ, ಡೇಲೀ ಮಾಡ್ಕ್ಯಂತೀಯೇನು' ಅಂತ ನೇರವಾಗಿ ಕೇಳಿಬಿಟ್ಟ. ವಾಸನೆಯಿಂದ ಅಲ್ಲಾಡಿದ್ದೇ ಇನ್ನೂ ತಹಬಂದಿಗೆ ಬಂದಿರಲಿಲ್ಲ, ಇನ್ನು ಈ ಪ್ರಶ್ನೆ, ಅರ್ಥವಾಯಿತೋ ಇಲ್ಲವೋ, ಒಟ್ಟಿನಲ್ಲಿ ಪಾದಗಳಡಿಯಲ್ಲಿ ಭೂಕಂಪವಾದಂತೆ

ಶ್ರೀಪತಿ ತೆರಗುಂಡಿಯವರು ಅದುರಿಬಿಟ್ಟರು. ಚುಳ್ಳಂತ ಬೆವೆತು ಬಿಟ್ಟರು. ಕೈಲಿದ್ದ ಆರೂ ಪುಸ್ತಕಗಳು ಸರತಿಯಂತೆ ಒಂದಾದ ಮೇಲೆ ಒಂದು ಕೈಜಾರಿ ಬಿದ್ದವು. 'ತಗಳೋ ರಾಜ, ಕೇಳ್ತಿದ್ದಂಗೇನೇ ವೈಜೆಂತೀಮಾಲಾನ್ನ ಪ್ರೈವೇಟ್‌ನಗೆ ನೇಕೆಡ್ ನೋಡ್ದಂಗೆ ಬೆವೀತಿಯಲಪಾ' ಎಂದು ಮುಂದುವರಿಸುತ್ತಾ ತನ್ನ ಮುಖವನ್ನು ಇನ್ನೂ ಮುಂದೆ ಶ್ರೀಪತಿ ತೆರಗುಂಡಿಯವರ ಮುಖಕ್ಕೆ ಸಮೀಪ ತಂದು, ಉಳ್ಳಾಗಡ್ಡೆಯ ಹಾಗೂ ಪಾನ್‌ಬೀಡಾ ವಾಸನೆ ಬೀರುತ್ತಾ ಪಿಸುಗುಟ್ಟಿದ, 'ನಿಜ ಹೇಳು ನನ್ ಸರ್ದಾರ, ಡೇಲಿ ಮಾಡ್ಕ್ಯಂತೀಯೇನು' ಆಪ್ತವಾಗಿ ಶ್ರೀಪತಿ ತೆರಗುಂಡಿಯವರ ಭುಜಗಳನ್ನು ಒತ್ತಿದ. ಶ್ರೀಪತಿ ತೆರಗುಂಡಿಯವರ ಹಣೆಯ ಮೇಲಾಗಲೇ ಒಂದು ಹತ್ತೋ ಹದಿನೈದೋ ಬೆವರಿನ ಸಾಲುಗಳು. ಅಂಗೈಯೆಲ್ಲಾ ಬೆವೆತುಕೊಂಡು ಬಿಟ್ಟಿತ್ತು. ನಾಚಿ, ತಲೆ ಕೆಳಗೆ ಹಾಕಿ ಇಲ್ಲವೆನ್ನುವಂತೆ ತಲೆಯಾಡಿಸಿದರು. 'ಅಲ್ಲಪಾ, ಬೀಯೇ ಸೆಕೆಂಡಿಯರ್ರೂ, ಇನ್ನೂ ಒಂದಪಾನೂ ಮಾಡ್ಕ್ಯಂಡಿಲ್ಲಾಂದ್ರೆ ಹೆಂಗೆ ಮತ್ತೆ. ಮದುವೆ ಆಗಬೇಕಂತೀಯೋ ಇಲ್ಲೋ. ಮಾಡ್ಕ್ಯಂತಿರಬೇಕು. ಇಲ್ಲಾಂದ್ರೆ ಪ್ರಾಕ್ಟೀಸ್ ಆಗಂಗಿಲ್ಲ. ಮತ್ತೆ ಮೂರೇ ದಿನಕ್ಕೆ ಕಟ್ಗಂಡೋಳು ಕಿತ್ಗಂಡೋಗ್ತಳೆ' ಅಂದವನೇ ತನ್ನ ಮಾತಿನ ಪರಿಣಾಮ ಶ್ರೀಪತಿ ತೆರಗುಂಡಿಯವರ ಮುಖದ ಮೇಲೆ ಅಚ್ಚೊತ್ತಲು ಸಮಯ ನೀಡುವವನಂತೆ ಮಾತು ನಿಲ್ಲಿಸಿ, ಜೇಬಿನಿಂದ ವಿಲ್ಸ್‌ಫ್ಲೇಕ್ ತೆಗೆದು ಹಚ್ಚಿ, ಆಕಾಶಕ್ಕೆ ಹೊಗೆ ಬಿಟ್ಟ. 'ಒನ್ಕೆಲ್ಸ ಮಾಡು. ಬಾ ನಂಜತಿಗೆ' ಅಂದವನೇ ಶ್ರೀಪತಿ ತೆರಗುಂಡಿಯವರ ಬಲಗೈಯನ್ನು ತನ್ನ ಎಡ ಕಂಕುಳಿಗೆ ಸಿಗಿಸಿಕೊಂಡು, ವೆಸ್ಪಾದ ಆ ಕಡೆ ಬದಿ ಅವರನ್ನು ನಿಲ್ಲಿಸಿ, ವೆಸ್ಪಾವನ್ನು ಒದ್ದು ಹೊರಡಲು ತಯಾರಾದ. ಮಾತೇ ಮರೆತ ಬಾಲಕನಂತೆ ಶ್ರೀಪತಿ ತೆರಗುಂಡಿಯವರು ತಮ್ಮ ಸುಮಾರು ಹದಿನೈದು ಕೇಜಿ ಹದಿನೈದು ಗ್ರಾಂನಷ್ಟು ತೂಕವಿರಬಹುದಾದ ದೇಹವನ್ನು ಅವನ ಹಿಂದೆ ಸ್ಕೂಟರಿಗೇರಿಸಿದರು. ವಸಂತ ಟಾಕೀಸಿನ ಎದುರಿನ ಅನೇಕ ಗಲ್ಲಿಗಳಲ್ಲಿ ಒಂದು ಗಲ್ಲಿಯನ್ನು ಹೊಕ್ಕ ಗಂಗಾಧರ, ಅದೊಂದು ಮನೆಯ ಮುಂದೆ ಸ್ಕೂಟರ್ರನ್ನು ನಿಲ್ಲಿಸಿ, 'ನೋಡಪಾ, ಇದು ಹುಸೇನಬಿ ಮನೆ. ಕರ್ಚೆಲ್ಲಾ ನಂದೇ, ನೀಯೇನೂ ಹೆದರ್‌ಕ್ಯಾಬೇಡ' ಅಂದವನೇ ಶ್ರೀಪತಿ ತೆರಗುಂಡಿಯವರ ಜೇಬಿಗೆ ಇಪ್ಪತ್ತೈದು ರೂಪಾಯಿಗಳನ್ನು ತುರುಕಿ, 'ಆಕಿಗೆ ಹದಿನೈದು ಅನ್ನು, ಇಪ್ಪತ್ತೂ ಅಂತಾಳೆ, ಹೂಂ ಅಂದು ಫ್ರೆಷ್‌ಯಿರಬೇಕು ಅಂತೇಳು, ನಲವತ್ತೇಳರ ಒಂದು ಮುದುಕೀನ್ನ ತಂದು

ಫ್ರೆಶ್ ಅಂತಾಳೆ, ಡೋಂಟ್ ವರಿ, ಓಲ್ಡ್ ಈಸ್ ಗೋಲ್ಡ್. ಪ್ರಾಕ್ಟೀಸಿಗೆ ಏನಾದ್ರೇನಂತೆ, ಯಾವುದಾದ್ರೇನಂತೆ, ಹೋಗೀಗ' ಅಂದವನೇ ಶ್ರೀಪತಿ ತೆರಗುಂಡಿಯವರನ್ನು ಹುಸೇನಬಿ ಮನೆಯತ್ತ ನೂಕಿ, ಅವರು ಮನೆಯೊಳಗೆ ಹೋಗುವ ತನಕ ಕಾದಿದ್ದು, ಹೊರಟ.

ಹುಸೇನಬಿ ಮನೆಯೊಳಗೆ ಶ್ರೀಪತಿ ತೆರಗುಂಡಿಯವರು ಏನು ಮಾಡಿದರೂ ಅನ್ನೋದಕ್ಕಿಂತಾ ಏನಾಯಿತೂ ಅನ್ನೋದು ನಮ್ಮ ಕತೆಗೆ ಮುಖ್ಯವಾಗಿರೋದ್ರಿಂದ ಅದಿಷ್ಟನ್ನು ಮಾತ್ರ ನೋಡೋಣ. ಅರೆಬರೆ ಕತ್ತಲಲ್ಲಿ ತಮ್ಮ ಎದುರು ನಿಂತ ಆ ದೇಹವನ್ನು ಮೊದಲು ಅದೊಂದು ಮಾನವ ದೇಹವೆಂದೂ, ನಂತರ ಅದೊಂದು ಹೆಣ್ಣು ದೇಹವೆಂದು ನಂಬಲು ಶ್ರೀಪತಿ ತೆರಗುಂಡಿಯವರಿಗೆ ಒಂದು ಹತ್ತು ನಿಮಿಷ ಹಿಡಿಯಿತು. ಎಡಗಾಲಿನಲ್ಲಿ ಬಾಗಿಲನ್ನು ಝಾಢಿಸಿ ಒದ್ದು ಒಳಬಂದ ಆ ದೇಹ, ಹಿಂದಿನ ರಾತ್ರಿ ಅದೇನಾಗಿತ್ತೋ ಅದಕ್ಕೆ, ಅದರ ಸೇಡನ್ನು ಇಂದು ಶ್ರೀಪತಿ ತೆರಗುಂಡಿಯವರ ಮೇಲೆ ತೀರಿಸಿಕೊಳ್ಳಲು ತಯಾರಾದಂತಿತ್ತು. ಒಂದೇಟಿಗೇ ಶ್ರೀಪತಿ ತೆರಗುಂಡಿಯವರ ಸಮಸ್ತ ಬಟ್ಟೆಗಳನ್ನೂ ಎಳೆದು ತೆಗೆದು ಅವರನ್ನು ಬತ್ತಲೆ ಮಾಡಿ, ಅನಾಮತ್ತಾಗಿ ಎತ್ತಿ, ಅವುಚಿಕೊಂಡು ಮಂಚದ ಮೇಲೆ ಬಿದ್ದು, ಶ್ರೀಪತಿ ತೆರಗುಂಡಿಯವರನ್ನು ಹೊದಿಕೇ ಥರ ಮೈಮೇಲೆ ಹಾಕ್ಕೊಂಡು 'ಸುರಚ್ಗಾ' ಅಂದಳು. ಮಾಂಸಲ ಪರ್ವತಗಳ ನಡುವೆ ತಲೆ ಹುದುಗಿದ್ದ ಶ್ರೀಪತಿ ತೆರಗುಂಡಿಯವರಿಗೆ ಈಗ ಅರ್ಜೆಂಟಾಗಿ ಬೇಕಾಗಿದ್ದುದು ಒಂದಷ್ಟು ಗಾಳಿ ಮತ್ತು ಒಣಗಿದ ಗಂಟಲಿಗೆ ಒಂದು ನಾಲ್ಕು ತಟುಗು ನೀರು. ಉಸಿರಾಡೋ ಗಾಳಿ ಯಾವಾಗ ನಿಲ್ತೋ, ಅಲ್ಲೀವರೆಗೂ ಸುಮ್ಮನಿದ್ದ ಉಬ್ಬಸ ಅವರ ಪುಪ್ಪುಸಗಳನ್ನು ಒತ್ತಿಕೊಂಡು ಹೊರಬಂದಿತು. ಶುರುವಾಯಿತು ಕೆಮ್ಮಿಗೆ. ಆಕೆಯ ಬೆವೆತ ಸಂದಿಗಳಿಂದ ಬಿಡಿಸಿಕೊಂಡ ಶ್ರೀಪತಿ ತೆರಗುಂಡಿಯವರು ತಮ್ಮ ಬತ್ತಲೆ ಮೈಯ್ಯನ್ನು ಕುಕ್ಕುರುಗಾಲಿನಲ್ಲಿ ಹರಡಿಬಿಟ್ಟು, ಗೋಡೆಯನ್ನು ಹಿಡಿದು ಕೆಮ್ಮ ತೊಡಗಿದರು. ಆ ದೇಹದಂತ ದೇಹ ಕೂಡಾ ಕೆಮ್ಮು ನಿಲ್ಲತ್ತೇನೋ ಅಂತ ಒಂದೈದು ನಿಮಿಷ ಕಾದು, ನಂತರದ ಎರಡು ನಿಮಿಷ ಅನುಕಂಪ ತೋರಿ, ಮತ್ತೆ ಮುಂದಿನ ಮೂರು ನಿಮಿಷಗಳಿಗೂ ಕೆಮ್ಮು ನಿಲ್ಲದಾದಾಗ ಈ ಮಡಿಕೋಲಿನ ಜೀವ ಹೋದರೇನ್ಮಾಡಣ ಎಂದು ಹೆದರಿಬಿಟ್ಟಿತು. ಹತ್ತು ನಿಮಿಷಗಳ ನಂತರ ಆ ದೇಹವೆಂಬ ದೇಹವೇ ಶ್ರೀಪತಿ ತೆರಗುಂಡಿಯವರನ್ನು

ಎಬ್ಬಿಸಿ, ಕಿತ್ತೆಳೆದ ರೀತಿಯಲ್ಲೇ ಅವರಿಗೆ ಬಟ್ಟೆಯನ್ನು ತೊಡಿಸಿ, ಸೈಕಲ್ ರಿಕ್ಷಾದಲ್ಲಿ ಸಾಗಹಾಕಿದ್ದು.

ಇಲ್ಲಿಗೇ ಕತೆ ಮುಗಿದಿದ್ದಲ್ಲಿ ಶ್ರೀಪತಿ ತೆರಗುಂಡಿಯವರಿಗೆ ಒಂದು ಮದುವೆಯಾಗಿ ಇಷ್ಟು ಹೊತ್ತಿಗೆ ಮಕ್ಕಳೂ ಇರುತ್ತಿದ್ದವೇನೋ, ಆದರೆ ಹಾಗಾಗಲಿಲ್ಲ. ಮಾರನೇ ಮಧ್ಯಾಹ್ನ ಮೂಗು ಮುಂದು ಮಾಡಿಕೊಂಡೇ ಗಂಗಾಧರ ಶ್ರೀಪತಿ ತೆರಗುಂಡಿಯವರ ಬಳಿ ಬಂದ, 'ಏನಪಾ, ಹೆಂಗಿತ್ತು...' ಅಂದು ಗಂಟು ಬಿದ್ದ. ಶ್ರೀಪತಿ ತೆರಗುಂಡಿ ಮಾತಾಡಲಿಲ್ಲ. 'ಯಾಕೇ ಏನೂ ಪ್ರಾಕ್ಟೀಸ್ ಆಗ್ಲಿಲ್ಲೇನು?' ಶ್ರೀಪತಿ ತೆರಗುಂಡಿಯವರ ಕಣ್ಣಲ್ಲಾಗಲೇ ನೀರು ತುಂಬಿ ಬಂದಿದ್ದವು . 'ಇಲ್ಲ' ಎನ್ನುವಂತೆ ತಲೆಯಾಡಿಸಿದರು. 'ಹೋಗಲೀ ಮುಟ್ಟಿಸ್ಗೆಂಡ್ಯೋ ಇಲ್ವೋ...' 'ಹೂಂ' ಎನ್ನುವಂತೆ ತಲೆ ಹಾಕಿದರು. ಅಲ್ಲಿಗೆ ಶ್ರೀಪತಿ ತೆರಗುಂಡಿಯವರ ಜೀವನಕ್ಕೆ ಮುಕ್ತಾಯ ಹಾಡಲು ಗಂಗಾಧರನಿಗೆ ಮುನ್ನುಡಿ ಸಿಕ್ಕಂತಾಯಿತು. ಸಾಯಂಕಾಲದ ಹೊತ್ತಿಗೆಲ್ಲಾ 'ಓಪನ್ ಬಟಕ್ಸೂ ವಾಯುದೇವ್ರನ್ನ ಅಂಟಸ್ಗೆಂಡಾನಪೋ' ಅಂತ ಊರು ತುಂಬಾ ಸುದ್ದಿಯಾಯ್ತು. ಶ್ರೀಪತಿ ತೆರಗುಂಡಿಯವರಿಗೇ ಈ ವಾಯುದೇವರ ಸುದ್ದಿ ಮುಟ್ಟಿದಾಗ ಸಂಜೆಯಾಗಿತ್ತು. ಮೊದಲಲ್ಲಿ ಯಾವ ವಾಯುದೇವರು ತಮಗೆ ಅಂಟಿಕೊಂಡಿದೆ ಎನ್ನುವುದು ಸ್ಪಷ್ಟವಾಗಲಿಲ್ಲ. ಮನೆಗೆ ಹೋಗುವಾಗ ಗಂಗಾಧರ ಮತ್ತೆ ವೆಸ್ಲಾವನ್ನು ಇವರ ಬೆನ್ನಿಗೆ ಹಚ್ಚಿದ. 'ಗಂಗಾಧರ್ ಅವ್ರೇ, ವಾಯು ದೇವ್ರೂ ಅಂದ್ರೇನು?' 'ಅಷ್ಟೂ ತಿಳೀಲಿಲ್ಲೇನಪಾ, ವಾಯುದೇವ್ರೂ ಅಂದ್ರೆ ವೀಡಿ, ನೆನ್ನೆ ಮುಟ್ಟಿಸ್ಗೆಂಡ್ಯಲ್ಲಾ ಅದರ ರಿಜಲ್ಟೂ ಇದು, ಡೇಂಜರ್ ಅಂದ್ರೆ ಅದಲ್ಲೋ ತಮಾ, ಈ ವೀಡಿ ಹತ್ಗಂಡ್ರೆ, ಹುಚ್ನಾಯಿ ಕಡುದ್ರೆ ಸಾಯಾತಂಕಾ ಬಿಡಲ್ಲ ನೋಡು, ಸುಮ್ನೆ ಹಂಗೆ ಮೈಯೊಳಗೆ ಮಲಕ್ಕಂಡಿರ್ತತೆ, ಒಂದಿನ ರಪ್ಪಂತ ಎದ್ದ್ ಬಿಡ್ತತೆ, ಮತ್ತೆ ಡೇಂಜರ್ ನಿಂಗೊಬ್ಬಂಗೇ ಅಲ್ಲಪಾ, ನಿನ್ನ ಕಟ್ಗಂಡೋಳಿಗೂ ಹತ್ಗಂತತೆ, ಅದುಕ್ಕೆ ಔಷ್ದಾ ಗೀವ್‌ಷ್ದಾ ಯಂತದಿಲ್ಲ, ಅನುಭವಿಸ ಬೇಕು ಅಷ್ಟೇ, ಮದುವೆ ಗಿದುವೆ ಅಂತಾ ಮಾಡ್ಕ್ಯಂಡು ಬಾಬೀಗೂ ಅಂಟುಸ್ಗಿಂಟ್ಸೀಯಾ ಮತ್ತೆ, ಹುಷಾರು' ಎಂದು ಎಚ್ಚರಿಕೆಯಿತ್ತು ಶ್ರೀಪತಿ ತೆರಗುಂಡಿಯವರ ತಲೆಯಲ್ಲೂ, ಜೀವನದಲ್ಲೂ ಗೆದ್ದಲುಹುಳ ಬಿಟ್ಟ. ಅದೇನು ಗ್ರಹಚಾರವೋ, ಒಂದೆರಡು ದಿನಗಳಲ್ಲಿ ಶ್ರೀಪತಿ ತೆರಗುಂಡಿಯವರ ತೊಡೆಗಳ ಮೇಲೆ ಒಂದೆರಡು ಸಣ್ಣ ಗುಳ್ಳೆಗಳು ಕಂಡುವು.

ಶ್ರೀಪತಿ ತೆರಗುಂಡಿಯವರು ಕೂಡಲೇ ಅದ್ಯಾವುದೋ ಪತ್ರಿಕೆಯಲ್ಲಿ ಬರುತ್ತಿದ್ದ ಗುಪ್ತಸಮಾಲೋಚನೆಗೆ ಪತ್ರ ಬರೆದರು. ಎರಡೇ ವಾರಗಳಲ್ಲಿ ಅದರಲ್ಲಿ ಉತ್ತರ ಕೂಡಾ ಬಂತು, 'ಇದು ಅಂತಹ ಆರೋಗ್ಯಕಾರಿ ಲಕ್ಷಣವಲ್ಲ. ಯಾವುದಕ್ಕೂ ನೀವು ಲೈಂಗಿಕ ತಜ್ಞರಿಗೆ ತೋರಿಸತಕ್ಕದ್ದು' ಅಂತ. ಉತ್ತರ ಬಂದ ಎರಡೇ ದಿನಗಳಲ್ಲಿ ತೊಡೆಯ ಮೇಲಿನ ಬೆವರ ಗುಳ್ಳೆಗಳು ಮಾಯವಾದರೂ, ಅಷ್ಟು ಹೊತ್ತಿಗೆ ಶ್ರೀಪತಿ ತೆರಗುಂಡಿಯವರ ಬಾಳ ನೌಕೆ ಮುರಿದು ಬಿದ್ದಿತ್ತು. ತಾವು ಮದುವೆಯಾಗುವ ವಿಚಾರವನ್ನೇ ತಮ್ಮ ಜೀವನದಿಂದ, ಮನಸ್ಸಿನಿಂದ ಅಳಿಸಿಹಾಕಿಬಿಟ್ಟರು. ಅವರ ಒಂಟಿ ಹಾಸಿಗೆಯ ಮೇಲೆ, ಅವರ ಹೊದಿಕೆಯೊಳಗೆ ಹೆಣ್ಣು, ಹೆಂಡತಿ ಎನ್ನುವ ಜೀವವೊಂದು ನುಸುಳಲೇ ಇಲ್ಲ. ಅವರನ್ನು ಬೆಚ್ಚಗಾಗಿಸಲೇ ಇಲ್ಲ. ಅವರ ಹಾಸಿಗೆಯಲ್ಲಿ ಹೊರಳಾಟದ ಸುಕ್ಕುಗಳಾಗಲೇ ಇಲ್ಲ.

ಮಾತು ಎರಡು – 1980ರ ಸುಮಾರು

ಕಳೆದ ಒಂದ್ಯೆದಾರು ವರ್ಷಗಳಿಂದ ಶ್ರೀಪತಿ ತೆರಗುಂಡಿಯವರು ಏನ್ನಾರ ಬಿಟ್ಟಾರು, ಭಾನುವಾರದ ಶ್ರೀರಾಮದೇವರ ಭೇಟಿ, ಪ್ರತಿ ಸಾಯಂಕಾಲದ ರವಿ ಹೋಟೆಲಿನ ದೋಸೆ–ಕಾಫಿ ಹಾಗೂ ಮುಸ್ಸಂಜೆಯಿಂದ ರಾತ್ರಿಯ ಎಂಟರ ತನಕದ ಹರಟೆಯನ್ನು ಬಿಡಲಾರರು. ರವಿ ಹೋಟೆಲಿನ ದೋಸೆ–ಕಾಫಿ ಮುಗಿಸಿ ಸೈಕಲ್ಲನ್ನು ಜಾರಿಸುತ್ತಲೋ–ತಳ್ಳುತ್ತಲೋ ಸುಮಾರು ಆರೂಕಾಲರ ಹೊತ್ತಿಗೆ ಹೈಸ್ಕೂಲ್ ಫೀಲ್ಡಿನ ನಟ್ಟನಡುವೆ ಇರುವ ಸ್ಟೇಜ್‌ಅನ್ನು ತಲುಪಿಬಿಟ್ಟರೆ ರಾತ್ರಿಯವರೆಗೂ ಕಾಲ ಸರಿಯುವ ಪರಿವೆಯೇ ಇರುವುದಿಲ್ಲ. ಇವರು ಅಲ್ಲಿಗೆ ಸೇರುವ ಹೊತ್ತಿಗಾಗಲೇ ಆ ಸ್ಟೇಜು ಅನೇಕಾನೇಕ ತುದಿಗುಂಡೆಗಳಿಂದ ಕಿಕ್ಕಿರಿದು ತುಂಬಿರುತ್ತದೆ. ಪರಿಚಯದ ಒಂದೆರಡು ತುದಿಗುಂಡೆಗಳಿಗೆ ನಮಸ್ಕಾರ ಹೇಳಿ, ಸೈಕಲ್ಲನ್ನು ಗೋಡೆಗೆ ಒರಗಿಸಿ, ಒಂದೆರಡು ಆಯ್ದ ತುದಿಗುಂಡೆಗಳ ನಡುವೆ ಸೇರಿಕೊಂಡು, ಸ್ಟೇಜಿನ ತುದಿಯಲ್ಲಿ ಕುಂಡೆಯನ್ನು ಆನಿಸಿ ತಾವೂ ತುದಿಗುಂಡೆಯಾಗಿಬಿಟ್ಟರೆ ಮುಗೀತು – 'ಅಮೇರಿಕಾದ ಅಧ್ಯಕ್ಷ ಕೆನೆಡಿ ನನ್ನೊನ್ಮಾತು ಕೇಳಿದ್ದಿದ್ರೆ ಸಾಯ್ತಾನೇ ಇರಲಿಲ್ಲ ತಗೀರಿ; ಅಯ್ಯಾ ನಂಗೂ ಗೊತ್ತಿತ್ತು ತಗೀರಿ ಒಂದಲ್ಲಾ ಒಂದಿಸ ಇವ್ನನ್ನ ಹೊಡ್ದಾಕ್ತರೆ ಅಂತ, ನನ್ಕೇಳಿದ್ರೆ ಇವ್ನು ವಾಷಿಂಗ್‌ಟನ್ ಬಿಟ್ಟೋಗ್ಲೇ ಬಾರದಾಗಿತ್ತು; ಈ ನರ್ಗೀಸು ಸುನೀಲ್‌ದತ್ತುನ್ನ ಮಾಡ್ಕಳಕೆ ಮದ್ಲು, ರಾಜಕಪೂರನ್ ಜತೀಗೆ ಓಡಾಡ್ತಿದ್ಲಂತೆ; ನನ್ಕೇಳಿದ್ರೆ ವಿಶೀ ಆ

ಬಾಲನ್ನು ಆಡಲಿಕ್ಕೇ ಹೋಗಬಾರದಿತ್ತು ತಗೀರಿ, ಹಂಗ್ಯಾರಾರಾ ಆಡ್ತರಾ; ವೀರೇಂದ್ರ ಪಾಟೀಲ್ರು ನಿನ್ನೇನಗೆ ಅಸೆಂಬ್ಲೀಲಿ ಹ್ಯಂಗ್ ಉತ್ರ ಕೊಟ್ರು ನೋಡಿದ್ರೇನ್ರೀ, ನನ್ನೇಳಿದ್ರೆ ಇನ್ನೂ ಉಗೀಬೇಕಿತ್ತು ಅಪೋಜಿಟ್ನೋರಿಗೆ; ಬೆಂಗ್ಳೂರ್ನಗೆ ಲಿಡೋ ಟಾಕೀಸ್ನಗೆ ಅದೇನೋ ಸ್ಪೆಷಲ್ ಅಂತಪಾ, ಮೆಕೆನ್ನಾಜ್ ಗೋಲ್ಡನಗೆ ಇತ್ಲಗೆ ಗುಂಡು ಹೊಡುದ್ರೆ ಇತ್ಲಾಗೆ, ಅತ್ಲಾಗೆ ಬಾಟ್ಲೀ ಬಿದ್ರೆ ಅತ್ಲಗೆ ಕೇಳ್ತಂತೆ; ಆ ಮೂರನೇ ಕ್ರಾಸ್ನಗೆ ಶಂಕರ್ರಾವ್ ಮಗಳು ಇದ್ಲು ನೋಡು, ಅದೇ ಹೋದ್ವಾರ ಗಂಡಂಗೆ ಮೆಟ್ನಾಗೆ ಹೊಡ್ದು ಮನಿಗೆ ಬಂದಿದ್ಲಲ್ಲ, ಅವಳ ಗಂಡ ಮತ್ತೆ ಬಂದಿದ್ದ ನಿನ್ನೆ, ಅದೇನಾತೋ ಏನೋ, ಇವತ್ತು ಬೆಳಿಗ್ಗೆ ಗಂಡನ ಜತಿ ಹೋದ್ಲು; ಆ ಪೀಬೀ ಶ್ರೀನಿವಾಸ ಏನು ಹಾಡ್ತನೋ ಮಾರಾಯ, ಹಾಡಿದ್ರೆ ತೇಟ್ ರಾಜಕುಮಾರನೇ ಹಾಡ್ದಂಗಿರ್ತತೆ ನೋಡು' – ಹೀಗೆ ಪಕ್ಕದ ಮನೆಯಿಂದ ಶುರುವಾಗಿ ಅಮೇರಿಕಾನೋ, ಆಫ್ರಿಕಾನೋ ಎಲ್ಲಾ ದೇಶಗಳೂ, ಇಲ್ಲಸ್ಟ್ರೇಟೆಡ್ ವೀಕ್ಲಿಯಿಂದ ಜನಪ್ರಗತಿ, ಪ್ರಜಾವಾಣಿ, ತಾಯಿನಾಡು ಎಲ್ಲವೂ ಹುರಿದ ಸೇಂಗಾ ಬೀಜದ ಜೊತೆ ಹಲ್ಲಿನ ನಡುವೆ ಬರಬೇಕು, ನುರಿಯಬೇಕು. ಸುಮಾರು ಎಪ್ಪತ್ತೂ-ಎಪ್ಪತ್ತೈದರ ತುದಿಗುಂಡೆಗಳ ನಡುವೆ ಶ್ರೀಪತಿ ತೆರಗುಂಡಿಯವರೇ ತೀರಾ ಚಿಕ್ಕವರು. ಜೀವನಕ್ಕೆ ಬೆನ್ನು ಮಾಡಿ ನಿಂತ ಈ ಜನಗಳಲ್ಲಿ ತಾದಾತ್ಮ್ಯವನ್ನು ಕಂಡುಕೊಳ್ಳುತ್ತಿರುವ ನಲವತ್ತು-ನಲವತ್ತೈದರ ಶ್ರೀಪತಿ ತೆರಗುಂಡಿಯವರಿಗೆ ತಮ್ಮದೊಂದು ಸಾಮಾಜಿಕ ದುರಂತವೆಂದು ಅನಿಸೇ ಇಲ್ಲ.

ಅಂತಹ ಒಂದು ದಿನ ಕೋಚಿಂಗ್ ಸ್ಕೂಲಿನ ರಿಟೈರ್ಡ್ ಎಚ್ಚೆಮ್ ರಾಘವಾಚಾರ್ಯ ತಮ್ಮ ಮಾತಿಗೆ ಮುಂಚೆ, ಶಾರದಾ ಸರ್ಕುಲೇಟಿಂಗ್ ಲೈಬ್ರರಿಯಿಂದ ಎರವಲು ತಂದಿದ್ದ ಇಲ್ಲಸ್ಟ್ರೇಟೆಡ್ ವೀಕ್ಲಿಯನ್ನು ಹರಡಿ, ಒಂದು ಪುಟದ ಮೇಲೆ ಬೆರಳಿಟ್ಟು, 'ಇದು ನೋಡ್ರಪಾ, ಯಾರೋ ಮನೂಬಾಯಿ ಅಂತೆ, ಬಾಂಬೇನಗೆ ಯಾವುದೋ ಹೋಟ್ಲಗೆ ಇದ್ನಂತೆ, ನೋಡಕೆ ತೇಟು ಆ ಸ್ಮಗ್ಲರ್ ಕರೀಂಲಾಲಾನಂಗೇ ಇದ್ನಂತೆ, ರಾತ್ರೋರಾತ್ರಿನಗೆ ಕರೀಂಲಾಲನ ಆಪೋಜಿಟ್ನೋರು ಹೋಟೆಲ್ ರೇಡು ಮಾಡಿ, ಇವನನ್ನ ಅವನೂ ಅನ್ಕೆಂಡು ಹದಿನಾಕು ಗುಂಡು ಹೊಡುದ್ರಂತೆ ನೋಡು, ರಾಗವೇಂದ್ರಾ ಅನ್ನೋಕೂ ಟೈಮಿಲ್ದಂಗೆ ಮನೂಬಾಯಿ ಸತ್ತೇ ಹೋದ್ನಂತೆ, ಆಮೇಲೆ ಗೊತ್ತಾತಂತೆ, ಇವನು ಅವನಲ್ಲ ಅಂತ, ಈ ಫೀಲ್ಡ್ನಗೆ ಇರೋರಿಗೆ ಯಾರು ಯಾವತ್ತು ಬಂದು ವದೀತಾರೋ ಗೊತ್ತೇಯಿರಲ್ಲ ನೋಡು, ಇತ್ಲಗೆ

ಪೋಲಿಸ್ನೋರು, ಅತ್ಲಗೆ ಆಪೋಜಿಟ್ನೋರು, ಒಟ್ನಗೆ ಜೀವ ಅನ್ನದು ಬಾಡಿಗೆಗೆ ತಗಬಂದಂಗಿರ್ತತೆ ನೋಡು' ಅಂದು ಪುಟ ತಿರುವಿದರು. ಅದಕ್ಕೆ ರಿಟೈರ್ಡ್ ರೆವಿನ್ಯೂ ಹೆಡ್‌ಕ್ಲರ್ಕ್ ಶಿವಪುತ್ರಪ್ಪನವರು ಸೇಂಗಾ ಬೀಜದ ಸಿಪ್ಪೆ ಸುಲಿಯುತ್ತ ಉತ್ತರವಿಟ್ಟರು, 'ಇದೇನು ತಾಪತ್ರಯಕ್ಕೆ ಬಂತೋ ಅವನೌನಡ, ಅವನಿದ್ದಂಗೆ ಇವನಿದ್ದುದ್ಕೆ ಇವ್ನನ್ನ ಕೊಂದು ಹಾಕೋದು ಅಂದ್ರೇನು, ಅವನಿದ್ದಂಗೆ ಇವುನಿದ್ದುದ್ದೇ ತಪ್ಪಾತಲ್ಲ.' 'ಅದೇ ಜೀವನಾಂದ್ರೆ, ಪುಗ್ಗ ಇದ್ದಂಗೆ, ಗಾಳಿ ಮುಗಿದಾಗ ಡಂ ಅಂದೋಗ್ತತೆ. ಯಾವತ್ತು ಗಾಳಿ ಮುಗೀತತೋ ಗೊತ್ತಿಲ್ಲ' ಎಂದರು ಶಂಕರನಾರಾಯಣ ದೀಕ್ಷಿತರು. ಶ್ರೀಪತಿ ತೆರಗುಂಡಿಯವರಿಗೆ ಪಿಚ್ಚೆನಿಸಿತು. ಮತ್ತೆ ಮಾತು ಇನ್ನೊಂದು ದಿಕ್ಕಿಗೆ ತಿರುಗಿ ಎಂಟೂವರೆಗೆ ತುದಿಗುಂಡೆಗಳು ಒಂದೊಂದಾಗಿ ಎದ್ದವು. ಶ್ರೀಪತಿ ತೆರಗುಂಡಿಯವರೂ ತಮ್ಮ ಪಾಡಿಗೆ ತಮ್ಮ ಸೈಕಲನ್ನು ಜಾರಿಸುತ್ತಲೋ-ತಳ್ಳುತ್ತಲೋ ಹೊರಟುಹೋಗಿದ್ದರೆ ಹೀಗಾಗುತ್ತಿರಲಿಲ್ಲ. ಆದರೆ ಶಿವಪುತ್ರಪ್ಪ 'ಶ್ರೀಪತಿ ಒನ್ನಿಮ್ಷ' ಅಂದ ಕೂಡಲೇ, ಶ್ರೀಪತಿ ತೆರಗುಂಡಿಯವರು ನಿಂತುಬಿಟ್ಟರು. ಶಿವಪುತ್ರಪ್ಪನವರ ಮಾತಿಗೆ ನಿಂತ ಆ ಕ್ಷಣದಲ್ಲಿ ಶ್ರೀಪತಿ ತೆರಗುಂಡಿಯವರ ಜೀವನ ಸುಖಕ್ಕೆ ಮಂಗಳ ಹಾಡಿಬಿಟ್ಟಂತಾಯ್ತು. ಶ್ರೀಪತಿ ತೆರಗುಂಡಿಯವರ ಬಳಿ ಸಾರಿದ ಶಿವಪುತ್ರಪ್ಪ, ಕಂಕುಳಿಂದ ಒಂದೆರಡು ವಾರಗಳಷ್ಟು ಹಳೆಯದಾದ ಯಾವುದೋ ತೆಲುಗಿನ ಪತ್ರಿಕೆಯನ್ನು ತೋರಿಸುತ್ತಾ, 'ಈಗ ಅವನು ಆ ಆಚಾರಿ ಓದಿದ್ನಲ್ಲಾ ಅಂತಾದ್ದೇ ಒಂದು ಇಲ್ಲೂ ಐತೆ ನೋಡು, ಇದ್ರಗೆ ಆ ಈಡಿಗರ ಆದೆಪ್ಪನ ಫೋಟೋ ಪ್ರಿಂಟಾಕ್ಯಾರೆ, ಈ ಆದೆಪ್ಪ ನೊಟೋರಿಯಸ್ಸಂತೆ, ಒಂದೈದಾರು ಕೂನಿ ಮಾಡ್ಯಾನಂತೆ, ಲೂಟಿ ಲುಕ್ಸಾನೂ ಮಾಡ್ಯಾನಂತೆ, ಬಳ್ಳಾರಿ ಪೋಲೀಸ್ರು ಬೆನ್ನತ್ತಿದಾರಂತೆ, ಇದ್ನೋಡು, ಒಂತಿಂಗಳಿಂದ ದಾವಣಗೆರೆ, ಚಳ್ಳಕೆರೆ ಹತ್ರ ಎಲ್ಲೋ ತಲೆ ತಪ್ಪುಸ್ಗಂಡಾನಂತೆ, ನೋಡು ಇದುನ್ನ' ಅಂದು ಅಲ್ಲಿದ್ದ ಬೀದಿ ದೀಪದ ಕೆಳಗೆ ಆ ತೆಲುಗು ಪತ್ರಿಕೆಯನ್ನ ಹರಡಿ ತೋರಿಸಿದರು. ಶ್ರೀಪತಿ ತೆರಗುಂಡಿಯವರು ನೋಡಿದರು. ಅಂತಹ ವಿಶೇಷವೇನೂ ಕಾಣಲಿಲ್ಲ ಅವರಿಗೆ. ಸುಮ್ಮನೆ ಹಾಗೇ ನೋಡಿದರೆ ಯಾವುದೋ ಸಾಮಾನ್ಯವೆನಿಸಬಹುದಾದ, ಒಮ್ಮೆ ನೋಡಿದರೆ ಮತ್ತೆ ನೆನಪಿಗೂ ಬಾರದ ಸುಮಾರು ಗುಂಡಗಿನ ಒಂದು ಮುಖ ಅದು. ಅದನ್ನು ನೋಡಿದ ಕೂಡಲೇ ಇದೊಂದು ಕೊಲೆ ಮಾಡಬಹುದಾದ, ಮಾಡಿಸಬಹುದಾದ ಮುಖ ಅಂತ ಅನಿಸುವುದೇ ಇಲ್ಲ. ಪತ್ರಿಕೆಯಿಂದ ತಮ್ಮ ದೃಷ್ಟಿಯನ್ನು ಶಿವಪುತ್ರಪ್ಪನತ್ತ ಜಾರಿಸಿದರು.

ಪತ್ರಿಕೆಯನ್ನು ಕಂಕುಳಿಗೆ ತುರುಕುತ್ತ ಶಿವಪುತ್ರಪ್ಪ ಶ್ರೀಪತಿ ತೆರಗುಂಡಿಯವರ ಬಾಳಿನ ಗೋರಿಯನ್ನು ತೋಡಿಯೇಬಿಟ್ಟರು. 'ಅಲ್ಲಪಾ ಶ್ರೀಪತಿ, ಈ ಆದೆಪ್ಪ ನೋಡಾಕೆ ಒನ್ನಮೂನಿ ನಿನ್ನಂಗೇ ಕಾಣುಸ್ತಾನೆ ನೋಡು, ಸ್ವಲ್ಪ ಎಡದಿಂದ ನೋಡಿದ್ರೆ ಅವನ್ದೂ ನಿನ್ದೂ ಒಂದೇ ಫೇಸ್‌ಕಟ್ಟೂ ನೋಡು, ಮತ್ತೆ ಆ ಮನೂಬಾಯಿಗಾಥಂಗೆ ಆಗ ಬಾರ್ದ್ದೂ ನೋಡು, ಹುಷಾರಾಗಿರು' ಅಂದ ಶಿವಪುತ್ರಪ್ಪ ಶ್ರೀಪತಿ ತೆರಗುಂಡಿಯವರ ಜೀವನದಲ್ಲಿ ಎರಡನೇ ಗೆದ್ದಲುಹುಳ ಬಿಟ್ಟು ಹೊರಟೇ ಬಿಟ್ಟರು. ಅದೆಷ್ಟೋ ವರ್ಷಗಳ ನಂತರ ಚಳಿಯಲ್ಲೂ ಶ್ರೀಪತಿ ತೆರಗುಂಡಿಯವರು ಬೆವೆತುಬಿಟ್ಟರು. ಆ ತೆಲುಗು ಪತ್ರಿಕೆಯಲ್ಲಿ ನೋಡಿದ ಫೋಟೋಗಿಂತ ಶಿವಪುತ್ರಪ್ಪ ಆಡಿದ ಮಾತು ಶ್ರೀಪತಿ ತೆರಗುಂಡಿಯವರ ಗುಂಡಿಗೆಯನ್ನು ಸ್ತಬ್ಧಗೊಳಿಸಿಬಿಟ್ಟಿತ್ತು. ನಿಂತ ಜಾಗದಿಂದ ತಮ್ಮ ಸೈಕಲ್ ಸಮೇತ ಅವರು ಅಲ್ಲಾಡಿದಾಗ ರಾತ್ರಿಯ ಹತ್ತೂ ಕಾಲಾಗಿತ್ತು.

ಬೆಳಿಗ್ಗೆ ಉತ್ತಿಷ್ಠೋ ಉತ್ತಿಷ್ಠವೆಂದು ಎದ್ದಾಗ ಶಿವಪುತ್ರಪ್ಪನವರ ಮಾತುಗಳು ನೆನಪನ್ನು ಕದಡಲಿಲ್ಲ. ಯಾವಾಗ ತಲೆ ತೀಡಲು ಕನ್ನಡಿಯ ಮುಂದೆ ನಿಂತು ಕನ್ನಡಿಯಲ್ಲಿ ತಮ್ಮ ಮುಖವನ್ನು ಚಾಚಿದರೋ ಆ ಮಾತು ಅಪ್ಪಳಿಸಿತು. ಎಡಮುಖವನ್ನು ಕನ್ನಡಿಯತ್ತ ತಿರುಗಿಸಿದರು. ಕಣ್ಣುಗಳಷ್ಟನ್ನೇ ಎಡಕ್ಕೆ ತಿರುಗಿಸಿ, ನಿನ್ನೆ ಬೀದಿ ದೀಪದ ಕೆಳಗೆ ತಾವು ಕಂಡ ಚಿತ್ರ ಈಗ ಕನ್ನಡಿಯಲ್ಲಿ ತಾವು ಕಂಡುಕೊಳ್ಳುತ್ತಿರುವ ಚಹರೆ ಎಷ್ಟರ ಮಟ್ಟಿಗೆ ಹೋಲುತ್ತಿದೆ ಎಂದು ನೋಡಿಕೊಂಡರು. ಏನೇ ಕಸರತ್ತು ನಡೆಸಿದರೂ ಒಂದೂ ಆ ಚಿತ್ರ ಕಣ್ಣ ಮುಂದೆ ಬರಲಾರದು, ಎರಡೂ ತಮ್ಮ ಪೂರ್ಣ ಮುಖವನ್ನು ಈ ಸ್ಥಿತಿಯಲ್ಲಿ ನೋಡಲಾಗದು. ಒಂದೇ ದಿಕ್ಕಿಗೆ ಕಣ್ಣುಗಳನ್ನು ತಿರುಗಿಸಿ ನೋಡುತ್ತಿದ್ದುದರಿಂದ ಕಣ್ಣುಗಳು ನೋಯ ಹತ್ತಿದವು. ಹೋಲಿಸಿಕೊಳ್ಳುವ ವ್ಯರ್ಥ ಪ್ರಯತ್ನವನ್ನು ಕೈಬಿಟ್ಟು ಕಾಲೇಜಿಗೆ ಹೊರಟರು. ಮತ್ತೊಂದು ಎರಡು ದಿನ ಅಂತಹ ವಿಶೇಷ ಘಟನೆಗಳೇನೂ ಶ್ರೀಪತಿ ತೆರಗುಂಡಿಯವರ ಬಾಳಿನಲ್ಲಿ ನಡೆಯಲಿಲ್ಲ. ಅದಾಗಿದ್ದೇ ಅವತ್ತು. ಅದ್ಯಾವುದೋ ಒಂದು ಫೈಲಿಗೆ ಪ್ರಿನ್ಸಿಪಾಲರ ಸಹಿ ಬೇಕಿತ್ತೂ ಅಂತ ಫೈಲನ್ನು ಕೈಲಿ ಹಿಡಿದು, ಪ್ರಿನ್ಸಿಪಾಲರ ರೂಮಿನ ಹೊರಗೆ ಒಂದೈದು ನಿಮಿಷ ಗೋಡೆ ಹಿಡಿದು ಕೆಮ್ಮಿ, ಗಂಟಲನ್ನು ಸರಿಪಡಿಸಿಕೊಂಡು, ಪ್ರಿನ್ಸಿಪಾಲರ ರೂಮನ್ನು ಹೊಕ್ಕರು. ಹೊಕ್ಕಂತೇ ಥಕ್ಕಂತ ನಿಂತುಬಿಟ್ಟರು. ಪ್ರಿನ್ಸಿಪಾಲರ ಎದುರು ಇಬ್ಬರು ಪೋಲೀಸ್ ಅಧಿಕಾರಿಗಳು, ಶ್ರೀಪತಿ ತೆರಗುಂಡಿ ಒಳಬಂದೊಡನೇ

ಮಾತು ನಿಲ್ಲಿಸಿ ಇವರನ್ನೇ ದುರುಗುಟ್ಟಿ ನೋಡಿದರು. ತಾವು ಬಂದ ಕೆಲಸ ಮರೆತೇ ಹೋಯಿತು ಶ್ರೀಪತಿ ತೆರಗುಂಡಿಯವರಿಗೆ. ಪ್ರಿನ್ಸಿಪಾಲರ ಟೇಬಲ್‌ವರೆಗಿನ ಎಂಟು ಅಡಿಯ ದೂರದಲ್ಲಿ ಮೂರು ಬಾರಿ ತಾವು ಹಿಡಿದಿದ್ದ ಫೈಲನ್ನು ಕೆಡವಿಕೊಂಡರು. ಕೆಡವಿಕೊಂಡು ಎತ್ತಿಕೊಂಡರು. ಬಹಳ ಶಿಷ್ಟಾಚಾರ ಈ ಪ್ರಿನ್ಸಿಪಾಲ್ ಮಿಸ್ಟರ್ ಪಾಲ್ ಅವರದ್ದು. ಸ್ವಲ್ಪ ಹೆಚ್ಚೇ ಅನಿಸುವಷ್ಟು ಸಭ್ಯತೆ ಮತ್ತು ಶಿಷ್ಟಾಚಾರ. ಶ್ರೀಪತಿ ತೆರಗುಂಡಿಯವರು ಒಳ ಬಂದ ಕೂಡಲೇ, 'ಪ್ಲೀಸ್ ಕಮಿನ್, ಇವರು ಮಿಸ್ಟರ್ ಅಲಮೇಲ್‌ಕರ್, ದಾವಣಗೆರೆ ಡಿವೈಯೆಸ್ಪಿ. ಸುಮ್ನೇ ಬಂದಿದಾರೆ' ಅಂತ ಪರಿಚಯ ಮಾಡಿಕೊಟ್ಟರು. ಎದುರಿದ್ದ ಇಬ್ಬರು ಅಧಿಕಾರಿಗಳಲ್ಲಿ ಒಬ್ಬರು 'ಹೆಲೋ' ಅಂತ ಹೇಳಿ ಸುಮ್ಮನಿದ್ದಿದ್ದಲ್ಲಿ ಎಲ್ಲವೂ ಸರಿಹೋಗುತ್ತಿತ್ತೋ ಏನೋ, ಆತ ಮುಂದುವರಿದು, 'ನಿಮ್ಮನ್ನೆಲ್ಲೋ ನೋಡಿದ್ದೀನಾ' ಅಂದುಬಿಟ್ಟರು. ಮೊಣಕಾಲಿನ ಗಂಟು ಮುರಿದಂತೆ ತಡವರಿಸಿ ಬಿದ್ದರು ಶ್ರೀಪತಿ ತೆರಗುಂಡಿ. 'ವಾಟ್ ಹ್ಯಾಪನ್ಡ್' ಅಂತ ಪ್ರಿನ್ಸಿಪಾಲರು ಕೂತಲ್ಲಿಂದಲೇ ನೋಡಿದರು. ಫೈಲಿನ ಜೊತೆಯಲ್ಲೇ ನೆಲದ ತುಂಬಾ ಹರಡಿಕೊಂಡು ಬಿದ್ದಿದ್ದ ಶ್ರೀಪತಿ ತೆರಗುಂಡಿ ತಡಬಡಿಸಿ ಎದ್ದು ಮುಂದಿನ ಮಾತೂ ಆಡದಂತೆ ದುಡದುಡನೇ ಓಡಿಬಿಟ್ಟರು. ಪ್ರಿನ್ಸಿಪಾಲ್ ಪಾಲ್ ಅವರು 'ಸ್ಟ್ರೇಂಜ್ ಫೆಲೋ' ಎಂದೂ, ಅಲಮೇಲ್‌ಕರ್ ಅವರು 'ಯಾಕೋ ಭಾಳಾ ಹೆದರಿದಂಗಿತ್ತು' ಎಂದೂ ಮಾತಾಡಿಕೊಳ್ಳುತ್ತಿರುವಲ್ಲಿ, ಶ್ರೀಪತಿ ತೆರಗುಂಡಿಯವರು ಸೈಕಲ್ಲನ್ನು ಜಾರಿಸುತ್ತಾ-ತಳ್ಳುತ್ತಾ ತಮ್ಮ ಮನೆಯತ್ತ ಸಾಗಿದ್ದರು. ಬೆವೆತಿದ್ದರು. ನಡುಗುತ್ತಿದ್ದರು. ಸೈಕಲ್ಲನ್ನು ಗಳಿಗೆಗೊಮ್ಮೆ ಕೆಡವಿಕೊಳ್ಳುತ್ತಿದ್ದರು. ತಮ್ಮಲ್ಲೇ ಮಾತಾಡಿಕೊಳ್ಳುತ್ತಿದ್ದರು.

ಈಗ ಮೊದಲು ತಾವು ಮಾಡಬೇಕಾದ ಕೆಲಸವೆಂದರೆ ಆದಷ್ಟೂ ಆ ಆದೆಪ್ಪನ ಚೆಹರೆಯಿಂದ ಬೇರೊಂದು ಥರವೇ ಕಾಣುವಂತಾಗಬೇಕು ತಮ್ಮ ಮುಖ. ಅದಕ್ಕೆ ಮೊದಲು ಆದೆಪ್ಪನ ಫೋಟೋ ಬೇಕು. ಹಾಗನಿಸಿದ್ದೇ ಶಿವಪುತ್ರಪ್ಪನ ಮನೆಯ ಕಡೆ ತಮ್ಮ ಸೈಕಲ್ಲನ್ನು ತಿರುಗಿಸಿದರು. ಶಿವಪುತ್ರಪ್ಪನವರನ್ನು ಕಾಡಿ ಆ ತೆಲುಗು ಪತ್ರಿಕೆಯ ಫೋಟೋ ಪ್ರಿಂಟಾದ ಪುಟವನ್ನು ಹರಿದುಕೊಂಡು ಮನೆ ತಲುಪಿದರು. ಈ ಆರೆಂಟು ವರ್ಷಗಳಲ್ಲಿ ಮೊದಲ ಬಾರಿಗೆ ಶ್ರೀಪತಿ ತೆರಗುಂಡಿಯವರು ಹೈಸ್ಕೂಲ್ ಫೀಲ್ಡಿನ ಸ್ಟೇಜಿನ ತುದಿಗುಂಡೆಯಾಗಲಿಲ್ಲ. ಅಲ್ಲಿ ಸೇರಿದ್ದವರಿಗೂ ಇವರ ಗೈರುಹಾಜರಿ ಗಮನಕ್ಕೆ ಬರಲಿಲ್ಲ.

ಆದೆಪ್ಪನ ಆ ಫೋಟೋವನ್ನೇ ದಿಟ್ಟಿಸಿ ನೋಡಿದರು. ಹರಕು ಬರಕಾಗಿ ಪ್ರಿಂಟಾಗಿದ್ದ ಆ ಫೋಟೋದಲ್ಲಿ ಮೂಗು-ಮುಖ ಯಾವುದೂ ಸ್ಪಷ್ಟವಾಗಿರಲಿಲ್ಲ. ಆದರೂ ಆ ಮುಖದಲ್ಲಿ ಮೀಸೆಯಿಲ್ಲ ಅನಿಸಿಬಿಟ್ಟಿತು ಶ್ರೀಪತಿ ತೆರಗುಂಡಿಯವರಿಗೆ. ಈಗ ತಾವು ಮಾಡಬೇಕಾದ ಮೊದಲ ಕೆಲಸ ತಾವೊಂದು ಮೀಸೆ ಬಿಡಬೇಕು. ಅದೇನು ನಾಳೆ ಬೆಳಿಗ್ಗೆಯೊಳಗೆ ಆಗುವ ಕೆಲಸವೇ...ಎಲ್ಲರಿಗೂ ಕಾಣುವಂತೆ ಮೀಸೆ ಮೂಡಬೇಕಾದರೆ ಇನ್ನೂ ಒಂದೆರಡು ತಿಂಗಳು ಬೇಕೋ ಏನೋ, ಅಲ್ಲೀವರೆಗೆ? ಗಡಿಯಾರ ನೋಡಿಕೊಂಡರು. ಇನ್ನೂ ಎಂಟೂವರೆ. ತಡಬಡನೆ ಮನೆಯಿಂದ ತಮ್ಮ ಸೈಕಲ್ಲನ್ನು ಜಾರಿಸುತ್ತಾ-ತಳ್ಳುತ್ತಾ ಹೈಸ್ಕೂಲ್ ಫೀಲ್ಡಿನ ಇನ್ನೊಂದು ತುದಿಯಲ್ಲಿದ್ದ ಕುಮಾರೇಶ್ವರ ಕೃಪಾಪೋಷಿತ ನಾಟಕ ಕಂಪನಿಯತ್ತ ಹೊರಟರು. ಮುಂದಿನ ಎರಡು ಗಂಟೆಗಳಲ್ಲಿ ಗಡ್ಡ-ಮೀಸೆಗೆ ಬೇಕಾಗುವಷ್ಟು ಕುರಿಯ ಕೂದಲನ್ನೂ, ಅಂಟಿಸಲು ಅಂಟನ್ನೂ ತುಂಬಿಟ್ಟುಕೊಂಡು ಮನೆ ತಲುಪಿದರು. ಮೀಸೆಯನ್ನು ಅಂಟಿಸಿಕೊಳ್ಳುವುದನ್ನು ಸುಮಾರು ಮಟ್ಟಿಗೆ ಕಲಿಯುವಷ್ಟರಲ್ಲಿ ರಾತ್ರಿ ಕಳೆದು ಬೆಳಕು ಹರಿಯುತ್ತಿತ್ತು. ಕಾಲೇಜಿನಲ್ಲಿ ಎಲ್ಲರಿಗೂ ತಮಾಷೆಯೆನಿಸಿದ್ದು ಇವರ ಅಧ್ವಾನ್ನದ ಮೀಸೆ ಮತ್ತು ಯಾರೊಂದಿಗೆ ಮಾತಿಗೆ ನಿಂತರೂ ಶ್ರೀಪತಿ ತೆರಗುಂಡಿಯವರು ಪಿಸುಗುಡುತ್ತಿದ್ದ 'ನಾನು ಯಾರು ಗೊತ್ತಾಯ್ತಾ, ಯಾಕೆ ನನ್ನ ಗುರುತು ಸಿಗಲಿಲ್ವಾ, ನಾನೂ ಶ್ರೀಪತಿ, ನಾನೇನು ಅವನಲ್ಲ ತಗೀರಿ' ಮಾತುಗಳು. ಎಲ್ಲರಿಗೂ ಇವರ ನಡವಳಿಕೆ ಹುಚ್ಚಾಟದ ಹಂತವನ್ನೂ ಮೀರಿದಂತಿತ್ತು. ಹಾಗಾಗಿ ಇವರು ಪಿಸುಗುಟ್ಟಿದೊಡನೇ ಅವರು ನಕ್ಕೋ, 'ನೀವು ಶ್ರೀಪತಿ ತೆರಗುಂಡಿ ಅಲ್ವಾ' ಎನ್ನುತ್ತಲೋ, ಥಟ್ಟನೆ ಬಂದ ಈ ಪ್ರಶ್ನೆಗೆ ಉತ್ತರ ಕೊಡಬೇಕೋ ಬೇಡವೋ ಎಂದು ಯೋಚಿಸುತ್ತಲೇ ದೂರವಾಗಿಬಿಡುತ್ತಿದ್ದರು. ಅರೆಬರೆ ಅಂಟಿಕೊಂಡಿದ್ದ ಮೀಸೆಯನ್ನು ಹೊತ್ತೇ ಇಡೀ ಕಾಲೇಜಿನ ತುಂಬಾ ಈಗಷ್ಟೇ ಮೊಲೆ ಬಂದ ಸೂಳೆಯಂತೆ ದಿಟ್ಟತನದಿಂದ ಓಡಾಡಿದರು. ಎದುರು ಯಾರೇ ಸಿಗಲಿ, ಅಗತ್ಯವಿಲ್ಲದಿದ್ದರೂ ಅವರೊಂದಿಗೆ ಮಾತಿಗೆ ನಿಂತು ಬಿಡುತ್ತಿದ್ದರು, ಮಾತು ಎಂದರೇನು 'ಅದೇ ನಾನ್ಯಾರು ಗುರ್ತು ಸಿಗ್ತಾ...' ಅಂತ. ಬೇಕೆಂದೇ ಕಿತ್ತು ಬರುತ್ತಿದ್ದ ತಮ್ಮ ಮೀಸೆಯ ಮೇಲೆ ಕೈಯ್ಯಾಡಿಸುತ್ತಿದ್ದರು. ಅವರು ಅವತ್ತು ಲೈಬ್ರರಿಯಲ್ಲಿದ್ದಿದ್ದೇ ಅಪರೂಪ. ಸಾಯಂಕಾಲದ ಹೊತ್ತಿಗೆ ಸುಮಾರು ಅರುವತ್ತು

ಸಲ ಆ ಮೀಸೆಯನ್ನು ಅಂಟಿಸಿಕೊಂಡಾಗಿತ್ತು. ಬೆಳಿಗ್ಗೆ ದಟ್ಟವಾಗಿದ್ದ ಮೀಸೆಯ ಕುರಿಯ ಕೂದಲುಗಳೂ ಸಾಯಂಕಾಲದ ಹೊತ್ತಿಗೆ ಮೂಗಿನ ಕೆಳಗೆ ಹರಕು ಬರಕಾಗಿ ವಿರಳವಾಗಿ ಹರಡಿಕೊಂಡಿದ್ದವು. ಅದೇ ಮೀಸೆಯನ್ನು ಹೊತ್ತು ಮುಸ್ಸಂಜೆಯ ಹರಟೆಯ ತುದಿಗುಂಡೆಯಾದರು. ಇವರು ಬಂದದ್ದೂ ಉಳಿದ ತುದಿಗುಂಡೆಗಳಿಗೆ ಗಮನಕ್ಕೆ ಬರಲಿಲ್ಲ, ಹಾಗಾಗಿ ಇವರ ಮೀಸೆಯೂ ಗಮನಕ್ಕೆ ಬರಲಿಲ್ಲ. ರಾತ್ರಿ ಎಂಟೂವರೆಗೆ ಎಲ್ಲರೂ ಹೊರಟಾಗ ಶಿವಪುತ್ರಪ್ಪನವರನ್ನು ಒಂದು ಹೆಜ್ಜೆ ಹಿಂದೆ ನಿಲ್ಲಿಸಿಕೊಂಡು, 'ನಾನ್ಯಾರು ಗುರ್ತು ಸಿಗ್ತಾ ಈಗ ಹೇಳಿ' ಅಂದು ಪಿಸುಗುಟ್ಟಿದರು. ಈ ಹುಚ್ಚು ಪ್ರಶ್ನೆಯನ್ನು ಕೇಳಿ ಶಿವಪುತ್ರಪ್ಪ ಒಮ್ಮೆ ಅಪ್ರತಿಭರಾದರು. ಇದಕ್ಕೇನು ಉತ್ತರ ಕೊಡಬೇಕೋ ಬೇಡವೋ ತಿಳಿಯದೇ, ಇವನೇನು ತಮ್ಮನ್ನು ಹುಚ್ಚಾ ಅಂದ್ಕಂಡಾನೋ ಹೆಂಗೆ ಅಂತ, ಸಿರ್ರನೆ ಸಿಡಿಮಿಡಿಗೊಂಡು, 'ಯಾಕೇ ಶ್ರೀಪತಿಯಲ್ವಾ, ಏನು ನಂಗೆ ವಯಸ್ಸಾಗಿದೆ ಅಂತ ತಿಳಕೊಂಡ್ಯೋ ಹೆಂಗೆ, ಈ ಮಂಗಾಟೆಲ್ಲಾ ನನತ್ರ ನಡ್ಯಲ್ಲ' ಅಂದವರೇ ದುರುದುರು ಹೆಜ್ಜೆಯಿಟ್ಟರು. ಶ್ರೀಪತಿ ತೆರಗುಂಡಿ ಬಿಡಲಿಲ್ಲ, ಬೆನ್ನು ಹತ್ತಿದರು. 'ಹೆಂಗಿದೆ, ನಾನು ಅವನಂಗೆ ಕಾಣ್ತೀನಾ, ಹೆಂಗೇ ಟ್ರಿಕ್ಕೂ...' ಅಂದು ನಕ್ಕು ಶಿವಪುತ್ರಪ್ಪ ಮಾತನಾಡುವುದಕ್ಕೂ ಮೊದಲೇ ಸೈಕಲ್ಲನ್ನು ಜಾರಿಸುತ್ತಾ-ತಳ್ಳುತ್ತಾ ಹೊರಟರು.

ರಾತ್ರಿ ಒಂದು ಹೊತ್ತಿನಲ್ಲಿ ಸಂಡಾಸಿಗೆ ಹೋಗಬೇಕು, ಧಡಕ್ಕನೇ ಎದ್ದರು. ಹಿತ್ತಿಲ ಬಾಗಿಲು ತೆಗೀಬೇಕು, ಮುಖದ ಮೇಲೆ ಕೈಯ್ಯಾಡಿಸಿಕೊಂಡರು. ಮೀಸೆಯ ಎಲ್ಲಾ ಕೂದಲುಗಳೂ ಉದುರಿ ಹೋಗಿದ್ದವು. ಕನ್ನಡಿಯ ಮುಂದೆ ಕುಳಿತು ಮೀಸೆಯನ್ನು ತಡರಾ ಬಡರಾ ಅಂಟಿಸಿಕೊಂಡು ಹಿತ್ತಿಲ ಬಾಗಿಲು ತೆಗೆದರು. ಹಿತ್ತಿಲ ಬಾಗಿಲಿನಿಂದ ಸುಮಾರು ಇಪ್ಪತ್ತು ಅಡಿ ದೂರದಲ್ಲಿದೆ ಆ ಸಂಡಾಸು. ಬಾಗಿಲಿಗೂ ಸಂಡಾಸಿಗೂ ನಡುವೆ ಅರೆಬರೆ ಕತ್ತಲು, ಆ ಕತ್ತಲಲ್ಲಿ ಭೀಕರ ಆಕಾರ ತಾಳಿದ್ದ ಒಂದು ನೆಲ್ಲೀಕಾಯಿ ಮರ, ಒಂದು ಕಣಗಿಲೆ ಪೊದೆ, ಒಂದು ಅರ್ಧಮರ್ಧ ಬೆಳೆದಿದ್ದ ಬೇವಿನ ಮರ. ಸಂಡಾಸಿನ ಮೇಲೆ ಬಾಗಿ ನಿಂತ ಬೇವಿನಮರವೇ ಆ ಸಂಡಾಸಿಗೆ ಸೂರು. ಬಾಗಿಲನ್ನು ತೆಗೆದ ಕೂಡಲೇ ಎಂದಿನಂತೆ ಹೊರಬರಲಿಲ್ಲ, ಬದಲಿಗೆ ಅಲ್ಲೇ ನಿಂತು ಕುತ್ತಿಗೆಯಷ್ಟನ್ನೇ ಚಾಚಿ ಅತ್ತಿತ್ತ ನೋಡಿದರು. ಯಾರಾದರೂ ಕಾಣುತ್ತಾರೋ...ಯಾರಿಲ್ಲ. ಸರ್ರನೆ ಓಡಿ ಬೇವಿನ ಮರದ ಬುಡಕ್ಕೆ ಆನಿಕೊಂಡು

ನಿಂತರು. ಮತ್ತೆ ಇನ್ನು ಆರು ಹೆಜ್ಜೆಗಳಲ್ಲಿ ಸಂಡಾಸು ತಲುಪಿದರು. ಬಾಗಿಲನ್ನು ತೆಗೆದು ಒಳಹೊಕ್ಕು, ಕಳಚಬೇಕಾದಷ್ಟು ಅರಿವೆಯನ್ನು ಕಳಚಿ ಕೂತು, ಎರಡೇ ನಿಮಿಷ, ಅದೊಂದು ರೀತಿಯ ಆನಂದವನ್ನು ಅನುಭವಿಸುತ್ತಿದ್ದ ಈ ಶುಭಮುಹೂರ್ತದಲ್ಲಿ, ಯಾರೋ ಎಲ್ಲೋ ರಪ್ಪನೆ ದೀಪ ಹಾಕಿ ಇಡೀ ಹಿತ್ತಲು ಅಷ್ಟಿಷ್ಟು ಬೆಳಕಿಗೆ ಬಿತ್ತು. ತಾರಸಿಯಿಲ್ಲದ ಸಂಡಾಸೂ ಒಂದು ಮಂಜಿನ ತೆರೆಯಷ್ಟು ಬೆಳಕಾಯಿತು. ಇವರಿಗೆ ತಾವು ತೊಡಗಿದ್ದ ಕಾರ್ಯ ಮರೆತೇ ಹೋಯಿತು. ಧಡಕ್ಕನೆದ್ದು, ಜಾರಿದ ಬಟ್ಟೆಯನ್ನು ಮತ್ತೇರಿಸಿಕೊಳ್ಳುವ ಗೋಜಿಗೆ ಹೋಗದೆ ಅದೇನನ್ನೋ ಕಾಯುವಂತೆ, ಸಂಡಾಸಿನ ಎರಡೂ ಕಟ್ಟೆಗಳ ಮೇಲೆ ಕಾಲುಗಳನ್ನು ಅಗಲಿಸಿ ನಿಂತರು. ಮತ್ತೊಂದು ಸೆಕೆಂಡು. ಎಲ್ಲೋ ಕ್ಷೀಂ ಎಂಬಂತಾಯಿತು. ಶ್ರೀಪತಿ ತೆರಗುಂಡಿಯವರ ಜಂಘಾಬಲವೇ ಉಡುಗಿದಂತಾಯ್ತು. ರಿವ್ವನೆ ಮನಸ್ಸು ಮುಂದಿನ ಹುತ–ಅನಾಹುತಗಳನ್ನು ಲೆಕ್ಕಹಾಕತೊಡಗಿತು – ಅಯ್ಯೋ, ಪೋಲೀಸರು ಬಂದಿದಾರೆ, ಈಗ ಹೊಡೆದಿದ್ದು ಹುಸಿ ಗುಂಡು, ಇನ್ನೇನು ಬಾಗಿಲು ತಟ್ತಾರೆ, ಕೈ ಮೇಲೆತ್ತಿ ಹೊರಗೆ ಬನ್ನಿ ಅಂತರೆ, ನಾನು ಹೊರಗೆ ಬರಲಿಲ್ವೋ, ನಿಜವಾದ ಗುಂಡು ಹಾಕ್ತಾರೆ. ಕೂಡಲೇ ಸಂಡಾಸಿನಿಂದ ತಾವಿದ್ದ ಅವಸ್ಥೆಯಲ್ಲೇ 'ನಾನು ಶ್ರೀಪತಿ, ಹೊಡೀಬೇಡಿ, ತಡ್ಕಳಿ' ಎಂದು ಕೂಗುತ್ತಾ ಹೊರಬಂದರು.

ಬೆಂಕಿಕಡ್ಡಿಯೊಂದನ್ನು ಮೂಗಿನಲ್ಲಿ ತುರುಕಿ, ಈಗಷ್ಟೇ ಮೊದಲ ಸೀನು ಮುಗಿಸಿ ಮತ್ತೊಂದಕ್ಕಾಗಿ ಕಾಯುತ್ತಿದ್ದ ಪಕ್ಕದ ಮನೆ ಶೀನಣ್ಣನ ಸೀನು ಹೊಟ್ಟೆಯಲ್ಲೇ ಉಳಿದುಬಿಟ್ಟಿತು. ಆ ಸುಖವನ್ನು ನಾಶ ಮಾಡಿದ ವ್ಯಕ್ತಿಯನ್ನು ಶಪಿಸಲು ಇತ್ತ ತಿರುಗಿ ನೋಡಿದ. ಅದೊಂದು ಡ್ರಾಯರನ್ನು ಹಿಮ್ಮಡಿಗೆ ಸಿಗಿಸಿಕೊಂಡು, ಮತ್ತೆಲ್ಲವನ್ನೂ ಗಾಳಿಗೆ ತೆಗೆದೊಗೆದು, ಸಂಡಾಸಿನಿಂದ ಹೊರಬಂದು ಬಡಬಡಿಸುತ್ತಿರುವ ಶ್ರೀಪತಿ ತೆರಗುಂಡಿ. ಮೇಲಾಗಿ ತನ್ನ ಪರಿಚಯ ಬೇರೆ ಮಾಡಿಕೊಳ್ಳುತ್ತಿದ್ದಾನೆ.

'ಗೊತ್ತಾತಪಾ ನೀನು ಶ್ರೀಪತಿ ಅಂತ, ಏನು ಆ ನಿಂದುನ್ನ ತೋರಿಸಿದ್ರೇನೇ ಗುರುತು ಸಿಕ್ತತೇಂತ ಮಾಡೀಯೇನು, ಅದೇನು ನಾಚಿಗ್ಗೇಡಯ್ಯಾ, ಏನು ನಮ್ಮ ಹೆಣ್ಣುಮಕ್ಕಳೇನಾರ ನೋಡಿದ್ರೆ ಕತೀಯೇನು, ಏರಿಸ್ಗಾ ಅದುನ್ನ' ಅಂದ. 'ಅಲ್ಲ ಯಾರೋ ಗುಂಡು ಹೊಡೆದಂಗಾತು ಅದುಕ್ಕೇ...' ರಾಗ ಅರ್ಧಕ್ಕೇ ನಿಲ್ಲಿಸಿ ಅತ್ತಿತ್ತ ನೋಡಿದರು ಶ್ರೀಪತಿ ತೆರಗುಂಡಿ.

'ಈ ರಾತ್ರೀ ಗುಂಡು ಯಾರು ಹೊಡೀಬೇಕಪಾ. ಯಾದುಕ್ಕೆ...'

'ಪೋಲೀಸ್ರು ನನ್ನುನ್ನ ಕೊಲ್ಬೇಕೂಂತದರೆ.'

'ಏನೂ ನಿನ್ನ ಕೊಲ್ಲಾಕೆ ಗುಂಡು ಬೇಕಾ, ಅಯ್ಯಾ ಎಬರೇಶಿ, ಪೊರಕೇನಗೆ ನಾಕು ಬಾರಿಸಿದ್ರೆ ಸಾಕು ಕಂಯ್ಯನ್ನಾಕೂ ಉಸುರಿರಲ್ಲ ನಿಂದು, ಅದುನ್ನ ಬಿಟ್ಟು ಗುಂಡು ಯಾಕೆ ಕರ್ಚು ಮಾಡ್ತರೋ...ಮದ್ಲೂ ಚಡ್ಡೀ ಹಾಕ್ಕ, ನೆಗಡೀ ಆದಾತೂ ಮತ್ತದುಕ್ಕೆ' ಅಂದವನೇ ತನ್ನ ಮನೆಗೆ ಹೋಗಿ ದೀಪವಾರಿಸಿದ. ಶ್ರೀಪತಿ ತೆರಗುಂಡಿ, ಹಿತ್ತಲು, ಸಂಡಾಸು, ಹಿತ್ತಲಿನ ಮರಗಳು ಎಲ್ಲಾ ಕತ್ತಲಲ್ಲಿ ಮುಳುಗಿ ಹೋದವು. ಶ್ರೀಪತಿ ತೆರಗುಂಡಿ 'ಅಬ್ಬಾ ಯಾರಿಲ್ಲ ತಗೀ' ಅಂತ ತಮ್ಮ ಕೋಣೆಗೆ ತೆರಳಿ ನಿದ್ದೆಹೋದರು.

ಬೆಳಿಗ್ಗೆ ಮತ್ತದೇ ದಿನಚರಿ. ಮೀಸೆಯನ್ನು ಅಂಟಿಸಿಕೊಂಡೇ ಕಾಲೇಜಿಗೆ ಬಂದರು. ಒಂದೇ ವ್ಯತ್ಯಾಸ ಅಂದ್ರೆ ಮೀಸೆ ನಿನ್ನೆಗಿಂತಲೂ ತೀರಾ ಬದಲಾಗಿತ್ತು. ಜನ ನಕ್ಕರು ಅಷ್ಟೇ. ಮಾತಾಡಲಿಲ್ಲ, ಮಾತಿಗೆ ನಿಲ್ಲಲಿಲ್ಲ. ಆದರೆ ಲೈಬ್ರರಿಯಲ್ಲಿ ಯಾರೇ ಬಂದರೂ ಶ್ರೀಪತಿ ತೆರಗುಂಡಿ ಕೇಳುತ್ತಿದ್ದ ಮೊದಲ ಪ್ರಶ್ನೆ 'ನಾನು ಯಾರು ಗುರ್ತು ಸಿಗ್ತಾ' ಎಂದೇ. ಸಂಜೆಯ ಹೊತ್ತಿಗೆ ಲೈಬ್ರರಿಯನ್ನಿಗೆ 'ಹುಚ್ಚು ಹಿಡಿದಿದೆ' ಮಾತು ಕಾಲೇಜಿನ ತುಂಬಾ ಹಾಲಿಡೇ ಮೆಮೋ ಥರಾ ಸುತ್ತಾಡಿತು. ಲೈಬ್ರರಿಯ ತೀರಾ ಅಗತ್ಯವಿದ್ದವರೂ ಲೈಬ್ರರಿಗೆ ಹೋಗಲಿಕ್ಕೆ ಹಿಂಜರಿದರು. ಮಾರನೇ ದಿನ ಮೀಸೆಯಿಲ್ಲದೇ, ಶ್ರೀಪತಿ ತೆರಗುಂಡಿಯವರು ತಮ್ಮ ಎಂದಿನ ವೇಷದಲ್ಲಿ ಕಾಲೇಜಿಗೆ ಬಂದರು. ಹುಚ್ಚು ಸರಿಹೋಯಿತೇನೋ ಅಂತ ಇಡೀ ಕಾಲೇಜು ನಿಟ್ಟುಸಿರುಗೈದ ಮುಂದಿನ ಅರೆತಾಸಿನಲ್ಲೇ ಶ್ರೀಪತಿ ತೆರಗುಂಡಿ ಕೇಳಿದ ಪ್ರಶ್ನೆ, 'ನಾನ್ಯಾರು ಗುರ್ತು ಸಿಗ್ತೇನು...' ಇಡೀ ಕಾಲೇಜು ಮತ್ತೆ ಬೆಚ್ಚಿ ಬಿದ್ದಿತು. ತಮಾಷೆಗೆ ಒಂದಿಬ್ಬರು 'ಯಾರು ನೀವು, ಗುರ್ತು ಸಿಗಲಿಲ್ವಲ್ಲಾ' ಅಂದುಬಿಟ್ಟರು.

ಸಂಜೆಯ ಹೊತ್ತಿಗೆ ಲೈಬ್ರರಿಗೆ ರಜೆ ಘೋಷಿಸಿದಂತೆ ಜನ ಲೈಬ್ರರಿಯತ್ತ ತಲೆಯನ್ನೇ ಹಾಕಲಿಲ್ಲ. ಆದರೆ ಶ್ರೀಪತಿ ತೆರಗುಂಡಿಯವರಿಗೆ ತಮಗೆ ಬೇಕಾದ ಉತ್ತರ ಸಿಕ್ಕಿಬಿಟ್ಟಿತ್ತು. ತಾವು ಶ್ರೀಪತಿ ತೆರಗುಂಡಿ ಥರ ಕಾಣಲು ಮೀಸೆ ಬೇಕೇ ಬೇಕು. ಮೀಸೇನೋ ಇಲ್ಲಾ ತನ್ನ ಮುಖವನ್ನೋ, ಮುಖದ ಲಕ್ಷಣಗಳನ್ನೋ ಬದಲು ಮಾಡದಿದ್ದರೆ, ಆ ಆದೆಪ್ಪನೇ ತಾನು ಅಂದುಕೊಂಡುಬಿಡಬಹುದು. ಈ ಯೋಚನೆ ತಲೆಗೆ ಹತ್ತಿದ್ದೇ

ತಡ, ಶ್ರೀಪತಿ ತೆರಗುಂಡಿಯವರ ಉನ್ಮಾದ ಹೆಚ್ಚುತ್ತಾ ಹೋಯಿತು. ಥರಹೇವಾರಿ ಮೀಸೆಗಳು, ಥರಹೇವಾರಿ ದಿರಿಸುಗಳು – ಒಮ್ಮೆ ಕೋಟು ಹಾಕಿ ಬಂದರೆ, ಮತ್ತೊಮ್ಮೆ ಕೋಟೂ–ಹ್ಯಾಟೂ, ಮಾರನೇ ದಿನ ರೇನ್‌ಕೋಟೂ, ಇನ್ನೊಂದು ದಿನ ಮುಸಲ್ಮಾನೀ ಗಡ್ಡವಾದಲ್ಲಿ, ಮತ್ತೊಂದು ದಿನ ಕ್ರೈಸ್ತ ಪಾದ್ರೀ ಥರ ಬಟ್ಟೆ, ಒಮ್ಮೆ ಮುಖ–ಮೈಗೆ ಕಪ್ಪು ಬಳಿದು ಬಂದಲ್ಲಿ, ಮತ್ತೊಮ್ಮೆ ಬಿಳಿ ಬಣ್ಣ, ಒಮ್ಮೆ ಕುಷ್ಠರೋಗಿಯ ಥರ ಬಂದರೆ ಮತ್ತೊಮ್ಮೆ ಕಾಲು ತುಂಬಾ ಬ್ಯಾಂಡೇಜು ಕಟ್ಟಿಕೊಂಡಂತೆ. ಶ್ರೀಪತಿ ತೆರಗುಂಡಿಯವರ ಪ್ರಯತ್ನ ಒಂದೇ. ತಾನು ದಿನದಿನಕ್ಕೂ ಬದಲಾಗಬೇಕು. ಪೋಲೀಸರ ಕಣ್ಣಿಗೆ ಬೀಳಬಾರದು. ಬಿದ್ದರೂ ಆ ಆದೆಪ್ಪನಂತೆ ಕಾಣಬಾರದು.

ಆದರೆ ಅವರ ಹಿಡಿತಕ್ಕೆ ಸಿಕ್ಕದ ಒಂದೇ ಒಂದು ಸಂಗತಿಯೆಂದರೆ ಒತ್ತಿ ಒತ್ತಿ ಬರುತ್ತಿದ್ದ ಉಬ್ಬಸದ ಕೆಮ್ಮು. ವೇಷ ಯಾವುದೇ ಇರಲಿ, ಕೆಮ್ಮು ಮಾತ್ರ ಅಡೆತಡೆಯಿಲ್ಲದೆ, ಪುಸ್ತಕದ ಪುಟ ತಿರುವಿದಂತೆ ಮತ್ತೆ ಮತ್ತೆ ಬರುತ್ತಿತ್ತು. ಅವರ ಹಠ ಒಂದೇ, ಹೇಗಾದರೂ ಮಾಡಿ ಜನಕ್ಕೆ, ಜನಕ್ಕಿಂತಾ ಹೆಚ್ಚಾಗಿ ಪೋಲೀಸರಿಗೆ ತಾವು ಅವನಲ್ಲ ಎಂದು ಮನದಟ್ಟು ಮಾಡಿಕೊಡಬೇಕು. ಆ ಪ್ರಯತ್ನವನ್ನೂ ಮಾಡಿಬಿಟ್ಟರು. ನೇರ ಅಲಮೇಲ್‌ಕರ್ ಕಚೇರಿಗೆ ನಡೆದುಬಿಟ್ಟರು. ಆವತ್ತಿಗೆ ಅಲಮೇಲ್‌ಕರ್‌ಗೆ ವರ್ಗವಾಗಿ ಒಂದು ವಾರವಾಗಿತ್ತು. ಸದ್ಯ ಡ್ಯೂಟಿಯಲ್ಲಿದ್ದ ಗುರುನಾಥ್ ದಾಸ್ ರೌಂಡ್ಸ್ ಮೇಲೆ ಹೊರಗೆ ಹೋಗಿದ್ದರು. ನೇರ ಡ್ಯೂಟಿಯಲ್ಲಿದ್ದ ಹೆಡ್‌ಕಾನ್ಸ್‌ಟೇಬಲ್ ನರಸಪ್ಪನ ಬಳಿ ಹೋಗಿ, 'ನಾನು ಶ್ರೀಪತಿ ತೆರಗುಂಡಿ, ನಾನೇನೂ ಅವನಂಗಿಲ್ಲ ಅಲ್ವಾ...' ಅಂದು ನರಸಪ್ಪನ ಟೇಬಲ್ ಮುಂದೆ ಕೂತೇ ಬಿಟ್ಟರು. ನರಸಪ್ಪ 'ಇಲ್ಲ ನೀವು ಅವನಂಗಿಲ್ಲ ತಗೀರಿ' ಅಂದ ಮೇಲೇ ಶ್ರೀಪತಿ ತೆರಗುಂಡಿಯವರು ಹೊರಗೆ ಬಂದದ್ದು. ಅಲ್ಲಿಗೆ ನರಸಪ್ಪನ ದಿನಚರಿಯ ಸುಮಾರು ಇಪ್ಪತ್ತು ನಿಮಿಷಗಳನ್ನು ಶ್ರೀಪತಿ ತೆರಗುಂಡಿಯವರು ತಿಂದುಹಾಕಿದ್ದರು. ನರಸಪ್ಪಂಗೆ ಈಗ ಬಂದ ವ್ಯಕ್ತಿ ಯಾರು, ಯಾಕೆ ಬಂದಿದ್ದು, ಅವನು ಹೇಳಿದ ಅವನು ಯಾರು, ಅವನಂಗೆ ಇವನಿದ್ರೆ ಇವನ ಗಂಟೇನು ಹೋಗ್ತತಿ ಒಂದೂ ಅರ್ಥವಾಗಲಿಲ್ಲ. ಇದು ಇವತ್ತಿಗೇ ಮುಗೀತಾ, ಇಲ್ಲ. ಮಾರನೇ ದಿನಾನೂ ಆ ವ್ಯಕ್ತಿ ಬಂದ, ಮತ್ತದೇ ಪ್ರಶ್ನೆ ಕೇಳಿದ, ತನ್ನ ಪರಿಚಯ 'ಶ್ರೀಪತಿ ತೆರಗುಂಡಿ' ಅಂತ ಮಾಡ್ಕೊಂಡು, ಇಪ್ಪತ್ತು ನಿಮಿಷಗಳಾದ ಮೇಲೆ ನರಸಪ್ಪನಿಂದ ಉತ್ತರ ಪಡೆದೇ ಹೋದ. ಒಂದು ವಾರದ ಹೊತ್ತಿಗೆಲ್ಲಾ

ನರಸಪ್ಪಂಗೆ ಹುಚ್ಚು ಹಿಡಿಯೋದೊಂದು ಬಾಕಿ. ತನ್ನ ಸಬಾರ್ಡಿನೇಟ್ ರಂಗ್ಸಾಮಿನ್ನ ಕರೆದು ಇನ್ನೊಂದ್ಸಲ 'ಆ ಹುಚ್ಚಂಗೆ ಒಳಗೆ ಬಿಟ್ಟೀಯಂದ್ರೆ ನೋಡು ಮತ್ತೆ' ಅಂತ ಆರ್ಡರ್ ಮಾಡಿದ. ಮುಂದಿನ ಏಳು ದಿನಕ್ಕೆ ರಂಗ್ಸಾಮಿಗೆ ಹುಚ್ಚು ಹಿಡಿಯೋದಷ್ಟೇ ಉಳಿದಿತ್ತು. ಇಲ್ಲಷ್ಟೇ ಅಲ್ಲ, ಇಷ್ಟು ಹೊತ್ತಿಗಾಗ್ಲೇ ಚಳ್ಳಕೆರೆ ಪೋಲೀಸ್ ಸ್ಟೇಷನ್ನಲ್ಲೂ ಹುಚ್ಚನ್ನು ಸಮೀಪಿಸುತ್ತಿದ್ದ ನಾಲ್ವರು ಪೋಲೀಸ್ ಪೇದೆಗಳಿದ್ದರು.

ಮುಂದಿನ ಕೆಲವು ದಿನಗಳಲ್ಲಿ ಈ ಹುಚ್ಚಿನ ರೋಗ ಡಿಆರೆಮ್ ಕಾಲೇಜಿಗೂ ಹಬ್ಬಿ, ಪ್ರಿನ್ಸಿಪಾಲ್ ಪಾಲ್‌ಗೆ ಶ್ರೀಪತಿ ತೆರಗುಂಡಿಯವರನ್ನು ಭೇಟಿಯಾಗದೆ ಬೇರೆ ದಾರಿಯೇ ಇರಲಿಲ್ಲ. ಹೇಳಿ ಕಳುಹಿಸಿದರು. ಥಟ್ಟನೇ ಒಂದು ಲಾಂಗ್ ಕೋಟು, ಕಪ್ಪು ಚಾಳೀಸು, ಮೇಲೊಂದು ಹ್ಯಾಟು, ಕಾಲಿಗೆ ಚಪ್ಪಲಿ ಧರಿಸಿದ ಮಡಿಕೋಲಿನಂತಹ ವ್ಯಕ್ತಿ ಎದುರು ನಿಂತಾಗ ಪಾಲ್‌ಗೆ ಗುರುತೇ ಸಿಕ್ಕಲಿಲ್ಲ.

'ಹೂ ಆರ್ ಯೂ ಐಸೇ' ಅಂದರು.

ಮುಂದಿನ ಕ್ಷಣದಲ್ಲೇ ಆ ಮಡಿಕೋಲು ಗೋಡೆ ಹಿಡಿದು ಕೆಮ್ಮಲು ತೊಡಗಿದ ಕೂಡಲೇ ಗುರುತು ಹತ್ತಿಬಿಟ್ಟಿತು. ಕೆಮ್ಮು ನಿಲ್ಲುವ ತನಕ ಕಾದರು ಪಾಲ್. ಕೆಮ್ಮು ನಿಂತು ಉಸಿರು ಮತ್ತೆ ಎದೆಯಲ್ಲಿ ನೆಲೆಸಿದಂತೇ ಆ ವ್ಯಕ್ತಿ ಕೇಳಿತು, 'ನಾನು ಯಾರು ಗೊತ್ತಾಯ್ತಾ, ನಾನು ಶ್ರೀಪತಿ ತೆರಗುಂಡಿ, ನಾನೇನು ಅವನಂಗೆ ಕಾಣ್ತೀನಾ, ಇಲ್ವಲ್ಲಾ?' ಎಂದು ಪಾಲ್ ಟೇಬಲ್ ಮೇಲೆ ಬಗ್ಗಿ ಕೇಳಿತು.

'ವಾಟ್ ಈಸ್ ದಿಸ್ ಐ ಸೇ, ಇದೇನು ನಿಮ್ಮ ಅವತಾರ, ಇದೇನು ಕಾಲೇಜೋ, ಇಲ್ಲಾ ಫ್ಯಾನ್ಸಿಡ್ರೆಸ್ ಕಾಂಪಿಟೇಶನ್ನೋ?'

'ನಾನು ಹಿಂಗೆ ಬರದೇ ಹೋದ್ರೆ ನನ್ನುನ್ನ ಕೊಂದು ಬಿಡ್ತರೆ. ಪೋಲೀಸ್ನೋರೂ ಬಿಡಲ್ಲ ನನ್ನ. ಅವುನುನ್ನ ಹುಡುಕ್ತದರೆ. ನಾನು ಸಿಕ್ರೆ ನಂಗೇ ಹಿಡಿದು ಬಡುದ್‌ಬಿಡ್ತರೆ. ಆ ಮನೂಬಾಯಿಗಾದಂಗೆ ಆಗ್ತದೆ ಮತ್ತೆ. ಅದಕ್ಕೇ ಹಿಂಗೆ ಬರಬೇಕು. ನಿಮಗೆ ಇದೆಲ್ಲಾ ಅರ್ಥವಾಗೋದಿಲ್ಲ.'

'ಲುಕ್ ಹಿಯರ್, ನಂಗೆ ಅರ್ತವಾಗ್ಲೀ ಬಿಡಲೀ, ದಿಸೀಸ್ ನಾನ್ಸೆನ್ಸ್. ನಿಮಗೆಗೇನ್ಸ್ಟಾಗಿ ಒಂದು ಐವತ್ತು ಕಂಪ್ಲೇಟ್ಸ್‌ಗಳಿದವೆ. ಮ್ಯಾನೇಜ್‌ಮೆಂಟ್ ಡಿಸೈಡ್ ಮಾಡಿದೆ. ತಗಳಿ. ಸಸ್‌ಪೆನ್ಷನ್ ಆರ್ಡರ್ರೂ. ಇವತ್ತಿಂದ ಎಂಥಾ ವೇಷನಾದ್ರೂ ಹಾಕಿ. ಕಾಲೇಜಿಗೆ ಬರಬೇಡಿ.'

ಒಂದು ಕವರ್‌ನ್ನು ಶ್ರೀಪತಿ ತೆರಗುಂಡಿಯವರ ಮುಂದೆ ಬಿಸಾಡಿದರು. ಶ್ರೀಪತಿ ತೆರಗುಂಡಿಯವರು ಏನೂ ಹೇಳದೇ ಆ ಕವರ್‌ನ್ನು ಕೈಗೆತ್ತಿಕೊಂಡು ಹೊರಟೇಬಿಟ್ಟರು. ಅಲ್ಲಿಗೆ ಶ್ರೀಪತಿ ತೆರಗುಂಡಿಯವರಿಗೂ ಡಿಆರೆಮ್ ಕಾಲೇಜಿನ ಲೈಬ್ರರಿಗೂ ಇದ್ದ ಅವಿನಾಭಾವ ಸಂಬಂಧ ಹರಿದುಹೋಯಿತು.

ಅವತ್ತು ರಾತ್ರಿ ಯಾಕೋ ಧಡಕ್ಕನೆ ಎಚ್ಚರವಾಯಿತು ಶ್ರೀಪತಿ ತೆರಗುಂಡಿಯವರಿಗೆ. ಹೊರಗೆ ಯಾರೋ ಅಡ್ಡಾಡಿದ ಹಾಗೆ ಚರಪರ ಸದ್ದು, ಯಾರೋ ಕಾಂಪೋಂಡನ್ನು ಹಾರಿದ ಹಾಗೆ ಧಬ್ ಸದ್ದು, ಯಾರೋ ಗುಸುಗುಸು ಮಾತಾಡಿದ ಹಾಗೆ. ಮೆಲ್ಲಗೆ ಎದ್ದು ಕಿಟಕಿಯ ಬಳಿ ಬಂದು ನೋಡಿದರು. ಯಾರೂ ಕಾಣುತ್ತಿಲ್ಲ. ಮತ್ತೆ ಆ ಸದ್ದು ಈ ಬಾರಿ ಹಿತ್ತಲಿನಿಂದ ಬಂದ ಹಾಗೆನಿಸಿತು. ಪೋಲೀಸ್ನೋರೋ ಅಥವಾ ಆ ಆದೆಪ್ಪನಿಗೆ ಆಗದೋರು ಯಾರೋ ಇರಬೇಕು. ಜೀವ ಪತರಗುಟ್ಟಿಬಿಟ್ಟಿತು. ಮಡಿಕೋಲಿನಂತಹ ಮಡಿಕೋಲೇ ಕಟಕಟ ನಡುಗತೊಡಗಿತು. ಯಾವುದಕ್ಕೂ ಇರಲಿ ಎಂದು ದಡಬಡನೆ ರೂಮಿಗೆ ಹೋಗಿ, ದೀಪ ಆರಿಸದೇ ಕತ್ತಲಲ್ಲೇ ಮೀಸೆಯನ್ನು ಅಂಟಿಸಿಕೊಂಡು, 'ನಾನು ಅವನಲ್ಲ, ಶ್ರೀಪತಿ ತೆರಗುಂಡಿ' ಎಂದು ಮತ್ತೆ ಮತ್ತೆ ಹೇಳಿಕೊಳ್ಳುತ್ತಾ ಹಿತ್ತಲ ಬಾಗಿಲೋ, ಮನೆಯ ಮುಂಬಾಗಿಲೋ ಮುರಿದು ಬೀಳುವುದನ್ನು ಕಾಯುತ್ತಾ ಕುಳಿತರು. ರಾತ್ರಿಯಿಡೀ ಏನೂ ಆಗಲಿಲ್ಲ. ಆದರೆ ಮಾರನೇ ದಿನದಿಂದ ಶ್ರೀಪತಿ ತೆರಗುಂಡಿಯವರು ಹುಷಾರಾಗಿಬಿಟ್ಟರು. ತಾನು ಮನೆಯಲ್ಲಿದ್ದೇನೆ ಎಂದು ತೋರಿಸಿಕೊಂಡರೆ ತಾನೇ ಈ ಸಮಸ್ಯೆ. ಮುಂಬಾಗಿಲಿಗೂ, ಹಿತ್ತಲಬಾಗಿಲಿಗೂ, ಸಂಡಾಸಿಗೂ ಒಂದೊಂದು ಬೀಗ ಜಡಿದುಬಿಟ್ಟರು. ಇನ್ನು ಅವರ ಮನೆಯಿಂದ ಹೊರಗೆ, ಹೊರಗಿನಿಂದ ಮನೆಯೊಳಗೆ ಓಡಾಟವೆಲ್ಲಾ ಬೆಳಿಗ್ಗೆ ನಾಲ್ಕೂವರೆಯ ಮೊದಲು ರಾತ್ರಿ ಹನ್ನೊಂದೂವರೆ ನಂತರ ನಡೆಯತೊಡಗಿತು. ಇವರ ಓಡಾಟವಾದರೂ ಎಲ್ಲಿಂದ ಎಲ್ಲಿಗೆ, ಕಾಲೇಜಂತೂ ಇರಲಿಲ್ಲ, ಹೋಗುವುದು ಹೆಚ್ಚೆಂದರೆ ದಾವಣಗೆರೆ ಹಾಗೂ ಚಳ್ಳಕೆರೆಯ ಮೇನ್ ಪೋಲೀಸ್ ಠಾಣೆಗಳಿಗೆ. ಮತ್ತೆ ಏನಾದರೂ ಸಾಮಾನು ತರಬೇಕೆಂದರೆ. ಮನೆ ಮುಟ್ಟಿದ ಕೂಡಲೇ, ಮುಂಬಾಗಿಲಿನ ಬೀಗ ತೆಗೆಯದೇ, ಮನೆಯನ್ನು ಸದ್ದಿಲ್ಲದೇ ಒಂದು ಸುತ್ತು ಹಾಕಿ, ಮನೆಯ ಈ ಕಡೆಯ ಕಾಂಪೋಂಡು ಮೇಲೆ ಹತ್ತಿ, ಅಲ್ಲಿಂದ ಕಿಟಕಿಯ ಮೇಲೆ ಚಜ್ಜಾದ ಮೇಲೆ ಹತ್ತಿ, ಮನೆಯ ತಾರಸಿ ಏರಿ, ರೂಮಿನ ಎರಡು

ಹೆಂಚುಗಳನ್ನು ಸರಿಸಿ, ರೂಮಿಗೆ ಧುಮುಕುತ್ತಿದ್ದರು. ರಾತ್ರಿ ಮನೆಯಲ್ಲಿ ದೀಪ ಉರಿಸುವುದನ್ನು ನಿಲ್ಲಿಸಿಬಿಟ್ಟರು. ಸದ್ದಿಲ್ಲದೇ ಬದುಕುವುದನ್ನು ಕಲಿತುಬಿಟ್ಟರು. ಕೆಮ್ಮು ಒತ್ತರಿಸಿಕೊಂಡು ಬಂದಲ್ಲಿ, ಮುಖವನ್ನು ದಿಂಬಿನೊಳಗೋ, ಹೊದಿಕೆಯೊಳಗೋ ತೂರಿಸಿ ಕೆಮ್ಮುವುದನ್ನು ರೂಢಿಸಿಕೊಂಡರು. ಒಟ್ಟಿನಲ್ಲಿ ಶ್ರೀಪತಿ ತೆರಗುಂಡಿಯವರು ಮನೆಯೊಳಗಿದ್ದೂ ಮನೆಯೊಳಗಿಲ್ಲದ ಮನೆಯೊಡೆಯನಂತಾಗಿಬಿಟ್ಟರು.

ಪಕ್ಕದ ಮನೆ ಶೀನಣ್ಣನಿಗೆ ರಾತ್ರಿ ಹನ್ನೊಂದೂವರೆ-ಹನ್ನೆರಡರ ಸುಮಾರಿಗೆ ಮೂಗಿನಲ್ಲಿ ಬೆಂಕಿಕಡ್ಡಿಯನ್ನು ತೂರಿಸಿ ಭ್ರಾಂಕ್ಷೀಂ, ಭ್ರಾಂಕ್ಷೀಂ ಅಂತ ಒಂದೆರಡು ಡಜನ್ ಸೀನು ಸೀನಿದ ಹೊರತು ಮುಂದಿನ ರಾತ್ರಿ ಸಾಗದು. ಮೊದಲು ಒಂದೆರಡು ವರ್ಷ ಅವನ ಹೆಂಡತಿ ಇವನ ನಡುರಾತ್ರಿ ಅರ್ಭಟವನ್ನು ಹೇಗೋ ತಡೆದುಕೊಂಡಳು. ಬರುಬರುತ್ತಾ ಅದು ಕಠಿಣವಾಗತೊಡಗಿತು. ಒಂದರ್ಧ ಗಂಟೆ ಕಿವಿಗಡಚಿಕ್ಕುವ ಭ್ರಾಂಕ್ಷೀಂ ಸದ್ದು, ಜೊತೆಯಲ್ಲೇ ಮುಖ-ಮೈಮೇಲೆಲ್ಲಾ ಉದುರುವ ಸಿಂಬಳ-ಎಂಜಲಿನ ತುಂತುರುಗಳು. ಯಾವ ಗೃಹಿಣಿ ತಾನೇ ಎಷ್ಟು ವರ್ಷ ಸಹಿಸಿಯಾಳು. ಮನೆಯಾಗೆ ಸೀನಿದರೆ ನನ್ನಾಣೆ ಎಂದುಬಿಟ್ಟಳು. ಅಂದಿನಿಂದ ಶೀನಣ್ಣ ಹಿತ್ತಲ ಬಟ್ಟೆ ಒಗೆಯುವ ಕಲ್ಲಿನ ಮೇಲೆ ಕುಳಿತು, ಮೂಗಿಗೆ ಕಡ್ಡಿ ತುರುಕಿ ಭ್ರಾಂಕ್ಷೀಂ ಭ್ರಾಂಕ್ಷೀಂ ಎನ್ನತೊಡಗಿದ್ದಾನೆ. ಪ್ರಸ್ತುತ ಸಮಸ್ಯೆ ಸೀನಿನದಲ್ಲ, ಈ ಪಕ್ಕದ ಮಡಿಕೋಲಿನ ಮನೇದು. ಏನ್ನಡೀತಾ ಇದೆ ಆ ಮನೇಲಿ? ಅದ್ಯಾರು ದಿನಾ ರಾತ್ರಿ ಹನ್ನೊಂದೂವರೆ-ಹನ್ನೆರಡಕ್ಕೆ ಬರೋದು? ಈ ಮಡಿಕೋಲೇನಾ ಅದು? ಅವನೇ ಆದ್ರೆ ಅದ್ಯಾಕೆ ಹಂಗೆ ದಿನಾ ವೇಷ ಬದಲಿ ಮಾಡ್ಕೆಂಡು ಬರ್ತನೆ? ಆ ಕಾಲೇಜಿನ ಕೆಲಸ ಹೋದ ಮೇಲೆ ತಲಿಕೆಟ್ಟನಂಗೆ ಆಡ್ತನಂತೆ, ನಿಜಾನಾ? ತನ್ನ ಮನೆಗೇ ಕಳ್ಳಂಗೆ ಬರಾದು ಯಾಕೆ ಅವ್ನೂ? ಅಸಲೀ ಅದು ಮಡಿಕೋಲೇನೋ ಅಥವಾ ಈ ಮಡೀಕೋಲು ಇನ್ನೇನರ ದಂದೆ ನಡಿಸ್ಯಾನಾ? ಯಾವುದಕ್ಕೂ ಇರಲಿ ಅಂತ ಪೋಲೀಸಿಗೆ ಒಂದು ದೂರು ಕೊಟ್ಟೇಬಿಟ್ಟ. 'ಇನ್ವೆಸ್ಟಿಗೇಟ್ ಮಾಡ್ತೀವಿ ಬಿಡಿ' ಅಂದರು ಪೋಲೀಸ್ನೋರು. 'ಹುಷಾರಪಾ ಮತ್ತೆ, ಜೋರಾಗಿ ಝಾಡಿಸಬ್ಯಾಡ್ರಿ, ಹೋಗೇ ಬಿಟ್ಟಾನು ಮತ್ತೆ' ಎಂದು ಎಚ್ಚರಿಕೆ ಕೊಟ್ಟು ಶೀನಣ್ಣ ಮನೆ ತಲುಪಿದ.

ಶ್ರೀಪತಿ ತೆರಗುಂಡಿಯವರು ಮನೆ ಸೇರಿ ಮುಕ್ಕಾಲು ಗಂಟೆಯಾಗಿತ್ತು. ಹೊಟ್ಟೆ ಒತ್ತರಿಸಿಕೊಂಡು ಬಂತು. ಸಂಡಾಸಿಗೆ ಹೋಗಬೇಕು. ಎದ್ದು ಕತ್ತಲಲ್ಲೇ ಮುಖಕ್ಕೆ

ಮೀಸೆಯನ್ನು ಅಂಟಿಸಿಕೊಂಡು, ರೂಮಿನ ತೆರೆದ ಹೆಂಚುಗಳ ಮೂಲಕ ಮನೆ ಮೇಲೇರಿ, ಅಲ್ಲಿಂದ ಕಿಟಿಕಿ, ಕಾಂಪೋಂಡು, ಹಿತ್ತಲು. ಹಿತ್ತಲಿನ ಬೇವಿನಮರ ಏರಿ ಅಲ್ಲಿಂದ ಸಂಡಾಸಿಗೆ ಧುಮುಕಿದರು. ಜಾರಿಸಬೇಕಾದಷ್ಟು ಬಟ್ಟೆಯನ್ನು ಜಾರಿಸಿ ಕೂತರು. ಸಂಡಾಸಿನ ಹೊರಗೆ ಚರಪರ ಸದ್ದಾಯಿತು. ಈಗಂತೂ ನಿಜವಾಗ್ಲೂ ಯಾರೋ ಓಡಾಡ್ತಾ ಇದ್ದಾರೆ. ಬೆವೆತುಬಿಟ್ಟರು. ಧಡಕ್ಕನೆ ನಿಂತು ಮುಂದಿನ ಅನಾಹುತಕ್ಕೆ ಕಾಯತೊಡಗಿದರು. ಕತ್ತಲನ್ನೂ, ಕತ್ತಲಿನಷ್ಟೇ ಢಾಳಾಗಿ ಸುರಿಯುತ್ತಿದ್ದ ನೀರವತೆಯನ್ನೂ ಕಲಕುವಂತೆ ಹಿತ್ತಿಲ ಬಾಗಿಲ ಬೀಗವನ್ನು ಯಾರೋ ಜಗ್ಗಿ ನೋಡಿದ ಸದ್ದು. ಮತ್ತೆ ಒಂದೆರಡು ಸೆಕೆಂಡು ಸದ್ದಿಲ್ಲ. ಇದ್ದಕ್ಕಿದ್ದಂತೇ ಸಂಡಾಸಿನ ಬೀಗವನ್ನು ಯಾರೋ ಜಗ್ಗಿ ನೋಡಿದರು. ಶ್ರೀಪತಿ ತೆರಗುಂಡಿಯವರು ಅಲುಗಾಡಿದರೆ ಎಲ್ಲಿ ಸದ್ದಾಗುವುದೋ ಎಂದು ಅಲುಗಾಡದೇ ನಿಂತುಬಿಟ್ಟರು. ಅವರು ಸಶಬ್ದವಾಗಿ ನಡುಗಿದ್ದು ಯಾರೋ ಮಾತನಾಡಿದಾಗ, ಅದೂ ಇಲ್ಲೇ, ಬೇವಿನಮರದ ಕೆಳಗೇ ನಿಂತಿರಬೇಕು ಅವರು, ಇಬ್ಬರಿರಬೇಕು. ಶ್ರೀಪತಿ ತೆರಗುಂಡಿಯವರ ಬೆನ್ನುಹುರಿಯನ್ನೇ ಸೀಳಿ ಚೇಳನ್ನು ಬಿಟ್ಟಂತಾಯಿತು.

'ಇತ್ಲಾಗೇ ಬಂದಂಗಾತು.'

'ನೀ ಸರೀ ನೋಡುದ್ಯೇನು..?'

'ಹೂಂ ಕಣಪಾ, ಇತ್ಲಗೆ ಸದ್ದಾದಂಗಾತು. ಸರ್ರನೆ ಬರಾಷ್ಟ್ರಲ್ಲಿ ಯತ್ಲಗೋ ಹೋಗಿದನೆ.'

'ಸಿಕ್ಕಿದ್ರೆ ಇದಕ್ಕೊಂದು ಶಿವಾ ಅನ್ನುಸ್ಬೋದಿತ್ತು ನೋಡು. ತರಲೆ ಮುಗಿದೋಗಿದರದು.'

'ಇನ್ನೊಂದೈದು ನಿಮಿಷ ನೋಡಣ, ಸಿಗಲಿಲ್ಲಾಂದ್ರೆ ಹೋಗಣ. ಬೆಳಿಗ್ಗೆ ನಂಗೆ ಜಯದೇವ ಸರ್ಕಲ್ ಡೂಟಿ.'

ಉಸಿರು ನಿಂತುಬಿಟ್ಟಿತು ಶ್ರೀಪತಿ ತೆರಗುಂಡಿಯವರಿಗೆ. ಉಸಿರು ನಿಂತ ಕ್ಷಣದಲ್ಲಿ ಕೆಮ್ಮು ಒತ್ತರಿಸಿ ಬಂತು. ಗಪ್ಪನೆ ಮೂಗು ಮುಚ್ಚಿಕೊಂಡರು. ಬಾಯಿಯನ್ನು ಬಿಗಿ ಹಿಡಿದುಕೊಂಡರು. ಒಂದರ್ಧ ನಿಮಿಷ, ಗಂಟಲು ಉಬ್ಬತೊಡಗಿತು. ಕಣ್ಣುಗಳು ಕಿತ್ತಿ ಬರತೊಡಗಿದವು. ತಲೆ ಗಿಮ್ಮೆನ್ನತೊಡಗಿತು. ಕಣ್ಣ ಮುಂದಿನ ಕತ್ತಲೂ ಗಿರ್ರನೆ ತಿರುಗತೊಡಗಿತು. ಕತ್ತಲನ್ನೂ ಮೀರಿದ ಕತ್ತಲು ಕಣ್ಣುಗಳನ್ನು ಕವಿಯತೊಡಗಿತು.

ಮುಂದೆ ಯಾರೋ ಬೆಂಕಿಕಡ್ಡಿ ಗೀರಿದ ಸದ್ದು, ಮತ್ತೆರಡು ಸೆಕೆಂಡುಗಳಲ್ಲೇ ಬೀಡಿಯ ದುರ್ನಾತ ಯಾವುದೂ ಶ್ರೀಪತಿ ತೆರಗುಂಡಿಯವರ ಅನುಭವಕ್ಕೆ ಬರಲೇ ಇಲ್ಲ. ಮೂರನೇ ದಿನ ರಾತ್ರಿ ಹನ್ನೊಂದೂವರೆ– ಹನ್ನೆರಡರ ಸುಮಾರಿಗೆ ಶೀನಣ್ಣ ಮೂಗಿಗೆ ಬೆಂಕಿಕಡ್ಡಿ ತುರುಕಿದನೋ ಇಲ್ಲವೋ, ಕೆಟ್ಟ ನಾತ ಗವ್ವೆಂದು ಮೂಗಿಗೆ ರಾಚಿತು. ಭ್ರಾಂಕ್ಷೀಂ ಭ್ರಾಂಕ್ಷೀಂ ಅಂದಂತೆಲ್ಲಾ ಮೂಗು ಸಡಿಲಾಗಿ ವಾಸನೆ ಗಾಢವಾಗುತ್ತಾ ಹೋಯಿತು. ಬೆಳಿಗ್ಗೆಯ ಹೊತ್ತಿಗೆ ಶೀನಣ್ಣ ಯಾಕೆ, ಅಕ್ಕಪಕ್ಕದ ಹತ್ತು ಮನೆಯವರೂ ಆ ವಾಸನೆಗೆ ಅಲ್ಲಾಡಿ ಹೋಗಿಬಿಟ್ಟರು. ಪೋಲೀಸರು ಬಂದು ಸಂಡಾಸಿನ ಬಾಗಿಲು ಒಡೆದಾಗಲೇ ಕಂಡದ್ದು, ಅರೆ ಬತ್ತಲೆಯಲ್ಲೇ, ಸಂಡಾಸಿನಲ್ಲಿ, ಮೈತುಂಬಾ ಗಲೀಜು ಹಚ್ಚಿಕೊಂಡಿದ್ದ ಶ್ರೀಪತಿ ತೆರಗುಂಡಿಯರ ದೇಹ. ಉಬ್ಬಿಕೊಂಡಿತ್ತು. ಕಣ್ಣುಗುಡ್ಡೆಗಳು ಹೆಚ್ಚೂ ಕಮ್ಮಿ ಹೊರಬಂದಿದ್ದವು. ಡ್ರಾಯರ್ರು ಹಿಮ್ಮಡಿಯ ಬಳಿ ಸಿಕ್ಕಿಕೊಂಡಿತ್ತು. ಮೂಗಿನ ಕೆಳಗೆ ಒಂದಿಷ್ಟು ಕೂದಲುಗಳು ವಿರಳವಾಗಿ ಹರಡಿಕೊಂಡಿದ್ದವು. ಉಸಿರುಕಟ್ಟಿ ಸತ್ತಿದ್ದೂ ಅಂತ ಮಹಜರಿನಲ್ಲಿ ಬರೆಯಲಾಯಿತು. ಹೆಣ ಆಗಲೇ ಕೊಳೆಯಹತ್ತಿತ್ತು.

ಶ್ರೀಪತಿ ತೆರಗುಂಡಿಯವರ ಚೆಹರೆ ಬದಲಾಗಿತ್ತು. ○

ಗುಪ್ತ ಸಮಾಲೋಚನೆ

ಮುಕ್ತಾಯ

1971ರಲ್ಲಿ ಮದನಪಲ್ಲಿ ಭವಾನಿಶಂಕರ ಬೋಧರಾಯ ಸುಬ್ರಮಣ್ಯ ಶರ್ಮ (ಅಷ್ಟುದ್ದಾ ಹೆಸರು ಪ್ರತೀ ಸರೀನೂ ಬರೀತಾ ಹೋದ್ರೆ, ನಿಮಗೆ ಅವನ ಕಥೆ ಹೇಳೋಕೆ ಸಮಯ ಎಲ್ಲಿರತ್ತೆ. ಅದಕ್ಕೆ ಶರ್ಮ ಅಂದು ಬಿಡ್ತೀನಿ ಅಷ್ಟೇ)ನ ಮದುವೆ ಅನಸೂಯ ಜತೆ ಆಯಿತು. ಮದುವೆಯಾದ ದಿನಾನೇ ಹೆಂಡತೀ ಜತೆ ಮಾತು ಬಿಟ್ಟ. ಹೆಂಡತಿ ಜತೆ ಬಿಟ್ಟ. ಹೆಂಡ್ತೀನ್ನೇ ಬಿಟ್ಟು ಹೋದ. ಹದಿನೆಂಟು ವರ್ಷಗಳಾದ ಮೇಲೆ ಮತ್ತೆ ಬಂದ. ಸಾಯಾತನಕ ಹೆಂಡತಿ ಜೊತೇಲಿದ್ದ. ಸ್ನೇಹಿತರಿಲ್ಲ, ನೆಂಟರಿಲ್ಲ, ಇಷ್ಟರಿಲ್ಲ. ಇಬ್ಬರಲ್ಲೂ ಮಾತಿಲ್ಲ. ಅದ್ಯಾಕೆ ಇಬ್ರೂ ಜತೇಲಿದ್ರೋ ಗೊತ್ತಿಲ್ಲ. ಅಂತೂ ಇಬ್ಬರೂ ಸೇರಿ ಒಂದು ಮುಕ್ತಾಯ ಹಾಡಿದರು, ಅಷ್ಟೇ.

ಮುಕ್ತಾಯಕ್ಕೆ ಬಹಳ ಪೂರ್ವದಲ್ಲಿ, ಬಾಲಲೀಲೆ

ಶರ್ಮನಿಗೆ ಆ ಅಭ್ಯಾಸ ಎಲ್ಲಿಂದ ಬಂತೋ, ಯಾವತ್ತಿಂದ ಹತ್ಗಂತೋ ಯಾರಿಗ್ಗೊತ್ತು. ಅವತ್ತೊಂದು ದಿನ ಅವನ ತಂಗಿ ಅವನನ್ನ ರೆಡ್‌ಹ್ಯಾಂಡ್ ಹಿಡೀದೇ ಹೋಗಿದ್ದಿದ್ರೆ ಯಾರಿಗೂ ಅದು ಗೊತ್ತಾಗ್ತಾನೇ ಇರಲಿಲ್ಲ. ಅವನಿಗಿನ್ನೂ ಎಂಟು ವರ್ಷ. 'ಕಾಗೆಯೊಂದು ಹಾರಿ ಬಂದು, ಮರದ ಮೇಲೆ, ಮೇಲೆ, ಮೇಲೆ..' ಅನ್ನಾದು, ಪುಸ್ತಕದ ಅದಾವುದೋ ಪುಟ ನೋಡಿ 'ಕುಳಿತುಕೊಂಡು ಬಾಯೊಳಿದ್ದ ಮಾಂಸವನ್ನು, ಮಾಂಸವನ್ನು...' ಅನ್ನಾದು. ಮತ್ತೆ ಪುಸ್ತಕ ನೋಡಿ 'ತಿನ್ನತೊಡಗಿತೂ.. ತಿನ್ನತೊಡಗಿತೂ...' ಅನ್ನಾದು, ಒಂದೆರಡು ನಿಮಿಷ ತಲೆ ಕೆರಿಯಾದು, ಮುಂದೆ ಹೋಳೀಲಿಲ್ವೋ ಪುಸ್ತಕ ನೋಡಿ 'ಟಕ್ಕ ನರಿಯು ಅದನು ಕಂಡು, ಕಂಡು, ಕಂಡು..' ಅನ್ನಾದು ನಡೆಸೇಯಿದ್ದ. ಸುಮಾರು ಹದಿನೆಂಟು ಸಲ ಕಾಗೆ ಬಂದು ಮರದ ಮೇಲೆ ಕೂತಾಗಿತ್ತು, ಠಕ್ಕ ನರಿ ಅದನು ಕಂಡಾಗಿತ್ತು, ಪದ್ಯ ಮಾತ್ರ ಮುಂದುಕ್ಕೆ ಹೋಗ್ತನೇಯಿರಲಿಲ್ಲ. ಅದ್ಯಾಕೋ ಆ ಕಾಗೆ ಕೂಡೋ

ಸಮಯಾನೇ ಸರಿಯಿರಲಿಲ್ವೋ, ಅಥವಾ ಆ ಪದ್ಯಾನೇ ನೆನಪಿಗೆ ಬರ್ತಾಯಿರಲಿಲ್ವೋ ಅಥವಾ ಆಗಷ್ಟೇ ಆರಂಭವಾಗಿದ್ದ ಆ ಚಟದ ಕಡೆ ಅವನ ಗಮನವಿತ್ತೋ ಗೊತ್ತಿಲ್ಲ. ಎದುರಲ್ಲೇ 'ಯಂಟೊಂಡ್ಲ ಯಂಟು' ಅಂತ ಕೂಗ್ತಾಯಿದ್ದ ತಂಗಿ ಇದ್ದಕ್ಕಿದ್ದ ಹಂಗೇ ಮಗ್ಗೀನ್ನ ಕೂಗೋದು ಬಿಟ್ಟು 'ಅಣ್ಣ ಮೂಗಿಂದು ತಗದು ಬಾಯಾಗಿಡ್ತದನೆ, ಅಣ್ಣ ಮೂಗಿಂದು ತಗದು ಬಾಯಾಗಿಡ್ತದನೆ' ಅಂತ ಕೂಗೋಕೆ ಶುರು ಮಾಡಿದಾಗ ಆ ಮನೆಯಲ್ಲಿ ಅಡಗಿದ್ದ ಜಗತ್ತೇ ಅದುರಿಬಿಟ್ಟಿತು. ಮನೇ ಫೌಂಡೇಶನ್ನೇ ನಡುಗುವಂತೆ ಹೆಜ್ಜೆಯಿಡ್ತಾ ಅವನಪ್ಪ ಮದನಪಲ್ಲಿ ಅದೆಂತದೋ ಶರ್ಮ ಬಂದವರೇ ಈ ಕಿರಿ ಶರ್ಮನ ಮುಖ ಮೂತಿ ನೋಡದೆ 'ಅದ್ಯಾಕೆ ಆ ದರಿದ್ರ ಚಟ ಹತ್ತುಸ್ಗೆಂಡ್ಯೋ' ಅಂತ ಬಾರಿಸಿದ್ರು. ತನ್ನ ಚಟದಲ್ಲಿ ಮುಳುಗಿ ಹೋಗಿದ್ದ ಕಿರಿ ಶರ್ಮನಿಗೆ ತನ್ನಪ್ಪ ತನಗ್ಯಾಕೆ ಹೊಡಿತಿದಾರೆ ಅನ್ನಾದೂ ಅರ್ಥವಾಗಲಿಲ್ಲ. 'ಇನ್ನೊಂದು ಸಲ ಆ ಮೂಗಿಂದು ತಗದು ಬಾಯಾಗಿಡು, ಆ ಬೆರುಳ್ನೇ ಮುರಿದಾಕ್ತೀನಿ' ಅಂತ ಎಚ್ಚರವಿತ್ತಾಗಲೇ ಕಿರಿ ಶರ್ಮನಿಗೆ ತಾನು ಮಾಡಿದ ಪಾಪಕರ್ಮದ ಅರಿವಾಗಿದ್ದು.

ಅವತ್ನಿಂದ ಶುರುವಾಯ್ತು ನೋಡಿ ಅವನ ನರಕ. ಅವನು ಮೂಗಿಂದು ತಗದು ಬಾಯಾಗಿಟ್ನೋ ಇಲ್ವೋ ಬೀಳ್ತಿದ್ವು ಏಟು. ಅದು ಅವನ ಅಮ್ಮ ಆಗಿರಬಹುದು, ಅವನ ಅಪ್ಪ ಆಗಿರಬಹುದು, ಒಟ್ನಲ್ಲಿ ಏಟಂತೂ ಗ್ಯಾರಂಟಿ. ಬರ್ತಾ ಬರ್ತಾ ಮೂಗಿಂದ ತಗಿಯಾದಿರಲಿ ಬರೇ ಬೆರಳನ್ನು ಬಾಯಾಗಿಟ್ರೂ ಒದೆ ಬೀಳಂಗಾಯ್ತು. ಒದೆ ಬಿದ್ದ್‌ಬಿದ್ದಂಗೂ ಮೂಗಿಂದು ರುಚಿ ಜಾಸ್ತಿಯಾಗ್ತಾ ಹೋಯ್ತೇನೋ, ಒಂದೇಟಿಗೆ ಎರಡು ಗುಕ್ಕೆ ಅಂತ ಲೆಕ್ಕಯಿಟ್ಟು ಮೂಗಿಂದ ತಗದು ಬಾಯಾಗಿಡಾಕೆ ಶುರು ಮಾಡಿದ. ಅದೆಂತೆಂಥಾ ಏಟು ಬಿದ್ವೂ ಅಂತೀರಿ, ಕಟ್ಟಿಗೇನಗಿರಬಹುದು. ಸೌಟಿನಗಿರಬಹುದು. ಖಾಲೀ ಕೈಯಿರಬಹುದು. ಸ್ಕೇಲ್‌ಯಿರಬಹುದು. ಮಡಿಕೋಲಿರಬಹುದು. ಒಟ್ನಲ್ಲಿ ಯಾರು ಹತ್ರ ಇದ್ರೋ ಅವರ ಕೈಯ್ಯಾಗೇನಿತ್ತೋ ಅದ್ರಾಗೆ ಬೀಸೋರು. ಅವ್ರಿವ್ರು ಹೊಡದಂಗೆಲ್ಲಾ ಇವನ ಹಠ ಜಾಸ್ತಿ ಆಗ್ತಾಹೋಯ್ತು. ಕಂಡೋರ ಮೇಲಿನ ಸಿಟ್ಟನ್ನು ಅವನು ತನ್ನ ಮೂಗನ್ನು ಗೆಬರಾದ್ರಾಗೆ ತೋರಿಸೋಕೆ ಶುರುಮಾಡಿದ. ಹೊಡಹೊಡದಂಗೂ ಕೋಲಾರ ಚಿನ್ನದ ಗಣೀನ್ನ ಅಗದಂಗೆ ಅಗಿಯಾಕೆ ಶುರುಮಾಡಿದ. ಇದೆಲ್ಲಾ ಒಂದೇ ಸಲಕ್ಕೆ ನಿಂತು ಹೋಗಿದ್ದು ಇವನು ಏಳನೇ ಕ್ಲಾಸಿನಲ್ಲಿ ಫಸ್ಟ್ ಬಂದಾಗ.

ಅಷ್ಟು ಹೊತ್ತಿಗಾಗಲೇ ಮೂಗು–ಕೈ–ಬಾಯಿಗೆ ಒಂದು ಬಿಡಿಸಲಾರದ ಸಂಬಂಧವೇ ಬೆಸೆದುಕೊಂಡು ಬಿಟ್ಟಿತ್ತು. ಜತೆಗೇ ಹಠಮಾರಿ ಅನ್ನೋ ಬಿರುದೂ ಸಿಕ್ಕಿತ್ತು.

ಮುಕ್ತಾಯಕ್ಕೆ ಪೀಠಿಕೆ – ಹಠಸಾಧನೆ ಅಥವಾ ವಿದ್ಯಾಭ್ಯಾಸ

ಇವನು ಪಾಸಾಗಿದ್ದೂ ಹಠಕ್ಕೆ ಬಿದ್ದೇ ವಿನಾ ಓದಬೇಕೂಂತೇನಲ್ಲ. ಆರನೇ ಕ್ಲಾಸಿನ ತನಕ ಯಾವತ್ತೂ ಮೂವ್ವತ್ತು ಮೂವ್ವತ್ತೈದು ದಾಟಿದೋನಲ್ಲ ಈ ಕಿರಿ ಶರ್ಮ. ಮಾತು ಮಾತಿಗೂ ಹಂಗಿಸೋರೇ ಎಲ್ಲಾ, 'ನಿನ್ನ ಕೈಯ್ಯಾಗೆ ಯೇನು ಹರಿಯಕಾಕ್ತತೋ, ಬರೇ ಆ ಮೂಗಿಂದು ತಗದು ಬಾಯಾಗಿಡಾಕೇ ಲಾಯಕ್ಕು ನೀನು...ಏನಿಲ್ಲಾಂತಂದ್ರೂ ಹೊಟ್ಟೇ ಹಸುವೂ ಅಂತ ವದ್ದಾಡಲ್ಲ ನೋಡು ನೀನು, ಆ ನಿನ್ನ ಮೂಗು ತುಂಬಿರಾ ತನಕ...ಈಗಂತೂ ಏಳನೇ ಕ್ಲಾಸಿಗೆ ಬಂದಿದೀಯಾ, ಅದೇನು ಕಡೀತೀಯೋ ನೋಡಾಣ...ನಾಳೇ ನನ್ನಾಸ್ತೀನಗೆ ಪಾಲು ಕೇಳಾಕೆ ಬರಬೇಡ (ಈ ಮದನಪಲ್ಲಿ ಅದೇಂತದೋ ಶರ್ಮ ದಾವಣಗೆರೆ ಮುನಿಸಿಪಾಲಿಟಿಯಲ್ಲಿ ರೆವಿನ್ಯೂ ಇಲಾಖೇಲಿ ಹೆಡ್‌ಕ್ಲರ್ಕ್. ಬೆಳೀತಿದ್ದ ಊರು ದಾವಣಗೆರೆ. ಹಂಗಾಗಿ ಸ್ವಲ್ಪ ಇಂಪಾರ್ಟಂಟ್ ಜಾಗ ಅದು. ಅದಕ್ಕೇ ಇವರ ತಮ್ಮ ಕೈಯನ್ನು ಸ್ವಲ್ಪ ಅತ್ಲಾಗಿತ್ಲಗೆ ಆಡಿಸ್ಕಂಡ್ರೇಯಿದ್ರು. ಕೆಬಿ ಎಕ್ಸ್‌ಟೆನ್ಷನ್ನಗೆ ಒಂದು ಮನೆ ಕಟ್ಗಂಡಿದ್ರು)...ನೀನು ಹೊಟ್ಟೆಗೆ ಅನ್ನ ತಿನ್ನಂಗಿಲ್ಲ, ಆ ಮೂಗಿಂದು ಬಗದೂ ಬಗದೂ ತಿಂತೀಯಲ್ಲಾ ಅದುಕ್ಕೇ ನಿಂಗೆ ತಲೆಗೆ ಹತ್ತಂಗಿಲ್ಲ..' ಒಂದೇ ಎರಡೇ ಅವನು ಕೇಳಿದ ಮಾತು. ಪಾಸಾಗಲೇಬೇಕೂಂತ ಹಠಕ್ಕೆ ಬಿದ್ದ. ಪಾಸಾದ. ಪಾಸಾಗಿದ್ದೇ ತಡ ಮೂಗಿಂದೇನು ಎಲ್ಲಿಂದ ತಗದು ಬಾಯಾಗಿಟ್ಗಂಡ್ರೂ ಮುದ್ದು ಮಾಡೋರೇ ಎಲ್ಲಾ. ಮನೆಗೆ ಯಾರೇ ಬಂದ್ರೂ ಅವನಪ್ಪ ಮದನಪಲ್ಲಿ ಅದೇಂತದೋ ಶರ್ಮ ಮತ್ತು ಅವನಮ್ಮ ದೇವರ ಜಾಗದಲ್ಲಿ ಕೂಡಿಸಲೇಬೇಕಾದ ತಮ್ಮ ಮಗ ಈ ಕಿರಿ ಶರ್ಮನ ಒಂದು ಚಿಕ್ಕ ಮೆರವಣಿಗೆ ತಗಿಯೋರು. 'ಪಾಪೂ, ಆ ಇಂಗ್ಲಿಷ್ ಪದ್ಯ ಹಂಗನ್ನು...ಮರೀ ಆ ಜವಾರಲಾಲ್ ಬಾಶಣಾನ್ನ ಒಂದು ಸಾರ್ತಿ ಓದಿ ತೋರಿಸು' ಅಂತ ಅವರು ಅನ್ನಬೇಕು, ಈ ಕಿರಿ ಶರ್ಮ ಬಂದವರ ಮುಂದೆ ಪದ್ಮಾಸನ ಹಾಗಿ ಕೂತು ತನ್ನ ಮಾತಾ–ಪಿತೃಗಳು ಅಂದದ್ದನ್ನು ಮಾಡಿ ತೋರಿಸಬೇಕು, ಬಂದವರು ನಿರ್ವಾಹವಿಲ್ಲದೇ ಆನಂದತುಂದಿಲರಾಗಿ ಕೈತಟ್ಟಿ ವಾಹ್ ಅನ್ನಬೇಕು, ಬಂದವರೆಲ್ಲಾ ಎದ್ದು ಹೋದ ಮೇಲೆ ಅವನಪ್ಪ ಮದನಪಲ್ಲಿ ಅದೇಂತದೋ ಶರ್ಮ 'ಮನ್ತನದ

ಮಾನ ಕಾಪಾಡಕೆ ನೀನೊಬ್ನೇ ನಂಗಿರದು. ಫ್ಯಾಮಿಲಿ ಪ್ರಸ್ಟೀಜು ನೀನು' ಅಂತ ಇವನಿಗೆ ಎಂಟಾಣೆನ್ನೋ ನಾಕಾಣೇನ್ನೋ ಕೊಡಬೇಕು, ಅವನಪ್ಪ ಮದನಪಲ್ಲಿ ಅದೆಂತದ್ದೋ ಶರ್ಮ ಅತ್ಲಗೆ ಹೋದಮೇಲೆ ಅವನಮ್ಮ ಆ ಎಂಟಾಣೇನ್ನೋ ನಾಕಾಣೇನ್ನೋ ಕಸಗೊಂಡು ಒಂದು ತೂತಿನ ಡಬ್ಬೀಲಿ ಹಾಕಬೇಕು. ಇದು ವಂಟಿಕೊಪ್ಪಲ್ ಪಂಚಾಂಗಕ್ಕಿಂತಾ ಕರಾರುವಕ್ಕಾಗಿ ನಡೆದು ಕೊಂಡು ಬಂದ ಸಂಪ್ರದಾಯವಾಗಿಬಿಡ್ತು. (ಆ ತೂತಿನ ಡಬ್ಬಿ ಮೇಲೆ ಇಂಗ್ಲಿಷ್‌ನಲ್ಲಿ ಎಂ ಬಿ ಬಿ ಎಸ್ ಶರ್ಮ ಅಂತ ಕಿರಿ ಶರ್ಮ ಬರಕೊಂಡಿದ್ದ). ಮುಂದೆ ತಮ್ಮ ಪುತ್ರನನ್ನ ಮದನಪಲ್ಲಿ ಅದೆಂತದ್ದೋ ಶರ್ಮ ತಮ್ಮ ಆಫೀಸಿಗೆ ಕರೆದುಕೊಂಡು ಹೋಗತೊಡಗಿದರು. ಅಲ್ಲೂ ತಮ್ಮ ಪುತ್ರನ ಒಂದು ಜಂಗೀ ಆಟ ಮಾಡಿಸಲಿಕ್ಕೆ ಮರೆಯಲಿಲ್ಲ.

ಒಮ್ಮೆ ತಮ್ಮ ಮೇಲಧಿಕಾರಿಯ ಮುಂದೂ ಈ ಪ್ರದರ್ಶನವನ್ನು ನೆರವೇರಿಸಿಬಿಟ್ಟರು. ಈ ಕಿರಿ ಶರ್ಮನ ಕುತ್ತಿಗೆಗೆ ಒಂದು ಹಗ್ಗ ಅಷ್ಟೇ ಬೇಕಾಗಿದ್ದುದು ಅಷ್ಟರ ಮಟ್ಟಿಗೆ ಈ ಕೋತಿಯಾಟ ಮುಂದುವರೆದುಬಿಟ್ಟಿತ್ತು. ತಮ್ಮ ಪುತ್ರ ತಮ್ಮ ಹೆಸರನ್ನ ಜಾಗತಿಕ ಚರಿತ್ರೆಯಲ್ಲಿ ಅತ್ಯಮರವಾಗಿ ಕೆತ್ತಿಬಿಡ್ತಾನೆ ಅನ್ನಾದು ಖಾತ್ರಿಯಾಗಿಬಿಟ್ಟಿತು ಈ ತಂದೆ–ತಾಯಿಗೆ. ಯಾಕಂದ್ರೆ ಅಲ್ಲಿಂದ ಈ ಕಿರಿ ಶರ್ಮ ಸೆಕೆಂಡ್ ಬಂದದ್ದೇಯಿಲ್ಲ. ಎಂಟನೇ ಕ್ಲಾಸಿನಾಗೂ ಫಸ್ಟ್. ಒಂಬತ್ತರಲ್ಲೂ ಫಸ್ಟ್. ಎಸ್ಸೆಸ್ಸೆಲ್ಸಿಯಲ್ಲಂತೂ ರಾಜ್ಯಕ್ಕೇ ಮೊದಲು ಬಂದುಬಿಟ್ಟ. ವಾಸ್ತವವಾಗಿ ಈ ಕಿರಿ ಶರ್ಮನಿಗೆ ಓದಿಗಿಂತಾ ಪಾಸಾದ ಮೇಲೆ ಸಿಗುತ್ತಿದ್ದ ಮರ್ಯಾದೆ, ಪುಡಿಗಾಸುಗಳೇ ಮುಖ್ಯವಾಗಿದ್ದು. 'ಈ ವರ್ಷಾನೂ ಹಿಂಗೇ ಫಸ್ಟ್ ಬರಬೇಕು' ಅಂದರೆ, 'ಎಷ್ಟು ಕೊಡ್ತೀರಾ' ಅಂತಿದ್ದ. 'ಅಂಗಡಿಗೆ ಹೋಗಿ ಏನಾರಾ ತಗಂಬಾ' ಅಂದ್ರೂ 'ಎಷ್ಟು ಕೊಡ್ತೀರಿ' ಅಂತಿದ್ದ. ಅವನಪ್ಪ–ಅಮ್ಮ ಸೈತಾ ಇದುನ್ನ ಕೊಡ್ತೀನಿ, ಅದುನ್ನ ಕೊಡ್ತೀನಿ ಅಂತ ಹೇಳೋರು, ಕೆಲಸ ಆದ ಮೇಲೆ ಬಿಡದಂಗೆ ಇದುನ್ನೋ ಅದುನ್ನೋ ಈ ಕಿರಿ ಶರ್ಮ ವಸೂಲು ಮಾಡೋನು. ಇದೇ ಆ ಮದನಪಲ್ಲಿ ಅದೆಂತದ್ದೋ ಶರ್ಮ ಅವರಿಗೆ ಬುಡಕ್ಕೆ ಬಂದಿದ್ದು. ಡಿಗ್ರೀ ಪರೀಕ್ಷೆಗೆ ಇನ್ನೈದು ತಿಂಗಳಿದೆ ಅನ್ನೋವಾಗ ಯಾವಾಗ್ಲೂ ಕೇಳೋ ಹಾಗೆ ತಮ್ಮ ಮಗನ್ನು ಕೇಳಿದ್ರು,

'ಫಸ್ಟ್‌ಕ್ಲಾಸ್‌ನಲ್ಲಿ ಪಾಸಾಗ್ತೀಯೇನೋ ರಾಜಾ?'

'ಪಾಸಾದ್ರೆ ಯೇನು ಕೊಡ್ತೀರಾ?'

'ನನ್ನಾಸ್ತಿಯೆಲ್ಲಾ ನಿಂದೇ ಅಲ್ಲೇನೋ..?'

'ನಾ ಪಾಸಾದ್ರೆ ನಿನ್ನಾಸ್ತೀನೆಲ್ಲಾ ನಂಗೇ ಕೊಡ್ತೀಯಾ..?'

ಆ ಮದನಪಲ್ಲಿ ಅದೆಂತದೋ ಶರ್ಮ 'ಹೂಂ' ಅಂದರು.

ಅಷ್ಟೇ ಸಾಕಾಗಲಿಲ್ಲ ಆ ಕುಲೋದ್ಧಾರಕನಿಗೆ, 'ಬರ್ಕೊಡಿ ಹಂಗಂತ' ಅಂದ.

'ಅದ್ಯಾಕೋ ನಾನೇನು ಇದುನ್ನ ತಗೊಂಡು ಹೋಕ್ತೀನಾ. ಇದೆಲ್ಲಾ ನಾ ಸತ್ತ ಮೇಲೆ ನಿಂದೇ ಅಲ್ಲೇನೋ?'

'ನಂಗೆ ಬೇಕಾದಾಗ ನೀ ಸಾಯ್ತೀ ಅಂತ ಗ್ಯಾರಂಟಿಯೇನು, ಬರ್ಕೊಡಿ ಪಾಸಾಗ್ತೀನಿ. ನಾ ಪಾಸಾಗ್ಲಿಲ್ವೋ, ನಿಮ್ಮಾಸ್ತೀನ್ನ ನೀವೇ ಇಟ್ಗಳಿ.'

ಅವತ್ತಿಗೆ ಅಲ್ಲಿಗೆ ಮಾತು ಮುಗೀತು. ಮಾತು ಮುಗಿದೇ ಹೋಯ್ತು ಅಂತ ಮದನಪಲ್ಲಿ ಅದೆಂತದೋ ಶರ್ಮ ಅಂದ್ಕೊಂಡ್ರು. ನಾಕನೇ ದಿನ ಮತ್ತೆ ಕಿರಿಶರ್ಮ ಕಿರಿಕಿರಿ ಹಚ್ಗಂಡ. ಒಂಬತ್ತನೇ ದಿನಕ್ಕೆ ಮದನಪಲ್ಲಿ ಭವಾನಿಶಂಕರ ಬೋಧರಾಯ ಸುಬ್ರಮಣ್ಯ ಶರ್ಮ (ತಂದೆ: ಮದನಪಲ್ಲಿ ಅದೆಂತದೋ ಶರ್ಮ; ವಯಸ್ಸು: ಇಪ್ಪತ್ತು; ವಾಸದ ವಿಳಾಸ: ನಂಬರ್ ಹದಿನಾರು, ಮೂರನೇ ಮೇಯಿನ್, ಕೆ ಬಿ ಎಕ್ಸ್‌ಟೆನ್ಷನ್, ದಾವಣಗೆರೆ; ಖಾಯಂ ವಾಸದ ವಿಳಾಸ: ಮೇಲೆ ಕಾಣಿಸಿದಂತೆ)ನ ಹೆಸರಿಗೆ ಆ ಮನೆ ಆಗಿಹೋಯ್ತು. ಇನ್ನಾರೇ ತಿಂಗಳಿಗೆ ಎಂ ಬಿ ಬಿ ಎಸ್ ಶರ್ಮ ಸೆಕೆಂಡ್ ರ‍್ಯಾಂಕ್‌ನಲ್ಲಿ ಬಿಎ ಮುಗಿಸಿಯೂ ಬಿಟ್ಟ. ಅವತ್ತೇ ರಾತ್ರಿ ಈ ಮನೆ ನಂದೂ ಅಂತ ಅಪ್ಪ-ಅಮ್ಮ-ತಂಗೀನ್ನ ಅವರ ಸಾಮಾನು ಸರಂಜಾಮಿನ ಜತೆ ಮನೆಯಿಂದ ಹೊರಗೂ ಹಾಕಿದ. ಬಾಗಿಲಿಗೆ ಬೀಗ ಜಡಿದು ತಾನೂ ಯತ್ಲಗೋ ಹೋಗಿಬಿಟ್ಟ. ಆ ಮಾತಾ-ಪಿತೃ-ಪುತ್ರಿ ಜೀವಗಳು ಅವತ್ತೇ ರಾತ್ರಿ ತಮ್ಮ ಮೂಲ ಊರಾದ ಕರ್ನೂಲಿಗೆ ಹೋಗಿ, ತಮ್ಮ ಪುತ್ರ ಮದನಪಲ್ಲಿ ಭವಾನಿಶಂಕರ ಬೋಧರಾಯ ಸುಬ್ರಮಣ್ಯ ಶರ್ಮನ ಹೆಸರಿನಲ್ಲಿ ತುಂಗಭದ್ರಾ ನದಿಯಲ್ಲಿ ಪಿಂಡ ಬಿಟ್ಟು ಅಲ್ಲೇ ನಿಂತುಬಿಟ್ಟರು. ಇಷ್ಟು ಹೊತ್ತಿಗೆ ಶರ್ಮನ ದುಡ್ಡಿನ ತಹತಹಿಯ ಅಂತಃಪರಿಚಯ ಜಗಜ್ಜಾಹೀರಾಗಿ ಬಿಟ್ಟಿತ್ತು. ಯಾವುದೇ ಲಾಭವಿಲ್ಲದೇ ಶರ್ಮ ಯಾದಕ್ಕೂ ಕೈ ಹಾಕೋನಲ್ಲ ಅನ್ನಾದು ಖಾತ್ರಿಯಾಗಿಬಿಟ್ಟಿತ್ತು. ತಂದೆ-ತಾಯಿ-ತಂಗಿಯನ್ನು ಹೊರಹಾಕಿ ಮನೆ ಬಿಟ್ಟ ಕಿರಿಶರ್ಮ ನೆಟ್ಟಗೆ ಕಡಪಾದಲ್ಲಿದ್ದ ತನ್ನ ತಂದೆಯ ಅಕ್ಕನ ಮನೆಗೆ ಬಸ್ಸು ಹತ್ತಿದ. ಮಟಮಟ ಮಧ್ಯಾಹ್ನ ಹೇಳದೇ ಕೇಳದೆ ಬಂದಿಳಿದ

ಇವನನ್ನು ನೋಡಿ ಕಡಪಾ ಸೀತಾರಾಮಶಾಸ್ತ್ರಿ ದಂಪತಿಗಳು ಬೆರಗಾದರು. ಅವರಿತ್ತ ಮಜ್ಜಿಗೆಯ ಲೋಟವನ್ನೂ ಮುಟ್ಟದೆ, ತನ್ನ ಹೆಸರಿನಲ್ಲಿದ್ದ ಮನೆ ಪತ್ರವನ್ನು ಅತ್ತೆ-ಮಾವನ ಮುಂದೆ ಹರಡಿ, 'ಈಗ ನನ್ಹೆಸ್ರನಗೇ ಇದೆ ಮನೆ. ಬೀಯೇನೂ ಪಾಸು. ಕೆಲಸ ಸಿಗದೇನೂ ಅಂತ ಕಷ್ಟಲ್ಲ. ಅದೇನೋ ಹುಟ್ದಾಗಿಂದಾ ಅನಸೂಯನ್ನ ಕೊಟ್ರೆ ನಂಗೇ ಅಂತ ಅಂತಿದ್ರಲ್ಲ ಅದುಕ್ಕೇ ಬಂದಿದೀನಿ. ನಾಳೇ ವಳಗೆ ಅನಸೂಯನ್ನ ಮದುವೆಯಾಗಿ ಹೋಗಬೇಕು, ತಯಾರು ಮಾಡ್ಕಳಿ, ಈಗ ಮಲಕ್ಕೋತೀನಿ. ನಾಳೆ ಬೆಳಿಗ್ಗೆ ಯಬ್ಸಿ' ಅಂದು ಅಲ್ಲಿದ್ದ ಒಂದೇ ರೂಮಿಗೆ ನುಗ್ಗಿ ಹಾಸಿಗೆ ಸುರುಳಿಯನ್ನು ಬಿಚ್ಚಿ ಮಲಗೇಬಿಟ್ಟ. ಆ ನಾಳೆ ಮಧ್ಯಾಹ್ನದೊಳಗೆಲ್ಲಾ ನೆರೆದ ಕೆಲವೇ ಬಂಧುಗಳ ಎದುರಲ್ಲಿ ಮದನಪಲ್ಲಿ ಭವಾನಿಶಂಕರ ಬೋಧರಾಯ ಸುಬ್ರಮಣ್ಯ ಶರ್ಮ ಮಾಲೆಯ ಹಿಡಿದ ಅನಸೂಯ ಎಂಬ ಹದಿನೇಳೂ ತುಂಬಿರದ ಬಾಲೆಯ ವರಿಸಿದ ಚೆಲುವನಾಗಿ ಹೋದ. ಮದುವೆಯಾದ ಸಂಜೆಯೇ 'ಮತ್ತೆ ಬರ್ತೀನಿ, ಅಲ್ಲೀತಂಕ ಪ್ರಸ್ತ ಬ್ಯಾಡ' ಅಂತ ದಾವಣಗೆರೆ ಬಸ್ಸು ಹತ್ತಿದ. ದಾವಣಗೆರೆಯಲ್ಲಿ ಬಸ್ಸಿಳಿದನೋ ಇಲ್ಲವೋ ಕೈಯ್ಯಲ್ಲಿ ಒಂದು ಕಿಟ್‌ಬ್ಯಾಗ್ ಹಿಡ್ಕಂಡು ಇನ್ನಾವುದೋ ಬಸ್ಸಿಗೆ ಕಾಯ್ತಿದ್ದ ತಿಪ್ಪೇರುದ್ರೇಶಿ ಕಣ್ಣಿಗೆ ಬಿದ್ದ.

'ಯತ್ಲಗೆ ಹೊಂಟ್ಯಲೇ?'

'ಬೆಂಗ್ಳೂರ್ಗೆ.'

'ಯಾಕೆ, ಮಾವ ಕರೀಲಿಕತ್ತನ?'

'ಅಲ್ಲಲೇ ತೆಪರ್ಗ, ಯಿನ್ನೇನು ಯವತ್ತಾದ್ರೂ ಇಂಡೋ-ಪಾಕ್ ಯುದ್ಧ ನಡೀತದಂತೆ. ಆರ್ಮಿಗೆ ಜನನ್ನ ಸೇರ್‍ಸ್ಕಳಕತ್ತರಂತೆ. ಹೋಗಿ ಸೇರ್ಕಳಮ ಅಂತ.'

'ಸಂಬ್ಳಾ ಯಶ್ಟು ಕೊಡ್ತರಂತೆ?'

'ಯಿರ್ತತಪ್ಪ ಯೇನೋ ಒಂದು. ಆರ್ಮಿನಾಗಿರಾತಂಕ ಊಟ ತಿಂಡಿಗೆ ತೊಂದ್ರೆಯಿಲ್ಲ ನೋಡು. ಇಂಡಿಯಾದಗೆ ಯತ್ಲಗೆ ಬೇಕಂದ್ರೆ ಅತ್ಲಗೆ ಪುಗಸಟ್ಟೆ ತಿರುಗಾಡ್ಕಂಡಿರಬೌದು. ಡ್ರಿಂಕ್ಸ್ ಸೈತಾ ಅರ್ದ ರೇಟಿಗಂತೆ ಸಾಯಾಮಟ. ರಿಟೈರಾದ ಮೇಲೆ ರೇಸನ್ನೂ ಪುಗಸಟ್ಟೆ. ಯಿನ್ನೇನು ಬೇಕು ಮತ್ತೆ...'

ಇನ್ನೇನು ಬೇಡವಾಗಿತ್ತು ಶರ್ಮನಿಗೆ. ಅಷ್ಟೇ ಸಾಕಿತ್ತು. ಆಮರಣಾಂತ ಅದೇನೇನೋ ಪುಗಸಟ್ಟೆ ಸಿಗತ್ತೇ ಅಂದ್ರೆ...

'ಅಪ್ಲಿಕೇಶನ್ ಯಲ್ಲಿ ಸಿಗ್ತವಂತೆ..?'

'ಅಪ್ಲಿಕೇಶನ್ನೂಯಿಲ್ಲ ಯಂತದೂಯಿಲ್ಲ. ಒಂದಿಷ್ಟು ಯದೇ ತೊಡೇ ಅಳತೆ ಹಿಡ್ಕಂಡು ಪಿಟ್ಪೂ ನಾನ್‌ಪಿಟ್ಪೂ ಅಂತ ಬರೆದ ವಗೀತರೆ. ಅಲ್ಲಿಗೆ ಸೇರ್ಕಂಡಂಗೇನೇ.'

ಮುಂದಿನ ಹದಿನೈದು ನಿಮಿಷಗಳಲ್ಲಿ ಶರ್ಮ ತಿಪ್ಪೇರುದ್ರೇಶಿ ಜತೆಗೆ ಬೆಂಗಳೂರು ಬಸ್ಸು ಹತ್ತಿದ್ದ. ಅಲ್ಲಿಂದ ಎರಡು ದಿನಗಳಲ್ಲಿ ಪಾಕಿಸ್ತಾನಿಗಳ ಜತೆ ಹೊಡೆದಾಡಕ್ಕೆ ಈಸ್ಟ್ ಪಾಕಿಸ್ತಾನದ ಕಡೆ ಹೊರಟಿದ್ದ. ಮತ್ತೆ ಈ ಶರ್ಮ ಅನಸೂಯ ಮುಖ ನೋಡಿದ್ದು ಅದೆಷ್ಟೋ ವರ್ಷಗಳ ನಂತರವೇ.

ಮುಕ್ತಾಯಕ್ಕೊಂದು ಪ್ರಸ್ತಾವನೆ

ಇಂಗ್ಲಿಷ್‌ನಗೆ ಬಿಗಿನಿಂಗ್ ಆಫ್ ದಿ ಎಂಡ್ ಅಂತಾರಲ್ಲ ಹಂಗೆ ಇದು. ಎಂಡ್ ಯವತ್ತೋ ಏನೋ, ಬಿಗಿನಿಂಗ್ ಅಂತೂ ಬಹಳ ಮೊದ್ಲಿಂದಲೇ ಶುರುವಾಗಿತ್ತು. ಅದನ್ನು ಶರ್ಮಾನೇ ಬರುದ್ನೋ ಅಥವಾ ಅವನ ಹೆಂಡತಿ ಅನಸೂಯ ಗೊತ್ತಿಲ್ದೇ ಗೊತ್ತಿಲ್ದೇ ಬರುದ್ಲೋ ಗೊತ್ತಿಲ್ಲ. ಶರ್ಮಾ ಅದೆಲ್ಲಿದ್ನೋ ಏನು ಮಾಡುತಿದ್ನೋ, ಗಂಡ ಬಿಟ್ಟು ಹೋದ ನಾಕೇ ತಿಂಗಳಿಗೆ ಅನಸೂಯ ಹುಡುಗಿಯಿದ್ದೋಳು ಹೆಣ್ಣಾದ್ಲು. ಆಕೆಗಿನ್ನೂ ತನ್ನ ಬಾಳಿನ ದುರಂತ ಅರ್ಥವಾಗಿರಲಿಲ್ಲವೋ ಏನೋ, ಅವಳು ನಕ್ಕರೆ ಇನ್ನೂ ಗಾಳಿ ಸೀಟಿ ಹೊಡೆದಂಗಿತ್ತು. ಜತೇಲಿದ್ದೋರಿಗೆಲ್ಲಾ ಮಮ್ತಾಜ್ ನೆನಪಿಗೆ ಬರ್ತಿದ್ಲು, ಅಂಥಾ ನಗು ಅದು. ಅದೊಂದು ನಗು ನಕ್ಕರೆ ಸಾಕು ಎದುರಿಗಿದ್ದೋರಿಗೆ ಮೂರು ದಿನ ನಿದ್ದೆಗೇಡು ಗ್ಯಾರಂಟಿ. ಆದರೆ ತನ್ನ ಜತೆಲಿದ್ದೋರೆಲ್ಲಾ ಗಂಡಿನ ಬಗ್ಗೆ ಪುಳಕಗೊಳ್ಳುತ್ತ ಪೋಲಿ ಪೋಲಿಯಾಗಿ ಪಿಸುಗುಟ್ಟುತ್ತಿದ್ದರೆ ಈ ಬಾಲೆ ಮಾತ್ರ ಎಲ್ಲರಿಂದ ದೂರ ಉಳಿದುಬಿಟ್ಟಳು. ಪೀಯೂಸಿ ಮುಗೀತು. ಗಂಡ ಬರಲಿಲ್ಲ. ಮೂರು ವರ್ಷ, ಡಿಗ್ರೀ ಮುಗೀತು, ಗಂಡ ಬರಲಿಲ್ಲ. ಬರೋದಿರಲಿ ಎಲ್ಲಿದ್ದಾನೆ ಅಂತಾನೂ ಗೊತ್ತಿಲ್ಲ. ನಿಧಾನವಾಗಿ ಗಂಡ ಅನ್ನಾದು ಒಂದು ಮಸುಕಾದ ಆಕೃತಿಯಾಗಿಬಿಡ್ತು. ಒಂದು ನೆನಪಾಗಿಬಿಡ್ತು. ಒಂದು ಪದವಾಗಿಬಿಡ್ತು. ಕೊನೆಗೆ ಆ ಪದವೂ ಕೂಡಾ ಅಳಿಸಿಹೋಗಿಬಿಡ್ತು. ಕಡಪ ಒಂದು ಸಣ್ಣ ಊರು. ಜನಗಳು ತಿಂದುಣ್ಣಲು ಅನಸೂಯ ಸುಲಭದ ಆಹಾರವಾದಳು. ಮಗಳನ್ನು ಕರಕೊಂಡು ತಾಯಿ ತನ್ನ ಅಣ್ಣ ಮದನಪಲ್ಲಿ ಅದೆಂತದೋ ಶರ್ಮನ ಮನೆಗೆ ಬಂದು ಅಣ್ಣನ ಪಾದಕ್ಕೆ ಆತನ ಸೊಸೆಯನ್ನು ಹರಡಿಬಿಟ್ಟಳು. ಮೊದಲನೇ ಸಾರಿ ತನ್ನ ಸೊಸೆಯನ್ನು

ನೋಡಿ ಮದನಪಲ್ಲಿ ಅದೆಂತದೋ ಶರ್ಮ ಬೆಚ್ಚಿಬಿದ್ದ. ಸೊಸೆ, ಮೇಲಾಗಿ ಅಕ್ಕನ ಮಗಳು, ಈಕೆ ಇನ್ನೊಬ್ಬ ಮಗಳು ಎಂಬಂತೆ ಸಾಕತೊಡಗಿದರು. ಮನೆಯಲ್ಲಿ ಕೂತು ಮಾಡುವುದೇನು, ಅನಸೂಯ ಶ್ರೀಸಾಯಿ ಬಾಲಾಜಿ ಸೆಕ್ರೆಟೇರಿಯಲ್ ಆ್ಯಂಡ್ ಟೈಪ್‌ರೈಟಿಂಗ್ ಇನ್ಸ್ಟಿಟ್ಯೂಟ್ ಸೇರಿದಳು. ಅಲ್ಲೇ ಈ ಹದಿನೆಂಟೂ-ಹತ್ತೊಂಬತ್ತರ ಬಾಲೆ ಜಗದೀಶ್‌ಬಾಬುನ್ನ ಭೇಟಿಯಾಗಿದ್ದು. ಅವನೂ ಟೈಪಿಂಗ್ ಕಲೀತಿದ್ದ. ಇವಳ ಪೇಪರ್ ರೋಲರ್‌ನಲ್ಲಿ ಸಿಗಾಕ್ಕೊಂಡಾಗೆಲ್ಲಾ ಬಂದು ತೆಗೆದುಕೊಡ್ತಾಯಿದ್ದ. ಆಮೇಲಾಮೇಲೆ ಅವಳು ತನ್ನ ಕ್ಲಾಸ್ ಮುಗಿಸೋದನ್ನೇ ಕಾಯ್ತಾಯಿದ್ದು ಅವಳು ಹೋಗೋವಾಗ ಒಂದು ಮುಗುಳ್ನಗು ಚೆಲ್ಲಿ ತನ್ನ ಪಾಡಿಗೆ ತಾನು ಹೋಗ್ತಾಯಿದ್ದ. ಅಲ್ಲಿಂದಾಮೇಲೆ ಅವಳನ್ನು ಆ ತಿರುವಿನ ತನಕ ಬಿಟ್ಟು ತನ್ನ ಪಾಡಿಗೆ ತಾನು ಹೋಗ್ತಾಯಿದ್ದ. ಆಮೇಲೆ ಇವಳ ಮನೆ ತಿರುವಿನ ತನಕ ಬಿಟ್ಟು ತನ್ನ ಪಾಡಿಗೆ ತಾನು ಹೋಗ್ತಾಯಿದ್ದ. ಆಮೇಲೆ ಒಂದು ಪೆನ್ನು ಅವಳಿಗೆ ಕೊಟ್ಟ. ಅಲ್ಲಿಂದ ಅಕ್ಕಿನೇನಿ ನಾಗೇಶ್ವರರಾವ್ ಸಿನೆಮಾಗೆ ಕರಕೊಂಡು ಹೋದ. ಅವತ್ತೇ ಆ ಕತ್ತಲಲ್ಲೇ ಅವಳಿಗೆ ಗೊತ್ತಾಗಿದ್ದು ಅವನಿಗೆ ಕ್ಯಾನ್ಸರ್‌ಯಿದೆ ಅಂತ. ಹೆಚ್ಚಂದ್ರೆ ಇನ್ನೊಂದು ವರ್ಷ ಅಷ್ಟೇ. ಆ ಕತ್ತಲಲ್ಲೇ ಅವನ ಕೈಹಿಡಿದು ಅಮುಕಿದ್ಲು. ಮೂರೇ ದಿನಕ್ಕೆ ಫ್ರೆಂಡ್ಸ್ ಜತೆ ಪಿಕ್‌ನಿಕ್ಕೂ ಅಂತ ಇವನ ಜತೆ ಹೈದರಾಬಾದಿಗೆ ಹೋದ್ಲು. ಎರಡು ದಿನ. ಆ ಎರಡು ದಿನಗಳಲ್ಲೇ ಪಕ್ಕಾ ಹೆಣ್ಣಾದ್ಲು. ಆ ಎರಡು ದಿನ ರೂಮಿನಿಂದ ಹೊರಗೆ ಬರಲೇಯಿಲ್ಲ ಇಬ್ಬರೂ. ಮತ್ತೆ ಮತ್ತೆ ಬೆವರ್ತಾಯಿದ್ದ ಹಣೇಲಿ ಕರಗುತ್ತಿದ್ದ ಕುಂಕುಮಾನ್ನ ಸರಿ ಮಾಡಿಕೊಳ್ಳೋದ್ರಲ್ಲೇ ಆಕೆಯ ಹೈದರಾಬಾದಿನ ಮೂರೂ ದಿನಗಳು ತೀರಿಹೋದವು. ಹೈದರಾಬಾದಿನಿಂದ ವಾಪಸ್ಸು ಬಂದ್ಲೋಯಿಲ್ವೋ ಗಾಳೀಪಟವಾಗಿಬಿಟ್ಟಳು. ಎಲ್ಲರ ಜತೆ ನಕ್ಕಿದ್ದೇನು, ಮಾತನಾಡಿದ್ದೇನು... ಮೊದಲೇ ಆ ನಗೂಗೊಂದು ಮಾದಕತೆಯಿತ್ತು. ಈಗಂತೂ ಅದು ತಿದ್ದಿ ತೀಡಿದಂತಾಗಿಬಿಟ್ಟಿತು. ಅದೆಲ್ಲಾ ಉಳಿದದ್ದು ಮೂರೇ ವಾರಗಳು. ಇಬ್ಬರೂ ಸೇರಿ ಜಗತ್ತನ್ನೇ ಸೂರೆಗೈಯ್ಯಬೇಕು, ಥಟ್ಟನೆ ಮೊಂಬತ್ತಿ ಊದಿ ಆರಿಸಿದಂತೆ ಇವತ್ತು ಸಂಜೆಯಿದ್ದ ಜಗದೀಶಬಾಬು ಇವತ್ತು ರಾತ್ರಿ ಸತ್ತೇ ಹೋದ. ಜತೆಯಲ್ಲಿದ್ದ ತನಗೆ ಬೇಕಾದವನೊಬ್ಬ, ತನ್ನ ಮೈಯ್ಯ ಮೂಲೆಮೂಲೆಯನ್ನು ತಡಕಿ ಬೆವರು ಹರಿಸಿದ್ದ ಗಂಡಸು ಇಲ್ಲವಾದ ಮೇಲೆಯೇ ಆಕೆಗೆ ತನ್ನ ಬಾಳಿನ ದುರಂತ ಅರ್ಥವಾಗಿದ್ದು.

ಹೆದರಿಕೆಯೂ ಆಗಿದ್ದು. ಏನಾದರೂ ಹೆಚ್ಚುಕಮ್ಮಿಯಾಗಿಬಿಟ್ಟರೇ... ಪುಣ್ಯಕ್ಕೆ ಮುಂದೆ ಒಂದಷ್ಟು ವರ್ಷದ ತನಕ ಆಕೆಯ ಮುಟ್ಟು ನಿಲ್ಲಲಿಲ್ಲ. ಮತ್ತೆಂದೂ ಆಕೆಗೆ ಮುಟ್ಟು ನಿಲ್ಲಲಿಲ್ಲ. ಆಕೆ ಮಾತ್ರ ಬರೆದು ಅಳಿಸಿಬಿಟ್ಟ ಬಿಳಿ ಹಾಳೆಯಂತಾಗಿಬಿಟ್ಟಳು. ನಗು ಖಾಯಮ್ಮಾಗಿ ಮಾಯವಾಯಿತು. ಹೇಗೆ ಮಾಡಿದರೂ ಮುಖ ನೆನಪಿಗೆ ಬರದ ಗಂಡನಿಗೆ ಕಾಯುತ್ತಿರುವ ಶಬರಿಯಾಗಿಬಿಟ್ಟಳು. ಮುಂದೆ ಆ ಶರ್ಮ ಬರಾತನಕ ಇನ್ನೊಬ್ಬ ಗಂಡಸು ಆಕೆಯ ಬಾಳಿನಲ್ಲಿ ಸುಳಿಯಲಿಲ್ಲ.

ಮುಕ್ತಾಯಕ್ಕೆ ಇನ್ನೊಂದು ಮಗ್ಗುಲು

ಇತ್ಲಾಗೆ ಶರ್ಮ ಆರ್ಮಿಗೆ ಸೇರ್ಕಂಡಿದ್ದೇನೋ ಸರಿ, ಹೊಡೆದಾಡಕ್ಕಂತ ಈಸ್ಟ್ ಪಾಕಿಸ್ತಾನಕ್ಕೆ ಹೋಗಿದ್ದೂ ಸರಿ. ಆದರೆ ಇವನು ಸೇರಿದ ಒಂದೇ ತಿಂಗಳಿಗೆ ಯುದ್ಧಾನೇ ಮುಗಿದು ಈಸ್ಟ್ ಪಾಕಿಸ್ತಾನ ಬಾಂಗ್ಲಾದೇಶ ಆಗಿಬಿಡ್ತು. ಆವಾಗ್ಲೇ ಯಾರೋ ಸೀನಿಯರ್ ಕಿವಿಗೆ ಈ ಶರ್ಮ ರ್‍ಯಾಂಕ್ ಹೋಲ್ಡರ್ರು ಅನ್ನಾದು ಬಿದ್ದು ಅನಾಮತ್ತಾಗಿ ಇವನನ್ನ ಡೆಲ್ಲಿಗೆ ಗುಮಾಸ್ತ ಅಂತ ಕಳಿಸಿಬಿಟ್ರು. ಡೆಲ್ಲಿ ಸೇರಿದ್ನೋ ಶರ್ಮ ರೆಕ್ಕೆ ಬಿಚ್ಚಿದ. ಅಲ್ಲಿ ಏನು ಬೇಕೋ ಅದನ್ನೆಲ್ಲಾ ಮಾಡಿದ. ಕುಡಿಯೋಕೆ ಒಂದು ಅಡ್ಡಾ ಹುಡುಕ್ಕೊಂಡ. ದಿನಕ್ಕೊಂದು ಸೂಳೇನ್ನ ಹುಡುಕ್ಕೊಂಡು ಹೊರಟ. ಮಾತೇ ಬೇಡವಾಗಿತ್ತು ಅವನಿಗೆ. ಅದಕ್ಕೇ ಮಾತಾಡದ ಸೂಳೆಗೆ ಇಪ್ಪತ್ತು ರೂಪಾಯಿ ಜಾಸ್ತಿ ಕೊಟ್ಟ. ಮೂರು ವರ್ಷದಲ್ಲಿ ನೂರಿಪ್ಪತ್ತು ಕೇಜಿ ತೂಗಿಬಿಟ್ಟ. ನಿಂತರೆ ಬಾತಿ ಗುಡ್ಡ ನಿಂತ ಹಂಗಾಗ್ತಿತ್ತು. ಯಾವುದಾದರೂ ಸೂಳೇ ಮೇಲೆ ಕವುಚಿ ಮಲಗಿದ ಅಂದ್ರೆ ಬಾತಿ ಗುಡ್ಡ ಅಂಡು ಮೇಲೆ ಮಾಡಿ ಮಲಗಿದ ಹಂಗಾಗ್ತಿತ್ತು. ಹೋದ ಕಡೆಯೆಲ್ಲಾ ತಾನು ಎಕ್ಸ್ ಆರ್ಮಿ, ಡಿಸ್ಕೌಂಟೇನರ ಇದ್ಯಾ ಅಂತ ಕೇಳೇ ತಾನು ಮಾಡಬೇಕಾಗಿದ್ದ ಘನ ಕೆಲಸಕ್ಕೆ ಮುಂದಾಗುತ್ತಿದ್ದ. ಡಿಸ್ಕೌಂಟೇನರಯಿತ್ತೂ ಅಂದ್ರೆ ಅವತ್ತು ಹಬ್ಬ. ಮೂವತ್ತು ಇಸ್ಗಂಡ ತಪ್ಪಿಗೆ ಆ ಸೂಳೆ ಮಗ್ಗಲು ಮುರೀಬೇಕು ಅಥವಾ ಆ ಬಾರ್ ಓನರ್ರು ಸ್ಟಾಕ್ ನೈ ಅಂತ ಇವುನನ್ನ ಹೊರಗೆ ಹಾಕಬೇಕು ಹಂಗಾಗಿಬಿಡ್ತಿತ್ತು. ಕಾಶೀಗೆ ಹೋದ್ರೆ ಪುಣ್ಯ ಬರತ್ತೇಂತ ಯಾರೋ ಹೇಳಿದ್ರು. ಆರ್ಮೀ ಲೆಕ್ಕದಲ್ಲಿ ಟಿಕೇಟಿಲ್ಲದೇ ಕಾಶೀಗೆ ಹೋದ. ವಿಶ್ವನಾಥನ ಸನ್ನಿಧಿಗೆ ಹೋಗಲಿಲ್ಲ. ಬದಲು ಕಾಶಿಯ ಪುಣ್ಯವಂತ ಸೂಳೆಯರ ಹಿಂದೆ ಬಿದ್ದ. ಒಂದೇ ವಾರ, ಕಾಶಿಯ ಸೂಳೆಯರೆಲ್ಲಾ ಸೇರಿ ಇವನಿಗೆ ದುಡ್ಡು ಕೊಟ್ಟು ಮತ್ತೆ ದೆಹಲಿಗೆ ರೈಲು ಹತ್ತಿಸಿದರು.

ಇನ್ನೊಂದೆರಡು ವರ್ಷಕ್ಕೆಲ್ಲಾ ಇದೂ ಬೇಜಾರಾಗಿ ಹೋಗಿಬಿಡ್ತು. ಆರ್ಮೀನಲ್ಲಿ ತನ್ನ ಸರದಿ ಮುಗೀತೋಯಿಲ್ವೋ ದಾವಣಗೆರೆಗೆ ಬಂದು ಬಿಟ್ಟ. ದಾವಣಗೆರೆಗೆ ಕಾಲಿಟ್ಟಾಗಲೇ ತನಗೂ ಮದುವೆಯಾಗಿದೆ ಅನ್ನುವ ನೆನಪಾಗಿದ್ದು. ಕೂಡಲೇ ಕಡಪಾಗೆ ಹೋದ. ಅಲ್ಲಿಂದ ತನ್ನ ಹೆಂಡತೀನ್ನ ಹುಡುಕ್ಕೊಂಡು ಕರ್ನೂಲಿಗೆ ಹೋದ. ಮನೆಗೆ ಹೋಗಲಿಲ್ಲ. ತಾನು ಆರ್ಮಿ ಅಂತ ಹೇಳಿ ಅರ್ಧ ಛಾರ್ಜ್ ಮೇಲೆ ಅದಾವುದೋ ಹೋಟೆಲಲ್ಲಿದ್ದು ಹೆಂಡತೀನ್ನ ಅಲ್ಲಿಗೇ ಕರುಸ್ಕೊಂಡ. ಅವತ್ತೇ ರಾತ್ರಿ ಅವಳ ಜತೆ ದಾವಣಗೆರೆಗೆ ಬಂದುಬಿಟ್ಟ. ಒಂದೇ ತಿಂಗಳು. ದಾವಣಗೆರೆ ಯಾಕೋ ಬೇಡವಾಯಿತು. 'ಬದರೀನಾಥಕ್ಕೆ ನಮ್ಮ ಬಸ್ಸು ಹೋಗ್ತಾಯಿರ್ತದೆ. ಅದಕ್ಕೆ ಒಬ್ಬ ಸೆಕ್ಯೂರಿಟಿ-ಕಮ್-ಕಂಡಕ್ಟರ್ ಬೇಕು, ಊಟ-ತಿಂಡಿ- ಹೋಗಾಬರಾ ಖರ್ಚು ಎಲ್ಲಾ ಬಿಟ್ಟು ತಿಂಗಳಿಗೆ ಐನೂರು ಸಂಬಳ' ಅಂತ ಕಿವಿಗೆ ಬಿದ್ದದ್ದೇ ಹೊರಟುಬಿಟ್ಟ. ಈ ಒಂದು ತಿಂಗಳು ಗಂಡ-ಹೆಂಡತಿ ಇಬ್ಬರೂ ರಾತ್ರಿಗಳನ್ನು ಒಟ್ಟಿಗೆ ಕಳೆದದ್ದೇಯಿಲ್ಲ. ಮೈ ಮುಟ್ಟಿದ್ದೇಯಿಲ್ಲ, ಮನ ತಟ್ಟಿದ್ದೇಯಿಲ್ಲ. ಹಂಗಾಗಿ ಏಕಾಏಕಿ ಗಂಡ ಅನ್ನೋ ಅಪರಿಚಿತ ವ್ಯಕ್ತಿ ತನ್ನ ಸಂಗ ಬಿಟ್ಟಾಗ ಅವಳಿಗೆ ತನ್ನ ಮಗ್ಗುಲು ಖಾಲಿಯಾಯ್ತು ಅನಿಸಲೇಯಿಲ್ಲ. ದಿನಾ ತನ್ನ ಪೆಟ್ಟಿಗೇಲಿದ್ದ ಜಗದೀಶ್‌ಬಾಬು ಫೋಟೋನ್ನ ತೆಗೆದು ನೋಡಿ ಕಣ್ಣಿಗೆ ಒತ್ಕೊಂಡು ತಿರುಗಾ ಪೆಟ್ಟಿಗೇಲಿದ್ದ ತನ್ನ ಸೀರೆ ಮಡಿಕೆಗಳ ನಡುವೆ ಮುಚ್ಚಿಡ್ತಿದ್ಲು. ಆದ್ರೂ ಒಬ್ಬಳೇ ಮನೇಲಿ ಎಷ್ಟೂಂತ ಮಗ್ಗಲು ತಿರುವಬೇಕು...ಹೊತ್ತೇ ಹೋಗ್ತಿರಲಿಲ್ಲ. ಕೆಇಬಿಯಲ್ಲಿ ಟೈಪಿಸ್ಟ್ ಆಗಿ ಸೇರಿದಳು. ಇನ್ನು ಏನು ಪರವಾಗಿಲ್ಲ ಅಂತ ಸರಾಗವಾಗಿ ಉಸಿರಾಡ್ತಾಯಿದ್ದೋಳಿಗೆ ಮತ್ತೆ ಫಕ್ಕಂತ ಉಸಿರು ಸಿಗಾಕ್ಕೊಂಡಿದ್ದೇ ನಾಲ್ಕು ವರ್ಷ ಆದ ಮೇಲೆ. ಗಾಳಿಗೆ ಬಾಗಿಲು ಮತ್ತೆ ಮತ್ತೆ ಬಡ್ಕಳತ್ತಲ್ಲ ಹಾಗೆ, ಹೋದ ಗಂಡ ಮತ್ತೆ ವಾಪಸ್ಸು ಬಂದ. ಮತ್ತೆ ಮನೆ ಬಿಟ್ಟು ಹೋಗಲಿಲ್ಲ, ಆದ್ರೆ ರಾತ್ರಿಯಿಡೀ ಮನೇಲ್ಲಂತೂ ಇರ್ತಿರಲಿಲ್ಲ. ಅದೆಲ್ಲಿಗೆ ಹೋಗ್ತಿದ್ನೋ ಅದೆಲ್ಲಿರ್ತಿದ್ನೋ ಬೆಳಿಗ್ಗೆ ಅನಸೂಯ ಕೆಲಸಕ್ಕೆ ಹೋಗೋ ಹೊತ್ತಿಗೆ ಸರಿಯಾಗಿ ವಾಪಸ್ಸು ಬಂದಿರ್ತಿದ್ದ. ಸಾಯಂಕಾಲ ಅನಸೂಯ ವಾಪಸ್ಸು ಬರೋ ಹೊತ್ತಿಗೆಲ್ಲಾ ಬಟ್ಟೆ-ಬೂಟು ಹಾಕ್ಕೊಂಡು ಅದೆಲ್ಲಿಗೋ ಸುಡುಗಾಡಿಗೆ (ದಿನಾ ಎಲ್ಲಿಗೆ ಹೋಗ್ತೀರಿ ಅಂತ ಒಂದು ದಿನ ಕೇಳಿದ್ದಕ್ಕೆ ಇವನು ಕೊಟ್ಟ ಉತ್ತರ ಅದು) ಹೋಗೋಕೆ ರೆಡಿಯಾಗಿರ್ತಿದ್ದ. ಹಿಂಗಾಗಿ ಗಂಡ ಹೆಂಡತಿ ಮುಖಮುಖ ನೋಡೋ

ಪ್ರಮೇಯಾನೇ ಇರ್ತ್ತಿರ್ಲಿಲ್ಲ. ಇಬ್ಬರಿಗೂ ಸಮಸ್ಯೆ ಅಂದ್ರೆ ಭಾನುವಾರ. ಅವಳಿಗೂ ರಜ. ಸಂಜೆಯಾಗೋತನಕ ಇವನೂ ಮನೇಲೇ ಹೊರಳಾಡಿಕೊಂಡಿರಬೇಕಲ್ಲ. ಇಬ್ಬರೂ ಒಂದು ಅಲಿಖಿತ ನಿಯಮವನ್ನು ಪಾಲಿಸತೊಡಗಿದರು. ಊಟದ ಹೊತ್ತಿಗೆ ಮಾತ್ರ ಅವಳು ಅಡುಗೆಮನೆ ಬಿಟ್ಟು ಹೊರಗೆ ಬರಬೇಕು. ಇವನು ಆ ಇದ್ದ ಒಂದು ರೂಮಿನಿಂದ ಹೊರಗೆ ಬರಬೇಕು. ಊಟ ಮಾಡೋವಾಗ ಮಾತಿಲ್ಲ. ಅವರವರು ಅವರವರಿಗೆ ಬಡಿಸಿಕೋಬೇಕು. ಊಟವಾಯಿತೋ ಮತ್ತೆ ತಮ್ಮ ತಮ್ಮ ಸ್ವಸ್ಥಾನವನ್ನು ಸೇರಿಬಿಡಬೇಕು. ಸಾಯಂಕಾಲಕ್ಕೆಲ್ಲಾ ಅವನು ಬಟ್ಟೆ-ಬೂಟು ಹಾಕಿಕೊಂಡು ಸುಡುಗಾಡಿಗೆ ಹೋಗಲು ತಯಾರಾಗಿರುತ್ತಿದ್ದ. ಒಂದು ದಿನ ಅದೇನನಿಸಿತೊ ಏನೋ, ಅನಸೂಯ ಒಂದು ಪುಟ್ಟ ಮರ್ಫಿ ರೇಡಿಯೋ ತಂದಿಟ್ಟಳು. ಅಂದಿನಿಂದ ಸದ್ದಡಗಿದ್ದ ಮನೆಯನ್ನ ಘಂಟಸಾಲಾ, ಸುಶೀಲಾ, ಜಾನಕಿ ತುಂಬಿಬಿಟ್ಟರು. ಬೆಳಿಗ್ಗೆ ಸುಬ್ಬುಲಕ್ಷ್ಮಿಯಿಂದ ಶುರುಮಾಡಿ ಅನಸೂಯ ಕೆಲಸಕ್ಕೆ ಹೋಗುವ ತನಕ ರೇಡಿಯೋ ಹಾಡೋ ಹಸೆಯನ್ನೋ ಬಡಬಡಿಸುತ್ತಿದ್ದರೆ, ಇವನು ಬಂದ ಕ್ಷಣದಿಂದ ಸಂಜೆ ಬಟ್ಟೆ-ಬೂಟು ಹಾಕಿಕೊಂಡು ಸುಡುಗಾಡಿಗೆ ಹೋಗೋತನಕ ರೇಡಿಯೋದ ಕಿವಿ ತಿರುಗಿಸುತ್ತ ಶಬ್ದ ಮಾಡುತ್ತಾ ಕಾಲ ಕಳೀತ್ತಿದ್ದ. ಸಂಜೆ ಅವಳು ಬಂದ ಮೇಲೆ ಮತ್ತೆ ಚಿತ್ರಗೀತೆಗಳೋ ಶಾಸ್ತ್ರೀಯ ಸಂಗೀತವೋ. ಒಟ್ಟಿನಲ್ಲಿ ದಿನದಲ್ಲಿನ ಹದಿನೆಂಟು ಗಂಟೆಗಳು ರೇಡಿಯೋ ಗಲಾಟೆಯಿಂದ ಮನೆಯೆಲ್ಲ ಗಳಗಳಾಂತಿರ್ರಿತ್ತು. ಗಂಡ ಹೆಂಡತಿ ಹೀಗೆ ಅನ್ಯೋನ್ಯವಾಗಿದ್ದಂಥಾ ಸುಂದರ ಸಮಯದಲ್ಲಿ ಅನುಸೂಯಂಗೆ ಬೆಂಗಳೂರಿಗೆ ವರ್ಗ ಮಾಡಿಬಿಟ್ಟರು. ದಾವಣಗೆರೆಯ ಮನೆಯನ್ನು ಮಾರಿ ಶರ್ಮ ಅಂಬೋ ಗಂಡ ಕೂಡಾ ಬೆಂಗಳೂರಿಗೆ ಹೊರಟು ನಿಂತ. ಅಲ್ಲಿಗೆ ದಾಂಪತ್ಯ ಜೀವನದ ದಾವಣಗೆರೆಯ ಅಧ್ಯಾಯ ಮುಕ್ತಾಯವಾಯಿತು.

ಮುಕ್ತಾಯದ ಅಂತಿಮದಲ್ಲಿ

ಮಾಜಿ ಸೈನಿಕ ಬಿರುದಾಂಕಿತ ಶರ್ಮ, ವಯಸ್ಸಿಗನುಗುಣವಾಗಿ ಬಹುವಚನಕ್ಕೆ ಬಡ್ತಿ ಹೊಂದಿದ್ದರು. ಪ್ರಸ್ತುತ ಬೆಂಗಳೂರಿನ ತಿಲಕನಗರದಲ್ಲಿ ಮೊದಲನೇ ಮಹಡಿಯ ಒಂದು ಮನೆಯಲ್ಲಿ, ತಮ್ಮ ಹೆಂಡತಿಯೊಂದಿಗೆ ಬಾಡಿಗೆಗಿದ್ದಾರೆ. ಶರ್ಮರಿಗೆ ಈಗ ನಲವತ್ತೆಂಟೋ ಐವತ್ತೋ ಇರಬೇಕು. ಸುವರ್ಣಗಡ್ಡೆಯಂತೆ ಗಂಟು ಬಿಕ್ಕೊಂಡೇಯಿದ್ದ ಸಿಡುಕು ಮುಖ. ಆ ಗಂಟಿಕ್ಕಿದ ಮುಖಕ್ಕೆ ತಕ್ಕಂತೆ

ಗಂಟಲು. ವಯಸ್ಸಿಗೂ ನಾಚಿಕೆಯಾಗುವಂತೆ ಬೆಳೆದ ದೇಹ. ಬರೀ ದೇಹ ಮಾತ್ರವಲ್ಲ ಅದರ ಜತೆ ಯಮಶಕ್ತಿ. ಹೀಗೆ ದೇಹ- ಬುದ್ಧಿ-ಧ್ವನಿ ಬಲದಿಂದ ಇಡೀ ತಮ್ಮ ವಠಾರವೇನು, ತಿಲಕನಗರದಿಂದ ಹಿಡಿದು ನೈನ್ತ್ ಬ್ಲಾಕಿನತನಕ ರಾರಾಜಿಸುತ್ತಿದ್ದರು. ಒಂದು ಸಾರಿ ಗಂಟಲು ಬಿಚ್ಚಿದರೂ ಅಂದ್ರೆ ತಿಲಕನಗರವೆಂಬ ತಿಲಕನಗರವೇ ಬೆಚ್ಚಿಬೀಳುತಿತ್ತು. ವಿಚಿತ್ರ ಅಂದ್ರೆ ಅವರು ಮನೆಯಲ್ಲಿ ಹೆಚ್ಚು ಮಾತಾಡಿದ್ದೇಯಿಲ್ಲ. ಅವತ್ತು ಪೋಲೀಸು ಬಂದಾಗ ಆ ಪಕ್ಕದ ಮನೇ ಸುಬ್ರಮಣ್ಯ ಅವರ ಹೆಂಡತಿ ಹೇಳಿದ್ದೂ ಅದನ್ನೇ, 'ಆಯಮ್ಮನ್ನ ನೋಡಿದ್ರೆ ಪಾಪ ಅನ್ನುಸ್ತಿತ್ತು ನೋಡಿ ಸಾ. ನಾಯಾವಾಗ್ಲೂ ಮನೇಲೇಯಿರ್ತೀನಲ್ಲಾ ಹಂಗಾಗಿ ನಂಗೆ ಚೆನ್ನಾಗೊತ್ತು. ಮನೇಲಿ ಯಂತಾ ಗಲಾಟೇನೂ ಇರ್ಲಿಲ್ಲ ಸಾ. ಮನೇಲಿ ಯಾರಾದ್ರೂ ಯಿದಾರೋಯಿಲ್ವೋ ಅನ್ನಂಗಿರ್ತಿತ್ತು ಮನೆ. ಅಲ್ಲಾ ಆ ಗಂಡಾಂಬೋನು ಅವಳತ್ರ ಒಂದಿನಾನಾದ್ರೂ ಮಾತಾಡಿದ್ನೋಯಿಲ್ವೋ ನೋಡೀ ಸಾ. ನಮ್ಮನೇಗೂ ಅವ್ರ ಮನೇಗೂ ಒಂದೇ ಗೋಡೆ ನಡೂಮದ್ಯ. ಹಂಗಾಗಿ ಅತ್ಲಗೆ ಯೇನಾದ್ರೂ ಯಿತ್ಲಗೆ ಕೇಳ್ಲೇಬೇಕು. ದಿನಾಯೆಲ್ಲಾ ಬರೀ ಅವಳು ಮಾತಾಡೋದೆ ಕೇಳ್ತಿತ್ತು. ಮಾತಾಡೋದು ಯೇನ್ಬಂತು, ಗೊಣಗ್ತಿದ್ಲು. ಆಮೇಲೆ ಯಲ್ಲೋ ಒಂದ್ಸಲ ಅವನು ಗುಟುರಿಕ್ತಿದ್ದ, ಹೂಂ ಯಿಲ್ಲಾ ಊಹೂಂ ಅಂತ. ಅದೂ ಹೆಂಗೇ ಅಂತೀರಾ ಸಾ, ಈ ಮಂಚಾನ್ನ ನೆಲದ ಮೇಲೆ ಯಳಿಯಲ್ವಾ ಹಂಗಿರ್ತಿತ್ತು ಅವನು ಮಾತಾಡಿದ್ರೆ. ಅಮೇಲೆ ಅದೇನನ್ನೋ ವಗೀತಿದ್ದ ಅಂತ ಕಾಣತ್ತೆ, ಪಾತ್ರೆಗಳು ಬಿದ್ದಂಗೆ ದಡಲಾಬಡಲಾ ಅಂತ ಗಲಾಟೆನೋ ಗಲಾಟೆ ಸಾ. ಇಲ್ಲೇ ಹೊರಗೆಲ್ಲಾದ್ರೂ ಸಿಕ್ರೆ ಆಯಮ್ಮ ನಗ್ತಿದ್ಲು. ಆಯಪ್ಪ ಮಾತ್ರ ಮಕ ಗಂಟಿಕ್ಕಂಡೇಯಿರ್ತಿದ್ದ. ಪಾಪ ಸಾ ಆಯಮ್ಮ.' ಕೆಳಗಿನ ಮನೇಲಿದ್ದ ಶಂಭುಲಿಂಗೇಗೌಡ 'ಅಯ್ಯೋ ಆ ಸುಟ್ಟ ಮುಸುಡಿಗೇನಾರ ಹೆಂಗಿದೀರಾ ಅಂದ್ರೇ ಕೇದು ಬಿಡಾನಂಗೆ ನೋಡ್ತಾನೆ ಸಾರ್ ಅವನೂ...' ಅಂತ ಹೇಳಿಕೆ ಕೊಟ್ಟಿದ್ದಾನೆ. ಆ ಒಂದು ಮರ್ಫಿ ರೇಡಿಯೋ ಒಂದು ಜೀವನಕ್ಕೆ ಅಂತ್ಯ ಹೇಳಿಬಿಡತ್ತೇಂತ ಯಾರು ಕನಸು ಕಂಡಿದ್ದರು ಹೇಳಿ...

ಗುಪ್ತಸಮಾಲೋಚನೆ

ಅನಸೂಯನ ಜತೆಗೆ ಆ ರೇಡಿಯೋ ಕೂಡಾ ಬೆಂಗಳೂರಿಗೆ ಬಂದುಬಿಟ್ಟಿತ್ತು. ದಾವಣಗೆರೆಯಲ್ಲಿರ ತನಕ ಆಕಾಶವಾಣಿ ಭದ್ರಾವತಿ ಕೇಳ್ತಾಯಿತ್ತು. ಈಗಂತೂ

ಆಕಾಶವಾಣಿ ಬೆಂಗಳೂರು ನಿಚ್ಚಳವಾಯ್ತೋ ಪ್ರತಿ ಭಾನುವಾರ ಬೆಳಿಗ್ಗೆ ಹತ್ತೂವರೆಗೆ ಅದ್ಯಾರೋ ಡಾಕ್ಟರ್ ನಿಜಲಿಂಗಪ್ಪ ಹಳಹಳಿ ನಡೆಸಿಕೊಡುತ್ತಿದ್ದ ಗುಪ್ತಸಮಾಲೋಚನೆ ಅನಸೂಯಳನ್ನು ಎಳಕೊಂಡುಬಿಟ್ಟಿತು. ತನ್ನ ಕೆಲ್ಸಾನೆಲ್ಲಾ ಬದಿಗಿಟ್ಟು ಹತ್ತೂವರೆಗೆ ಕರಾರುವಕ್ಕಾಗಿ ಅನಸೂಯ ರೇಡಿಯೋ ಮುಂದೆ ಕೂತುಬಿಡುತ್ತಿದ್ದಳು. ಅದು ಯಾಕೋ ಏನೋ, ಶರ್ಮ ಕೂಡಾ ಅದೇ ಹೊತ್ತಿಗೆ ಬಂದು ಅಲ್ಲೇ ಮೂಲೇಲಿ ಕೂತುಬಿಡುತ್ತಿದ್ದರು. ಜೀವನದಲ್ಲಿ ನೊಂದ ಹಲವು ಹತ್ತು ಮಹಿಳೆಯರನ್ನು ಡಾ ಹಳಹಳಿಯವರು ಶ್ರೋತೃಗಳ ಮುಂದೆ ಬಿಚ್ಚಿಡುತ್ತಿದ್ದರು. ಅದೊಂದು ರೀತಿಯ ಸಾಂತ್ವನದ ದನಿ ಹಳಹಳಿಯವರದು. ಒಂದು ಅಕ್ಕರೆಯ ತಾಯಿ ಮಗುವಿನ ಜತೆಗೆ ಮಾತಾಡಿದಂಗಿರ್ತಿತ್ತು. ಅಷ್ಟು ಮೃದು, ಸವಿ ಹಳಹಳಿಯವರ ಮಾತುಗಳು. ಅವರೊಂದಿಗೆ ಮಾತನಾಡುತ್ತಾ ಮಾತನಾಡುತ್ತಾ ಅಳ್ಳದೆಯಲ್ಲಿ ಆರಂಭ ಮಾಡಿದ ಅನೇಕ ಮಹಿಳೆಯರು ಕಾರ್ಯಕ್ರಮದ ಕೊನೆಯಲ್ಲಿ ಗಟ್ಟಿ ದನಿಯಲ್ಲಿ ಮನಬಿಚ್ಚಿ ಮಾತನಾಡಿದ ಹಲವು ಸಂದರ್ಭಗಳಿವೆ. ಹಾಗೇ ಮಾತನಾಡುತ್ತಾ ಮಾತನಾಡುತ್ತಾ ಅತ್ತು ಮನ–ಎದೆ ಕರಗಿಸಿಕೊಂಡ ಅನೇಕ ಮಹಿಳೆಯರಿಗೂ ಈ ಕಾರ್ಯಕ್ರಮದಲ್ಲಿ ಕೊರತೆಯಿಲ್ಲ. ಇಲ್ಲಿ ತಮ್ಮ ಮನವನ್ನು ತೆಗೆದಿಟ್ಟ ನಂತರ ಅದೆಷ್ಟೋ ಮಹಿಳೆಯರು ಆತ್ಮಹತ್ಯೆಯ ಗುಂಗಿನಿಂದ ಹೊರಬಂದು ಹೊಸ ಜೀವನವನ್ನೇ ಸಾಧಿಸಿದ್ದಾರಂತೆ. ಅನಸೂಯಳಿಗಂತೂ ಈ ಕಾರ್ಯಕ್ರಮ ಯಾಕೋ ಬಹಳ ಇಷ್ಟವಾಗಿಬಿಟ್ಟಿತು. ತನ್ನಂಗೇ ಇನ್ನೂ ಸಾವಿರಾರು ಮಹಿಳೆಯರು ಇದಾರೆ ಅನ್ನಾದೇ ಆಕೆಗೆ ಸಾಂತ್ವನ ನೀಡುತ್ತಿತ್ತೋ ಏನೋ...ಅದೆಷ್ಟೋ ಸಾರಿ ಅನಸೂಯ ಕೂಡ ಅತ್ತೂಬಿಡುತ್ತಿದ್ಲು. ಅಲ್ಲೇ ಕೂತಿರುತ್ತಿದ್ದ ಶರ್ಮ ಮಾತ್ರ ಅದೇನನ್ನೋ ಗೊಣಗ್ತಲೇಯಿರುತ್ತಿದ್ದರು. ಒಮ್ಮೊಮ್ಮೆ ಅವರ ಗೊಣಗು ಸ್ಪಷ್ಟವಾಗಿರುತ್ತಿತ್ತು, 'ಹಂಗೇ ಆಗಬೇಕು ಬೋಸುಡಿಗೆ ದಿನಾ... ಮಾಡುಸ್ಕೊಳೋಕೆ ಏನಂತೆ ಧಾಡಿ ಅವಳಿಗೆ... ಗಂಡ ಬ್ಯಾಡ ಅಂದ್ರೆ ಯಾಕಿರಬೇಕಂತೆ ಅಲ್ಲೇ ಮತ್ತೆ, ಅವ್ನಿಗೂ ಬುದ್ದಿಲ್ಲ, ನಲ್ವತ್ತು ಬಿಸಾಕಿದ್ರೆ ಇಂಥೋವು ಸಾವ್ರ ಸಿಗ್ತವೆ, ಅದು ಬಿಟ್ಟೂ...' ವಾರದಿಂದ ವಾರಕ್ಕೆ ಆ ಕಾರ್ಯಕ್ರಮವನ್ನು ಕೇಳುತ್ತಾ ಹೋದ ಮೇಲಂತೂ ತಾನೂ ಯಾಕೆ ಒಮ್ಮೆ ಡಾಕ್ಟರ್ ಹಳಹಳಿಯವರನ್ನು ನೋಡಬಾರದೂ ಅನ್ನೋ ಹುಕಿ ಅನಸೂಯಳಲ್ಲಿ ಹೆಚ್ಚಾಗ್ತಾ ಹೋಯಿತು. ಅದೊಂದು ದಿನ ಆಕಾಶವಾಣಿಗೆ ಕಾಗದ ಬರೆದೇಬಿಟ್ಟಳು

ಅನಸೂಯ. ಒಂದೆರಡು ವಾರಗಳು ಕಳೆದರೂ ಡಾಕ್ಟರ್ ಹಳಹಳಿಯವರಿಂದಾಗಲೀ ಆಕಾಶವಾಣಿಯಿಂದಾಗಲೀ ಏನೂ ಉತ್ತರ ಬರಲಿಲ್ಲ. ಪ್ರತಿ ದಿನ ಆಫೀಸಿನಲ್ಲಿ ಉತ್ತರ ಕಾಯುವ ತಳಮಳದಲ್ಲೇ ಬೆಂದುಬಿಡುತ್ತಿದ್ದಳು. ಆ ಜವಾನಂಗಂತೂ ದಿನಕ್ಕೆ 'ಇಪ್ಪತ್ತೆರಡು ಸಾರಿ, ಏನಾರಾ ಕಾಗದಾ ಬಂತಾ' ಅಂತ ಕೇಳಬೇಕು, ಅವನು 'ಇಲ್ಲಾರೀ' ಅನ್ನಬೇಕು ನಡೆದೇಯಿತ್ತು. ಎರಡು ತಿಂಗಳು ಕಳೆದರೂ ಉತ್ತರ ಬರದಾದಾಗ ತನ್ನ ಸಮಸ್ಯೆ ಡಾಕ್ಟರ್ ಹಳಹಳಿಯವರಿಗೆ ಅದೊಂದು ಸಮಸ್ಯೆಯೆಂದು ಅನ್ನಿಸಿಯೇ ಇರಲಿಕ್ಕಿಲ್ಲ ಅನಿಸಿ ಎಲ್ಲವನ್ನೂ ಮರೆತೇಬಿಟ್ಟಳು. ಆದರೆ ಕಾರ್ಯಕ್ರಮವನ್ನು ಕೇಳಲು ಮಾತ್ರ ಮರೆಯುತ್ತಿರಲಿಲ್ಲ. ಅನಸೂಯಳ ಬದುಕಿನಲ್ಲಿ ಎಲ್ಲವೂ ಅಚ್ಚರಿಯ ತಿರುವುಗಳೇ ತಾನೇ...ನಾಲ್ಕು ತಿಂಗಳ ನಂತರ ಒಂದು ಕತ್ತೆ ಕಾಗದದ ಕವರ್ರಿನಲ್ಲಿ ಆಕಾಶವಾಣಿಯ ಮುದ್ರೆ ಹೊತ್ತ ಉತ್ತರ ಬಂದೇಬಿಟ್ಟಿತು. ಬರೋ ಭಾನುವಾರವಲ್ಲ ಅದರ ಆಮೇಲಿನ ಭಾನುವಾರ ಅನಸೂಯ ಆಕಾಶವಾಣಿಯಲ್ಲಿ ಕಾರ್ಯಕ್ರಮಕ್ಕೆ ಹಾಜರಿರಬೇಕು. ತೆಳ್ಳಗೆ ನಡುಗಿಬಿಟ್ಟಳು. ಇಲ್ಲೀವರೆಗೂ ಇದ್ದ ಧೈರ್ಯ ಇದ್ದಕ್ಕಿದ್ದಂಗೇ ಕೈಬಿಟ್ಟಂಗಾಯ್ತು. ಅವರು ಕೇಳುವ ಪ್ರಶ್ನೆಗಳಿಗೆಲ್ಲಾ ತಾನು ಉತ್ತರ ಕೊಡಲು ಸಾಧ್ಯವೇ...ತನ್ನ ಗಂಡ ಅದನ್ನು ಕೇಳಿಬಿಟ್ಟರೆ...

ನಿಗದಿಯಾದ ಭಾನುವಾರದ ಹಿಂದಿನ ಭಾನುವಾರ ಮಧ್ಯಾಹ್ನ ಊಟಕ್ಕೆ ಕೂತಿದ್ದಾಗ, ಸ್ವಗತವೆಂಬಂತೆಯೋ ಅಥವಾ ಗಂಡನಿಗೆ ಕುರಿತಂತೆಯೋ ತುತ್ತನ್ನು ಕೈಲಿ ಹಿಡಿದು, ತಿನ್ನದೇ ತುತ್ತನ್ನೇ ನೋಡುತ್ತಾ ಹೇಳಿಬಿಟ್ಟಳು, 'ಮುಂದಿನ ಭಾನುವಾರ ಅಂಬುಜನ ಮಗನಿಗೆ ತೊಟ್ಲಿಗೆ ಹಾಕ್ತರಂತೆ. ಸೊಲ್ಪ ಸಹಾಯಕ್ಕೆ ಹೋಕ್ತೀನಿ. ಅಡುಗೆ ಮಾಡಿಟ್ಟೇ ಹೋಕ್ತೀನಿ.' ಮಾತು ಮುಗಿಸಿ ತುತ್ತನ್ನು ಕೈಲಿ ಹಿಡಿದೇ ಉತ್ತರಕ್ಕಾಗಿ ಕಾದಳು. ಗಂಡನ ಮುಖ ನೋಡಲಿಲ್ಲ. ಆ ಕಡೆಯಿಂದ ಅದೇನನ್ನೋ ಹರಿದು ತಿಂತಾಯಿರೋ ಸದ್ದು ಬಂತೇ ವಿನಾ ಮಾತು ಬರಲಿಲ್ಲ. ತುತ್ತನ್ನು ಕೈಲಿ ಹಿಡಿದು ಕಾದಳು. ಕಾದಳು. ಅತ್ಲಾಗಿಂದ ಎಲ್ಲ ಸದ್ದು ನಿಂತು ಗಂಡ ಎದ್ದಂಗಾಯ್ತು. ತುತ್ತನ್ನು ತಟ್ಟೆಗೆ ಚೆಲ್ಲಿ ಅನಸೂಯ ಕೂಡಾ ಎದ್ದಳು. ಇನ್ನು ಭಾನುವಾರದವರೆಗೆ ದಿನಗಳನ್ನು ತಳ್ಳಿದರಾಯ್ತು. ತಳ್ಳಿದಳು. ಎಂಟೂವರೆಗೆಲ್ಲಾ ತಯಾರಾಗಿ ಗಂಡಂಗೆ ಒಂದಿಷ್ಟು ಅಡುಗೆ ಮಾಡಿ ಒಂಬತ್ತೂ ಕಾಲಿಗೆ ಮನೆ ಬಿಟ್ಟಳು. ಆಕಾಶವಾಣಿ ತಲುಪಿದಾಗ ಹತ್ತೂವರೆ. ಹೇಳಿದ್ದಕ್ಕಿಂತ ಅರ್ಧ ಗಂಟೆ ಮುಂಚೆ ಬಂದಿದ್ದಳು. ಕೈಲಿದ್ದ ಕಾಗದವನ್ನು

ತೋರಿಸಿದ್ದಕ್ಕೆ ಅಲ್ಲೇ ಇದ್ದ ಕುರ್ಚಿಯನ್ನು ತೋರಿಸಿದರು. ಇನ್ನೈದು ನಿಮಿಷಗಳಿಗೆ ಇನ್ನೂ ಇಬ್ಬರು ಹೆಂಗಸರು ಬಂದು ಅಲ್ಲೇ ಕೂತರು. ನೊಂದ ಮೂರೂ ಮನಗಳು ಮಾತು ಬಿಟ್ಟು ಸುಮ್ಮನೆ ಕೂತವು. ಹನ್ನೊಂದೂ ಐದಕ್ಕೆ ಮೂವರನ್ನೂ ಒಳಗೆ ಕರೆದರು. ಅಲ್ಲೊಂದು ಚಿಕ್ಕ ಕೋಣೆಯಲ್ಲಿ ಮೂವರನ್ನೂ ಕೂರಿಸಿ ಒಬ್ಬರನ್ನು ಒಳಗೆ ಕರೆದರು. ಅನಸೂಯ ಮತ್ತು ಆ ಇನ್ನೊಂದು ಹೆಂಗಸು ತಮ್ಮ ಸರತಿಗಾಗಿ ಕಾದರು. ಹತ್ತೇ ನಿಮಿಷ ಅನಸೂಯಳಿಗೆ ಕರೆ ಬಂತೋ ಒಮ್ಮೆ ನಡುಗಿದಳು. ತಾನು ಮಾಡುತ್ತಿರುವುದು ಸರಿಯೇ...ತನ್ನ ಗಂಡನ ವಿರುದ್ಧದ ಪಿತೂರಿಯಲ್ಲವೇ ಇದು... 'ಬನ್ನೀಮ್ಮಾ ತಡ ಆಗ್ತಾಯಿದೆ' ಅಂತ ಯಾರೋ ಎಚ್ಚರಿಸಿದಾಗ ಎದ್ದು ಒಳನಡೆದಳು. ಒಳ ಅಡಿಯಿಟ್ಟ ಅನಸೂಯ ನಿಂತೇಯಿದ್ದಳು.

'ಕೂಡ್ರೀ...' ಒಂತರಾ ಒರಟು ದನಿ ಬಂದ ಕಡೆ ನೋಡಿದಳು. ಪುಟ್ಟ ಬೊಂಬೆಯಂತಹ ವ್ಯಕ್ತಿ. ಹತ್ತಿಯ ಹಾಗೆ ಮೃದುವಾಗಿರಬೇಕು. ಅರೆ ಬಕ್ಕ ತಲೆಗೆ ಸುಮಾರು ಅರುವತ್ತಾಗಿರಬೇಕು. ಉದ್ದುದ್ದ ಬೆರಳುಗಳು. ಕೆಂಪಿದ್ದ ತುಟಿಗಳು. ಮತ್ತೊಮ್ಮೆ ಹೇಳಿತು ಆ ವ್ಯಕ್ತಿ 'ಕೂಡ್ರೀ...' ಕೂತಳು. ಆ ವ್ಯಕ್ತಿ ಎದ್ದು ಬಂದು ಇವಳೆದುರಿನ ಕುರ್ಚಿಯಲ್ಲಿ ಕೂತು 'ನಾನು ಹಳಹಳಿ' ಎಂದು ಕೈಲಿದ್ದ ಫೈಲನ್ನು ತೆಗೆದು 'ನೀವು ಮಂಗತಾಯಮ್ಮ ಹೌದಿಲ್ಲೋ, ಗಂಡ ಬಾಳಾ ಕ್ರೂರಿ, ವದೀತಿರ್ತಾನೆ ಯಾವಾಗ್ಲೂ ಹೌದಿಲ್ಲೋ...'

ಏನಂತಾಳೆ ಅನಸೂಯ, ಹೆಸರು ಬದಲಿಮಾಡಿದರೆ ಹೋಗಲಿ, ಗಂಡನ್ನೇ ಬದಲಿ ಮಾಡಿದರೇ...

'ಇಲ್ಲ ಸಾ, ಮಂಗತಾಯಮ್ಮ ಆಮೇಲೆ. ಇವರು ಅನಸೂಯ ಅಂತ.' ಅಲ್ಲಿದ್ದ ಹಳಹಳಿ ಸಹಾಯಕಿ ಹೇಳಿದ್ಲು. 'ಓಹ್ ಸ್ಸಾರಿ' ಅಂತಂದು ಹಳಹಳಿ ಪುಟ ತಿರುವಿದರು. 'ಹಾಂ ಅನಸೂಯ. ಸರಿ ನಿಮ್ಮ ಕತಿ ಹೇಳಿ' ಅಂತ ಅನಸೂಯಳಿಗೆ ಹೇಳಿ 'please make a note' ಅಂತ ಆ ಹಿಂದೆ ನಿಂತಿದ್ದವಳಿಗೆ ಹೇಳಿದರು. ಅನಸೂಯ ತನ್ನೆಲ್ಲ ಜೀವನವನ್ನು ಬಿಚ್ಚಿದಳು. ಅವಳ ಜೀವನದ ಮೂರೂವರೆ ದಶಕಗಳು ಹದಿನೇಳು ನಿಮಿಷಗಳ ಕತೆಯಾಗಿತ್ತು. ಅವಳು ಮಾತು ಮುಗಿಸುವ ತನಕ ಯಾರೂ ಮಾತನಾಡಲಿಲ್ಲ. ಕತೆ ಮುಗಿಯಿತೋ ಒಂದರೆ ಕ್ಷಣ ಹಳಹಳಿಯವರು ಗಲ್ಲಕ್ಕೆ ಕೈಯ್ಯಿಟ್ಟು ಸುಮ್ಮನೆ ಕೂತುಬಿಟ್ಟರು. ಆಮೇಲೆ ಸದ್ದಿಲ್ಲದೆ

ಬಲಗೈ ಚಾಚಿದರು. ಥಟ್ಟನೇ ಹಿಂದೆ ಕೂತಿದ್ದ ಆ ಹೆಣ್ಣು ತಾನು ಬರೆದುದನ್ನೆಲ್ಲಾ ಹಳಹಳಿಯವರ ಕೈಗಿತ್ತಳು. ಎಲ್ಲವನ್ನೂ ಓದಿ 'Quite interesting. ಒಂದ್ಕೆಲ್ಸ ಮಾಡಣ. ಅನಸೂಯ ಕೇಸ್‌ನ ಮದಲು ತಗಳಣ. ಇಂಟರೆಸ್ಟಿಂಗ್ ಆಗಿದೆ. ಜನ ಕೇಳ್ತರೆ. ಅದೂ ಅಲ್ದೆ ವೆರೈಟಿ ಇರ್ತದೆ. First time we are facing this kind of a case. It is quite challenging. ಆ ಎರಡು ಕೇಸ್‌ಗಳಂತೂ ನಾರ್ಮಲ್. ಗಂಡ ಹೆಂಡತಿಗೆ ಹೊಡಿಯಾದು ಹೆಂಡತಿ ನಮ್ಮತ್ರ ಬಂದು ಅಳಾದು ಎಲ್ಲಾ ನಾರ್ಮಲ್. This case is quite interesting. Let us begin the episode with this case' ಅಂತ ಆ ಹೆಣ್ಣಿಗೆ ಹೇಳಿ 'ನೀವು ಹೊರಗೆ ಕೂದ್ರೀ. ನಾವು ಮತ್ತೆ ಕರೀತೀವಿ. ನೀವೇನು ಮಾಡಬೇಕು ಅನ್ನೋದನ್ನ ಈಕೆ ನಿಮಗೆ ಹೇಳ್ತಾಳೆ' ಅಂತ ಅನಸೂಯಳಿಗೆ ಹೇಳಿ ಎದ್ದು ನಡೆದೇಬಿಟ್ಟರು ಹಳಹಳಿ. ಅನಸೂಯ ಎದ್ದ ಹೊರನಡೆದಂತೆ ಅವಳನ್ನು ಹಿಂಬಾಲಿಸಿ ಆಕೆ ಕೂಡಾ ಹೊರಬಂದಳು. ಅನುಸೂಯಾಳನ್ನು ಒಂದೆಡೆ ಕೂರಿಸಿ ಅವಳ ಮುಂದೆ ತಾನು ಕೂತಳು. 'ಸಕತ್ತಾಗಿದೆ ನಿಮ್ಮ ಹಿಸ್ಟರಿ. ನೀವಿನ್ನೂ ನಿಮ್ಮ ವಾಯ್ಸ್‌ನ ಮೆತ್ತಗೆ ಮಾಡ್ಕೋಬೇಕು. ಈಗ ನೀವು ಡಾಕ್ಟರ್ ಮುಂದೆ ಮಾತಾಡಿದ್ದೂ ಗಟ್ಟಿಯಾಯ್ತು. ನಿಮಗೆ ಅಳಬೇಕೂ ಅನಿಸಿದ್ರೆ ಅತ್ತುಬಿಡಿ. ಇಫೆಕ್ಟೀವ್ ಆಗಿರ್ತದೆ. ಫಸ್ಟಿಗೇ ಡಾಕ್ಟರು ಒಂದು ಸಣ್ಣ ಇಂಟ್ರೋ ಕೊಡ್ತಾರೆ. ಅಮೇಲೆ ನಿಮ್ಮ ಪರಿಚಯ ಮಾಡಿಕೊಡ್ತರೆ. ಅಮೇಲೆ ಒಂದು ಸಣ್ಣ ಬ್ರೇಕು. ಮತ್ತೆ ಮ್ಯೂಸಿಕ್ಕು. ಆಮೇಲೆ ಒಂದು ನಿಮಿಷ ಡಾಕ್ಟರು ಮಾತಾಡ್ತರೆ. ಆಮೇಲೆ ನಿಮ್ಮುನ್ನ ಕೇಳ್ತರೆ. ಅಲ್ಲೀತಂಕ ನೀವು ಮಾತಾಡಬಾರದು. ಯದುರ್ಗೆ ಕೂತಿರಬೇಕು. ಅವರು ಅಮ್ಮಾ ನಮಸ್ಕಾರ ಅಂತ ನಿಮ್ಮುನ್ನ ನೋಡಿ ಹೇಳೋತಂಕ ನೀವು ಕೂತಿರಬೇಕು. ತಿಳೀತಾ. ಶುರಾಗೋ ಹೊತ್ತಿಗೆ ನಾನು ಕರೀತೀನಿ. ಹೆದರಬೇಡ್ರೀ, ನಿಮ್ಮ ಊರನ್ನ ಬೇಕೂಂತ್ಲೇ ಬದಲು ಮಾಡಿಬಿಡ್ತೀವಿ. ನಿಮ್ಮ ವಾಯ್ಸ್ ಕೂಡಾ ನಿಮ್ಮದರಂಗಿರಲ್ಲ. ಯಾರ್ಗೂ ನೀವೇ ಅಂತ ಅನುಮಾನ ಬರಲ್ಲ. ಅದಕ್ಕೇ ಡಾಕ್ಟರು ಇದಕ್ಕೆ ಗುಪ್ತಸಮಾಲೋಚನೆ ಅಂತ ಕರಿಯಾದು' ಅಂದು ಆಕೆ ಹೋದಳು. ಮತ್ತೆ ಮುಂದಿನ ಅರ್ಧ ಗಂಟೆಗೆಲ್ಲಾ ಅನಸೂಯ ಸದ್ದನ್ನು ಅಡಗಿಸಿಟ್ಟಿದ್ದ ಒಂದು ಗಾಜಿನ ಪರದೆಯ ಹಿಂದಿದ್ದ ಕೋಣೆಯಲ್ಲಿ ಕೂತಿದ್ದಳು. ಎದುರಿಗೆ ಡಾಕ್ಟರ್ ನಿಜಲಿಂಗಪ್ಪ ಹಳಹಳಿ. ಎದುರಿದ್ದ ಮೈಕನ್ನೇ ನೋಡುತ್ತಿದ್ದರು. ಅದೆಲ್ಲಿತ್ತೋ ಒಂದು ದನಿ ಕೇಳಿಬಂತು 'ರೋಲಿಂಗ್...'

ಡಾಕ್ಟರ್ ನಿಜಲಿಂಗಪ್ಪ ಹಳಹಳಿ ಶುರುಮಾಡಿದರು. 'ನಮಸ್ಕಾರ ಶ್ರೋತೃಗಳಿಗೆ. ಈ ವಾರದ ಗುಪ್ತಸಮಾಲೋಚನೆಗೆ ನಿಮಗೆಲ್ಲಾ ಸ್ವಾಗತ.' ಹತ್ತಿಯನ್ನು ತಿಳಿ ಜೇನಿನಲ್ಲಿ ಅದ್ದಿ ತೆಗೆದಂತಿತ್ತು. ಇಷ್ಟು ಹೊತ್ತಿನವರೆಗೆ ತನ್ನ ಜತೆ ಮಾತಾಡಿದ್ದು ಇದೇ ವ್ಯಕ್ತಿಯೇನು ಅನಿಸಿಬಿಟ್ಟಿತು ಅನಸೂಯಳಿಗೆ. 'ಎಂದಿನಂತೆ ಇಂದೂ ಬದುಕಿನಲ್ಲಿ ಜರ್ಝರಿತರಾಗಿಯೂ ಜೀವನಕ್ಕೆ ಬೆನ್ನು ಹಾಕದೇ ಎದುರಿಸಿನಿಂತ ಮೂವರು ಧೀರ ಮಹಿಳೆಯರನ್ನು ನಿಮಗೆ ಪರಿಚಯ ಮಾಡಿಸುತ್ತಿದ್ದೇವೆ. ಅವರ ಸಮಸ್ಯೆಗಳ ಮೂಲಕ ನಿಮ್ಮೊಂದಿಗೆ ನೇರವಾಗಿ ಮಾತನಾಡುತ್ತೇವೆ. ಅವರು ಬಾಳಿ ಬದುಕಿದ ರೀತಿ ನಿಮಗೆ ಆಸರೆಯಾದರೆ ಅದೇ ಈ ಕಾರ್ಯಕ್ರಮದ ಸಾರ್ಥಕತೆ. ಇಂದಿನ ಈ ಮೂವರು ಮಹಿಳೆಯರು ಬಾಳಿ ಬದುಕುತ್ತಿರುವ ರೀತಿ ಅನನ್ಯವಾದುದು. ಮೂವತ್ತು ವರ್ಷಗಳಿಂದ ತನ್ನ ಗಂಡನ ಜತೆಗೆ ಸಂಸಾರ ಮಾಡಿದ್ದರೂ ಇಲ್ಲೀವರೆಗೂ ಮಾತನಾಡದ, ಜೀವನವನ್ನು ಹಂಚಿಕೊಳ್ಳಲಾಗದ ಒಂದು ಹೆಣ್ಣಿನ ಕತೆ ಒಂದು ಕಡೆಯಾದರೆ ದಿನದ ಇಪ್ಪತ್ತು ಗಂಟೆಗಳು ದುಡಿದು ತಂದು ತನ್ನ ಗಂಡನ ಸಕಲ ಷೋಕಿಗಳಿಗೆ ತನ್ನ ದುಡಿತವಿರಲಿ ತನ್ನ ಬದುಕನ್ನೇ ಮುಡಿಪಾಗಿಟ್ಟ ಹೆಣ್ಣಿನ ಕತೆ ಇನ್ನೊಂದು ಕಡೆ. ಶ್ರೋತೃಗಳೇ ನೀವು ನಂಬುತ್ತೀರೋ ಇಲ್ಲವೋ, ಈ ಹೆಣ್ಣುಮಗಳು ತನ್ನ ಸೊಂಟದ ಮೇಲಿನ ಸಾಲುಸಾಲು ಬರೆಗಳನ್ನು ತೋರಿಸಿದಾಗ ಮಾನವನ ಕ್ರೌರ್ಯಕ್ಕೆ ಕೊನೆಯಿಲ್ಲವೇ ಅನಿಸಿಬಿಟ್ಟಿತು. ನಾಕು ಮಕ್ಕಳನ್ನು ಕೊಟ್ಟ ಹೆಂಡತಿಯನ್ನು ನೋಡಿಕೊಳ್ಳುವ ಪರಿ ಇದೆಯೇನು ಅನಿಸಿಬಿಟ್ಟಿತು. ನನ್ನ ಕಣ್ಣುಗಳಂತೂ ಹನಿಯಿಟ್ಟಿತು...' ಅನಸೂಯ ನೋಡುತ್ತಲೇಯಿದ್ದಳು, ಸದ್ದಿಲ್ಲದೆ. ಹಳಹಳಿಯವರ ದನಿ ತೇವವಾಗಿತ್ತು. ಕಣ್ಣುಗಳು ಮಾತ್ರ ಕಠೋರವಾಗಿ ಎದುರಿದ್ದ ಮೈಕನ್ನೇ ನೋಡುತ್ತಿದ್ದವು. ಆ ದನಿಗೂ ಆ ಕಣ್ಣುಗಳಿಗೂ ಸಂಬಂಧವೇಯಿಲ್ಲವೇನೋ ಅನಿಸಿಬಿಟ್ಟಿತು ಆಕೆಗೆ. 'ಇದು ಮನುಷ್ಯತ್ವ ಮರೆತ ಮೃಗ ಮಾತ್ರ ಮಾಡಬಲ್ಲಂತಹ ಹೀನ ಕೃತ್ಯ ಅನ್ನೋದ್ರಲ್ಲಿ ಯಾವ ಸಂದೇಹವೂ ಇಲ್ಲ. ಗಂಡಸು ಹೀಗೆ ಮನುಷ್ಯತ್ವವನ್ನು ಮರೆಯುವುದೆಂದರೆ ಇದು ಯಾವ ಸಂಸ್ಕೃತಿ ಹೇಳಿ. ಕೈಹಿಡಿದು ಜತೆಯಲ್ಲಿ ಸಪ್ತಪದಿಯಿಟ್ಟ ಸಂಗಾತಿಯೊಂದಿಗೆ ವ್ಯವಹರಿಸುವ ಪರಿಯಿದೇನಾ. ಅಲ್ಲಾ ಈ ಹೆಣ್ಣುಮಕ್ಕಳು ಇಂತಹ ಸಾವಿರಾರು ಹೆಣ್ಣುಮಕ್ಕಳ ನೋವಿಗೆ ಒಂದು ಅಂತ್ಯವೇ ಇಲ್ಲವೇ. ಇನ್ನೂ ಅದೆಷ್ಟು ಕರುಳು ಕಿತ್ತುವ ಕಥೆಗಳನ್ನು ಕೇಳಬೇಕಿದೆಯೋ ಈ

ಪಾಪಿ ಜೀವ...' ಡಾ ಹಳಹಳಿ ಬಿಕ್ಕಿದರು. ಬಿಕ್ಕುತ್ತಲೇ ಎದುರಿದ್ದ ಕಾಗದಗಳ ಮೇಲೆ ಕಣ್ಣಾಡಿಸುತ್ತಿದ್ದರು. ಆಗೊಮ್ಮೆ ಅನಸೂಯಳತ್ತ ನೋಡಿದಾಗ ಬಿಕ್ಕುತ್ತಲೇ ಕಣ್ಣುಮಿಟಿ ಮುಗುಳ್ನಕ್ಕರು. ದನಿಯಲ್ಲಿ ಮಾತ್ರ ಅದೊಂದು ರೀತಿಯ ಆರ್ದ್ರತೆಯಿತ್ತು. 'ಬನ್ನಿ. ಇಂದಿನ ಮೊದಲ ಧೀರ ಮಹಿಳೆಯನ್ನು ಭೇಟಿ ಮಾಡೋಣ. ನಮಸ್ಕಾರ ತಾಯಿ...' ಥಳ್ಳನೆ ಕಣ್ಣಲ್ಲಿ ನೀರುಕ್ಕಿತು ಅನಸೂಯಳಿಗೆ. ಇವತ್ತಿನ ತನಕ ತನ್ನನ್ನು ಈ ರೀತಿ ಮರ್ಯಾದೆ ಕೊಟ್ಟು ಮಾತನಾಡಿರಲಿಲ್ಲ ಯಾರೂ. ಕೈ ಮುಗಿದಳು. 'ಒಂದು ಐದು ನಿಮಿಷಗಳಲ್ಲಿ ನಿಮ್ಮ ನೋವನ್ನು ನಮ್ಮ ಶ್ರೋತೃಗಳಿಗೆ ಹೇಳಿಬಿಡಿ.' ಒಮ್ಮೆ ಉಸಿರನ್ನು ಎಳೆದುಕೊಂಡು ಅನಸೂಯ ತನ್ನ ಕಥೆಯನ್ನು ಬಿಚ್ಚತೊಡಗಿದಳು. ಆದರೆ ಯಾರಿಗೆ...ಎದುರಿದ್ದ ವ್ಯಕ್ತಿಯಂತೂ ತನ್ನೆದುರಿಗಿದ್ದ ಹಲವಾರು ಕಾಗದಗಳಲ್ಲಿ ಮುಳುಗಿಹೋಗಿದ್ದ. ಅದನೇನನ್ನೋ ಬರೆದುಕೊಳ್ಳುತ್ತಿದ್ದ. ಯಾಕೋ ಎಲ್ಲ ನಾಟಕೀಯ ಅನಿಸಿಬಿಟ್ಟಿತು. ನಿಲ್ಲಿಸಿ ಬಿಟ್ಟಳು. ಹಳಹಳಿ ತಲೆಯೆತ್ತಿ ನೋಡಿದರು. ನಿಲ್ಲಿಸಿದ್ದು ಯಾಕೆ ಎಂದು ಕೇಳುವಂತೆ ಹುಬ್ಬುಗಳು ಗಂಟಿಕ್ಕಿಕೊಂಡಿದ್ದವು. ಟೈಮಿಲ್ಲ ಅನ್ನೋಹಾಗೆ ಕೈಗಡಿಯಾರವನ್ನು ತಟ್ಟಿ ತೋರಿಸಿದ್ರು. ಆದರೆ ಅವರ ದನಿ ಒಂದಿಷ್ಟೂ ಬದಲಾಗಿರಲಿಲ್ಲ, ಅದರಲ್ಲಿನ ಆರ್ದ್ರತೆ ಕೂಡಾ. 'ನೆನಪುಗಳು ತಮಗೆ ಬಹಳ ತೊಂದರೆ ಕೊಡುತ್ತಿರಬೇಕು. ನಂಗೂ ಅರ್ಥವಾಗತ್ತೆ ತಾಯಿ ಅದು. ಶ್ರೋತೃಗಳೇ, ನಿಮಗೂ ಈ ಹೆಣ್ಣು ಮಗುವಿನ ಕಷ್ಟ ಅರ್ಥವಾಗಿರಬೇಕಲ್ಲ. ತಾನು ಪಟ್ಟ ಒಂದೊಂದು ಪಾಡನ್ನೂ ನೆನಪಿನ ಪಟಲದ ಮೇಲೆ ತಂದುಕೊಂಡಾಗ ಅದೆಂತಹ ವೇದನೆಯಾಗುತ್ತಿರಬೇಕು. ತಾಯಿ, ನೀವು ಮುಂದುವರೆಸಿ...' ಅದೇ ಹುಬ್ಬುಗಂಟಿಕ್ಕಿದ ಮುಖದಲ್ಲಿ ಮುಂದುವರೆಸು ಎನ್ನುವಂತೆ ಸನ್ನೆ ಮಾಡಿದರು ಹಳಹಳಿ. ಅನಸೂಯ ಒಮ್ಮಿಗಿಲೇ ಮಾತು ಬಂದವಳಂತೆ ಶುರು ಮಾಡಿದಳು. ಆ ವ್ಯಕ್ತಿ ಮತ್ತೆ ತನ್ನ ಬರವಣಿಗೆಯಲ್ಲಿ ಮುಳುಗಿಹೋಗಿತ್ತು. ಅನಸೂಯ ಮಾತನಾಡುತ್ತಲೇಯಿದ್ದಳು. ಕಾಣದ ಜನರೆದುರು ತನ್ನ ಜೀವನವನ್ನು ಬಿಚ್ಚಿಡತೊಡಗಿದ್ದಳು. ಥಟ್ಟನೆ ಹಳಹಳಿ ಗಡಿಯಾರ ನೋಡಿಕೊಂಡರು. ಅಸಹನೆಯಿಂದ ನಿಲ್ಲಿಸು ಎನ್ನುವಂತೆ ಸನ್ನೆ ಮಾಡಿದರು. ಅನಸೂಯ ಥಟ್ಟನೆ ನಿಲ್ಲಿಸಿದಳು. ಇನ್ನೂ ತಾನು ಪೂರ್ತಿ ಹೇಳಿಕೊಂಡಿಲ್ಲ ಅನಿಸಿತು. ಏನೋ ಕೇಳಲು ಬಾಯಿ ತೆರೆದಳು. ಹಳಹಳಿ ತುಟಿಯ ಮೇಲೆ ಬೆರಳಿಟ್ಟು ಸುಮ್ಮನಿರುವಂತೆ ಹೇಳಿದರು.

‘ಅಮ್ಮ, ನೀವು ಬಿಜಾಪುರದವರು ಹೌದಲ್ಲ...’

‘ಹೂಂ.’

‘ನೀವು ಹೇಳಿದ ನಿಮ್ಮ ಕಥೆ ಪ್ರಕಾರ ನಿಮಗೆ ನೀವು ಹದಿನಾರು ವರ್ಷ ಆಗಿದ್ದಾಗ ಮದುವೆಯಾಗತ್ತೆ..’

‘ಹೂಂ.’

‘ನಿಮ್ಮ ಮದುವೆಯಾದ ಮಾರನೆ ದಿನಾನೇ ನಿಮ್ಮ ಗಂಡ ನಿಮ್ಮನ್ನು ಬಿಟ್ಟು ಹೋಗ್ತಾರೆ.’

‘ಹೂಂ.’

‘ನೀವೇ ಹೇಳಿದ ಪ್ರಕಾರ ಅವರು ಆರ್ಮಿಗೆ ಸೇರಿಕೋತಾರೆ.’

‘ಹೂಂ.’

‘ಮತ್ತೆ ಅದೆಷ್ಟೋ ವರ್ಷಗಳ ನಂತರ ನಿಮ್ಮ ಗಂಡ ಮತ್ತೆ ನಿಮ್ಮ ಹತ್ತಿರ ಬರ್‍ತಾರೆ.’

‘ಹೂಂ.’

‘ಒಂದೈದಾರು ತಿಂಗಳು ಅಂತ ನೀವು ಹೇಳ್ತೀರ. ಐದಾರು ತಿಂಗಳ ನಂತರ ಮತ್ತೆ ನಿಮ್ಮ ಗಂಡ ನಿಮ್ಮನ್ನು ಬಿಟ್ಟು ಅದೆಲ್ಲಿಗೋ ಹೋಗ್ತಾರೆ.’

‘ಹೂಂ.’

‘ನಾಲ್ಕು ವರ್ಷ ಆದ ಮೇಲೆ ನಿಮ್ಮ ಗಂಡ ಮತ್ತೆ ಬರ್‍ತಾರೆ.’

‘ಹೂಂ.’

‘ಅಲ್ಲಿಂದ ಇಲ್ಲೀವರೆಗೂ ನೀವಿಬ್ಬರೂ ಒಟ್ಟಿಗೇ ಇದೀರ.’

‘ಹೂಂ.’

‘ಮನಸ್ಸುಗಳು ಬೇರೆ ಬೇರೆಯಾಗಿವೆ. ಮೈ ಬೇರೆ ಬೇರೆಯಾಗಿವೆ. ಆದರೂ ಒಟ್ಟಿಗೆ ಇದ್ದೀರ.’

‘ಹೂಂ.’

‘ಇಷ್ಟು ವರ್ಷಗಳಲ್ಲಿ ಅದರಲ್ಲೂ ಅವರು ನಿಮ್ಮಿಂದ ದೂರವಾಗಿದ್ದ ಸಮಯದಲ್ಲಿ ಅವರು ನಿಮಗೆ ಏನಾರ ಕಾಗದ ಬರೆದಿದ್ರಾ?’

‘ಇಲ್ಲ.’

'ಒಂದಿನಾನೂ ಇಲ್ವಾ...'

'ಇಲ್ಲ.'

'ಡೈವೋರ್ಸ್ ಮಾಡಬೇಕೂ ಅಂತ ನೀವಿಬ್ಬರೂ ಯಾವತ್ತಾದ್ರೂ ಮಾತಾಡಿಕೊಂಡಿದ್ರಾ...'

'ಇಲ್ಲ.'

'ನಿಮಗೆ ಮದುವೆಯಾದ ಹೊಸತರಲ್ಲಿ ಅಂದರೆ ಸುಮಾರು ಇಪ್ಪತ್ತೇಳು ವರ್ಷಗಳ ಹಿಂದೆ ನೀವು ಒಂದು ಪ್ರೇಮ ಪ್ರಸಂಗದಲ್ಲಿ ಸಿಗಾಕ್ಕೊಂಡ್ರಿ.'

'ಹೂಂ.'

'ನೀವು ಆ ನಿಮ್ಮ ಪ್ರೇಮಿಯನ್ನು ಉತ್ಕಟವಾಗಿ ಪ್ರೇಮಿಸ್ತಾಯಿದ್ರಿ.'

ಅನಸೂಯಳಿಗೆ ಉತ್ಕಟ ಅಂದರೇನು ಅಂತ ಗೊತ್ತಿಲ್ಲ. ಸುಮ್ಮನೆ ನೋಡಿದಳು.

'ಅಂದ್ರೆ ತುಂಬಾ ಪ್ರೀತಿಸ್ತಾಯಿದ್ರಾ ಅಂತ.'

'ಹೂಂ.'

'ಅಂದ್ರೆ ನಿಮ್ಮ ಗಂಡಂಗಿಂತಾ ಹೆಚ್ಚಾಗೆ ಪ್ರೀತಿಸ್ತಾಯಿದ್ರಾ..?'

'ಹೂಂ'

'ಒಂದು ಮಾತು ಹೇಳೀಮ್ಮ. ನಿಮ್ಮ ಆ ಪ್ರೇಮ ಪ್ರಕರಣ ನಿಮ್ಮ ಗಂಡಂಗೆ ಗೊತ್ತಾಗಿದ್ಯಾ ಅಂತ ನಿಮಗೆ ಯಾವತ್ತಾದ್ರೂ ಸಂಶಯ ಬಂದಿತ್ತಾ...'

'ಒಂದೊಂದ್ಸಲ ಅನ್ನುಸ್ತಿತ್ತು.'

'ಅವರು ನಿಮ್ಮ ಜತೆ ಮಾತೇ ಆಡ್ತಾಯಿರ್ಲಿಲ್ಲ ಅಂದ್ರಿ. ನೋಡಿ, ಸಾಮಾನ್ಯವಾಗಿ ಗಂಡಸರು ಹೆಚ್ಚು ಮಾತಾಡೋಲ್ಲ. ಯಾಕೇಂದ್ರೆ ಬಿಗುಮಾನ ಅನ್ನೋದು ಅವರ ಹುಟ್ಟುಗುಣ. ಅದೇ ಅವರ ವೀಕ್‌ನೆಸ್ಸು. ಚಂಚಲ ಸ್ವಭಾವದ ಗಂಡಸರು ತಂತಮ್ಮ ವೀಕ್‌ನೆಸ್ಸುಗಳನ್ನು ಮುಚ್ಚಿಡೋಕೆ ಓವರ್‌ಆ್ಯಕ್ಟ್ ಮಾಡ್ತಾರೆ. ಮೈಯ್ಯಲ್ಲಿ ತಾಕತ್ತಿಲ್ಲದಿದ್ರೂ ತಾವು ದೊಡ್ಡ ಪೈಲ್ವಾನ ಅನ್ನೋ ಥರ ಆಡ್ತಾರೆ. ನಿಮ್ಮ ಪ್ರೇಮ ಪ್ರಕರಣ ನಿಮ್ಮ ಗಂಡನಿಗೆ ಗೊತ್ತಾಗಿಬಿಟ್ಟಿದೆ. ತನ್ನ ಸ್ಥಿತಿ ಬಗ್ಗೆ ತನಗೆ ಜಿಗುಪ್ಸೆ ಬಂದಿದೆ. ಹಾಗಾಗಿ ಅವರು ನಿಮ್ಮೊಂದಿಗೆ ಮಾತಾಡೋಕೆ ಹೋಗಲಿಲ್ಲ.'

'ಇರಬಹುದು...' ಅನಸೂಯ ಮಾತನಾಡಿದ್ದು ಅವಳಿಗೇ ಕೇಳಲಿಲ್ಲ.

'ಗಟ್ಟಿಯಾಗಿ ಹೇಳಿ ತಾಯಿ. ನಿಮ್ಮ ಮಾತುಗಳನ್ನು ನಮ್ಮ ಶ್ರೋತೃಗಳು

ಕೇಳಿಸಿಕೊಳ್ಳಬೇಕು. ಅವರಿಗೂ ನಿಮ್ಮ ಹಾಗೆ ಮಾತನಾಡಲು ಧೈರ್ಯ ಬರಬೇಕು.'

'ಇರಬಹುದು' ಸ್ವಲ್ಪ ಗಟ್ಟಿಯಾಗಿ ಹೇಳಿದಳು. ಆದರೆ ದನಿಯಲ್ಲಿ ನಂಬಿಕೆಯಿರಲಿಲ್ಲ.

'ನಿಮ್ಮ ಗಂಡ ಯಾವಾಗ್ಲೂ ಗುಮ್ಮಂತಯಿರ್ತಾಯಿದ್ರೂ ಅಂತೀರ. ಅದಕ್ಕೂ ಕಾರಣಯಿದೆ. ನಿಮ್ಮನ್ನು ಅವರು ಮದುವೆಯಾದಾಗ ಇನ್ನೂ ಇಪ್ಪತ್ತಿರಬೇಕು. ಹುಡುಗಾಟದ ವಯಸ್ಸು ಅದು. ಸಾಮಾನ್ಯವಾಗಿ ಆ ವಯಸ್ಸಿನಲ್ಲಿ ಗಂಡಸಿಗೆ ತನ್ನ ಬಗ್ಗೆ ತನಗೇ ಸರಿಯಾಗಿ ಗೊತ್ತಿರಲ್ಲ. ಜೊತೇಲಿ ನಿಮ್ಮ ಪ್ರೇಮ ಪ್ರಕರಣ ಅವರಿಗೆ ಗೊತ್ತಾಗಿಬಿಟ್ಟಿದೆ. ತಕ್ಷಣ ಅವರು ಚಿಪ್ಪೊಳಗೆ ಸೇರ್ಕೊಂಡು ಬಿಡ್ತಾರೆ. ಮಾತು ನಿಲ್ಲಿಸಿಬಿಡ್ತಾರೆ'

'ನಾನೇನು...' ಗಂಟಲು ಕೂತಂತಾಯಿತು. ಕೆಮ್ಮಿದಳು. 'ನಾನೇನು ಮಾಡಲಿ ಈಗ...'

'ಧೈರ್ಯ ಕಳಕೋಬೇಡಿ. ಇಪ್ಪತ್ತೈದು ಮೂವತ್ತು ವರ್ಷಗಳ ಕೆಳಗೆ ಏನೋ ನಡೆದು ಹೋಗಿದೆ. ಈಗ ಉಳಿದಿರೋದು ಒಂದೇ ದಾರಿ. ಧೈರ್ಯವಾಗಿ ನಿಮ್ಮ ಗಂಡಂಗೆ ನಡೆದದ್ದನ್ನ ಹೇಳಿಬಿಡೋದು. ಯಾರಿಗ್ಗೊತ್ತು ಅವರೂ ಅದನ್ನು ನಿಮ್ಮ ಬಾಯಲ್ಲೇ ಕೇಳಬೇಕೂ ಅಂತಿದಾರೋ ಏನೋ. ಈಗಲೂ ಸಮಯ ಮೀರಿಲ್ಲ. ನಿಮ್ಮ ಪ್ರೀತಿ ಪ್ರೇಮ ಮತ್ತೆ ಚಿಗುರಬಹುದು...ಅದೆಷ್ಟು ವರ್ಷಗಳಿಂದ ನೀವಿಬ್ಬರೂ ಅದೆಷ್ಟು ಮಾತುಗಳನ್ನ ನಿಮ್ಮಲ್ಲೇ ಮುಚ್ಚಿಟ್ಕೊಂಡು ಕಾಲ ಕಳೀತಾಯಿದೀರೋ... ಇವತ್ತು ಆ ಸಮಯ ಬಂದಿದೆ,. ಎಲ್ಲವನ್ನೂ ನಿಮ್ಮ ಗಂಡಂಗೆ ಹೇಳಿಬಿಡಿ. ಹೊಸ ಜೀವನಕ್ಕೆ ದಾರಿ ಮಾಡಿಕೊಡಿ. ಹೆದರಬೇಡಿ. ಕ್ಷಮಿಸು ಅಂತ ಕೇಳಿಬಿಡಿ. ಕ್ಷಮಿಸೇಬಿಡ್ತಾರೆ. ನನ್ನ ಮಾತು ನಂಬಿ. ನನ್ನ ಇಷ್ಟು ವರ್ಷಗಳ ಅನುಭವದ ಮೇಲೆ ಈ ಮಾತು ಹೇಳ್ತಾಯಿದ್ದೀನಿ, ಇಬ್ರೂ ಸುಖವಾಗಿರ್ತೀರಾ. ಜೀವನ ಇನ್ನು ಮುಂದೆ ನಗುನಗುತ್ತಿರಲಿ. ವಂದನೆಗಳು. ಹೋಗಿಬನ್ನಿ.' ಮಾತು ಮುಗಿಯುತ್ತಿದ್ದಂತೇ ಎದ್ದೇಳಿ ಎನ್ನುವಂತೆ ಹಳಹಳಿ ಕೈ ಸನ್ನೆ ಮಾಡಿದರು. ಎದುರಿದ್ದ ಕಾಗದಗಳಲ್ಲಿ ಮುಳುಗಿಹೋದರು, ಅನಸೂಯ ತಮ್ಮೆದುರು ಇಲ್ಲವೇನೋ ಎಂಬಂತೆ. ಆ ಇನ್ನೊಂದು ನೊಂದ ಜೀವ ಗಾಜಿನ ತೆರೆಯ ಹಿಂದೆ ಕಾಯುತ್ತಿತ್ತು, ಹಳಹಳಿಯವರ

ಸಾಂತ್ವನಕ್ಕಾಗಿ. ಅನಸೂಯ ಎದ್ದು ನಡೆದಳು. 'ಮುಂದಿನ ಭಾನುವಾರ ಇದು ಪ್ರಸಾರವಾಗತ್ತೆ' ಅಂತ ಹಳಹಳಿಯವರ ಹಿಂದೇ ಕೂತಿರುತ್ತಿದ್ದ ಹೆಂಗಸು ಹೇಳಿತು. ಅನಸೂಯ ತಲೆಯಾಡಿಸಿ ಆಕಾಶವಾಣಿಯಿಂದ ಹೊರಬಿದ್ದಳು.

ಆಕಾಶವಾಣಿ ಗೇಟು ದಾಟುವ ಹೊತ್ತಿಗೆ ನಾಳೆ ಗಂಡನಿಗೆ ಎಲ್ಲವನ್ನೂ ಹೇಳಲೇಬೇಕೆಂಬ ನಿರ್ಧಾರಕ್ಕೆ ಬಂದಿದ್ದಳು. ಮನೆ ಮುಟ್ಟುವಷ್ಟರಲ್ಲಿ ನಾಳೆ ತನಕ ಯಾಕೆ ಕಾಯಬೇಕು, ಇವತ್ತೇ ಯಾಕಾಗಬಾರದು ಅನಿಸಿತು. ಮನೆ ಬಾಗಿಲು ತಟ್ಟುವಷ್ಟರಲ್ಲಿ ಇವತ್ತಿರಲಿ, ಆತ ಬಾಗಿಲು ತೆಗೆದ ಕೂಡಲೇ ಹೇಳಿಬಿಡಬೇಕು ಅನಿಸಿ ಎದೆ ಗಟ್ಟಿ ಮಾಡಿಕೊಂಡು, ತಟ್ಟಿದ ಬಾಗಿಲು ತೆಗೆಯುವುದನ್ನೇ ಕಾಯುತ್ತಿದ್ದಳು. ಬಾಗಿಲು ತೆರೆದುಕೊಂಡ ಮುಂದಿನ ಗಳಿಗೆ ಬಾಗಿಲಾಚೆ ಕಂಡ ಸುವರ್ಣಗಡ್ಡೆಯಂತಹ ಮುಖ ಇನ್ನೂ ತಿರುಚಿಕೊಂಡಿತ್ತು. ಇವಳನ್ನು ನೋಡಿದ ಕೂಡಲೇ ಶರ್ಮ ಆಕೆಗೆ ಬೆನ್ನು ಹಾಕಿ ತಿರುಗಿದರು. ಗೊಣಗಿದರು. ಗೊಣಗಿದ್ದು ಕಿರುಚಿದ ಹಾಗಿತ್ತು. 'ಇಷ್ಟೊತ್ತು ಯಲ್ಲಿ ಸಾಯಾಕೋಗಿದ್ಲೋ ಯೇನೋ, ಈಗ ಬಂದ್ಲು. ಮನ್ಯಾಗಿದ್ದರು ಸಾಯಬೇಕೋ ಏನೋ. ಅಡುಗೆ ಮಾಡಿ ಬಡುದುಬಿಟ್ರೆ ಮುಗಿದೋಯ್ತು ಅದು ಹೆಂಗಾದ್ರೂ ಯಿರ್ಲಿ ಯಾರಿಗೆ ಬೇಕು. ಥಣ್ಣಗೆ ಸಗಣೀ ಹಂಗಾಗಿದೆ ಏನು ಮನುಷ್ಯರು ತಿನ್ನಬೇಕೋ ಇಲ್ಲ ಮಾಡಿದ್ದುನ್ನ ನಾಯಿಗೆ ಹಾಕಬೇಕೋ...' ಅನಸೂಯಳಿಗೆ ಮನೆಯೊಳಗೆ ಹೆಜ್ಜೆಯಿಕ್ಕುವ ಮನಸ್ಸಾಗಲಿಲ್ಲ. ಶರ್ಮ ಕೋಣೆಗೆ ನಡೆದು ಯಾವ ಪರಿ ಬಾಗಿಲು ಬಡಿದರು ಅಂದರೆ ಮನೆಯಿರಲಿ, ಇಡೀ ಕಟ್ಟಡವೇ ಒಮ್ಮೆ ಅಲ್ಲಾಡಿತು. ಅನಸೂಯ ಅಂದುಕೊಂಡಿದ್ದ ಮಾತುಗಳೆಲ್ಲಾ ಉಗುಳಿನ ಜತೆಯಲ್ಲೇ ಹೊಟ್ಟೆ ಸೇರಿದವು. ಸದ್ದಿಲ್ಲದೇ ಅಡುಗೆಯನ್ನು ಬಿಸಿ ಮಾಡುವ ಕೈಂಕರ್ಯಕ್ಕೆ ತೊಡಗಿದಳು. ಮುಂದಿನ ಐದು ದಿನ ಆಕೆಗೆ ಗಂಡನ ಮುಖ ನೋಡುವ ಅವಕಾಶವೇ ಸಿಗಲಿಲ್ಲ. ಮುಖ ನೋಡಿದಳೋ ಮಾತನಾಡಲು ಪುರುಸೊತ್ತಿರಲಿಲ್ಲ, ಅವರಿಗೆ. ಹಾಗೂ ಪಾದದಿಂದ ತಲೆಯತನಕ ಮೈಯ್ಯನ್ನು ಹುರಿ ಮಾಡಿಕೊಂಡು 'ಅದೂ..' ಅಂದಳು. 'ನಿನ್ನ ಹೆಣಸುಡ್ಲಿ. ಹೋಗಾ ಹೊತ್ನಗೆ ಯೇನದು ಸುಡುಗಾಡು.' ಅಂದವರೇ ಮನೆಯಿಂದಾಚೆ ದಾಪುಗಾಲಿಕ್ಕಿದ್ದರು. ಅನಸೂಯ ಕಣ್ಣೀರನ್ನೇ ಕಳೆದುಕೊಂಡಿದ್ದ ಬೆತ್ತಲೆ ಕಣ್ಣುಗಳಿಂದ ಅವರನ್ನು ನೋಡುತ್ತಲೇ ಸುಮಾರು ಹೊತ್ತು ನಿಂತಿದ್ದಳು. ಈ ಜನ್ಮದಲ್ಲಿ ತನಗೆ ಬಿಡುಗಡೆಯಿಲ್ಲವೇ...

ಆ ಕ್ಷಣ ಬಂದಿದ್ದು ಆ ಭಾನುವಾರ. ಇನ್ನೂ ಹತ್ತೂವರೆಯಾಗಿಲ್ಲ. ರೇಡಿಯೋ ಎಂದಿನಂತೆ ಕಿರುಗುಡುತ್ತಿತ್ತು. ಶರ್ಮ ಅಲ್ಲೇ ಕೂತು ಅದಾವುದೋ ಪುಸ್ತಕ ತಿರುವುತಿದ್ದರು. ಅನಸೂಯ ಅಡುಗೆಮನೆಯಲ್ಲಿ ಹುಗಿದುಕೊಂಡಿದ್ದಳು. ಇನ್ನು ಅರ್ಧ ಗಂಟೆಗೆಲ್ಲಾ ಎಲ್ಲ ಕೆಲಸ ಮುಗಿಯಬೇಕು. ಹತ್ತೂವರೆಗೆ ತನ್ನದೇ ಅಂತರಂಗ ಬಿಚ್ಚಿಕೊಳ್ಳುವುದಲ್ಲ...ಅಷ್ಟರಲ್ಲಿ ಇಲ್ಲೀವರೆಗೂ ಈ ಮನೆಯಲ್ಲಿ ಕೇಳದ ಒಂದು ಅತ್ಯಪರೂಪವಾದ ಸದ್ದು ಕೇಳಿತು. ತನ್ನ ಪತಿದೇವರು ನಗುತ್ತಿದ್ದಾರೆ. ಅಥವಾ ಅದು ತನ್ನ ಭ್ರಮೆಯೋ. ದುಡದುಡ ಅಡುಗೆಮನೆಯಿಂದ ಹೊರಬಂದು ನೋಡಿದಳು, ಶರ್ಮ ನಗುತ್ತಿದ್ದರು. ಬರೇ ನಗುತ್ತಿರಲಿಲ್ಲ, ಹೊರಳಿ ಹೊರಳಿ ನಗುತ್ತಿದ್ದರು. ಇವಳಿಗೂ ಫಕ್ಕನೆ ನಗುಬಂತು. ಇದೇ ಸಮಯ. ಕೈಯ್ಯನ್ನು ಸೆರಗಿಗೆ ಒರೆಸಿಕೊಳ್ಳುತ್ತ ಅವರ ಬಳಿ ಸಾಗಿದಳು. ಅಲ್ಲೇ ಅವರ ಮುಂದೆ ಕೂತಳು.

'ಏನೂ..' ಮೆತ್ತಗೆ ಹಗೂರಾಗಿ ತನ್ನ ಗಂಡನನ್ನ ಕರೆದಳು.

ದೀಪವಾರಿಸಿದಂತೆ ಶರ್ಮರ ನಗು ನಿಂತು ಹೋಯಿತು.

'ಏನಿಲ್ಲ'

'ಅಲ್ಲ'

'ಏನಿಲ್ಲ ಅಂದ್ನಲ್ಲ.'

'ನಿಮ್ಮ ಹತ್ರ ಒಂಚೂರು ಮಾತಾಡಬೇಕು.'

'ಈಗಾಗಲ್ಲ.'

'ಈಗಲೇ. ಒಂದೈದು ನಿಮಿಷ' ಹಠಕ್ಕೆ ಬಿದ್ದವಳಂತೆ ನುಡಿದಳು.

ಕೈಲಿದ್ದ ಪುಸ್ತಕವನ್ನು ಕುಕ್ಕಿ, ಮುಖವನ್ನು ಖಕಾರವನ್ನಾಗಿಸಿ, ಹುಬ್ಬುಗಳನ್ನು ಳಕಾರಕ್ಕೆ ತಿರುಗಿಸಿ ಕೂತರು.

'ನಿಮಗೆ ಭಾಳಾದಿಂದಿಂದ ಹೇಳಬೇಕೂ ಅಂತ ಮಾಡಿದ್ದೆ.'

'ಹಂ. ಬೇಗ.'

'ನೀವು ಮದುವೆ ಮಾಡ್ಕಂಡು ಬಿಟ್ಹೋದ್ರಲ್ಲ ಆಮೇಲೆ ಭಾಳಾದಿನ ನಾ ವಬ್ಬೇಯಿದ್ದೆ. ಟೈಪಿಂಗ್ ಕ್ಲಾಸಿಗೋಗ್ತಿದ್ದೆ. ಅಲ್ಲಿ ಜಗದೀಶ್‌ಬಾಬು ಅಂತ ಒಬ್ರು ಸಿಕ್ಕಿದ್ರು. ಫ್ರೆಂಡಾದ್ರು. ಆಮೇಲೆ...' ಮಾತು ಹೊರಬರಲಿಲ್ಲ. ಶರ್ಮ ಅಸಹನೆಯಿಂದ ಚಡಪಡಿಸಿದರು. ಹೆಂಡತಿಯ ಮುಖ ನೋಡುತ್ತಿರಲಿಲ್ಲ. ಆಕೆ ಮಾತು ಮುಗಿಸಿದರೆ

ಸಾಕು ಎನ್ನುವಂತೆ ದೇಹದ ಭಾರವನ್ನು ಒಂದು ಕುಂಡೆಯಿಂದ ಮತ್ತೊಂದು ಕುಂಡೆಗೆ ವರ್ಗಾಯಿಸುತ್ತಾ ಕುಳಿತಿದ್ದರು.

'...ಆಮೇಲೆ ನಾವಿಬ್ರೂ ಭಾಳಾ ಕ್ಲೋಸಾದ್ವಿ. ನೀವೆಲ್ಲಿದ್ರಿ ಅಂತಾನೇ ಗೊತ್ತಿರಲಿಲ್ಲ ನಂಗೆ. ಒಂದೆರಡು...ದಿನ.. ಅಂದ್ರೆ.. ಎರಡು ರಾತ್ರಿ ನಾವಿಬ್ರೂ ಹೈದರಾಬಾದ್ನಲ್ಲಿ ಕಳುದ್ವಿ. ಇದೆಲ್ಲಾ ಆಗೋಗಿ ಒಂದು ಇಪ್ಪತ್ತೈದು ವರ್ಷ ಆಯ್ತಲ್ಲ. ನಂಗೊತ್ತು ನಾನು ಮಾಡಿದ್ದು ತಪ್ಪು ಅಂತ. ನಿಮಗಂತ ಕಾಯ್ಬೇಕಿತ್ತು. ಆದ್ರೆ ಆದ್ರೆ ನಾನೂ ಹೆಣ್ಣಲ್ವಾ...ನನ್ನ ಮದುವೆ ಮಾಡ್ಕಂಡು ಹೇಳ್ದೇ ಕೇಳ್ದೇ ನನ್ನೊಬ್ಳ್ನೇ ಬಿಟ್ಟೋದ್ರೆ..' ಥಪ್ಪಂತ ಮಾತು ನಿಲ್ಲಿಸಿದಳು. ಎದುರಿನಲ್ಲಿ ಶರ್ಮ ಇರಲಿಲ್ಲ. ನಿಟ್ಟುಸಿರಿಟ್ಟು ಎದ್ದು ನಿಂತಳು, ಅಷ್ಟೇ. ಶರ್ಮ ಕೈಲಿದ್ದ ದೊಣ್ಣೆಯಿಂದ ಅವಳ ಹಿಂತಲೆಗೆ ಯಾವ ಪರಿ ಬಾರಿಸಿದ್ದರೂ ಅಂದರೆ ಒಂದೇ ಹೊಡೆತಕ್ಕೆ ಅನಸೂಯಳ ವಿಕಾರ ಕೂಗಿನ ಜತೆಗೆ ಅವಳ ಬುರುಡೆ ಕೂಡಾ ಧರೆಗಿಳಿದಿತ್ತು. ಆ ಕೂಗೇ ಕೊನೆ. ಮುಂದಿನ ಉಸಿರಿಗೂ ಸಮಯವಿರಲಿಲ್ಲ ಆಕೆಗೆ. ಆ ಕೂಗಿಗೆ ಗಾಬರಿಬಿದ್ದ ಪಕ್ಕದ ಮನೆಯವರು ಕಂಡ ಕಂಡ ಕಡೆ ಜನರನ್ನು ಓಡಿಸಿದ್ದರು. ಪೋಲಿಸರು ಬಂದಾಗ ಶರ್ಮ ಆ ಪುಸ್ತಕವನ್ನೇ ಓದುತ್ತಿದ್ದರು. ಗಟ್ಟಿಯಾಗಿ ನಗುತ್ತಿದ್ದರು. ಅರೆಸ್ಟ್ ಮಾಡಿದಾಗ ಕೊಸರಾಡಲಿಲ್ಲ. 'ಮುಂಡೆಗೆ ಸರಿಯಾದ ಪಾಟ ಕಲುಸ್ದೆ. ಹಾದರಕ್ಕಿಳೀತಾಳೆ' ಅಂತ ಗೊಣಗಿಕೊಂಡೇ ಪೋಲಿಸರ ಜತೆ ನಡೆದರು.

ಆ ಸುಡುಗಾಡು ರೇಡಿಯೋನ್ನ ಆರಿಸಬೇಕೂ ಅಂತ ಯಾರಿಗೂ ಅನಿಸಿರಲಿಲ್ಲ, ಅದರ ಪಾಡಿಗೆ ಅದು ಬಡ್ಕೋತಾನೇಯಿತ್ತು. ಡಾಕ್ಟರ್ ನಿಜಲಿಂಗಪ್ಪ ಹಳಹಳಿಯವರ ದನಿ ರೇಡಿಯೋದಲ್ಲಿ ಕೇಳುತ್ತಲೇ ಇತ್ತು...'ಇವತ್ತು ಆ ಸಮಯ ಬಂದಿದೆ,. ಎಲ್ಲವನ್ನೂ ನಿಮ್ಮ ಗಂಡಂಗೆ ಹೇಳಿಬಿಡಿ. ಹೊಸ ಜೀವನಕ್ಕೆ ದಾರಿ ಮಾಡಿಕೊಡಿ. ಹೆದರಬೇಡಿ. ಕ್ಷಮಿಸು ಅಂತ ಕೇಳಿಬಿಡಿ. ಕ್ಷಮಿಸೇಬಿಡ್ತಾರೆ. ನನ್ನ ಮಾತು ನಂಬಿ. ನನ್ನ ಇಷ್ಟು ವರ್ಷಗಳ ಅನುಭವದ ಮೇಲೆ ಈ ಮಾತು ಹೇಳ್ತಾಯಿದ್ದೀನಿ, ಇಬ್ರೂ ಸುಖವಾಗಿರ್ತೀರ. ಜೀವನ ಇನ್ನು ಮುಂದೆ ನಗುನಗುತ್ತಿರಲಿ. ವಂದನೆಗಳು. ಹೋಗಿಬನ್ನಿ...'

ಅನಸೂಯ ಹೆಣ ಬಾಗಿಲು ದಾಟಿತು. ○

ಓದಿ ಓದಿ ಮರುಳಾಗಿ!

ಛಂದ ಪುಸ್ತಕ ಬಹುಮಾನ

ಹೊಸ ಕತೆಗಾರರನ್ನು ಗುರುತಿಸುವ ಸಲುವಾಗಿ ನಮ್ಮ ಪ್ರಕಾಶನ ಸಂಸ್ಥೆಯು ಕಳೆದ ಇಪ್ಪತ್ತು ವರ್ಷಗಳಿಂದ ಕತೆಗಳ ಹಸ್ತಪ್ರತಿ ಸ್ಪರ್ಧೆಯನ್ನು ನಡೆಸುತ್ತಾ ಬಂದಿದೆ. ಈವರೆಗೆ ಒಂದೂ ಕಥಾಸಂಕಲನವನ್ನು ಪ್ರಕಟಿಸದವರು ಈ ಸ್ಪರ್ಧೆಯಲ್ಲಿ ಭಾಗವಹಿಸಬಹುದು. ಇತರ ಪ್ರಕಾರಗಳಲ್ಲಿ ಒಂದೆರಡು ಪುಸ್ತಕಗಳನ್ನು ಪ್ರಕಟ ಮಾಡಿದವರೂ ಇದರಲ್ಲಿ ಭಾಗವಹಿಸುವ ಅವಕಾಶವಿರುತ್ತದೆ. ಮೊದಲ ಸುತ್ತಿನ ಆಯ್ಕೆಯನ್ನು ಪ್ರಕಾಶನದ ಸದಸ್ಯರು ಮಾಡಿ, ಕೊನೆಯ ಆಯ್ಕೆಗಾಗಿ ಸುಮಾರು ಹತ್ತು ಹಸ್ತಪ್ರತಿಗಳನ್ನು ನಾಡಿನ ಹಿರಿಯ ಸಾಹಿತಿಗಳಿಗೆ ಒಪ್ಪಿಸುತ್ತಾರೆ. ಆಯ್ಕೆಯಾದ ಹಸ್ತಪ್ರತಿಯನ್ನು ಪುಸ್ತಕ ರೂಪದಲ್ಲಿ ಪ್ರಕಟಿಸಿ, ಪ್ರಶಸ್ತಿ ಪತ್ರ, ಫಲಕ ಹಾಗೂ ನಲತ್ತು ಸಾವಿರ ರೂಪಾಯಿ ಬಹುಮಾನವನ್ನು ನೀಡಲಾಗುತ್ತದೆ. ಈವರೆಗೂ ಈ ಸ್ಪರ್ಧೆಯಲ್ಲಿ ಬಹುಮಾನ ಪಡೆದವರ ವಿವರಗಳ ಪಟ್ಟಿಯನ್ನು ಮುಂದಿನ ಪುಟದಲ್ಲಿ ನೀಡಿದ್ದೇವೆ.

ಇವರಲ್ಲಿ ಮೌನೇಶ ಬಡಿಗೇರ, ಶಾಂತಿ ಕೆ ಅಪ್ಪಣ್ಣ, ಪದ್ಮನಾಭ ಭಟ್ ಶೇವ್ಕಾರ ಮತ್ತು ಸ್ವಾಮಿ ಪೊನ್ನಾಚಿ ಅವರಿಗೆ ಕೇಂದ್ರ ಸಾಹಿತ್ಯ ಅಕಾಡೆಮಿಯ ಯುವ ಪುರಸ್ಕಾರ ದೊರೆತಿದೆ. ವಿನಯಾ, ಶಾಂತಿ ಕೆ ಅಪ್ಪಣ್ಣ ಮತ್ತು ಪದ್ಮನಾಭ ಭಟ್ ಶೇವ್ಕಾರರ ಪುಸ್ತಕಗಳಿಗೆ ಕರ್ನಾಟಕ ಸಾಹಿತ್ಯ ಅಕಾಡೆಮಿಯ ಪುಸ್ತಕ ಬಹುಮಾನ ಅಥವಾ ದತ್ತಿ ಬಹುಮಾನಗಳು ಸಂದಿವೆ. ಇನ್ನೂ ಹಲವಾರು ನಾಡಿನ ಪ್ರಮುಖ ಪ್ರಶಸ್ತಿ ಮತ್ತು ಬಹುಮಾನಗಳೂ ಈ ಕೃತಿಗಳಿಗೆ ಲಭ್ಯವಾಗಿವೆ.

ನೀವು ಈ ಸ್ಪರ್ಧೆಯಲ್ಲಿ ಭಾಗವಹಿಸಬೇಕೆ? ಹಾಗಿದ್ದರೆ ನಮ್ಮ ಮುಂದಿನ ವರ್ಷದ ಸ್ಪರ್ಧೆಯ ಆಹ್ವಾನವನ್ನು ಖ್ಯಾತ ಕನ್ನಡ ನಿಯತಕಾಲಿಕೆಗಳಲ್ಲಿ ಅಥವಾ ಸಾಮಾಜಿಕ ಜಾಲತಾಣಗಳಲ್ಲಿ ನಿರೀಕ್ಷಿಸಿರಿ. ಹೆಚ್ಚಿನ ವಿವರಗಳಿಗೆ 98444 22782 ಗೆ ಸಂದೇಶ ಕಳುಹಿಸಿರಿ.

ಓದಿ ಓದಿ ಮರುಳಾಗಿ!

ಛಂದ ಪುಸ್ತಕ ಬಹುಮಾನ ಪಡೆದ ಕೃತಿಗಳು

ಕತೆಗಾರರು	ಕಥಾಸಂಕಲನ	ತೀರ್ಪುಗಾರರು
ಸುನಂದಾ ಕಡಮೆ	ಪುಟ್ಟ ಪಾದದ ಗುರುತು	ಅಶೋಕ ಹೆಗಡೆ/ ಸುಮಂಗಲಾ
ಅಲಕ ತೀರ್ಥಹಳ್ಳಿ	ಈ ಕತೆಗಳ ಸಹವಾಸವೇ ಸಾಕು	ಕೇಶವ ಮಳಗಿ/ ಸುಮಂಗಲಾ
ಲೋಕೇಶ ಅಗಸನಕಟ್ಟೆ	ಹಟ್ಟಿಯೆಂಬ ಭೂಮಿಯ ತುಣುಕು	ಬೊಳುವಾರು
ವಿನಯಾ	ಊರ ಒಳಗಣ ಬಯಲು	ನೇಮಿಚಂದ್ರ
ಸಂದೀಪ ನಾಯಕ	ಗೋಡೆಗೆ ಬರೆದ ನವಿಲು	ಅಮರೇಶ ನುಗಡೋಣಿ
ಕಣಾದ ರಾಘವ	ಮೊದಲ ಮಳೆಯ ಮಣ್ಣು	ಕೆ. ಸತ್ಯನಾರಾಯಣ
ಬಸವಣ್ಣೆಪ್ಪಾ ಕಂಬಾರ	ಆಟಿಕೆ	ಕುಂ. ವೀರಭದ್ರಪ್ಪ
ಮೌನೇಶ ಬಡಿಗೇರ	ಮಾಯಾಕೋಲಾಹಲ	ಓ.ಎಲ್.ಎನ್. ಸ್ವಾಮಿ
ಪದ್ಮನಾಭ ಭಟ್	ಕೇಪಿನ ಡಬ್ಬಿ	ಎಂ. ಎಸ್. ಆಶಾದೇವಿ
ಶಾಂತಿ ಕೆ ಅಪ್ಪಣ್ಣ	ಮನಸು ಅಭಿಸಾರಿಕೆ	ಎಚ್.ಎಸ್.ಆರ್
ದಯಾನಂದ	ದೇವರು ಕಚ್ಚಿದ ಸೇಬು	ನಾ. ಡಿಸೋಜಾ
ಸ್ವಾಮಿ ಪೊನ್ನಾಚಿ	ಧೂಪದ ಮಕ್ಕಳು	ಎಂ. ಎಸ್. ಶ್ರೀರಾಮ್
ಶಶಿ ತರೀಕೆರೆ	ಡುಮಿಂಗ	ಲಲಿತಾ ಸಿದ್ಧಬಸವಯ್ಯ
ಛಾಯಾ ಭಟ್	ಬಯಲರಸಿ ಹೊರಟವಳು	ತಾರಿಣಿ ಶುಭದಾಯಿನಿ
ಕಾವ್ಯಾ ಕಡಮೆ	ಮಾಕೋನ ಏಕಾಂತ	ಟಿ.ಪಿ. ಅಶೋಕ

ಛಂದ ಪುಸ್ತಕ ಬಹುಮಾನ

ಪುಟ್ಟ ಪಾದದ ಗುರುತು - ಸುನಂದಾ ಪ್ರಕಾಶ ಕಡಮೆ - ₹ 120
ಈ ಕತೆಗಳ ಸಹವಾಸವೇ ಸಾಕು - ಅಲಕ ತೀರ್ಥಹಳ್ಳಿ - ₹ 60
ಹಟ್ಟಿಯೆಂಬ ಭೂಮಿಯ ತುಣುಕು - ಲೋಕೇಶ ಅಗಸನಕಟ್ಟೆ - ₹ 180
ಗೋಡೆಗೆ ಬರೆದ ನವಿಲು - ಸಂದೀಪ ನಾಯಕ - ₹ 60
ಮೊದಲ ಮಳೆಯ ಮಣ್ಣು - ಕಣಾದ ರಾಘವ - ₹ 140
ಆಟಿಕೆ - ಬಸವಣ್ಣೆಪ್ಪಾ ಕಂಬಾರ - ₹ 100
ಮಾಯಾಕೋಲಾಹಲ - ಮೌನೇಶ ಬಡಿಗೇರ - ₹ 165
ಕೇಪಿನ ಡಬ್ಬಿ - ಪದ್ಮನಾಭ ಭಟ್, ಶೇವ್ಕಾರ - ₹ 150
ಮನಸು ಅಭಿಸಾರಿಕೆ - ಶಾಂತಿ ಕೆ ಅಪ್ಪಣ್ಣ - ₹ 230
ದೇವರು ಕಚ್ಚಿದ ಸೇಬು - ದಯಾನಂದ - ₹ 140
ಧೂಪದ ಮಕ್ಕಳು - ಸ್ವಾಮಿ ಪೊನ್ನಾಚಿ - ₹ 130
ಡುಮಿಂಗ - ಶಶಿ ತರೀಕೆರೆ - ₹ 130
ಬಯಲರಸಿ ಹೊರಟವಳು - ಛಾಯಾ ಭಟ್ - ₹ 120
ಮಾಕೋನ ಏಕಾಂತ - ಕಾವ್ಯಾ ಕಡಮೆ - ₹ 130

ಕಥಾಸಂಕಲನ

ಶಕುಂತಳಾ - ಗುರುಪ್ರಸಾದ್ ಕಾಗಿನೆಲೆ - ₹ 80
ಜುಮುರು ಮಳೆ - ಸುಮಂಗಲಾ - ₹ 220
ಶಾಲಭಂಜಿಕೆ - ಡಾ. ಕೆ. ಎನ್. ಗಣೇಶಯ್ಯ - ₹ 180 (7ನೇ ಮುದ್ರಣ)
ಕಾರಂತಜ್ಜನಿಗೊಂದು ಪತ್ರ - ಸಚ್ಚಿದಾನಂದ ಹೆಗಡೆ - ₹ 150
ಹಕೂನ ಮಟಾಟ - ನಾಗರಾಜ ವಸ್ತಾರೆ - ₹ 80
ಕಾಲಿಟ್ಟಲ್ಲಿ ಕಾಲುದಾರಿ - ಸುಮಂಗಲಾ - ₹ 80
ಹುಲಿರಾಯ - ಕೀರ್ತಿರಾಜ್ - ₹ 80
ನಿರವಯವ - ನಾಗರಾಜ ವಸ್ತಾರೆ - ₹ 125
ಹನ್ನೊಂದನೇ ಅಡ್ಡರಸ್ತೆ - ಸುಮಂಗಲಾ - ₹ 170
ಗಾಳಿಗೆ ಮೆತ್ತಿದ ಬಣ್ಣ - ಕರ್ಕಿ ಕೃಷ್ಣಮೂರ್ತಿ - ₹ 180
ಕನ್ನಡಿ ಹರಳು - ಪದ್ಮನಾಭ ಭಟ್, ಶೇವ್ಕಾರ - ₹ 130
ಒಂದು ಚಿಟಿಕೆ ಮಣ್ಣು - ಲಕ್ಷ್ಮಣ ಬಾದಾಮಿ - ₹ 130

ಬಂಡಲ್ ಕತೆಗಳು - ಎಸ್ ಸುರೇಂದ್ರನಾಥ್ - ₹ 160
ದೇವರ ರಜಾ - ಗುರುಪ್ರಸಾದ್ ಕಾಗಿನೆಲೆ - ₹ 225 (2ನೇ ಮುದ್ರಣ)
ಕಟ್ಟು ಕತೆಗಳು - ಎಸ್ ಸುರೇಂದ್ರನಾಥ್ - ₹ 210
ಮಡಿಲು (ನೀಳ್ಗತೆ) - ನಾಗರಾಜ ವಸ್ತಾರೆ - ₹ 15
ತಿರಾಮಿಸು - ಶಶಿ ತರೀಕೆರೆ - ₹ 210
ತೊಟ್ಟು ಕ್ರಾಂತಿ - ಕಾವ್ಯಾ ಕಡಮೆ - ₹ 180

ಪ್ರಬಂಧ

ಪೂರ್ವ ಪಶ್ಚಿಮ - ಎಂ. ಆರ್. ದತ್ತಾತ್ರಿ - ₹ 80
ರಾಗಿಮುದ್ದೆ - ರಘುನಾಥ ಚ. ಹ. - ₹ 120
ಕುಟ್ಟವಲಕ್ಕಿ / ಗೊಜ್ಜವಲಕ್ಕಿ - ಪ್ರಶಾಂತ ಆಡೂರ - ₹ 170 / ₹ 170
ಕಿಲಿಮಂಜಾರೋ - ಪ್ರಶಾಂತ್ ಬೀಚಿ - ₹ 80
ಮಿಸಳ್ ಭಾಜಿ - ಭಾರತಿ ಬಿ ವಿ - ₹ 190
ನೀ ಮಾಯೆಯೊಳಗೋ... - ವಿಕ್ರಮ ಹತ್ವಾರ - ₹ 150
ಸಾವೆಂಬ ಲಹರಿ - ಗುರುಪ್ರಸಾದ ಕಾಗಿನೆಲೆ - ₹ 140
ವೈದ್ಯ, ಮತ್ತೊಬ್ಬ - ಗುರುಪ್ರಸಾದ ಕಾಗಿನೆಲೆ - ₹ 120
ಅಪ್ಪನ ರ್‍ಯಾಲೀಸ್ ಸೈಕಲ್ - ದರ್ಶನ್ ಜಯಣ್ಣ - ₹ 110
ಇಮೋಜಿ ಭಾಷೆ - ಕರ್ಕಿ ಕೃಷ್ಣಮೂರ್ತಿ - ₹ 150

ಅನುವಾದ

ದಿ ಚಾಯ್ಸ್ - ಈಡಿತ್ ಎವಾ ಎಗರ್ (ಜಯಶ್ರೀ ಭಟ್) - ₹ 280
ದೇಹವೇ ದೇಶ - ಗರಿಮಾ ಶ್ರೀವಾಸ್ತವ (ವಿಕ್ರಮ ವಿಸಾಜಿ) - ₹ 250
ಪರ್ಸೆಪೊಲಿಸ್- ಮಾರ್ಜಾನ್ ಸತ್ರಪಿ (ಪ್ರೀತಿ ನಾಗರಾಜ) - ₹ 395
ಗಾಳಿ ಪಳಗಿಸಿದ ಬಾಲಕ - ವಿಲಿಯಂ ಕಾಂಕ್ವಾಂಬಾ (ಕರುಣಾ ಬಿ ಎಸ್) - ₹ 180
ಅಮೋಸ್ ಫಾರ್ಚೂನ್ - ಎಲಿಝಬೆತ್ ಯೇಟ್ಸ್ (ಜಯಶ್ರೀ ಭಟ್) - ₹ 110
ನವ ಜೀವಗಳು - ವಿಲಿಯಂ ಡಾಲ್ರಿಂಪಲ್ (ನವೀನ ಗಂಗೋತ್ರಿ) - ₹ 250
ಮೈಕೆಲ್ ಕೆ - ಜೆ.ಎಂ. ಕುಟ್‌ಸೀ (ಸುನಿಲ್ ರಾವ್) - ₹ 170
ಲೇರಿಯೊಂಕ - ಹೆನ್ರಿ ಆರ್. ಓಲೆ ಕುಲೆಟ್ (ಪ್ರಶಾಂತ ಬೀಚಿ) - ₹ 140
ಅರೆಶತಮಾನದ ಮೌನ - ಯಾನ್ ರಫ್-ಓ'ಹರ್ನ್ (ಅರುಣ್) - ₹ 310
ಪರ್ವತದಲ್ಲಿ ಪವಾಡ - ನ್ಯಾಂಡೊ ಪರಾಡೊ (ಸಂಯುಕ್ತಾ ಪುಲಿಗಲ್) - ₹ 340

ಚಂದಿರ ಬೇಕೆಂದವನು - ಮಿಮಿ ಬೇರ್ಡ್ (ಪ್ರಜ್ಞಾ ಶಾಸ್ತ್ರಿ) - ₹ 180
ಬಂಡೂಲ - ವಿಕಿ ಕಾನ್‌ಸ್ಟಂಟೇನ್ ಕ್ರುಕ್ (ರಾಜ್ಯಶ್ರೀ ಕುಳಮರ್ವ) - ₹ 425
ರೆಬೆಲ್ ಸುಲ್ತಾನರು - ಮನು ಎಸ್ ಪಿಳ್ಳೈ (ಸಂಯುಕ್ತಾ ಪುಲಿಗಲ್) - ₹ 420
ಫಾಲೋಯಿಂಗ್ ಫಿಶ್ - ಸಮಂತ್ ಸುಬ್ರಮಣಿಯನ್ (ಸಹನಾ ಹೆಗಡೆ) - ₹ 280
ಜಗವ ಚುಂಬಿಸು - ಸುಬ್ರೊತೋ ಬಾಗ್ಚಿ (ವಂದನಾ ಪಿ ಸಿ) - ₹ 240
ಪರ್ದಾ ಅಂಡ್ ಪಾಲಿಗಮಿ - ಇಕ್ಬಾಲುನ್ನೀಸಾ ಹುಸೇನ್ (ದಾದಾಪೀರ್) - ₹ 380
ವಾಡಿವಾಸಲ್ - ಚಿ. ಸು. ಚೆಲ್ಲಪ್ಪ (ಸತ್ಯಕಿ) - ₹ 100
ನಾಲ್ಕನೇ ಎಕರೆ - ಶ್ರೀರಮಣ (ಅಜಯ್ ವರ್ಮಾ ಅಲ್ಲೂರಿ) - ₹ 100
ಮಾವೋನ ಕೊನೆಯ ನರ್ತಕ - ಲೀ ಶ್ವಿನ್‌ಶಿಂಗ್ (ಜಯಶ್ರೀ ಭಟ್) - ₹ 340
ಕೋಬಾಲ್ಟ್ ಬ್ಲೂ - ಸಚಿನ್ ಕುಂಡಲ್‌ಕರ್ (ಸಪ್ನಾ ಕಟ್ಟಿ) - ₹ 150
ವಿದ್ಯಾವಂತ ವೇಶ್ಯೆಯ ಆತ್ಮಕಥೆ - ಮಾನದಾ ದೇವಿ (ನಾಗ ಹುಬ್ಳಿ) - ₹ 240
ದಿ ಲೈಟ್‌ಹೌಸ್ ಫ್ಯಾಮಿಲಿ - ಫಿರಾತ್ ಸುನೇಲ್ (ಮಾಧುರಿ ಕುಲಕರ್ಣಿ) - ₹ 230
ನನ್ನ ತಂಗಿ ಈಡಾ - ಕಾರೊಲೀನ ವಾಲ್ (ಹರ್ಷ ರಘುರಾಮ್) - ₹ 260
ಸತ್ತವರ ಸೊಲ್ಲು - ಆಶುತೋಷ್ ಭಾರದ್ವಾಜ್ (ಕಾರ್ತಿಕ್ ಆರ್.) - ₹ 380

ವಸುಧೇಂದ್ರ

ಮನೀಷೆ - ಕತೆಗಳು - ₹ 120 (8ನೇ ಮುದ್ರಣ)
ಯುಗಾದಿ - ಕತೆಗಳು - ₹ 190 (9ನೇ ಮುದ್ರಣ)
ಚೇಳು - ಕತೆಗಳು - ₹ 120 (8ನೇ ಮುದ್ರಣ)
ಹಂಪಿ ಎಕ್ಸ್‌ಪ್ರೆಸ್ - ಕತೆಗಳು - ₹ 195 (9ನೇ ಮುದ್ರಣ)
ಮೋಹನಸ್ವಾಮಿ - ಕತೆಗಳು - ₹ 270 (7ನೇ ಮುದ್ರಣ)
ವಿಷಮ ಭಿನ್ನರಾಶಿ - ಕತೆಗಳು - ₹ 280 (4ನೇ ಮುದ್ರಣ)
ಕೋತಿಗಳು - ಪ್ರಬಂಧ - ₹ 120 (8ನೇ ಮುದ್ರಣ)
ನಮ್ಮಮ್ಮ ಅಂದ್ರೆ ನಂಗಿಷ್ಟ - ಪ್ರಬಂಧ - ₹ 100 (27ನೇ ಮುದ್ರಣ)
ರಕ್ಷಕ ಅನಾಥ - ಪ್ರಬಂಧ - ₹ 110 (5ನೇ ಮುದ್ರಣ)
ವರ್ಣಮಯ - ಪ್ರಬಂಧ - ₹ 225 (6ನೇ ಮುದ್ರಣ)
ಐದು ಪೈಸೆ ವರದಕ್ಷಿಣೆ - ಪ್ರಬಂಧ - ₹ 280 (5ನೇ ಮುದ್ರಣ)
ಹರಿಚಿತ್ತ ಸತ್ಯ - ಕಾದಂಬರಿ - ₹ 200 (6ನೇ ಮುದ್ರಣ)
ತೇಜೋ-ತುಂಗಭದ್ರಾ - ಕಾದಂಬರಿ - ಉತ್ತಮ/ಸಾದಾ (₹ 500/₹ 450) (16ನೇ ಮುದ್ರಣ)

ಮಿಥುನ - ಶ್ರೀರಮಣರ ಕತೆಗಳು - ₹ 135 (8ನೇ ಮುದ್ರಣ)
ಎವರೆಸ್ಟ್ - ಜಾನ್ ಕ್ರಾಕೌರ್ - ₹ 420 (4ನೇ ಮುದ್ರಣ)
ರೇಷ್ಮೆ ಬಟ್ಟೆ - ಕಾದಂಬರಿ - ₹ 450

ಕಾದಂಬರಿ

ಎನ್ನ ಭವದ ಕೇಡು - ಎಸ್ ಸುರೇಂದ್ರನಾಥ್ - ₹ 75
ನ್ಯಾಸ - ಹರೀಶ ಹಾಗಲವಾಡಿ - ₹ 250
ಗುಣ - ಗುರುಪ್ರಸಾದ್ ಕಾಗಿನೆಲೆ - ₹ 150
ದ್ವೀಪವ ಬಯಸಿ - ಎಂ. ಆರ್. ದತ್ತಾತ್ರಿ - ₹ 320
ತಾರಾಬಾಯಿಯ ಪತ್ರ - ದತ್ತಾತ್ರಿ ಎಂ ಆರ್ - ₹ 160
ಅಗೆದಷ್ಟೂ ನಕ್ಷತ್ರ - ಸುಮಂಗಲಾ - ₹ 230
ಪ್ರಿಯೇ ಚಾರುಶೀಲೆ - ನಾಗರಾಜ ವಸ್ತಾರೆ - ₹ 380
ಋಷ್ಯಶೃಂಗ - ಹರೀಶ ಹಾಗಲವಾಡಿ - ₹ 125
ಅಂತು - ಪ್ರಕಾಶ ನಾಯಕ್ - ₹ 200
ಚುಕ್ಕಿ ಬೆಳಕಿನ ಜಾಡು - ಕರ್ಕಿ ಕೃಷ್ಣಮೂರ್ತಿ - ₹ 200
ದೀಪವಿರದ ದಾರಿಯಲ್ಲಿ - ಸುಶಾಂತ್ ಕೋಟ್ಯಾನ್ - ₹ 160
ದಾರಿ - ಕುಸುಮಾ ಆಯರಹಳ್ಳಿ - ₹ 395
ಬರೀ ಎರಡು ರೆಕ್ಕೆ - ಸುನಂದಾ ಪ್ರಕಾಶ ಕಡಮೆ - ₹ 260

ಕವಿತೆ

ಮದ್ಯಸಾರ - ಅಪಾರ - ₹ 90
ಪೂರ್ಣನ ಗರಿಗಳು - ಪೂರ್ಣಪ್ರಜ್ಞ - ₹ 70
ಹಲೋ ಹಲೋ ಚಂದಮಾಮ - ರಾಧೇಶ ತೋಳ್ಪಾಡಿ - ₹ 50

ಪದಚರಿತೆ

ಸರಿಗನ್ನಡಂ ಗೆಲ್ಗೆ - ಅಪಾರ - ₹ 390

www.ingramcontent.com/pod-product-compliance
Lightning Source LLC
LaVergne TN
LVHW100823051026
849519LV00006B/2158
* 9 7 8 9 3 8 4 9 0 8 6 9 0 *